சஹீர்

**தமிழில் வெளிவந்துள்ள
பாலோ கொயலோவின் பிற நூல்கள்**

ரசவாதி

வில்லாளன்

பாலோ கொயலோ

சஹீர்

தமிழில்:

நாகலட்சுமி சண்முகம்

MANJUL

மஞ்சுள் பப்ளிஷிங் ஹவுஸ்

First published in India by

MANJUL

Manjul Publishing House

Corporate and Editorial Office

• 2nd Floor, Usha Preet Complex, 42 Malviya Nagar, Bhopal 462 003 - India

Sales and Marketing Office

• C-16, Sector 3, Noida, Uttar Pradesh 201301, India
Website: www.manjulindia.com

Distribution Centres

Ahmedabad, Bengaluru, Bhopal, Kolkata, Chennai, Hyderabad, Mumbai, New Delhi, Pune

Tamil translation of *The Zahir*

First published in Brazil in 2005 by Editora Rocco

This Tamil edition published by arrangement with Sant Jordi Asociados Agencia Literaria SLU, Barcelona, Spain
www.santjordi-asociados.com

This edition first published in 2022

ISBN 978-93-5543-040-3

Translated by Nagalakshmi Shanmugam
Edited by PSV Kumarasamy
Layout by Manoranjan Kumar

Printed and bound in India by Thomson Press (India) Ltd.

பாவமின்றிக் கருத்தரித்த மரியாவே,
உன்னை நாடி வரும் எங்களுக்காகப்
பிரார்த்தனை செய்வீராக!
ஆமென்

உங்களில் ஒருவரிடம் ஒரு நூறு செம்மறியாடுகள் இருந்து, அவற்றில் ஒன்று காணாமல் போனால், மற்றத் தொண்ணூற்று ஒன்பது ஆடுகளையும் திறந்தவெளியில் விட்டுவிட்டு, தொலைந்து போன அந்தச் செம்மறியாட்டைக் கண்டுபிடிக்கும்வரை நீங்கள் அதைத் தேடி அலைய மாட்டீர்களா?

லூக்கா 15:4

இத்தாகா

இத்தாகா நோக்கிய உங்களுடைய பயணத்திற்கு நீங்கள் தயாராகும்போது, அச்சாலை நீண்டதாகவும், சாகசங்களாலும் மெய்ஞானத்தாலும் நிரம்பி வழிகின்ற ஒன்றாகவும் இருக்க வேண்டும் என்று பிரார்த்தனை செய்து கொள்ளுங்கள். லெஸ்ட்ரைக்கோனியர்கள், சைக்ளாப்புகள், கோபக்காரக் கடவுளான பொசைடன் ஆகியோரைக் கண்டு அஞ்சாதீர்கள். உங்களுடைய எண்ணங்கள் மேன்மையானவையாக இருக்கும்வரை, உங்களுடைய உடலையும் ஆன்மாவையும் ஒரு நல்ல உணர்வு ஆட்கொண்டிருக்கும்வரை, இவர்களை நீங்கள் உங்களுடைய பாதையில் எதிர்கொள்ள மாட்டீர்கள். நீங்கள் உங்களுடைய ஆன்மாவுக்குள் அவர்களைச் சுமந்து கொண்டிருக்காதவரை, அவர்களைக் குறித்து உங்கள் மனத்தின் அடியாழத்தில் நீங்கள் நினைத்துக் கொண்டிருக்காதவரை, அவர்கள் ஒருபோதும் உங்கள் வழியில் எதிர்ப்பட மாட்டார்கள்.

உங்களுடைய பயணப் பாதை நீண்டதாக இருக்க வேண்டும் என்றும், கோடைக்காலக் காலைப் பொழுதுகள் நிறைய இருக்கும் என்றும், அப்போது நீங்கள் ஃபொனீசியச் சந்தைகளுக்குச் சென்று நேர்த்தியான வணிகப் பொருட்கள், முத்து, பவளம், அம்பர், கருங்காலி, இதமான நறுமணத் தைலங்கள் போன்றவற்றை வாங்குவீர்கள் என்றும், அறிஞர்களிடமிருந்து கற்றுக் கொள்வதற்காக எகிப்திய நகரங்கள் பலவற்றுக்கு நீங்கள் விஜயம் செய்வீர்கள் என்றும் பிரார்த்தனை செய்து கொள்ளுங்கள்.

இத்தாகாவை எப்போதும் உங்கள் மனத்தில் இருத்திக் கொள்ளுங்கள். அங்கே போய்ச் சேர்வதுதான் உங்களுடைய உச்சகட்ட இலக்கு. ஆனால் அதற்காக அவசர

அவசரமாகப் பயணிக்காதீர்கள். உங்கள் பயணம் பல ஆண்டுகள் நீடிக்கும்படி பார்த்துக் கொள்வது நல்லது. இத்தாகா உங்களுக்கு ஏராளமான செல்வத்தை வாரி வழங்கும் என்ற எதிர்பார்ப்பு இல்லாமல், உங்களுடைய கடற்பயணத்தின்போது நீங்கள் ஈட்டியுள்ள செல்வத்துடன், உங்களுடைய முதிய வயதில் அத்தீவில் நங்கூரமிடுங்கள். இத்தாகா தீவு மிக அழகான ஒரு பயணத்தை உங்களுக்கு வழங்கியிருக்கிறது. அத்தீவு இல்லாமல் போயிருந்தால், நீங்கள் ஒருபோதும் வெளியே அடியெடுத்து வைத்திருக்க மாட்டீர்கள். உங்களுக்குக் கொடுப்பதற்கு இனியும் அதனிடம் வேறு எதுவும் இல்லை.

இத்தாகாவை நீங்கள் ஏழ்மைக் கோலத்தில் கண்டால், அது உங்களை ஏமாற்றவில்லை என்பதைப் புரிந்து கொள்ளுங்கள். அளப்பரிய அனுபவங்களின் ஊடாக ஒரு ஞானியாக ஆகியுள்ள நீங்கள், இத்தாகாக்களின் அர்த்தத்தை ஏற்கெனவே புரிந்து கொண்டிருப்பீர்கள்.

கான்ஸ்டன்டைன் காவாஃபீ (1863–1933)
கிரேக்க மொழியிலிருந்து ஆங்கிலத்திற்கு
மொழிபெயர்த்தவர்: ரே டால்வன்

சமர்ப்பணம்

நாங்கள் காரில் பயணித்துக் கொண்டிருந்தபோது, என்னுடைய புத்தகத்தின் முதல் கையெழுத்துப் பிரதியை நான் எழுதி முடித்திருந்ததாக அவளிடம் குறிப்பிட்டேன். பின்னர், பிரனீஸ் மலைத்தொடரில் உள்ள ஒரு மலைமீது நாங்கள் இருவரும் ஏறத் தயாரானோம். நாங்கள் இருவரும் புனிதமானதாகக் கருதுகின்ற ஒரு மலை அது. அங்கே ஏற்கெனவே நாங்கள் பல அசாதாரணமான தருணங்களைச் சேர்ந்து அனுபவித்திருந்தோம். இப்போது, இப்புத்தகத்தின் மையக் கருவோ அல்லது இதன் தலைப்போ என்னவென்று அவள் தெரிந்து கொள்ள விரும்பினாளா என்று நான் அவளிடம் கேட்டேன். தான் அதைத் தெரிந்து கொள்ளப் பெரிதும் விரும்பியதாகவும், ஆனால் என்னுடைய படைப்பின்மீதான மரியாதை காரணமாக, அக்கணம்வரை அது குறித்துத் தான் என்னிடம் அது பற்றி எதுவும் கேட்டிருக்கவில்லை என்றும், இப்போது நானாகவே தன்னிடம் அது பற்றிக் கேட்டது குறித்துத் தான் மிகவும் மகிழ்ச்சியடைந்ததாகவும் அவள் பதிலளித்தாள்.

எனவே, நான் இந்நூலின் தலைப்பையும் மையக் கருவையும் அவளிடம் கூறினேன். நாங்கள் அமைதியாக எங்கள் நடையைத் தொடர்ந்தோம். மலையேறிவிட்டுத் திரும்பி வரும் வழியில், எங்களுக்கு ஏதோ ஒரு சத்தம் கேட்டது. காற்று வலுவடைந்து கொண்டிருந்தது. அது, இலைகள் உதிர்ந்து மொட்டையாக நின்ற மரங்களின் மேலாக வீசி எங்கள் திசையில் கீழ்நோக்கி வந்து கொண்டிருந்தது. அந்த மலை தன்னுடைய மாயாஜாலத்தையும் தன்னுடைய சக்தியையும் மீண்டும் எங்களுக்கு வெளிப்படுத்திக் கொண்டிருந்தது.

திடீரென்று பனி கொட்டத் தொடங்கியது. நான் நடப்பதை நிறுத்திவிட்டு, அக்கணம் குறித்து நிதானமாகச் சிந்தித்தபடி சிறிது நேரம் நின்றேன்: விழுந்து கொண்டிருந்த பனித்துளிகள், சாம்பல் நிற வானம், சுற்றிலும் இருந்த காடு, என் பக்கத்தில் இருந்த பெண். எப்போதும் என் பக்கத்தில் எனக்குத் துணையாக இருந்து வந்துள்ள பெண் அவள்.

அவளிடம் ஏதோ சொல்ல வேண்டுமென்று நான் துடித்தேன், ஆனால் அவள் இப்பக்கங்களை முதன்முதலாகப் படிக்கும்போது தானே கண்டுபிடித்துக் கொள்ளட்டும் என்று விட்டுவிட நான் தீர்மானித்தேன். கிறிஸ்டினா, என் அருமை மனைவியே, இப்புத்தகம் உனக்குச் சமர்ப்பணம்!

பாலோ கொயலோ

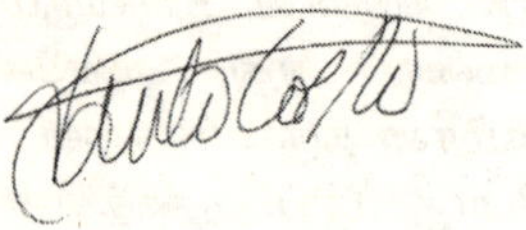

எழுத்தாளர் ஹோர்ஹே லூயிஸ் போர்கெஸைப் பொறுத்தவரை, ‘சஹீர்’ என்ற கோட்பாடு, இஸ்லாமியப் பாரம்பரியத்திலிருந்து வருகிறது. அது பதினெட்டாம் நூற்றாண்டில் ஏதோ ஒரு காலகட்டத்தில் முளைத்ததாகக் கருதப்படுகிறது. ‘சஹீர்’ என்பதற்கு அரபு மொழியில், பார்வைக்குப் புலப்படுவது, தற்போது நிலவுவது, கவனிக்கப்படாமல் போவதற்கான சாத்தியமற்றது என்று அர்த்தம். சஹீர் ஒரு பொருளாகவோ அல்லது ஒரு நபராகவோ இருக்கலாம். நாம் அதனோடு/அவரோடு தொடர்பு கொண்ட நேரத்திலிருந்து, அது/அவர் மெல்ல நம்முடைய சிந்தனையை ஆட்கொள்ளும்/ஆட்கொள்வார். இறுதியில், நம்மால் வேறு எதைப் பற்றியும் சிந்திக்க முடியாத நிலைக்கு நாம் தள்ளப்படுவோம். அதை ஒரு புனிதமான நிலை என்றோ அல்லது ஒரு பைத்தியக்கார நிலை என்றோ நாம் கருதலாம்.

ஃபாபர்க் சான்ட்–பேர்,
‘என்சைக்ளோபீடியா ஆஃப் த ஃபேன்டாஸ்டிக்’ (1953)

நான் ஒரு சுதந்திர மனிதன்

அவளுடைய பெயர் எஸ்தர். ஒரு போர்முனைச் செய்தியாளரான அவள், அப்போதுதான் ஈராக்கிலிருந்து திரும்பி வந்திருந்தாள். ஏனெனில், அந்நாடு மிக விரைவில் அந்நியப் படையெடுப்புக்கு உள்ளாகவிருந்தது. அவளுக்கு முப்பது வயது. அவள் திருமணமானவள். அவளுக்குக் குழந்தைகள் இல்லை.

அந்த அந்நியனுக்கு இருபத்து மூன்றிலிருந்து இருபத்தைந்து வயதுக்குள் இருக்கும். அவன் மங்கோலியர்களுக்குரிய அம்சங்களுடன் கருப்பாக இருந்தான். அவனையும் அவளையும் ஒரு ஜோடியாக 'ரூ ஃபேபோர்க் செயின்ட் ஆனர்' என்ற சிற்றுண்டிச்சாலையில் மக்கள் கடைசியாகப் பார்த்திருந்தனர்.

அவனும் அவளும் ஏற்கெனவே சந்தித்திருந்ததாகவும், ஆனால் எவ்வளவு அடிக்கடி அவர்கள் ஒருவரையொருவர் சந்தித்துக் கொண்டனர் என்பது யாருக்கும் தெரியவில்லை என்றும் காவல் துறையினரிடம் கூறப்பட்டது. மிக்காயில் என்ற பெயருக்குப் பின்னால் தன்னுடைய உண்மையான அடையாளத்தை மறைத்துக் கொண்ட அந்த மனிதன், தனக்கு மிகவும் முக்கியமானவன் என்று எஸ்தர் எப்போதும் கூறினாள். ஆனால், ஒரு பத்திரிகை நிருபர் என்ற முறையில் அவளுடைய வேலைக்கு அவன் முக்கியமானவனாக இருந்தானா அல்லது ஒரு பெண் என்ற முறையில் அவளுக்கு அவன் முக்கியமானவனாக இருந்தானா என்பதை அவள் ஒருபோதும் விளக்கவில்லை.

காவல் துறையினர் ஒரு முறையான விசாரணையைத் தொடங்கினர். கடத்தல், மிரட்டல், கொலையில் முடிந்திருந்த ஒரு கடத்தல் என்று பல்வேறு கோணங்களில் அவர்கள் புலனாய்வு செய்தனர். இவற்றில் எதையும் ஒதுக்கித் தள்ள முடியாத அளவுக்கு எல்லாமே சாத்தியத்தின் எல்லைக்கு உட்பட்டுத்தான் இருந்தது. ஏனெனில், ஒரு பத்திரிகையாளர் என்ற முறையில், தகவல்களைச் சேகரிக்கும்

வேலையில், பயங்கரவாத அமைப்புகளுடன் தொடர்பு கொண்டிருந்த மக்களை அவள் அடிக்கடிச் சந்திக்க வேண்டியிருந்தது. அவள் காணாமல் போனதற்குச் சில வாரங்களுக்கு முன், அவளுடைய வங்கிக் கணக்கிலிருந்து தொடர்ந்து பணம் எடுக்கப்பட்டிருந்ததையும் விசாரணைக் குழுவினர் கண்டுபிடித்தனர். இவை தகவல்களுக்காக மேற்கொள்ளப்பட்டப் பணப் பரிமாற்றங்களாக இருக்கக்கூடும் என்று அவர்கள் கருதினர். எஸ்தர் தன்னுடன் மாற்று உடைகள் எதையும் எடுத்துச் சென்றிருக்கவில்லை, ஆனால் எங்கே தேடியும் அவளுடைய பாஸ்போர்ட்டை மட்டும் கண்டுபிடிக்க முடியாமல் போனது விநோதமாக இருந்தது.

அந்த அந்நியன் வயதில் மிகவும் இளையவன். குற்றப் பதிவேடுகளில் அவன்மீது இதுவரை எந்தக் குற்றமும் பதிவு செய்யப்பட்டிருக்கவில்லை. அவன் உண்மையில் யார் என்பது குறித்தும் எந்தத் துப்பும் கிடைத்திருக்கவில்லை.

முப்பது வயது நிரம்பிய எஸ்தர், பத்திரிகைத் துறைக்கான சர்வதேச விருதுகளை இரண்டு முறை பெற்றவள். அவள் திருமணமானவள்.

அவள் என் மனைவி.

அவள் காணாமல் போன நாளன்று நான் எங்கே இருந்தேன் என்பதை நான் கூற மறுத்ததால், காவல் துறையினரின் சந்தேகம் என்மீது விழுந்தது. அதைத் தொடர்ந்து, அவர்கள் என்னைச் சிறைக் காவலில் வைத்தனர். ஆனாலும், ஒரு சிறை அதிகாரி என்னுடைய சிறைக் கதவைத் திறந்து, நான் விடுதலை செய்யப்பட்டிருந்ததாகவும், நான் ஒரு சுதந்திர மனிதன் என்றும் என்னிடம் கூறினார்.

நான் ஏன் விடுதலை செய்யப்பட்டேன்? ஏனெனில், இப்போதெல்லாம், எல்லோரைப் பற்றியும் எல்லோருக்கும் எல்லாம் தெரிந்திருக்கிறது. நீங்கள் கேட்டால் போதும், மறுகணம் தகவல் உங்கள் முன் வந்து குதிக்கும். நீங்கள் உங்களுடைய கடனட்டையை எங்கெல்லாம் பயன்படுத்தியுள்ளீர்கள், நீங்கள் உங்கள் நேரத்தை எங்கே செலவிடுகிறீர்கள், நீங்கள் யாருடன் காமக் களியாட்டம் போட்டீர்கள் போன்ற அனைத்துத் தகவல்களும் கைக்கெட்டும் தூரத்தில்தான் உள்ளன. என்னுடைய விஷயத்தில் அது இன்னும் அதிகச் சுலபமானதாக இருந்தது: என்னுடைய மனைவியின் தோழிகளில் ஒருத்தியும், இன்னொரு பத்திரிகையாளருமான ஒரு பெண், நான் காவலில் வைக்கப்பட்டிருந்த இடத்திற்கு வந்து, எனக்கு ஆதரவாகச் சாட்சியம் கூறினாள். எஸ்தர் காணாமல் போன நாளன்று பகலிலும் இரவிலும் நான் தன்னுடன் இருந்ததாக அப்பெண் ஓர் உறுதியான ஆதாரத்தை வழங்கினாள். தான் என்னுடன் சிற்றின்பத்தில் ஈடுபட்டதாக அவள் அக்காவல் அதிகாரியிடம் தயங்காமல் கூறினாள். அவள் விவாகரத்தானவள் என்பது அவளுடைய தயக்கத்தை விரட்டியடித்திருந்ததுபோலும்!

நான் காவல் ஆய்வாளரிடம் பேசினேன். அவர் என்னுடைய உடைமைகளை என்னிடம் திருப்பிக் கொடுத்துவிட்டு என்னிடம் மன்னிப்புக் கேட்டுக் கொண்டார். நான் கைது செய்யப்பட்டது சட்டத்திற்கு உட்பட்டதுதான் என்றும், அரசின்மீது பழி சுமத்தவோ

அல்லது வழக்குத் தொடுக்கவோ எனக்கு எந்த முகாந்திரமும் இல்லை என்றும் அவர் கூறினார். "அரசின்மீது பழி சுமத்துவதிலோ அல்லது வழக்குத் தொடுப்பதிலோ எனக்கு எந்த ஆர்வமும் இல்லை. நாங்கள் எந்தக் குற்றமும் செய்யவில்லை என்றாலும்கூட, நாங்கள் எல்லோருமே எப்போதும் சந்தேகிக்கப்பட்டுக் கொண்டும், இருபத்து நான்கு மணிநேரமும் கண்காணிக்கப்பட்டுக் கொண்டும் இருக்கிறோம் என்பதை நான் நன்றாக அறிவேன்," என்று நான் அவரிடம் கூறினேன்.

முன்பு அந்தச் சிறை அதிகாரி கூறியதைப்போலவே, இவரும், "நீங்கள் இங்கிருந்து போகலாம்," என்று கூறினார்.

"என் மனைவிக்கு உண்மையிலேயே ஏதேனும் நிகழ்ந்திருக்கக்கூடுமா? சில சமயங்களில் தன்னை யாரோ பின்தொடர்ந்து கொண்டிருந்ததுபோலத் தான் உணர்ந்ததாக அவள் ஒரு முறை என்னிடம் கூறினாள். பயங்கரவாதக் கும்பல்களுடன் தொடர்புடைய பலரை அவளுக்குத் தெரியும் என்பதை வைத்துப் பார்க்கும்போது, அவளுடைய அந்த உணர்வை என்னால் புரிந்து கொள்ள முடிகிறது," என்று நான் கூறினேன்.

ஆனால் அந்தக் காவல் ஆய்வாளர் பேச்சை மாற்ற முயன்றார். நான் மீண்டும் வற்புறுத்தினேன், ஆனால் அவர் பதிலேதும் கூறவில்லை.

"என் மனைவி தன்னுடைய பாஸ்போர்ட்டைப் பயன்படுத்தி வெளிநாடுகளுக்குப் பயணம் செய்ய முடியுமா?"

"ஏன் முடியாது? அவர் எந்தக் குற்றமும் செய்யவில்லையே? எனவே, அவர் எப்போது வேண்டுமானாலும் சுதந்திரமாக இந்நாட்டிற்குள் வந்து போகலாம்."

"அப்படியானால், அவள் இப்போது பிரான்ஸைவிட்டு வெளியேறியிருக்கக்கூடுமா?"

"நீங்கள் இப்போது தகாத உறவு வைத்திருக்கின்ற பெண்ணின் காரணமாக உங்கள் மனைவி உங்களைவிட்டுப் போய்விட்டதாக நீங்கள் நினைக்கிறீர்களா?"

"அது உங்களுக்குச் சம்பந்தமில்லாத விஷயம்," என்று நான் பட்டென்று பதிலளித்தேன்.

அந்த ஆய்வாளர் ஒரு கணம் மௌனம் காத்துவிட்டு,

பிறகு ஒரு தீவிரமான முகத்துடன், "நாங்கள் உங்களைக் கைது செய்தது விசாரணையின் ஒரு வழக்கமான பகுதிதான் என்றாலும், உங்கள் மனைவி காணாமல் போனது குறித்து நான் உண்மையிலேயே வருந்துகிறேன். நானும் திருமணமானவன்தான். எனக்கு உங்களுடைய புத்தகங்கள் பிடிக்காது என்றாலும் (அப்படியானால், பார்ப்பதற்கு ஓர் அறிவிலிபோலத் தோன்றினாலும், உண்மையில் அவர் அப்படி அல்லர். அவர் என்னைப் பற்றித் தெரிந்து வைத்திருக்கிறாரே!), உங்களுடைய நிலைமையை என்னால் புரிந்து கொள்ள முடிகிறது. உங்கள் மனத்திற்குள் நிகழ்ந்து கொண்டிருக்கும் போராட்டத்தை என்னால் உணர்ந்து கொள்ள முடிகிறது," என்று கூறினார்.

"அடுத்து நான் என்ன செய்ய வேண்டும்?" என்று நான் கேட்டேன்.

அவர் தன்னுடைய பெயரையும் முகவரியையும் உள்ளடக்கிய அழைப்பு அட்டையை என்னிடம் கொடுத்துவிட்டு, நான் ஏதேனும் கேள்விப்பட்டால் உடனே தன்னைத் தொடர்ந்து கொள்ளும்படி என்னிடம் கூறினார். நான் இக்காட்சியைப் பல திரைப்படங்களில் பார்த்திருந்தேன். எனவே, அவருடைய பதில் எனக்குத் திருப்தியளிக்கவில்லை. காவல் ஆய்வாளர்கள் வெளிப்படையாகச் சொல்வதைவிட அதிகமான விஷயங்கள் அவர்களுக்குத் தெரியும்.

"எஸ்தர் கடைசியாக உயிருடன் பார்க்கப்பட்டபோது, அவரோடு இருந்த நபரை உங்களுக்குத் தெரியுமா?" என்று அவர் என்னிடம் கேட்டார். அதற்கு நான், "எனக்கு அவருடைய சங்கேதப் பெயர் தெரியும், ஆனால் தனிப்பட்ட முறையில் எனக்கு அவரைத் தெரியாது," என்று பதிலளித்தேன்.

"உங்களுக்கும் உங்கள் மனைவிக்கும் இடையே ஏதேனும் உறவுப் பிரச்சனைகள் இருந்தனவா?" என்று அவர் கேட்டார். "நாங்கள் பத்து ஆண்டுகளாகச் சேர்ந்து வாழ்ந்து வந்துள்ளோம். திருமணமான தம்பதியரில் பெரும்பாலானோருக்கு இருக்கின்ற அதே பிரச்சனைகள் எங்களுக்கு இடையேயும் உண்டு. அதைத் தாண்டி வேறு எந்தப் பிரச்சனையும் இல்லை," என்று நான் கூறினேன்.

"விவாகரத்து செய்து கொள்வது குறித்து நீங்கள்

இருவரும் சமீபத்தில் ஏதேனும் பேசினீர்களா? அல்லது, உங்கள் மனைவி உங்களைவிட்டுப் பிரிந்து போவது குறித்து யோசித்துக் கொண்டிருந்தாரா?" என்று அவர் நாசூக்காகக் கேட்டார். "நாங்கள் அந்த ரீதியில் ஒருபோதும் சிந்தித்ததே இல்லை. நான் சற்று முன் கூறியதுபோல, 'அனைத்துத் தம்பதியரையும்போலவே' எப்போதாவது எங்களுக்கிடையே கருத்து முரண்பாடுகள் எழுந்ததுண்டு," என்று நான் கூறினேன்.

"அடிக்கடியா அல்லது எப்போதாவதா?"

"எப்போதாவதுதான்."

"நீங்கள் தன் தோழியுடன் தகாத உறவு வைத்திருப்பதாக உங்கள் மனைவி சந்தேகித்தாரா?" என்று அவர் மேலும் நாசூக்காகக் கேட்டார். "நான் அந்தப் பெண்ணுடன் படுக்கையைப் பகிர்ந்து கொண்டது அதுதான் முதலும் கடைசியுமாகும். எங்களுக்கிடையே எந்தத் தகாத உறவும் இல்லை. அச்சம்பவம் தன்னிச்சையாக நிகழ்ந்துவிட்டது, அவ்வளவுதான். அந்த ஒட்டுமொத்த நாளுமே மிகவும் மந்தமானதாக இருந்திருந்தது. மதிய உணவுக்குப் பிறகு எங்களுக்கு எந்த அவசர வேலையும் இருக்கவில்லை. மேலும், காமக் களியாட்டம் வாழ்க்கைக்கு எப்போதும் சிறிது சுவை கூட்டத்தானே செய்கிறது? அது எங்களுடைய கூடலுக்கு வழி வகுத்துவிட்டது, அவ்வளவுதான்," என்று நான் விளக்கினேன்.

"ஒரு நாள் சிறிது மந்தமானதாக இருந்தால், உடனே யாருடனாவது படுக்கையைப் பகிர்ந்து கொள்ளப் போய்விடுவீர்களா?"

இத்தகைய விவகாரங்கள் அவருடைய விசாரணையுடன் தொடர்பில்லாதவை என்று அவரிடம் கூறலாமா என்று நான் யோசித்தேன். ஆனால் எனக்கு அப்போது அவருடைய உதவி தேவைப்பட்டது. பின்னாளில்கூட எனக்கு அவருடைய உதவி தேவைப்படக்கூடும் என்று நான் நினைத்தேன். 'உதவி வங்கி' என்ற, பார்வைக்குப் புலப்படாத ஓர் அமைப்புமுறை இருக்கிறதல்லவா? அது எப்போதும் மிகவும் உதவிகரமாக இருப்பதை நான் கண்டுகொண்டுள்ளேன்.

"சில சமயங்களில் அப்படி நிகழ்வதுண்டு. செய்வதற்கு சுவாரசியமான எதுவும் இல்லாதபோது, பெண்கள்

குதூகலத்தை எதிர்பார்த்திருப்பர், நான் சாகசத்தை எதிர்பார்த்திருப்பேன், அவ்வளவுதான். மறுநாள், எதுவுமே நடந்திருக்காததுபோல இருவரும் பாசாங்கு செய்து கொண்டு அவரவர் வேலையைப் பார்க்கப் போக வேண்டியதுதான். வாழ்க்கை வழக்கம்போலத் தொடரும்," என்று நான் கூறினேன்.

அந்தக் காவல் ஆய்வாளர் என்னுடன் கைகுலுக்கி எனக்கு நன்றி கூறிவிட்டு, தன்னுடைய உலகில் விஷயங்கள் சற்று வித்தியாசமாக இருந்ததாகக் கூறினார். யாருடனாவது படுக்கையைப் பகிர்ந்து கொள்ள வேண்டும் என்ற ஆசை இருப்பதைப்போலவே, சலிப்பும் சோர்வும் இருக்கத்தான் செய்கின்றன, ஆனால் எல்லாம் ஒரு கட்டுப்பாட்டுக்குள் இருக்கிறது. யாரும் தங்கள் மனம் போன போக்கில் நடந்து கொள்வதில்லை.

"ஒருவேளை, கலைஞர்களுக்கு அதிக சுதந்திரம் இருக்கிறதுபோலும்!" என்று அவர் குறிப்பிட்டார்.

"எனக்கு உங்களுடைய உலகம் பரிச்சயமானதுதான், ஆனால் சமூகத்தையும் மக்களையும் பற்றிய நம்முடைய வேறுபட்டக் கண்ணோட்டங்களை நான் ஒப்பிட விரும்பவில்லை," என்று கூறிவிட்டு, அவர் அடுத்து என்ன செய்யவிருந்தார் என்ற எதிர்பார்ப்புடன் நான் அமைதியாக இருந்தேன்.

ஓர் எழுத்தாளரான நான் ஒரு காவல்துறை அதிகாரியான தன்னுடன் ஒரு விவாதத்தில் ஈடுபட மறுத்தது குறித்து லேசாக ஏமாற்றமடைந்த அவர், இறுதியில், "நீங்கள் இங்கிருந்து போகலாம். நான் இப்போது உங்களை நேரில் சந்தித்துவிட்டதால், இனி உங்கள் புத்தகங்களை வாசிப்பேன். எனக்கு அவற்றைப் பிடிக்கவில்லை என்று முன்பு நான் கூறினேன், ஆனால் உண்மை என்னவென்றால், நான் அவற்றில் ஒன்றைக்கூடப் படித்ததில்லை," என்று கூறினார்.

இந்த வார்த்தைகளை நான் இதற்கு முன்பு பல முறை கேட்டிருந்தேன், அவற்றை இனியும் நான் கேட்கவிருந்தேன். இந்த ஒட்டுமொத்த நிகழ்வும் குறைந்தபட்சம் எனக்கு இன்னொரு வாசகரைப் பெற்றுத் தந்திருந்தது. நான் அவருடன் கைகுலுக்கிவிட்டு அங்கிருந்து வெளியேறினேன்.

***

நான் ஒரு சுதந்திர மனிதனாக இருந்தேன். நான் சிறையிலிருந்து வெளியே வந்துவிட்டேன். என் மனைவி ஏதோ மர்மமான சூழலில் காணாமல் போயிருந்தாள். நான் அட்டவணைப்படி வேலை செய்ய வேண்டியிருக்கவில்லை. புதிய நபர்களைச் சந்திப்பதில் எனக்கு எந்தப் பிரச்சனையும் இருக்கவில்லை. பணமும் புகழும் என்னிடம் குவிந்திருந்தன. எஸ்தர் உண்மையிலேயே என்னை விட்டுவிட்டுப் போயிருந்தால், அவளுடைய இடத்தை நிரப்புவதற்கு விரைவில் இன்னொருத்தியை நான் கண்டுபிடிப்பேன். நான் சுதந்திரமானவன்.

ஆனால் சுதந்திரம் என்றால் என்ன?

இது இல்லாவிட்டால் அது என்று ஏதோ ஒன்றுக்கு அடிமைப்பட்டுக் கிடந்தே என் வாழ்நாளின் பெரும்பகுதியை நான் செலவிட்டிருந்தேன். எனவே, சுதந்திரம் என்ற சொல்லுக்கான அர்த்தத்தை நான் நன்றாகவே அறிவேன். நான் ஒரு சிறுவனாக இருந்த காலத்திலிருந்தே, சுதந்திரத்தை என்னுடைய விலையுயர்ந்த பொக்கிஷமாக நான் கருதி வந்திருந்தேன், அதைப் பாதுகாப்பதற்கு நான் கடுமையாகப் போராடி வந்திருந்தேன். நான் ஓர் எழுத்தாளராக அன்றி, ஒரு பொறியாளராக ஆக வேண்டும் என்று விரும்பிய என்னுடைய பெற்றோருடன் நான் சண்டையிட்டேன். பள்ளியில் பிற சிறுவர்களுடன் நான் சண்டையிட்டேன். விரைவில், அவர்களுடைய குரூரமான நகைச்சுவைகளுக்கு நான் பலியானேன். என்னுடைய மூக்கிலிருந்தும் அவர்களுடைய மூக்குகளிலிருந்தும் ஏகப்பட்ட இரத்தம் கொட்டிய பிறகும், என்னுடைய காயங்களின் வடுக்களை என்னுடைய தாயாரிடமிருந்து மறைப்பதற்குப் பல மதிய வேளைகளில் நான் போராடிய பிறகும்தான் (என்னுடைய பிரச்சனைகளைத் தீர்க்க வேண்டியது என்னுடைய பொறுப்பே அன்றி அவருடையது அல்ல என்று நான் நினைத்தேன்), ஒரு சொட்டுக் கண்ணீர்கூடச் சிந்தாமல் என்னால் அவர்களுடைய அடி உதைகளைத் தாங்கிக் கொள்ள முடியும் என்பதை என்னால் அவர்களுக்கு நிரூபிக்க முடிந்தது. என்னுடைய சொந்தக் காலில் நிற்பதற்காக நான் ஒரு வேலை தேடிப் போராடினேன். அதைத் தொடர்ந்து, இரும்புப் பொருட்களை விற்ற ஒரு கடையில், பொருட்களை விநியோகிக்கும் வேலையில் நான்

சேர்ந்தேன். எதற்காக என்று கேட்கிறீர்களா? "நாங்கள் உனக்குப் பணம் தருகிறோம். ஆனால் நாங்கள் சொல்வதை நீ செய்ய வேண்டும்," என்ற என்னுடைய குடும்பத்தாரின் மிரட்டலிலிருந்து தப்பிக்கத்தான்.

என்னுடைய வாலிபப் பருவத்தில் நான் ஓர் இளம்பெண்ணின்மீது காதல் கொண்டேன். அவளும் என்னை நேசித்தாள். ஆனால் இறுதியில், நான் உருப்பட மாட்டேன் என்றும், எனக்கு எந்த எதிர்காலமும் இல்லை என்றும் அவளுடைய பெற்றோர் அவளை நம்ப வைத்ததால், அவள் என்னை விட்டுவிட்டுப் போய்விட்டாள். அவளை அடைய நான் எவ்வளவு போராடியும் அதில் எனக்கு வெற்றி கிட்டவில்லை.

அடுத்து, நான் அந்த இரும்புக் கடை வேலையைவிட்டு விலகி, பத்திரிகை உலகிற்குள் நுழைந்தேன். பகைமை நிரம்பிய ஓர் உலகம் அது. நான் நேர்முகத் தேர்வுக்காகச் சென்றபோது, என்னுடைய முதல் முதலாளி என்னை மூன்று மணிநேரம் காக்க வைத்தார். இறுதியில் நான் பொறுமையிழந்து, அவர் படித்துக் கொண்டிருந்த புத்தகத்தைப் பிடுங்கிக் கிழிக்கத் தொடங்கியபோதுதான், அவர் ஆச்சரியத்தோடு என்னைப் பார்த்தார். தன்னுடைய முயற்சியில் உறுதியாக இருந்த, எதிரியைத் துணிச்சலாக எதிர்கொள்ளும் திறன் படைத்த ஒருவனை அவர் என்னில் கண்டார். ஒரு நல்ல நிருபருக்கான இன்றியமையாத பண்புநலன்களில் ஒன்று அது. நான் சோசலிசச் சித்தாந்தத்திற்காகப் போராடி அதற்காகச் சிறைவாசம் அனுபவித்தேன், பிறகு விடுதலையாகி வெளியே வந்து, நான் பாட்டாளி மக்களின் கதாநாயகன் என்ற உணர்வோடு என்னுடைய போராட்டத்தைத் தொடர்ந்தேன். ஆனால், பீட்டில்ஸ் இசைக் குழுவின் பாடல்களை நான் முதன்முறையாகக் கேட்டபோது, கார்ல் மார்க்ஸைவிட ராக் இசை அதிகக் குதூகலமூட்டுவதாக இருந்ததாக நான் முடிவு கட்டினேன். என்னுடைய முதல் மனைவி, இரண்டாம் மனைவி, மற்றும் மூன்றாம் மனைவியின் அன்புக்காக நான் போராடினேன். பிறகு வரிசையாக அவர்கள் மூவரையும்விட்டு விலகுவதற்கான துணிச்சலை வரவழைத்துக் கொள்ள நான் போராடினேன். ஏனெனில், அவர்கள்மீது நான் கொண்டிருந்த அன்பு

நிலைக்கவில்லை. என்னைக் கண்டுபிடிப்பதற்காக இவ்வுலகில் படைக்கப்பட்டிருந்த பெண்ணைத் தேடிக் கண்டுபிடிக்கும்வரை – நிச்சயமாக அவள் அந்த மூவரில் எவருமில்லை – நான் என்னுடைய முயற்சியைத் தொடர வேண்டியிருந்தது.

என்னுடைய பத்திரிகை நிருபர் வேலையை இராஜினாமா செய்துவிட்டு, ஒரு புத்தகம் எழுதும் சாகசத்தை மேற்கொள்வதற்கான துணிச்சலை வரவழைத்துக் கொள்ள நான் போராடினேன் – என்னுடைய நாட்டில் ஓர் எழுத்தாளராக யாராலும் குப்பை கொட்ட முடியாது என்பதை நான் நன்றாக அறிந்திருந்தும்கூட! ஓராயிரம் பக்கங்களுக்கும் மேலாக எழுதி முடித்திருந்த நிலையில், ஓராண்டுக்குப் பிறகு நான் அம்முயற்சியைக் கைவிட்டேன். நான் எழுதியிருந்ததை என்னாலேயே புரிந்து கொள்ள முடியாத அளவுக்கு அது அவ்வளவு 'அற்புதமாக' இருந்தது!

நான் போராடிக் கொண்டிருந்தபோது, சுதந்திரம் என்ற பெயரில் மற்றவர்கள் ஏதேதோ பேசிக் கொண்டிருந்தது என் காதில் விழுந்தது. அவர்கள் இந்தத் தனித்துவமான உரிமைக்கு எவ்வளவு அதிகமாக வக்காலத்து வாங்கினரோ, அவ்வளவு அதிகமாக அவர்கள் தங்களுடைய பெற்றோரின் விருப்பங்களுக்கும், 'தங்களுடைய எஞ்சிய வாழ்நாள் முழுவதும்' இன்பத்திலும் துன்பத்திலும் தங்கள் வாழ்க்கைத்துணைவருடன் இணைந்து இருப்பதாக அவர்கள் வாக்களித்திருந்த ஒரு திருமணத்திற்கும், ஆடம்பரங்களுக்கும், பாதி முடிக்கப்பட்டப் பணித்திட்டங்களுக்கும், உடல் எடை கூடிவிடக்கூடாது என்ற கவலையில் எப்போதும் எடை இயந்திரங்களுக்கும் உணவுப் பத்தியத்திற்கும் அடிமைப்பட்டுக் கிடந்ததுபோலத் தெரிந்தனர். காதல் காணாமல் போயிருந்தும்கூட அந்த உறவை முறித்துக் கொள்ளும் திறனற்றவர்களாக, தங்களுடைய காதலர்களுக்கு அவர்கள் அடிமைப்பட்டுக் கிடந்தனர். தங்களுக்குப் பிடிக்காதவர்களுடன் கட்டாயமாக விருந்தில் கலந்து கொள்ள வேண்டியிருக்கின்ற அடிமைகளாக அவர்கள் இருந்தனர். அவர்கள் தேர்ந்தெடுத்திருக்காத, ஆனால் வாழ்வதென்று தீர்மானித்திருந்த ஒரு வாழ்க்கைக்கு அவர்கள் அடிமைகளாக இருந்தனர். ஏனெனில், இதெல்லாம் அவர்களுக்கு நல்லது என்று யாரோ

அவர்களை நம்ப வைத்திருந்தனர். எனவே, அவர்களுடைய பகல்களும் இரவுகளும் ஒரே மாதிரி கழிந்தன. சாகசம் என்பது ஒரு புத்தகத்தில் ஒரு வார்த்தையாகவோ அல்லது எப்போதும் ஓடிக் கொண்டிருந்த தொலைக்காட்சியில் ஒரு காட்சியாகவோ மட்டுமே இருந்துவிட்டது. ஏதேனும் ஒரு கதவு திறந்தபோதெல்லாம், "எனக்கு இதில் ஆர்வமில்லை. நான் அந்த மனநிலையில் இல்லை," என்று அவர்கள் கூறினர்.

அவர்கள் ஒருபோதும் முயற்சித்துப் பார்த்திருக்கவில்லை என்றால், தாங்கள் அந்த மனநிலையில் இருந்தோமா இல்லையா என்பது அவர்களுக்கு எப்படித் தெரிந்திருக்கும்? ஆனால் இதை அவர்களிடம் கேட்பதில் எந்த அர்த்தமும் இல்லை. அவர்களுக்குப் பழகிப் போய்விட்ட ஓர் உலகத்தைப் புரட்டிப் போடக்கூடிய எந்தவொரு மாற்றத்தையும் கண்டு அவர்கள் பயந்தனர் என்பதுதான் உண்மை.

நான் ஒரு சுதந்திர மனிதன் என்று அந்தக் காவல் ஆய்வாளர் கூறினார். நான் இப்போது சுதந்திரமாக இருந்தேன், ஆனால் சிறையில்கூட நான் சுதந்திரமாகத்தான் இருந்தேன். ஏனெனில், இவ்வுலகில் சுதந்திரத்தைத்தான் நான் பெரிதும் மதித்தேன். எனக்குப் பிடிக்காத ஒயின்களை நான் குடிக்கவும், நான் செய்திருக்கக்கூடாத செயல்களைச் செய்யவும் அது வழி வகுத்தது. அச்செயல்களை நான் இனி ஒருபோதும் செய்ய மாட்டேன். சுதந்திரம் என் உடல்மீதும் ஆன்மாவின்மீதும் தழும்புகளை விட்டுச் சென்றிருந்தது. சுதந்திரம் என்ற பெயரில் நான் சிலரின் மனத்தைக் காயப்படுத்தியிருந்தேன். பின்னர், வாழ்க்கையின்மீதான என்னுடைய மோகத்திலும் என்னுடைய பைத்தியக்காரத்தனத்திலும் என்னைப் பின்தொடர்ந்து வருவதற்கு இன்னொருவரை என்னால் கட்டாயப்படுத்த முடியாது என்பதை நான் உணர்ந்தபோது, நான் காயப்படுத்தியவர்களிடம் நான் மன்னிப்புக் கேட்டேன். வேதனைகரமான நேரங்கள் குறித்து நான் பின்வருத்தம் கொள்ளவில்லை. என்னுடைய வடுக்களைப் பதக்கங்களைப்போல நான் தாங்கிக் கொண்டேன். ஒரு விஷயம் எனக்கு உறுதியாகத் தெரிந்தது: சுதந்திரத்தின் விலை, அடிமைத்தனத்தின் விலை அளவுக்கு மிகவும் அதிகம்; ஒரே வித்தியாசம் என்னவென்றால், நீங்கள்

மகிழ்ச்சியாகவும் ஒரு புன்னகையுடனும் அந்த விலையைக் கொடுக்கிறீர்கள் – அந்தப் புன்னகையின் பிரகாசத்தைக் கண்ணீர் மங்கச் செய்தாலும்கூட!

***

நான் காவல் நிலையத்தைவிட்டு வெளியே வந்தேன். அன்றைய நாள் மிகவும் அழகானதாக இருந்தது. அன்று ஞாயிற்றுக்கிழமை. சூரியன் இதமாகக் காய்ந்து கொண்டிருந்தது, ஆனால் என் மனநிலை அதற்கு முற்றிலும் நேர்மாறானதாக இருந்தது. என்னுடைய வழக்கறிஞர் ஒரு சில ஆறுதல் வார்த்தைகளுடனும் ஒரு பூங்கொத்துடனும் எனக்காகக் காத்துக் கொண்டிருந்தார். யாரேனும் வீடு திரும்பத் தவறும்போது வழக்கமாகச் செய்யப்படுவதைப்போல, தான் எல்லா மருத்துவமனைகளுக்கும் பிணவறைகளுக்கும் தொலைபேசி அழைப்புகள் விடுத்திருந்ததாகவும், ஆனாலும் எஸ்தரை எங்கும் கண்டுபிடிக்க முடியவில்லை என்றும் அவர் என்னிடம் கூறினார். நான் எங்கே சிறையில் அடைக்கப்பட்டிருந்தேன் என்பதைப் பத்திரிகையாளர்கள் கண்டுபிடிப்பதைத் தான் வெற்றிகரமாகத் தடுத்து இருந்ததாகவும், எதிர்காலத்தில் என்மீது சுமத்தப்படக்கூடிய குற்றச்சாட்டுகளுக்கு எதிராக நான் என்னைத் தற்காத்துக் கொள்ள உதவக்கூடிய ஒரு சட்டபூர்வமான உத்தியை வடிவமைப்பதற்காகத் தான் என்னிடம் பேசியாக வேண்டியிருந்தது என்றும் அவர் கூறினார். எனக்காக அவர் தன்னை வருத்திக் கொண்டிருந்தது குறித்து நான் அவருக்கு நன்றி கூறினேன். உண்மையில், ஒரு சட்டபூர்வமான உத்தியை வகுப்பதில் அவருக்கு ஆர்வம் இருக்கவில்லை, மாறாக, நான் இனி எப்படி நடந்து கொள்வேன் (நான் குடித்துவிட்டு மீண்டும் கைது செய்யப்படுவேனா? நான் ஏதேனும் பிரச்சனை ஏற்படுத்துவேனா? நான் தற்கொலை செய்து கொள்ள முயற்சிப்பேனா?) என்பது அவருக்கு உறுதியாகத் தெரியாததால், அவர் என்னைத் தனியாக விட விரும்பவில்லை என்பதை நான் அறிந்திருந்தேன். நான் கையாள வேண்டிய ஒரு முக்கியமான விவகாரம் இருந்தது என்று நான் அவரிடம் கூறினேன். ஆனால், சட்டத்துடன்

எனக்கு எந்தப் பிரச்சனையும் இருக்கவில்லை என்பதை நாங்கள் இருவருமே நன்றாக அறிந்திருந்தோம். எனவே, தன்னுடன் வரும்படி அவர் என்னை வற்புறுத்தினார், ஆனால் நான் அதற்கு உடன்பட மறுத்தேன். என்ன இருந்தாலும், நான் ஒரு சுதந்திர மனிதனல்லவா?

சுதந்திரம். வருத்தத்துடன் தனிமையில் உழல்வதற்கான சுதந்திரம்.

நான் ஒரு டாக்ஸி பிடித்துப் பாரீஸ் நகரின் மையப் பகுதிக்குச் சென்றேன். 'ஆர்க் த டிரியோம்ப்' நினைவுச்சின்னத்தின் அருகே நான் இறங்கிக் கொண்டேன். பிறகு ஷான்ஸ் எலீஸே தெருவிலிருந்த பிரிஸ்டல் ஹோட்டலை நோக்கி நான் நடந்தேன். நானோ அல்லது எஸ்தரோ எங்கேனும் வெளிநாட்டுப் பயணம் மேற்கொண்டுவிட்டுத் திரும்பி வந்தபோதெல்லாம், இருவருமாகச் சேர்ந்து அந்த ஹோட்டலுக்குச் சென்று ஹாட் சாக்லெட் பானம் பருகுவதை வழக்கமாகக் கொண்டிருந்தோம். எங்கள் வாழ்வில் அது ஒரு சடங்காகவே ஆகியிருந்தது. வாழ்க்கை எங்களைத் தனித்தனியாக வெவ்வேறு பாதைகளில் அனுப்பிக் கொண்டிருந்தபோதிலும், எந்தக் காதல் எங்களை ஒன்றிணைத்திருந்ததோ, அந்தக் காதலில் முத்துக்குளிப்பதற்காக நாங்கள் அங்கே சென்றோம்.

நான் என் நடையைத் தொடர்ந்தேன். மக்கள் புன்னகைத்துக் கொண்டிருந்தனர், குளிர்காலத்தின் நடுவே கிடைத்திருந்த இந்த ஒரு சில மணிநேர வசந்தம் குழந்தைகளுக்கு மகிழ்ச்சியைக் கொடுத்திருந்தது, வாகனங்கள் தடையின்றி நகர்ந்து கொண்டிருந்தன, எல்லாமே ஒழுங்காக இருந்ததுபோலத் தோன்றியது. இதில் ஒரே ஒரு குறைதான்: நான் என் மனைவியைத் தொலைத்திருந்தேன் என்பதை அவர்கள் யாரும் அறியவில்லை. அவ்விஷயம் தங்களுக்குத் தெரியாது என்பதுபோல அவர்கள் பாசாங்கு செய்யக்கூட இல்லை. அவர்களுக்கு அது பற்றி அக்கறை இருக்கவில்லை. நான் மனவேதனையை அனுபவித்துக் கொண்டிருந்ததை அவர்கள் உணரவில்லையா? என்னுடைய ஆன்மா அன்பை இழந்து தவித்துக் கொண்டிருந்தது. அவர்கள் எனக்காக வருந்தவோ, என்மீது பரிதாபம் கொள்ளவோ, அல்லது எனக்கு ஆதரவாக இருக்கவோ வேண்டாமா? ஆனால், அவர்கள் மகிழ்ச்சியாகச் சிரித்துக் கொண்டு,

வார இறுதிகளில் மட்டுமே புத்துயிர் பெற்றத் தங்களுடைய அவலமான வாழ்க்கையில் மூழ்கிப் போயிருந்தனர்.

என்னவொரு நகைப்புக்குரிய எண்ணம் அது! நான் கடந்து சென்ற மக்களில் பலருடைய ஆன்மாக்களும் நொந்து நூலான நிலையில் இருக்கக்கூடும். அவர்கள் எத்தகைய துன்பத்தை அனுபவித்துக் கொண்டிருந்தனர், ஏன் அத்துன்பத்தை அனுபவித்துக் கொண்டிருந்தனர் என்பது குறித்து எனக்கு எந்த யோசனையும் இருக்கவில்லை.

நான் ஒரு மதுவிடுதிக்குள் நுழைந்து, சில சிகரெட்டுகளை வாங்கினேன். அந்த விற்பனையாளர் என்னிடம் ஆங்கிலத்தில் பேசினார். நான் ஒரு மருந்துக் கடைக்குச் சென்று, எனக்குப் பிடித்தமான ஒரு குறிப்பிட்ட வகையான புதினா மிட்டாயை வாங்கினேன். அந்தக் கடையின் ஊழியரும் என்னிடம் ஆங்கிலத்தில் பேசினார் (இரண்டு இடங்களிலும் நான் பிரெஞ்சு மொழியில்தான் அப்பொருட்களைக் கேட்டேன்). நான் பிரிஸ்டல் ஹோட்டலை அடைவதற்கு முன், இரண்டு சிறுவர்கள் என்னைத் தடுத்து நிறுத்தினர். டூலூஸ் நகரத்திலிருந்து அப்போதுதான் வந்திருந்த அவர்கள், ஒரு குறிப்பிட்டக் கடையைத் தேடிக் கொண்டிருந்தனர். அவர்கள் பலரிடம் கேட்டிருந்தும், அவர்கள் பேசியது அம்மக்களில் யாருக்கும் புரியவில்லை. என்ன நிகழ்ந்து கொண்டிருந்தது? நான் கைது செய்யப்பட்டு இருபத்து நான்கு மணிநேரத்திற்குள் ஷான்ஸ் எலீஸேயில் மொழிகள் மாற்றப்பட்டிருந்தனவா?

சுற்றுலா அமைப்பும் பணமும் அதிசயங்களை நிகழ்த்தவல்லவை, ஆனால் இதை முன்பு எப்படி நான் கவனிக்காமல் இருந்தேன்? எஸ்தரும் நானும் அந்த ஹோட்டலுக்கு ஹாட் சாக்லெட் பருக வந்து நெடுங்காலம் ஆகியிருந்தது — அந்தக் காலகட்டத்தின்போது நாங்கள் இருவரும் பல முறை வெளியூர்ப் பயணங்கள் மேற்கொண்டுவிட்டுத் திரும்பி வந்திருந்தும்கூட! அதிக முக்கியமான ஏதோ ஒன்று எப்போதும் இருந்தது: "அன்பே, நாம் அடுத்த முறை அந்த ஹாட் சாக்லெட் பருகலாம். விரைவில் வந்துவிடு; இன்று எனக்கு ஒரு முக்கியமான நேர்காணல் இருக்கிறது. விமானநிலையத்திலிருந்து உன்னை அழைத்துச் செல்ல என்னால் வர முடியாது. நீ ஒரு டாக்ஸி பிடித்து வந்துவிடு; என் அலைபேசி 'ஆன்'

நிலையில்தான் இருக்கிறது. ஏதேனும் அவசரம் என்றால் என்னைத் தொடர்பு கொள். இல்லாவிட்டால், இன்றிரவு நாம் சந்திக்கும்போது நாம் பேசிக் கொள்ளலாம்.”

என்னுடைய அலைபேசி! நான் என்னுடைய சட்டைப்பையிலிருந்து அதை வெளியே எடுத்து உடனே ஆன் செய்தேன். பல முறை மணி ஒலித்தது. ஒவ்வொரு முறையும் என் இதயம் பயத்தில் துடித்தது. என்னைத் தொடர்பு கொள்ள முயன்றிருந்தவர்களின் பெயர்கள் அச்சிறிய திரையின்மீது பளிச்சிட்டன, ஆனால் நான் யாருடைய அழைப்புக்கும் பதிலளிக்கவில்லை. ‘அடையாளம் தெரியாத’ யாரேனும் எனக்கு அழைப்பு விடுக்க வேண்டும் என்று நான் எதிர்பார்த்தேன். ஏனெனில், அந்நபர் அவளாக இருக்கக்கூடும். ஏனெனில், சுமார் இருபது பேர் மட்டுமே என்னுடைய அலைபேசி எண்ணை அறிந்திருந்தனர். ஆனால் அவளிடமிருந்து எனக்கு எந்த அழைப்பும் வரவில்லை. நண்பர்கள் மற்றும் நம்பகமான சகாக்களின் தொலைபேசி எண்கள் மட்டுமே தோன்றின. என்ன நிகழ்ந்திருந்தது என்பதைத் தெரிந்து கொள்ள அவர்கள் ஆர்வமாக இருந்திருக்கக்கூடும். அவர்கள் எனக்கு உதவ விரும்பினர் (ஆனால் எப்படி?). எனக்கு ஏதேனும் தேவையா என்று கேட்க அவர்கள் விரும்பினர்.

என்னுடைய அலைபேசி தொடர்ந்து ஒலித்துக் கொண்டே இருந்தது. நான் அதற்குப் பதிலளிக்க வேண்டுமா? இவர்களில் சிலரைச் சந்திக்க நான் ஏற்பாடு செய்து கொள்ள வேண்டுமா?

என்ன நிகழ்ந்து கொண்டிருந்தது என்பதைத் தெரிந்து கொள்ளும்வரை தனியாகவே இருந்துவிடுவதென்று நான் தீர்மானித்தேன்.

நான் பிரிஸ்டல் ஹோட்டலை அடைந்தேன். வாடிக்கையாளர்களை, ஒரு புகலிடம் தேடி வருகின்ற, வீடுவாசலற்ற மக்களைப்போல நடத்தாமல், விருந்தினர்களைப்போல நடத்திய ஒரு சில ஹோட்டல்களில் இந்த ஹோட்டலும் ஒன்று என்று எஸ்தர் அடிக்கடி என்னிடம் கூறினாள். நான் அந்த ஹோட்டலுக்குள் அடியெடுத்து வைத்தபோது, தங்களுடைய குடும்ப நண்பர் ஒருவரை வரவேற்பதைப்போல அவர்கள் என்னை வரவேற்றனர். தனித்துவமான அழகோடு திகழ்ந்த ஒரு கடிகாரத்தை

அடுத்து இருந்த ஒரு மேசையை நான் தேர்ந்தெடுத்தேன். அங்கு வாசிக்கப்பட்டுக் கொண்டிருந்த பியானோவின் இசையைக் கேட்டபடி, நான் தோட்டத்திற்குள் என் பார்வையை ஓடவிட்டேன்.

நான் எதார்த்தமாக இருக்க வேண்டியிருந்தது. என் முன்னால் இருந்த பல வழிகளை நான் ஆய்வு செய்ய வேண்டியிருந்தது. என்ன இருந்தாலும், வாழ்க்கை தொடர்ந்து கொண்டுதானே இருக்கிறது! தன்னுடைய மனைவியால் கைவிடப்பட்ட முதல் மனிதன் நானல்லன். தன்னுடைய மனைவியால் கைவிடப்பட்டக் கடைசி மனிதனும் நானாக இருக்கப் போவதில்லை. ஆனாலும், தெருவில் எல்லோரும் புன்னகைத்துக் கொண்டிருந்த, குழந்தைகள் மகிழ்ச்சியாகப் பாடிக் கொண்டிருந்த, வசந்தத்தின் முதல் அறிகுறிகள் தென்படத் தொடங்கியிருந்த, ஓட்டுநர்கள் ஒழுங்காகப் போக்குவரத்து விதிகளுக்கு உட்பட்டு வண்டியோட்டிக் கொண்டிருந்த, இதமான வெயில் காய்ந்த ஒரு நாளன்றுதானா அது நிகழ வேண்டும்?

நான் ஒரு காகிதக் கைக்குட்டையை மேசைமீதிருந்து எடுத்தேன். என் தலைக்குள் ஓடிக் கொண்டிருந்த அத்தனை யோசனைகளையும் நான் எழுத்தில் வடிக்கத் தீர்மானித்தேன். உணர்ச்சிகளை ஓர் ஓரமாக ஒதுக்கி வைத்துவிட்டு, நான் என்ன செய்ய வேண்டும் என்பதை எனக்கு நானே தெளிவுபடுத்திக் கொள்ள விரும்பினேன்.

***

எஸ்தர் உண்மையிலேயே கடத்திச் செல்லப்பட்டிருந்தாள் என்றும், இக்கணத்தில் அவளுடைய உயிருக்கு ஆபத்து ஏற்பட்டிருந்தது என்றும், எனவே, அவளுடைய கணவனும் நிரந்தர நண்பனுமாகிய நான் மண்ணையும் விண்ணையும் நகர்த்தி எப்படியாவது அவளைக் கண்டுபிடித்தாக வேண்டும் என்றும் வைத்துக் கொள்வோம்.

இந்தச் சாத்தியக்கூற்றுக்கான விளக்கம் இப்படி இருக்கக்கூடும்: அவள் தன்னுடைய பாஸ்போர்ட்டைத் தன்னுடன் எடுத்துச் சென்றுவிட்டாள். காவல்துறையினருக்கு இது தெரியாது, ஆனால் அவள் தன்னுடைய வேறு பல தனிப்பட்டப் பொருட்களையும் தன்னுடன் எடுத்துச்

சென்றுவிட்டாள். அவற்றில், அவள் வெளிநாடுகளுக்குச் சென்றபோதெல்லாம் தன்னுடன் எப்போதும் எடுத்துச் சென்ற பல்வேறு புனிதர்களின் சிறிய புகைப்படங்கள் அடங்கிய ஒரு பர்ஸும் அடக்கம். அவள் தன்னுடைய வங்கிக் கணக்கிலிருந்தும் பணம் எடுத்திருந்தாள்.

முடிவு: அவள் என்னைவிட்டு விலகிச் செல்லத் தயாராகிக் கொண்டிருந்தாள் என்பது வெளிப்படை.

***

இன்னொரு சாத்தியக்கூற்றைக் கருத்தில் கொள்ளுங்கள். யாரோ ஒருவர் அவளுக்குக் கொடுத்திருந்த ஒரு வாக்குறுதியை நம்பி அவள் இப்போது ஒரு பொறியில் சிக்கியிருந்தாள்.

விளக்கம்: அவள் முன்பு பல முறை ஆபத்தான சூழ்நிலைகளில் தன்னை வலிய ஈடுபடுத்திக் கொண்டதுண்டு. அது அவளுடைய வேலையின் ஒரு பகுதி. ஆனால், அவள் அப்படிச் செய்தபோதெல்லாம், அவள் எப்போதும் என்னை எச்சரித்தாள். ஏனெனில், என் ஒருவனை மட்டுமே அவள் முழுமையாக நம்பினாள். அவள் எங்கே இருப்பாள், யாரைப் பார்க்கப் போய்க் கொண்டிருந்தாள், ஒரு குறிப்பிட்ட நேரத்திற்குள் அவள் திரும்பி வராவிட்டால் நான் என்ன செய்ய வேண்டும் போன்ற எல்லாவற்றையும் அவள் என்னிடம் கூறினாள்.

முடிவு: அவள் தன்னுடைய தகவலாளிகளில் எவரொருவரையும் சந்திக்கத் திட்டமிட்டுக் கொண்டிருக்கவில்லை.

***

அடுத்து, அவள் வேறோர் ஆண்மகனைச் சந்தித்திருந்தாள் என்ற சாத்தியக்கூற்றைக் கருத்தில் கொள்வோம்.

விளக்கம்: இதற்கு எந்த விளக்கமும் இல்லை. எல்லாவற்றையும்விட இது ஒன்று மட்டும்தான் அர்த்தம் வாய்ந்ததாக இருந்தது. ஆனாலும் என்னால் அதை ஏற்றுக் கொள்ள முடியவில்லை. அவள் ஒரு தக்கக் காரணத்தைக் கூறாமல் திடுதிப்பென்று என்னை விட்டுவிட்டுப் போய்விட்டாள் என்பதை என்னால் ஏற்றுக் கொள்ள

முடியவில்லை. வாழ்வின் கஷ்டங்கள் எல்லாவற்றையும் நாங்கள் இருவருமாகச் சேர்ந்து எதிர்கொண்டது குறித்து நாங்கள் எப்போதும் பெருமிதம் கொண்டிருந்தோம். நாங்கள் துன்புற்றோம், ஆனால் ஒருவருக்கொருவர் ஒருபோதும் பொய் சொன்னதில்லை – திருமணத்திற்கு வெளியேயான எங்களுடைய தகாத உறவுகளைப் பற்றிக் குறிப்பிடக்கூடாது என்பது ஆட்டத்தின் விதிமுறைகளின் ஒரு பகுதியாக இருந்தபோதிலும்கூட! மிக்காயில் என்ற அந்த இளைஞனை அவள் சந்தித்த நாளிலிருந்து அவள் மாறியிருந்தாள் என்பதை நான் அறிவேன், ஆனால் பத்து ஆண்டுகள் நீடித்த ஒரு திருமண உறவை முறிப்பதை அது நியாயப்படுத்துமா?

அவள் அவனோடு உறவு கொண்டு, அவன்மீது காதல் வயப்பட்டிருந்தாலும்கூட, நாங்கள் இருவரும் சேர்ந்து கழித்திருந்த நேரத்தையும் நாங்கள் வெற்றி கொண்டிருந்த விஷயங்களையும் அவள் சீர்தூக்கிப் பார்க்க மாட்டாளா? அவள் விரும்பிய நேரத்தில் பயணிப்பதற்கான சுதந்திரம் அவளுக்கு இருந்தது, பல காலமாகப் பெண்களையே பார்த்திராத படைவீரர்கள் சூழ அவள் வாழ்ந்தாள், ஆனாலும் நான் ஒருபோதும் அவளிடம் எந்தக் கேள்வியும் கேட்டதில்லை. அவளும் என்னிடம் ஒருபோதும் எதுவும் சொன்னதில்லை. நாங்கள் இருவருமே சுதந்திரமானவர்களாக இருந்தோம், அது குறித்து நாங்கள் பெருமிதம் கொண்டிருந்தோம்.

ஆனால் இப்போது எஸ்தர் காணாமல் போயிருந்தாள். எனக்கு மட்டுமே புலப்படக்கூடிய விதத்தில் சில தடயங்களை அவள் விட்டுச் சென்றிருந்தாள். 'நான் போகிறேன்' என்ற ரகசியச் செய்தியை அவை எனக்குத் தெரிவித்ததுபோலத் தோன்றின.

ஆனால் அவள் ஏன் என்னைவிட்டுப் பிரிந்தாள்?

அது பதிலளிக்கத் தகுதி வாய்ந்த கேள்விதானா?

இல்லை. ஏனெனில், நான் நேசித்தப் பெண்ணைத் தக்கவைத்துக் கொள்வதற்கான திறன் எனக்கு இல்லை என்பது அந்த விடையில் ஒளிந்திருந்தது. அவளைக் கண்டுபிடித்து, என்னிடம் திரும்பி வருவதற்கு அவளை ஒப்புக் கொள்ள வைப்பதும், எங்களுடைய திருமண உறவு தழைப்பதற்கு இன்னொரு வாய்ப்புக் கொடுக்கும்படி

அவளிடம் நான் கெஞ்சுவதும் உண்மையிலேயே மதிப்பு வாய்ந்ததுதானா?

அது நகைப்புக்குரியதுபோலத் தோன்றியது. கடந்தகாலத்தில் நான் நேசித்தவர்கள் என்னை விட்டுவிட்டுச் சென்றபோது நான் துன்புற்றிருந்ததைப்போல இப்போதும் துன்புறுவது சிறந்ததாக இருக்கும். நான் கடந்தகாலத்தில் செய்திருந்ததைப்போலவே இப்போதும், இந்த அவமானகரமான அனுபவத்திலிருந்து மீண்டு, என்னுடைய வலிமையையும் தன்னம்பிக்கையையும் மீட்டெடுப்பது சிறந்ததாக இருக்கும். சிறிது காலம், அவளை மறக்க முடியாமல் நான் தவிக்கக்கூடும், அவள்மீது வெறுப்புக் கொள்ளக்கூடும், என் மனைவி என்னைவிட்டுப் பிரிந்து சென்றது பற்றிப் பேசிப் பேசி என் நண்பர்களுக்கு எரிச்சலூட்டக்கூடும். நிகழ்ந்த சம்பவத்தை நான் நியாயப்படுத்த முயற்சிக்கக்கூடும், அவளோடு வாழ்ந்த ஒவ்வொரு கணத்தையும் நினைத்துப் பார்ப்பதில் நான் பல இரவுகளையும் பகல்களையும் செலவிடக்கூடும். நான் என்னால் முடிந்த அளவு சிறப்பாக நடந்து கொள்ள முயன்றும்கூட, அவள் என்னிடம் மிகக் கடுமையாக நடந்து கொண்டாள் என்ற முடிவுக்கு நான் வரக்கூடும். பிறகு நான் வேறு பெண்களைத் தேடுவேன். நான் தெருவில் நடந்து செல்லும்போது எதிர்கொள்கின்ற பெண்களில் யாரேனும் அவளாக இருக்கக்கூடுமோ என்று நான் பார்ப்பேன். நான் இரவு பகலாகத் துயரப்படுவேன். இது பல வாரங்கள், மாதங்கள், அல்லது ஓராண்டு அல்லது அதற்கு அதிகமான ஆண்டுகள் நீடிக்கக்கூடும்.

பிறகு ஒரு நாள் காலையில் கண்விழிக்கும்போது, நான் வேறு எதைப் பற்றியோ சிந்தித்துக் கொண்டிருப்பதை நான் காண்பேன். மோசமான காலகட்டம் முடிந்துவிட்டது என்பதை அப்போது நான் அறிவேன். என் இதயம் காயப்பட்டிருக்கக்கூடும், ஆனால் அது சரியாகிவிடும். வாழ்வின் அழகை மீண்டும் ஒரு முறை பார்ப்பதற்கான திறன் அதற்குத் திரும்பக் கிடைத்துவிடும். இது முன்பு நிகழ்ந்துள்ளது, இது மீண்டும் நிகழும். அது மட்டும் உறுதி. யாரேனும் விலகிச் செல்லும்போது, அது இன்னொருவர் வரவிருக்கிறார் என்பதற்காகத்தான். நான் மீண்டும் காதலைக் கண்டுகொள்வேன்.

இப்போது நான் ஒரு பெரும் பணக்காரனாகவும் தனிக்கட்டையாகவும் இருந்தேன். இப்புதிய நிலையை ஒரு கணம் நான் மனதார ரசித்து அனுபவித்தேன். நான் விரும்பிய எவரொருவருடனும் பட்டப்பகலில் என்னால் வெளியே போக முடியும். கேளிக்கை விருந்துகளில் நான் கற்பனை செய்திராத விதங்களில் என்னால் நடந்து கொள்ள முடியும். என்னைப் பற்றிய செய்தி வேகமாகப் பரவும். விரைவில், இளவயதுப் பெண்கள், அவ்வளவு இளவயது அல்லாதோர், பணக்காரப் பெண்கள், அவ்வளவு பணம் இல்லாதவர்கள், அறிவார்ந்த பெண்கள், என் காது குளிரப் பேசப் பயிற்றுவிக்கப்பட்டப் பெண்கள் என்று அனைத்து விதமான பெண்களும் என் வீட்டு வாசற்கதவைத் தட்டுவர்.

சுதந்திரமாக இருப்பது அற்புதமானது என்று நான் நம்ப விரும்பினேன். எனக்காகக் காத்துக் கொண்டிருந்த என்னுடைய அந்த உண்மையான காதலியை, உண்மையான துணையைக் கண்டுபிடிக்க நான் தயாரானேன். அவள், இப்படிப்பட்ட அவமானத்தை இனியொரு முறை நான் அனுபவிக்க ஒருபோதும் அனுமதிக்காதவளாக இருப்பாள்.

***

நான் என்னுடைய ஹாட் சாக்லெட்டைப் பருகிவிட்டுக் கடிகாரத்தைப் பார்த்தேன். நடந்தவற்றை மறந்துவிட்டு நான் சகஜ நிலைக்குத் திரும்புவதற்குக் காலம் இன்னும் கனிந்திருக்கவில்லை என்பதை நான் அறிந்திருந்தேன். எனவே, ஒரு சில கணங்கள் என் மனத்தில் ஒரு கற்பனையை ஓடவிட்டேன். எஸ்தர் அந்த ஹோட்டலின் வாசல் வழியாக உள்ளே நுழைந்து, தரையின்மீது விரிக்கப்பட்டிருந்த அழகான பாரசீகக் கம்பளத்தின்மீது நடந்து வந்து எனக்கு பக்கத்தில் அமர்ந்து, எதுவும் பேசாமல் ஒரு சிகரெட்டை எடுத்துப் பற்ற வைத்துவிட்டு, என் கையைப் பிடித்துக் கொண்டு தோட்டத்தை நோக்கிப் பார்த்துக் கொண்டிருந்ததாக நான் கற்பனை செய்தேன். ஓர் அரை மணிநேரம் கடந்தது. அந்த அரை மணிநேரமும், நான் உருவாக்கியிருந்த அக்கதையை நான் நம்பினேன். பிறகு அது வெறும் கற்பனை என்பதை நான் உணர்ந்தேன்.

வீட்டிற்குப் போக வேண்டாம் என்று நான்

தீர்மானித்தேன். பிறகு நான் அந்த ஹோட்டலின் வரவேற்பு மையத்திற்குச் சென்று, வாடகைக்கு ஓர் அறை வேண்டுமென்று கேட்டேன். அனைத்து அறைகளும் ஏற்கெனவே வாடகைக்கு எடுக்கப்பட்டிருந்தன, ஆனால் அந்த ஹோட்டல் மேலாளர் எனக்கு எப்படியோ ஓர் அறையை ஏற்பாடு செய்து கொடுத்தார். ஐஃபில் கோபுரத்தை எதிர்நோக்கிய ஓர் அழகான, ஆடம்பரமான அறை அது. ஒரு பால்கனி, பாரீஸின் உயரமான கட்டடங்கள், ஒவ்வொன்றாக உயிர் பெற்றுக் கொண்டிருந்த விளக்குகள், ஞாயிற்றுக்கிழமை இரவில் ஒன்றாகச் சேர்ந்து உணவருந்துவதற்காகக் கூடிய குடும்பங்கள் என்று பலவும் என் கண்முன்னே விரிந்தன. ஷான்ஸ் எலீஸேயில் எனக்கு ஏற்பட்டிருந்த உணர்வு இப்போது மீண்டும் திரும்பி வந்தது. என்னைச் சுற்றிலும் எல்லாம் எவ்வளவு அழகாக இருந்ததோ, அவ்வளவு அதிகத் தனிமையாக நான் உணர்ந்தேன்.

நான் எதுவும் சாப்பிடாமல் பால்கனியில் உட்கார்ந்து கொண்டு, என்னுடைய வாழ்க்கையைத் திரும்பிப் பார்த்தேன். ஒரு பிரபல எழுத்தாளராக ஆக வேண்டும் என்று கனவு கண்ட ஓர் இளைஞன், திடீரென்று எதார்த்தம் முற்றிலும் வேறுபட்டிருந்ததைக் கண்டான். வாசிப்புப் பழக்கம் இல்லாத ஒரு நாட்டில், கிட்டத்தட்ட யாரும் படிக்காத ஒரு மொழியில் அவன் எழுதினான். அவன் பல்கலைக்கழகத்திற்குச் சென்று பயில வேண்டும் என்று அவனுடைய குடும்பத்தினர் அவனைக் கட்டாயப்படுத்தினர். ஏதேனும் ஒரு பட்டம் வாங்கினால் போதும், எந்தப் பல்கலைக்கழகமாக இருந்தாலும் சரி என்று அவர்கள் அவனிடம் கூறினர். பட்டப்படிப்பை முடிக்காவிட்டால் அவன் உருப்பட மாட்டான் என்றும் அவர்கள் கூறினர். அவன் அவர்களை எதிர்த்து நின்றான். பிறகு ஹிப்பி காலகட்டத்தின்போது அவன் உலகம் நெடுகிலும் பயணித்தான். அப்போது அவன் ஒரு பாடகியைச் சந்தித்தான், ஒரு சில பாடல்கள் எழுதினான். திடீரென்று, தன்னுடைய பெற்றோரின் பேச்சைக் கேட்டு ஒரு வேதிப் பொறியாளராக ஆன தன்னுடைய சகோதரியைவிட அவன் அதிகமாகச் சம்பாதித்துக் கொண்டிருந்தான்...

அவன் அதிகமான பாடல்கள் எழுதினான், அந்தப் பாடகி வெற்றி மேல் வெற்றி பெற்றாள். அவன் ஒரு சில வீடுகளை வாங்கினான், அந்தப் பாடகியுடன் அவனுக்குக் கருத்து வேறுபாடு ஏற்பட்டது. ஆனால், அடுத்த ஒரு சில ஆண்டுகள் வேலை செய்ய வேண்டிய தேவை இல்லாத அளவுக்கு அவன் பணம் சேர்த்திருந்தான். முதன்முறையாக, வயதில் அவனைவிட மூத்த ஒரு பெண்ணை அவன் திருமணம் செய்து கொண்டான். எப்படிக் காரோட்ட வேண்டும், எப்படி ஆங்கிலத்தில் பேச வேண்டும், படுக்கையில் நெடுநேரம் எப்படிப் படுத்துக் கிடக்க வேண்டும், எப்படி உடலுறவில் ஈடுபட வேண்டும் போன்ற ஏராளமான விஷயங்களை அவன் கற்றுக் கொண்டான். ஆனால் அவன் எளிதில் உணர்ச்சிவசப்பட்டதாகவும், அவனுக்கு பக்குவம் போதாதென்றும், அவன் கவர்ச்சியான பெண்களைக் கண்டால் அவர்கள் பின்னால் ஓடத் தயங்காதவன் என்றும் அவள் கருதியதால், இருவரும் பிரிந்தனர். தான் உணர்ச்சிவசப்படாமல் சமநிலையுடன் இருப்பதற்கு எந்தப் பெண்கள் தனக்கு உதவக்கூடும் என்று அவன் கருதினானோ, அவர்களில் ஒருத்தியை அவன் இரண்டாவதாகத் திருமணம் செய்து கொண்டான், பிறகு அவளிடமிருந்து பிரிந்து மூன்றாவதாக ஒருத்தியை மணமுடித்தான். அவன் விரும்பியது அவனுக்குக் கிடைத்தது, ஆனால் தான் விரும்பிய சமநிலை தனக்குச் சலிப்பூட்டியதை அவன் கண்டான்...

இங்ஙனம், மேலும் இரண்டு விவாகரத்துகளுக்குப் பிறகு நான் மீண்டும் சுதந்திரமான மனிதனாக ஆனேன். அந்தச் சுதந்திரம் ஓர் உணர்வு மட்டுமே. சுதந்திரம் என்றால் பொறுப்புகள் இன்றி இருக்கும் நிலை என்று அர்த்தமல்ல, மாறாக, எனக்கு எது சிறந்ததோ, அதைத் தேர்ந்தெடுப்பதற்கான திறன் அது.

நான் என் காதலுக்கான தேடலைத் தொடர்ந்தேன். நான் தொடர்ந்து பாடல்கள் எழுதினேன். நான் என்ன வேலை செய்தேன் என்று மக்கள் என்னிடம் கேட்டபோது, நான் ஓர் எழுத்தாளன் என்று அவர்களிடம் கூறினேன். ஆனால் என்னுடைய பாடல்கள் மட்டுமே தங்களுக்குத் தெரியும் என்று அவர்கள் கூறியபோதெல்லாம், அது என் வேலையின் ஒரு பகுதி மட்டுமே என்று நான் அவர்களுக்கு

பதிலளித்தேன். பிறகு அவர்கள் என்னிடம் வருத்தம் தெரிவித்துவிட்டு, என்னுடைய புத்தகங்கள் எதையும் தாங்கள் படித்ததில்லை என்று கூறியபோது, நான் ஒரு புதிய புத்தகம் எழுதும் வேலையில் ஈடுபட்டிருந்ததாக அவர்களிடம் கூறினேன். அது ஒரு பொய். உண்மை என்னவென்றால், என்னிடம் பணம் இருந்தது, ஏராளமான தொடர்புகளும் இருந்தன, ஆனால் ஒரு புத்தகம் எழுதுவதற்கான துணிச்சல் மட்டும் எனக்கு இருக்கவில்லை. என்னுடைய கனவு இப்போது மெய்ப்படச் சாத்தியமானதாக இருந்தது, ஆனால் நான் முயற்சி செய்து அதில் தோற்றுப் போனால், என்னுடைய எஞ்சிய வாழ்க்கை எப்படி இருக்கும் என்று என்னால் கூற முடியாது. எனவேதான், ஒரு கனவை நனவாக்க முயற்சிப்பதைவிட, அதை வெறுமனே ஒரு பொக்கிஷம்போலக் கருதிப் பத்திரமாக வைத்துக் கொள்வது நல்லது என்று நான் நினைத்தேன்.

ஒரு நாள், ஒரு பத்திரிகை நிருபர் என்னைப் பேட்டி காண வந்தாள். என்னுடைய பாடல்கள் நாடு முழுவதும் பிரபலமாகியிருந்தது குறித்தும், ஆனால் நான் பிரபலமாகாமல் இருந்தது குறித்தும் நான் எவ்வாறு உணர்ந்தேன் என்று அவள் தெரிந்து கொள்ள விரும்பினாள். ஏனெனில், பொதுவாகப் பாடகர்கள் மட்டுமே ஊடகங்களில் தோன்றினர். அந்த நிருபர் அழகும் அறிவும் அமைதியும் பொருந்தியவளாக இருந்தாள். நாங்கள் ஒரு கேளிக்கை விருந்தில் மீண்டும் சந்தித்தோம். அங்கு அவளுக்கு வேலைச் சுமையோ அல்லது அழுத்தமோ இருக்கவில்லை. எனவே, அன்றிரவே அவளை என்னுடைய படுக்கைக்கு என்னால் அழைத்துச் செல்ல முடிந்தது. நான் அவளிடம் காதல் வயப்பட்டேன், ஆனால் அவளுக்கு என்மீது எந்த ஆர்வமும் இருக்கவில்லை. நான் அவளுக்குத் தொலைபேசி அழைப்பு விடுத்தபோதெல்லாம், தான் ஏதோ ஒரு வேலையில் மும்முரமாக இருந்ததாக அவள் கூறினாள். அவள் என்னை எவ்வளவு அதிகமாக நிராகரித்தாளோ, அவள்மீதான என்னுடைய ஆர்வம் அவ்வளவு அதிகமாக அதிகரித்தது. இறுதியில், கிராமத்தில் என்னுடைய வீட்டில் ஒரு வார இறுதியைக் கழிக்க நான் அவளை ஒப்புக் கொள்ள வைத்தேன். (என் குடும்பத்தினரைப் பொறுத்தவரை நான் ஓர் உதவாக்கரையாக இருக்கக்கூடும், ஆனால்

சில சமயங்களில் எதிர்ப்புக் குணம் வெகுமதியளிக்கிறது. அக்காலகட்டத்தில் என்னுடைய நண்பர் குழாமில் நான் ஒருவன் மட்டுமே கிராமத்தில் ஒரு வீடு வாங்கியிருந்தேன்.)

கடலைப் பார்த்துக் கொண்டே அவளும் நானும் மூன்று நாட்களை அங்கே செலவிட்டோம். எங்களைத் தவிர அங்கு வேறு யாரும் இருக்கவில்லை. நான் அவளுக்குச் சமைத்துப் போட்டேன். அவள் தன்னுடைய வேலையைப் பற்றிய கதைகளை என்னிடம் கூறினாள். இறுதியில் அவள் என்மீது காதல் வயப்பட்டாள். நாங்கள் நகரத்திற்குத் திரும்பி வந்த பிறகு, அவள் அடிக்கடி என்னுடைய வீட்டில் படுத்து உறங்கத் தொடங்கினாள். ஒரு நாள் காலையில், அவள் என் வீட்டிலிருந்து வழக்கத்தைவிட முன்னதாகவே புறப்பட்டுச் சென்று, ஒரு தட்டச்சுப் பொறியுடன் திரும்பி வந்தாள். அக்கணத்திலிருந்து, வார்த்தைகள் எதுவும் பரிமாறிக் கொள்ளப்படாமலேயே, என் வீடு அவளுடைய வீடாகவும் ஆகியது.

என்னுடைய முன்னாள் மனைவியருடன் எனக்கு ஏற்பட்டிருந்த அதே முரண்பாடுகள் இப்போது தலைதூக்கத் தொடங்கின. பெண்கள் எப்போதும் ஒரு நிலைப்புத்தன்மையையும் விசுவாசத்தையும் எதிர்பார்த்தனர். ஆனால், நான் சாகசத்தைத் தேடிக் கொண்டிருந்தேன். ஆனால் இம்முறை, என்னுடைய உறவு நீண்ட காலம் நீடித்தது. ஆனாலும், இரண்டு ஆண்டுகள் கழித்து, எஸ்தர் தன்னுடைய தட்டச்சுப் பொறியையும், தன்னுடன் கொண்டுவந்திருந்த மற்ற எல்லாப் பொருட்களையும் மீண்டும் தன்னுடைய வீட்டிற்கு எடுத்துச் செல்வதற்கான வேளை வந்துவிட்டிருந்ததாக நான் தீர்மானித்தேன்.

“நமக்கு இது சரிப்பட்டு வராது,” என்று நான் கூறினேன்.

“ஆனால் நீங்கள் என்னை நேசிக்கிறீர்கள், நானும் உங்களை நேசிக்கிறேன், இல்லையா?” என்று எஸ்தர் கேட்டாள்.

“எனக்குத் தெரியவில்லை. உன்னுடைய துணை எனக்குப் பிடித்திருக்கிறதா என்பது உன் கேள்வி என்றால், ஆமாம் என்பது அதற்கான பதில். ஆனால், நீ இல்லாமல் என்னால் வாழ முடியுமா என்று நீ கேட்கிறாய் என்றால், அதற்கான பதிலும் ஆமாம்தான்.”

“நான் ஓர் ஆணாகப் பிறந்திருக்காதது குறித்து நான் உண்மையிலேயே மகிழ்ச்சியடைகிறேன். ஒரு பெண்ணாக நான் மனநிறைவுடன் இருக்கிறேன். பெண்களிடமிருந்து நீங்கள் எதிர்பார்ப்பதெல்லாம், நாங்கள் நன்றாகச் சமைக்க வேண்டும் என்பது மட்டும்தான். மறுபுறம், வீட்டை நிர்வகிப்பது, தாம்பத்திய உறவில் ஈடுபடுவது, குழந்தைகளைக் கவனித்துக் கொள்வது, பணம் சம்பாதிப்பது, வெற்றிகரமாக விளங்குவது போன்ற எல்லாவற்றையும் சாதிப்பதற்கான திறன் ஆண்களுக்கு இருக்க வேண்டும் என்று எதிர்பார்க்கப்படுகிறது.”

“விஷயம் அதுவல்ல. நான் என்னுடன் மகிழ்ச்சியாக இருக்கிறேன். எனக்கு உன்னுடைய துணை பிடித்திருக்கிறது, ஆனால் நமக்கிடையே இது சரிப்பட்டு வரும் என்று எனக்குத் தோன்றவில்லை.”

“நீங்கள் என்னுடைய துணையை ரசிக்கிறீர்கள், ஆனால் நீங்கள் தனியாக இருப்பதை வெறுக்கிறீர்கள். அதிக முக்கியமான விஷயங்களை மறப்பதற்காக நீங்கள் எப்போதும் சாகசத்தை நோக்கி ஓடிக் கொண்டிருக்கிறீர்கள். உங்களுடைய நாடி நரம்புகளின் ஊடாக எப்போதும் சாகச உணர்வு பாய்ந்தோட வேண்டும் என்று நீங்கள் விரும்புகிறீர்கள். ஆனால், உங்கள் நாடி நரம்புகளில் பாய்ந்தோடிக் கொண்டிருக்க வேண்டிய ஒரே பொருள் இரத்தம் மட்டும்தான் என்பதை நீங்கள் மறந்துவிடுகிறீர்கள்.”

“முக்கியமான விஷயங்களிடமிருந்து நான் விலகி ஓடிக் கொண்டிருக்கவில்லை. ஏதேனும் முக்கியமான விஷயத்திற்கான ஓர் எடுத்துக்காட்டைக் கொடு பார்க்கலாம்.”

“ஒரு புத்தகம் எழுதுவது.”

“அதை எப்போது வேண்டுமானாலும் என்னால் செய்ய முடியும்.”

“அப்படியானால், போய் ஒரு புத்தகம் எழுதுங்கள். அதன் பிறகு, நீங்கள் விரும்பினால், நாம் இருவரும் நம்முடைய தனித்தனி வழிகளில் போய்விடலாம்.”

அவளுடைய யோசனை அபத்தமானதாக எனக்குத் தோன்றியது. நான் விரும்பும்போது என்னால் ஒரு புத்தகம் எழுத முடியும். எனக்கு நன்றிக்கடன் பட்டுள்ள பதிப்பாளர்களையும் பத்திரிகையாளர்களையும் நான் தெரிந்து வைத்திருந்தேன். எஸ்தர் ஒரு சாதாரணப் பெண், என்னை இழப்பது குறித்து அவள் பயந்து போயிருந்ததால்தான் அவள் புதிது புதிதாக எதையோ கற்பனைசெய்துகொண்டிருந்தாள். எல்லாம் முடிந்துவிட்டது என்றும், எங்கள் உறவு தன் முடிவை நெருங்கியிருந்தது என்றும் நான் அவளிடம் கூறினேன். என்னை எது மகிழ்ச்சிப்படுத்தும் என்று அவள் நினைத்ததைப் பற்றியது அல்ல இது, மாறாக, இது காதலைப் பற்றியது என்று நான் அவளுக்கு விளக்கினேன்.

"காதல் என்றால் என்ன?" என்று அவள் கேட்டாள். நான் ஓர் அரை மணிநேரமாக விளக்கமளித்தும்கூட, காதலுக்கான ஒரு நல்ல வரையறையை என்னால் கொடுக்க முடியவில்லை என்பதை நான் உணர்ந்தேன்.

"காதலை எப்படி வரையறுப்பது என்று உங்களுக்குத் தெரியவில்லை என்பதால், நீங்கள் ஒரு புத்தகம் எழுத முயற்சிப்பது நல்லது," என்று அவள் பரிந்துரைத்தாள்.

"அவ்விரண்டும் ஒன்றுக்கொன்று தொடர்பற்ற, முற்றிலும் வேறுபட்ட விஷயங்கள். நான் இன்றே இந்த வீட்டைவிட்டு வெளியேறப் போகிறேன். நீ விரும்பும்வரை நீ இங்கே தங்கிக் கொள்ளலாம். நீ உனக்கென்று ஒரு வீட்டைத் தேடிக் கண்டுபிடிக்கும்வரை நான் ஒரு ஹோட்டலில் தங்கிக் கொள்கிறேன்," என்று நான் கூறினேன். "சரி, இப்போது நீங்கள் போகலாம். நாளைக்கே நான் ஒரு புதிய இடத்தை தேடத் தொடங்குகிறேன். ஒரு மாதத்திற்குள் இந்த வீட்டைக் காலி செய்துவிடுகிறேன்," என்று அவள் பதிலளித்தாள். நான் என்னுடைய உடைமைகளை எடுத்துக் கொள்ளச் சென்றபோது, அவள்

ஒரு புத்தகத்தை எடுத்து வாசிக்கத் தொடங்கினாள். இரவு நெடுநேரம் ஆகிவிட்டதால் நான் மறுநாள் புறப்பட்டுச் செல்வதாக அவளிடம் கூறினேன். ஆனால், இன்று இருப்பது போன்ற மன உறுதியும் வலிமையும் நாளைக்கு எனக்கு இல்லாமல் போகக்கூடும் என்பதால் நான் உடனடியாக அங்கிருந்து புறப்பட்டுச் செல்வது நல்லது என்று அவள் வலியுறுத்தினாள். அவள் என்னைத் துரத்திவிட முயற்சித்துக் கொண்டிருந்தாளா என்று நான் அவளிடம் கேட்டேன். அவள் சிரித்துக் கொண்டே, எங்கள் உறவை முறித்துக் கொள்ள விரும்பியது நான்தான் என்பதை எனக்கு நினைவுபடுத்தினாள். பிறகு நாங்கள் இருவரும் தூங்கப் போய்விட்டோம். மறுநாள் காலையில், என் வீட்டைவிட்டு வெளியேறுவதற்கான விருப்பம் அவ்வளவு அவசரமானதுபோல எனக்குத் தோன்றவில்லை. விஷயங்களைச் சீர்தூக்கிப் பார்க்க வேண்டும் என்று நான் தீர்மானித்தேன். ஆனால், எஸ்தர் குறுக்கிட்டு, “விஷயம் இன்னும் முடியவில்லை. நீங்கள் இந்த உறவை முறித்துக் கொண்டு இங்கிருந்து போவதற்கான உண்மையான காரணமாக எதைக் கருதுகிறீர்களோ, அதற்காக நீங்கள் எல்லாவற்றையும் பணயம் வைக்க மறுக்கும்வரை, இதே சூழ்நிலை மீண்டும் மீண்டும் தலைதூக்கிக் கொண்டே இருக்கும். இறுதியில், என்னுடைய மகிழ்ச்சி பறி போகும். நான் உங்களைவிட்டுப் போய்விடுவேன். இதில் ஒரே வித்தியாசம் என்னவென்றால், நான் போவதென்று தீர்மானித்தால், நான் உடனடியாகப் புறப்பட்டுப் போய்விடுவேன். நான் திரும்பி வர வாய்ப்பளிக்கக்கூடிய எல்லா வழிகளையும் நான் அடைத்துவிட்டுப் போவேன்,” என்று கூறினாள். அவள் கூறியதற்கு என்ன அர்த்தம் என்று நான் அவளிடம் கேட்டேன். “நான் வேறொருவனைக் கண்டுபிடித்து அவன்மீது காதல் கொள்வேன்,” என்று அவள் விளக்கினாள்.

பிறகு அவள் வழக்கம்போலத் தன்னுடைய பத்திரிகை அலுவலகத்திற்கு வேலைக்குப் போய்விட்டாள். நான் அன்று விடுப்பு எடுத்துக் கொள்ளத் தீர்மானித்தேன் (பாடல்கள் எழுதுவது தவிர, ஒரு ரெக்கார்டிங் நிறுவனத்திற்காகவும் நான் வேலை செய்து கொண்டிருந்தேன்). புத்தகம் எழுதுவதற்காக நான் தட்டச்சுப் பொறியின் முன்னால்

உட்கார்ந்தேன். பிறகு நான் மீண்டும் எழுந்து, செய்தித்தாள்களைப் படித்துவிட்டு, அவசரமான கடிதங்களுக்குப் பதிலளித்தேன். பிறகு, அவசரமில்லாத கடிதங்களுக்கு நான் பதிலளிக்கத் தொடங்கினேன். நான் செய்ய வேண்டியிருந்த விஷயங்களை நான் ஒரு பட்டியலிட்டேன், சிறிது நேரம் இசையைக் கேட்டு ரசித்தேன், என்னுடைய வீடு இருந்த தெருவைச் சுற்றி ஒரு முறை நடந்தேன், வழியில் இருந்த பேக்கரிக்குச் சென்று அதன் உரிமையாளருடன் சிறிது நேரம் அரட்டையடித்தேன், பிறகு வீட்டிற்குத் திரும்பி வந்தேன். திடீரென்று, ஒட்டுமொத்த நாளும் காணாமல் போயிருந்தது. நான் இன்னும் ஒரு வாக்கியத்தைக்கூடத் தட்டச்சு செய்திருக்கவில்லை. நான் செய்ய விரும்பாதவற்றைச் செய்ய என்னைக் கட்டாயப்படுத்திக் கொண்டிருந்ததற்காக எஸ்தர்மீது நான் வெறுப்புக் கொண்டேன்.

மாலையில் அவள் வீடு திரும்பியபோது, அவள் என்னிடம் எதுவும் கேட்கவில்லை, ஆனால் நான் ஒரு வரிகூட எழுதியிருக்கவில்லை என்பதை நான் அவளிடம் ஒப்புக் கொண்டேன். நேற்று என் கண்களில் என்ன பார்வை தெரிந்ததோ, அதே பார்வைதான் இன்றும் தெரிந்ததாக அவள் கூறினாள்.

மறுநாள் நான் வேலைக்குச் சென்றேன், ஆனால் மாலையில் மீண்டும் அந்தத் தட்டச்சுப் பொறியின் பக்கம் சென்றேன். பிறகு, செய்தித்தாள்கள் படித்துவிட்டு, தொலைக்காட்சி நிகழ்ச்சிகளைப் பார்த்துவிட்டு, இசையைக் கேட்டுவிட்டு, மீண்டும் அந்த இயந்திரத்தின் பக்கம் போனேன். இப்படியே இரண்டு மாதங்கள் கடந்தன. 'முதல் வாக்கியங்களை' மட்டுமே உள்ளடக்கிய பக்கங்கள் மலைபோலக் குவிந்தன, ஆனால் ஒரு பத்தியைக்கூட முழுதாக என்னால் எழுத முடியவில்லை.

என்னால் கண்டுபிடிக்க முடிந்த எல்லா சாக்குப்போக்குகளையும் நான் முன்வைத்தேன்: 'இந்நாட்டில் யாரும் புத்தகம் வாசிப்பதில்லை; எனக்கு இன்னும் எந்தக் கதைக் கருவும் கிடைக்கவில்லை; அல்லது, எனக்கு ஒரு நல்ல கதைக் கரு கிடைத்துள்ளது, ஆனால் ஒரு முழுமையான கதையாக உருமாற்றுவதற்கான சரியான வழியை நான் இன்னும் தேடிக் கொண்டிருக்கிறேன்; நான்

ஒரு கட்டுரை எழுதுவதில் மும்முரமாக இருக்கிறேன்; நான் ஒரு முக்கியமான பாடல் எழுதிக் கொண்டிருக்கிறேன்.' இரண்டு மாதங்கள் ஓடின. ஒரு நாள், மாலையில் அவள் வீடு திரும்பியபோது, ஒரு விமானப் பயணச்சீட்டுடன் அவள் வந்தாள்.

"போதும்! நீங்கள் மும்முரமாக இருப்பதுபோலவும், பொறுப்புச் சுமை தாங்காமல் திணறிக் கொண்டிருப்பதுபோலவும், நீங்கள் செய்து கொண்டிருக்கும் வேலை இந்த உலகத்திற்கு அவசியம் தேவை என்பதுபோலவும் பாசாங்கு செய்வதை நிறுத்திவிட்டு, சில நாட்கள் எங்கேனும் பயணம் செய்துவிட்டு வாருங்கள்," என்று எஸ்தர் கூறினாள். நான் எந்தப் பத்திரிகைக்காக ஒரு சில கட்டுரைகளை எழுதிக் கொடுத்தேனோ, அந்தப் பத்திரிகையின் பதிப்பாசிரியராக என்னால் ஆக முடியும். நான் எந்த ரெக்கார்டிங் நிறுவனத்திற்காகப் பாடல்கள் எழுதிக் கொடுத்தேனோ, அந்நிறுவனத்தின் தலைவராக என்னால் ஆக முடியும். நான் அந்நிறுவனத்தின் போட்டியாளர்களுக்குப் பாடல்கள் எழுதிக் கொடுப்பதை அவர்கள் விரும்பாததால்தான் நான் அங்கே வெறுமனே வேலை பார்த்துக் கொண்டிருந்தேன். நான் இப்போது செய்து கொண்டிருந்த வேலைக்கு எப்போது வேண்டுமானாலும் என்னால் திரும்பி வர முடியும், ஆனால் என்னுடைய கனவால் காத்திருக்க முடியாது. ஒன்று, நான் அதை ஒப்புக் கொள்ள வேண்டும் அல்லது அதை மறந்துவிட வேண்டும்.

"எங்கே போவதற்காக இந்த விமானப் பயணச்சீட்டு?" என்று நான் கேட்டேன்.

"ஸ்பெயின்."

அதைக் கேட்டு நான் அதிர்ச்சியடைந்தேன். "விமானப் பயணச்சீட்டுகள் மிகவும் விலை அதிகம். மேலும், என்னால் இப்போது போக முடியாது. முன்னேறுவதற்கு எக்கச்சக்கமான வாய்ப்புள்ள ஒரு நல்ல வேலையில் நான் இருக்கிறேன். இலாபகரமான இசைக் கூட்டணிகள் பலவற்றை நான் இழக்க நேரிடும். பிரச்சனை இங்கு நானல்லன், மாறாக, நம்முடைய திருமணம்தான். நான் உண்மையிலேயே ஒரு புத்தகம் எழுத விரும்பினால், யாராலும் என்னைத் தடுத்து நிறுத்த முடியாது."

"உங்களால் எழுத முடியும், நீங்கள் எழுத

விரும்புகிறீர்கள், ஆனால் நீங்கள் எழுதுவதில்லை. நான் உங்கள் பிரச்சனையல்ல, மாறாக நீங்கள்தான் உங்களுடைய பிரச்சனையே. எனவே, நீங்கள் தனியாகச் சில நாட்களைச் செலவிடுவது நல்லது," என்று அவள் கூறினாள்.

பிறகு அவள் என்னிடம் ஒரு வரைபடத்தைக் காட்டினாள். எனக்கான அவளுடைய திட்டம் இப்படி அமைந்திருந்தது: நான் நேராக மட்ரிட்டுக்குப் போக வேண்டும். அங்கிருந்து ஒரு பேருந்தில் பிரனீஸுக்குப் பயணிக்க வேண்டும். பிரான்ஸுடனான எல்லையை ஒட்டி அமைந்திருந்த மலைத்தொடர் அது. அங்கிருந்துதான் ஓர் இடைக்காலப் புனித யாத்திரைக்கான பாதை தொடங்குகிறது. சான்டியாகோவுக்கான பாதை அது. நான் அதன் வழியாக நடந்து சென்று சான்டியாகோவை அடைய வேண்டும். மறுமுனையில் அவள் எனக்காகக் காத்துக் கொண்டிருப்பாள். அப்போது நான் என்ன சொன்னாலும் அவள் ஏற்றுக் கொள்வாள். எனக்கு இனியும் அவள்மீது காதல் இல்லை, ஓர் இலக்கியப் படைப்பை உருவாக்கப் போதுமான காலம் நான் இன்னும் வாழ்ந்திருக்கவில்லை, நான் ஓர் எழுத்தாளராக ஆவதைப் பற்றிச் சிந்திக்கக்கூட விரும்பவில்லை, அது என்னுடைய வாலிபப் பருவக் கனவுதானே அன்றி வேறொன்றுமில்லை என்று நான் என்ன கூறினாலும் அவள் அதை மறுபேச்சின்றி ஒப்புக் கொள்வாள்.'

இது பைத்தியக்காரத்தனமானது. இரண்டு நீண்ட ஆண்டுகள் அவளோடு நான் வாழ்ந்து வந்திருந்தேன். உறவுகளைப் பொறுத்தவரை அது ஒரு யுகம் என்று கூறலாம். அவள் என்னுடைய வாழ்க்கைக்கான தீர்மானங்களை எடுத்துக் கொண்டிருந்தாள், நான் என்னுடைய வேலையைத் துறந்துவிட்டு ஓர் ஒட்டுமொத்த நாட்டின் குறுக்கே நடந்து செல்ல வேண்டும் என்று அவள் எதிர்பார்த்தாள். அவள் என்னைக் கட்டாயப்படுத்தினாள். ஆனாலும் நான் அவளுடைய பேச்சைத் தீவிரமாக எடுத்துக் கொண்டேன். என்னவொரு பைத்தியக்காரத்தனம்! நான் தொடர்ந்து பல இரவுகள் கண்மூடித்தனமாகக் குடித்தேன். குடிப்பதை அவள் வெறுத்தபோதிலும், அவள் என்னோடு சேர்ந்து சம அளவு குடித்தாள். நான் சற்று மூர்க்கத்தனமாக நடந்து கொண்டேன். என்னுடைய சுதந்திரம் குறித்து அவள்

பொறாமை கொண்டதாகவும், நான் அவளைவிட்டு விலக விரும்பியதாக அவளிடம் கூறியதால்தான் இந்தக் ஒட்டுமொத்தக் கிறுக்குத்தனமான யோசனை அவளுக்கு உதித்திருந்தது என்றும் நான் அவளிடம் கூறினேன். ஆனால் அவளோ, “இதெல்லாம் நீங்கள் உங்கள் பள்ளிப்பருவத்தில் ஓர் எழுத்தாளராக ஆக வேண்டும் என்று கனவு காணத் தொடங்கியதிலிருந்தே ஆரம்பித்துவிட்டது. இனியும் நீங்கள் காலம் தாழ்த்தக்கூடாது. இப்போது உங்களை நீங்களே கேள்வி கேட்கவில்லை என்றால், திருமணம் செய்வதிலும் விவாகரத்து செய்வதிலுமே உங்களுடைய எஞ்சிய வாழ்நாள் முழுவதையும் நீங்கள் கழிப்பீர்கள். உங்களுடைய கடந்தகாலத்தைப் பற்றிய சுவாரசியமான குட்டிக் கதைகளைச் சொல்லிக் கொண்டு திரிவீர்கள், படிப்படியாக அதலபாதாளத்திற்குள் விழுவீர்கள்,” என்று கூறினாள்.

அவள் கூறியது சரிதான் என்று என்னால் வெளிப்படையாக ஒப்புக் கொள்ள முடியாது, ஆனால் அவள் உண்மையைத்தான் கூறிக் கொண்டிருந்தாள் என்பதை நான் அறிவேன். அது குறித்து எவ்வளவு அதிகமாக நான் அறிந்திருந்தேனோ, அவ்வளவு அதிக ஆக்ரோஷமாக நான் நடந்து கொண்டேன். அவள் அது குறித்துக் குறை கூறவில்லை. என்னுடைய நடத்தையை அவள் பொறுத்துக் கொண்டாள். ஆனால், நான் புறப்படுவதற்கான நாள் நெருங்கிக் கொண்டிருந்ததை அவள் எனக்கு நினைவூட்டினாள்.

ஓர் இரவு வேளையில், நான் புறப்படுவதற்கு ஒரு சில நாட்களுக்கு முன், அவள் என்னுடன் தாம்பத்திய உறவு கொள்ள மறுத்தாள். நான் கஞ்சா அடித்துவிட்டு, இரண்டு பாட்டில்கள் ஒயின் குடித்துவிட்டு, எங்கள் வீட்டின் வரவேற்பறையின் குறுக்கே தன்னினைவிழந்து விழுந்து கிடந்தேன். எனக்கு நினைவு திரும்பியபோது, நான் படுகுழிக்குள் விழுந்திருந்தேன் என்பதையும், இனி மேலே ஏறி வருவதுதான் எனக்கு இருந்த ஒரே வழி என்பதையும் நான் உணர்ந்தேன். என்னுடைய துணிச்சல் குறித்து எப்போதும் பெருமிதம் கொண்டிருந்த நான், என்னுடைய சொந்த வாழ்க்கையுடன் எவ்வளவு கோழைத்தனமாகவும் அற்பமாகவும் அலுப்பூட்டும் விதமாகவும் நடந்து

கொண்டிருந்தேன் என்பதை நான் கண்டேன். அன்று காலையில், நான் அவளை ஒரு முத்தத்துடன் எழுப்பி, அவளுடைய பரிந்துரையின்படி நடந்து கொள்வதாக அவளிடம் கூறினேன்.

நான் என்னுடைய பயணத்தைத் தொடங்கினேன். முப்பத்தெட்டு நாட்களாக நடந்து இறுதியில் நான் சான்டியாகோவுக்குப் போய்ச் சேர்ந்தேன். ஆனால் என்னுடைய உண்மையான பயணம் அங்கேதான் தொடங்கியது என்பதை அப்போது நான் புரிந்து கொண்டேன். மட்ரிட்டில் நிரந்தரமாகக் குடியேறி, என்னுடைய ராயல்டி தொகைகளைக் கொண்டு வாழ்க்கை நடத்திக் கொள்ளலாம் என்று நான் தீர்மானித்தேன். எஸ்தரையும் என்னையும் ஒரு பெருங்கடல் பிரிக்க நான் அனுமதித்தேன். ஆனால் நாங்கள் இருவரும் சட்டத்தின் பார்வையில் இன்னும் கணவன்–மனைவிதான். நாங்கள் தொலைபேசியில் அடிக்கடிப் பேசிக் கொண்டோம். எனக்குத் திருமணமாகியிருந்ததும், எப்போது வேண்டுமானாலும் என் மனைவியின் அன்புக் கரங்களில் என்னால் தஞ்சமடைய முடியும் என்ற அறிதலும், அதே நேரத்தில், இவ்வுலகில் முழுச் சுதந்திரத்தை நான் அனுபவித்துக் கொண்டிருந்ததும் எனக்கு மிகவும் வசதியாக இருந்தது.

கட்டலோனியாவைச் சேர்ந்த ஒரு பெண் அறிவியலறிஞருடனும், ஆபரணங்களை உருவாக்கிய ஓர் அர்ஜென்டீனியப் பெண்ணுடனும், மெட்ரோ இரயிலில் பாடித் திரிந்த ஓர் இளம்பெண்ணுடனும் நான் காதல் வயப்பட்டேன். என்னுடைய பாடல்களிலிருந்து எனக்குக் கிடைத்த ராயல்டி பணம் தொடர்ந்து அதிகரித்துக் கொண்டிருந்தது. வேலையே செய்யாமல் வசதியாக வாழ்வதற்கு அது போதுமானதாக இருந்தது. மற்ற விஷயங்களைச் செய்வதற்கும் ஏராளமான நேரம் கிடைத்தது – ஒரு புத்தகம் எழுதுவது உட்பட!

புத்தகம் எழுதும் வேலையை நாளைவரை தள்ளிப் போடலாம். ஏனெனில், மட்ரிட் நகரம் ஒரு நீண்ட கேளிக்கையாக இருக்க வேண்டும் என்று ஆணையிட்டிருந்த அந்நகரின் மேயர், ஒவ்வோர் இரவும் நாங்கள் பல மதுவிடுதிகளுக்குச் செல்ல வேண்டும் என்று எங்கள் அனைவரையும் தூண்டினார். அதை என்னால் நாளைவரை

தள்ளிப் போட முடியாது. ஏனெனில், எல்லாம் அவ்வளவு குதூகலமூட்டியது. நாட்கள் சிறியவையாகவும் இரவுகள் நீளமானவையாகவும் இருந்தன.

ஒரு நாள், தான் என்னைப் பார்க்க வரவிருந்ததாக எஸ்தரிடமிருந்து எனக்கு ஒரு தொலைபேசி அழைப்பு வந்தது. நாங்கள் எங்களுடைய சூழ்நிலைக்கு ஒரு நிரந்தரத் தீர்வு காண வேண்டும் என்று அவள் கூறினாள். அவள் மறுவாரம் வரவிருந்தாள். நான் பல சாக்குப்போக்குகளைத் தயார் செய்யப் போதுமான நேரத்தை அது எனக்குக் கொடுத்தது. ("நான் போர்ச்சுகலுக்குப் போகிறேன். நான் திரும்பி வருவதற்கு ஒரு மாதம் ஆகும்," என்று மெட்ரோ இரயில் பாடகியிடம் நான் கூறினேன். அவள் இப்போது என்னுடன் என்னுடைய வாடகை வீட்டில் வசித்து வந்தாள். அவளோடுதான் நான் ஒவ்வோர் இரவும் மேயரின் வலியுறுத்தலுக்கு இணங்கி மதுவிடுதிகளுக்குச் சென்றேன்.) நான் என்னுடைய வீட்டைச் சுத்தம் செய்தேன். ஒரு பெண் அங்கு இருந்ததற்கான எந்தச் சுவடும் இல்லாதபடி அதை நான் ஒழுங்குபடுத்தினேன். என் மனைவி என்னுடன் ஒரு மாதம் தங்கவிருந்தாள் என்பதால், மெட்ரோ பெண்ணைப் பற்றி யாரும் மூச்சுவிடக்கூடாது என்று நான் என் நண்பர்களிடம் சொல்லி வைத்தேன்.

எஸ்தர் ஒரு விகாரமான தோற்றத்துடன் விமானத்திலிருந்து இறங்கினாள். அவள் தன்னுடைய தலைமுடியையும் அடையாளம் காணப்பட முடியாதபடி வெட்டியிருந்தாள். நாங்கள் இருவரும் ஸ்பெயினுக்குள் வெகுதூரம் பயணித்தோம். நாங்கள் பல குட்டி நகரங்களைக் கடந்து சென்றோம். காளைச் சண்டைகளைப் பார்க்கவும், பிளமென்கோ இசை நிகழ்ச்சியைக் கண்டுகளிக்கவும் நான் அவளை அழைத்துச் சென்றேன். நான்தான் உலகிலேயே சிறந்த கணவன் என்பதுபோல நான் நடந்து கொண்டேன். ஏனெனில், நான் அவளை இன்னும் நேசித்தேன் என்ற உணர்வோடு அவள் திரும்பிச் செல்ல வேண்டும் என்று நான் விரும்பினேன். ஆனால் அதற்கான காரணம் எனக்குத் தெரியவில்லை. ஒருவேளை, மட்ரிட் கனவு இறுதியில் முடிந்துவிடும் என்பதை நான் அறிந்திருந்ததால் நான் அப்படி நினைத்திருக்கக்கூடும்.

நான் அவளுடைய தலைமுடியைப் பற்றி அவளிடம்

குறை கூறினேன். அவள் உடனே அதை மாற்றி, மீண்டும் அழகாகத் தோன்றினாள். அவளுடைய விடுமுறை முடிய இன்னும் பத்து நாட்கள் மட்டுமே எஞ்சியிருந்தன. அவள் மகிழ்ச்சியாகத் திரும்பிச் செல்ல வேண்டும் என்று நான் விரும்பினேன். ஏனெனில், இந்த மட்ரிட் நகரத்தையும், காலை பத்து மணிக்கே திறந்த டிஸ்கோ நடன அரங்கங்களையும், காளைச் சண்டைகளையும், பெண்களையும் மதுவையும் பற்றிய உரையாடல்களையும் நான் குதூகலமாக அனுபவிக்க விரும்பினேன்.

ஒரு ஞாயிற்றுக்கிழமையன்று, இரவு முழுவதும் உணவுச் சேவை வழங்கிய ஒரு மதுவிடுதிக்கு நாங்கள் நடந்து சென்று கொண்டிருந்தபோது, அவள் அந்தச் சிக்கலான விவகாரத்தைப் பற்றிய பேச்சை எடுத்தாள். நான் எழுதிக் கொண்டிருந்ததாகக் கூறிய புத்தகத்தைப் பற்றித்தான் அவள் கேள்வி எழுப்பினாள். நான் ஒரு முழு பாட்டில் ஷெர்ரியைக் குடித்துவிட்டு, திரும்பி வரும் வழியில் எதிர்ப்பட்டக் கதவுகளைக் காலால் எட்டி உடைத்துக் கொண்டும், தெருவில் சென்றவர்களை வாய்க்கு வந்தபடி திட்டிக் கொண்டும், எஸ்தரிடம் கோபமாக, "என்னுடைய வாழ்க்கையை ஒரு நரகமாக ஆக்குவதும் என்னுடைய மகிழ்ச்சியை முற்றிலுமாக அழிப்பதும்தான் உன்னுடைய ஒரே நோக்கம் என்றால், நீ எதற்காக இவ்வளவு தூரம் பயணம் செய்து இங்கே வந்தாய்?" என்று கேட்டேன். அவள் பதிலேதும் கூறவில்லை, ஆனால் எங்கள் உறவு அதன் வரம்பை எட்டியிருந்ததை நாங்கள் இருவரும் அறிந்திருந்தோம். அன்றிரவு, கனவுகளற்ற ஓர் உறக்கம் என்னை ஆட்கொண்டது. மறுநாள் காலையில், நான், தொலைபேசி சரியாக வேலை செய்யவில்லை என்று எங்கள் குடியிருப்பு மேலாளரிடம் புகார் செய்துவிட்டு, ஒரு வாரமாகப் படுக்கை விரிப்புகளை மாற்றாமல் இருந்ததற்காக என் வீட்டு வேலைக்காரியிடம் எரிந்து விழுந்துவிட்டு, முந்தைய நாளின் போதை தெளிவதற்காக ஒரு நீண்ட குளியல் போட்டுவிட்டு, நான் வேலை செய்ய உண்மையிலேயே முயற்சித்துக் கொண்டிருந்தேன் என்பதை எஸ்தருக்குக் காட்டுவதற்காக, நேராக என்னுடைய தட்டச்சுப் பொறியின் முன்னால் போய் அமர்ந்தேன்.

திடீரென்று அந்த அதிசயம் நிகழ்ந்தது. காபி கலந்து

எடுத்துக் கொண்டு எனக்கு எதிரே வந்து அமர்ந்த அவளை நான் பார்த்தேன். அவள் செய்தித்தாள் படித்தபடி தன் காபியைப் பருகலானாள். அவளுடைய கண்கள் சோர்ந்து போயிருந்தன. ஒரு விதமான பரிதவிப்பு அவற்றில் தென்பட்டது. ஆனால் அவள் வழக்கம்போல அமைதியாக இருந்தாள். தன்னுடைய பாசத்தை ஒருபோதும் செயல்களில் காட்டாதவள் அவள். நான் 'முடியாது' என்ற சொல்ல விரும்பியபோது, 'சரி' என்று சொல்ல என்னைக் கட்டாயப்படுத்தியவள் அவள். என்னுடைய வாழ்வின் நோக்கம் என்று தான் நம்பிய விஷயத்திற்காக வலுக்கட்டாயமாக என்னைப் போராட வைத்தவள் அவள். அவள் தன்மீது கொண்டிருந்த அன்பைவிட என்மீது அதிக அன்பு கொண்டிருந்ததால், நான் தனியாகப் பயணிக்கவும் என்னுடைய கனவைத் தேடிச் செல்லவும் அவள் என்னை அனுமதித்தாள். எந்தவொரு வார்த்தையையும்விட அவளுடைய கண்கள் அதிகமான விஷயங்களைக் கூறின. அவள் உள்ளூர பயந்தாள், ஆனால் எப்போதும் துணிச்சலோடு செயல்பட்டாள். தன்னைத் தாழ்த்திக் கொள்ளாமல் ஒருவரை நேசிக்கும் திறன் படைத்தவள் அவள். தன்னுடைய துணைவனுக்காகப் போராடியபோது ஒருபோதும் மன்னிப்புக் கேட்டிராதவள் அவள். அவளுடைய கண்களை இப்போது நான் பார்த்தபோது, திடீரென்று என்னுடைய விரல்கள் தட்டச்சு விசைப் பலகையை அழுத்தின.

முதல் வாக்கியம் தோன்றியது. அடுத்து, இரண்டாவது வாக்கியம் தலைதூக்கியது.

அடுத்த இரண்டு நாட்கள் நான் சாப்பிடவில்லை, மிகக் குறைவான நேரம் மட்டுமே தூங்கினேன். வார்த்தைகள் எங்கெங்கிருந்தோ வந்து குதித்தன. நான் பாடல்கள் எழுதிய காலத்தில் இதேபோலத்தான் நிகழ்ந்தது. நெடுநேர விவாதத்திற்கும் அர்த்தமற்ற உரையாடலுக்கும் பிறகு, நானும் என்னுடைய இசைக் கூட்டாளியும், 'அது' எங்கோ தயாராக இருந்தது என்பதையும், 'அதை' வார்த்தைகளிலும் இசைக் குறிப்புகளிலும் வடிப்பதற்கான நேரம் வந்திருந்தது என்பதையும் அறிவோம். இம்முறை, 'அது' எஸ்தரின் இதயத்திலிருந்து வந்ததை நான் அறிந்தேன். என்னுடைய காதல் மறுபிறவி எடுத்திருந்தது. எஸ்தரின் இருத்தலால்தான்

நான் அப்புத்தகத்தை எழுதினேன். ஒருபோதும் குறை கூறாமல், தன்னை ஒருபோதும் ஒரு பலிகடாவாகப் பார்க்காமல், கடினமான காலகட்டங்களை அவள் தாக்குப்பிடித்து அவற்றிலிருந்து மீண்டிருந்ததால்தான் நான் அப்புத்தகத்தை எழுதினேன். கடந்த சில ஆண்டுகளில் என்மீது ஆழமான தாக்கம் ஏற்படுத்தியிருந்த அந்த அனுபவத்தை – சான்டியாகோவுக்கான பாதையை – விவரிப்பதிலிருந்து அப்புத்தகத்தை நான் தொடங்கினேன்.

நான் தொடர்ந்து எழுதியபோது, உலகத்தைப் பற்றிய என்னுடைய கண்ணோட்டம் பல முக்கியமான, தொடர்ச்சியான மாற்றங்களுக்கு உட்பட்டுக் கொண்டிருந்ததை நான் உணர்ந்தேன். பல ஆண்டுகளாக, மந்திரவித்தையையும் ரசவாதத்தையும் பில்லி சூனியத்தையும் நான் கற்றும் பயிற்சி செய்தும் வந்திருந்தேன். எந்த விதத்திலும் பிறருடன் பகிர்ந்து கொள்ளப்பட முடியாத ஓர் அளப்பரிய சக்தி ஒரு சிறிய குழுவினரின் வசம் இருந்தது என்ற யோசனை என்னை வெகுவாகக் கவர்ந்தது. அனுபவமில்லாதவர்களின் கைகளில் அந்த சக்தி விழுந்துவிட்டால், அது மனிதகுலத்திற்குப் பெரும் ஆபத்தாகிவிடும் என்பதால்தான் அது எல்லோருடனும் பகிர்ந்து கொள்ளப்படுவதில்லை. நான் ரகசியச் சமூகங்களின் ஓர் உறுப்பினராக இருந்தேன். விசித்திரமான குழுக்களில் நான் பங்கெடுத்துக் கொண்டேன். புதிரான, மிகவும் விலையுயர்ந்த புத்தகங்களை நான் வாங்கினேன். சடங்குகளை மேற்கொள்வதிலும் வசியங்கள் செய்வதிலும் நான் ஏகப்பட்ட நேரத்தைச் செலவிட்டேன். பார்வைக்குப் புலப்படாத உலகத்தின் மர்மங்களை எனக்கு வெளிப்படுத்தக்கூடிய நபரை ஒருவழியாக நான் சந்தித்திருந்தேன் என்ற நினைப்பில் நான் எப்போதும் வெவ்வேறு குழுக்களில் இணைவதும் அவற்றிலிருந்து விலகுவதுமாக இருந்தேன். ஆனால் இறுதியில், எனக்கு எப்போதுமே ஏமாற்றம்தான் மிஞ்சியது. ஏனெனில், அவர்களில் பெரும்பாலானோர் – அவர்களின் நோக்கம் உன்னதமானதாக இருந்தாலும்கூட – வெறுமனே ஏதோ ஒரு சித்தாந்தத்தைக் கண்மூடித்தனமாகப் பின்பற்றிக் கொண்டு, வெறியர்களைப்போல நடந்து கொண்டனர். ஏனெனில், மனித ஆன்மாவை எப்போதும் தொந்தரவு

செய்த சந்தேகங்களுக்கு ஒரு முடிவு கட்டுவதற்கு வெறித்தனம் மட்டுமே ஒரே வழியாக இருந்தது.

அச்சடங்குகளில் பல உண்மையில் வேலை செய்ததை நான் கண்டறிந்தேன், ஆனால் கூடவே, இன்னொரு விஷயத்தையும் நான் கண்டறிந்தேன். அதாவது, வாழ்வின் ரகசியங்களை அறிந்துள்ள ஆசான்கள் என்றும், அந்த ரகசியங்களின் பாதுகாவலர்கள் என்றும் தங்களைப் பிரகடனப்படுத்திக் கொண்ட, தங்களுடைய ஒவ்வொரு விருப்பத்தையும் அடைவதற்கான திறனைத் தங்களுக்கு வழங்கிய உத்திகள் தங்களுக்குத் தெரியும் என்று முழங்கிய நபர்கள், பண்டைய போதனைகளுடனான தொடர்பை முற்றிலுமாக இழந்திருந்தனர். நான் சான்டியாகோவுக்கான பாதையைப் பின்தொடர்ந்து சென்று கொண்டிருந்தபோது, வழியில் எதிர்ப்பட்ட சாதாரண மக்களுடனான உறவாடலும், பிரபஞ்சம் தன்னுடைய சொந்தக் 'குறியீட்டு மொழி' மூலம் பேசுகிறது என்ற அறிதலும், அம்மொழியைப் புரிந்து கொள்வதற்கு நாம் செய்ய வேண்டியதெல்லாம் நம்மைச் சுற்றி நிகழ்ந்து கொண்டிருக்கும் அனைத்தையும் நாம் ஒரு திறந்த மனத்துடன் பார்க்க வேண்டும் என்பது மட்டும்தான் என்ற அறிதலும் என்னுள் ஒரு கேள்வியை எழுப்பின: பில்லி சூனியம்தான் அந்த மர்மங்களுக்கான ஒரே நுழைவாயிலா? சான்டியாகோவுக்கான பாதை பற்றிய என்னுடைய புத்தகத்தில், வளர்வதற்கான பிற வழிகளைப் பற்றி நான் அலசியிருந்தேன். பின்வரும் கருத்துடன் நான் அப்புத்தகத்தை நிறைவு செய்தேன்: 'நீங்கள் செய்ய வேண்டியதெல்லாம் கூர்ந்து கவனிக்க வேண்டியது மட்டும்தான். நீங்கள் தயாராக இருக்கும்போது, பாடங்கள் தாமாக வரும். குறியீடுகளை உங்களால் புரிந்து கொள்ள முடிந்தால், அடுத்த அடி எடுத்து வைப்பதற்கு நீங்கள் அறிந்திருக்கத் தேவையான எல்லாவற்றையும் நீங்கள் கற்றுக் கொள்வீர்கள்.'

***

மனிதர்களாகிய நமக்கு இரண்டு பெரும் பிரச்சனைகள் உள்ளன. எப்போது தொடங்க வேண்டும், எப்போது முடிக்க வேண்டும் ஆகியவைதாம் அவை.

ஒரு வாரத்திற்குப் பிறகு, நான் என்னுடைய புத்தகத்தின் முதல் வரைவையும் இரண்டாவது வரைவையும் மூன்றாவது வரைவையும் தொடங்கினேன். நான் என் நாட்டிற்குத் திரும்பிச் செல்வதற்கான வேளை வந்திருந்தது. ஒரு சுழற்சி முடிந்திருந்தது, நான் உடனடியாக இன்னொரு சுழற்சியைத் தொடங்கியாக வேண்டும் என்ற உணர்வு எனக்கு ஏற்பட்டது. வாழ்வில் எப்போதும் நான் செய்து வந்திருந்ததைப்போல அந்நகரத்திடமிருந்து நான் விடைபெற்றேன் – நான் என் மனத்தை மாற்றிக் கொண்டு என்றேனும் ஒரு நாள் திரும்பி வருவேன் என்ற எண்ணத்துடன்!

நான் எஸ்தருடன் என் சொந்த நாட்டிற்குத் திரும்பிச் சென்றேன். இன்னொரு வேலையைத் தேடிக் கொள்வதற்கான நேரம் வந்திருந்ததாக நான் உறுதியாக நம்பினேன். ஆனால் இன்னொரு வேலை தேடும்வரை (நான் தேடவில்லை, ஏனெனில் அதற்கான தேவை எனக்கு இருக்கவில்லை) நான் என்னுடைய புத்தகத்தைத் திருத்தியமைத்துக் கொண்டே இருந்தேன். ஸ்பெயினின் குறுக்கே ஒரு கடினமான, ஆனால் வசீகரமான பாதையைப் பின்பற்றிச் சென்ற ஒருவனுடைய அனுபவங்களில் மக்கள் ஆர்வம் கொள்வர் என்பதை என்னால் நம்ப முடியவில்லை.

நான்கு மாதங்களுக்குப் பிறகு, நான் பத்தாவது முறையாக என்னுடைய புத்தகத்தைத் திருத்திக் கொண்டிருந்தபோது, தட்டச்சுப் பிரதியும் எஸ்தரும் காணாமல் போயிருந்ததை நான் கண்டேன். கவலையில் எனக்குப் பைத்தியம் பிடிக்கவிருந்த நேரத்தில், அஞ்சல் நிலையத்திலிருந்து ஒரு ரசீதுடன் அவள் திரும்பி வந்தாள். ஒரு சிறிய பதிப்பகத்தை நடத்திக் கொண்டிருந்த தன்னுடைய முன்னாள் காதலனுக்கு அந்தத் தட்டச்சுப் பிரதியை அவள் அனுப்பி வைத்திருந்தாள்.

அந்த முன்னாள் காதலன் என்னுடைய புத்தகத்தைப் பிரசுரித்தான். செய்தி ஊடகங்களில் அது பற்றி ஒரு வார்த்தைகூடப் பேசப்படவில்லை, ஆனால் ஒரு சில மக்கள் அதை வாங்கினர். அவர்கள் அதை மற்றவர்களுக்குப் பரிந்துரைத்தனர். இத்தகைய வாய்வழிப் பரிந்துரையின் மூலம், ஆறு மாதங்களில் முதல் பதிப்பு முழுவதுமாக விற்றுத் தீர்ந்தது. ஓராண்டுக்குப் பிறகு, இன்னும் மூன்று

பதிப்புகள் வெளியாகியிருந்தன. நான் ஒருபோதும் கனவில்கூட நினைத்துப் பார்த்திராத ஒன்றிடமிருந்து நான் பணம் சம்பாதிக்கத் தொடங்கியிருந்தேன் – இலக்கியம்தான் அது!

அந்தக் கனவு எத்தனைக் காலம் தொடரும் என்பது எனக்குத் தெரியவில்லை, ஆனால் அதுதான் கடைசிக் கணம் என்பதுபோல ஒவ்வொரு கணத்தையும் வாழ்வதென்று நான் தீர்மானித்தேன். அப்புத்தகத்திற்குக் கிடைத்த வெற்றி, எந்தக் கதவு திறக்க வேண்டும் என்று நான் நெடுங்காலமாகக் காத்திருந்து வந்திருந்தேனோ, அந்தக் கதவைத் திறந்தது: பிற பதிப்பாளர்கள் என்னுடைய அடுத்தப் புத்தகத்தைப் பதிப்பிப்பதில் மிகவும் ஆர்வமாக இருந்தனர்.

சான்டியாகோவுக்கான பாதையில் ஒவ்வோர் ஆண்டும் என்னால் பயணிக்க முடியாது என்பது வெளிப்படை. அப்படியானால், நான் அடுத்து எதைப் பற்றி எழுதுவது என்று நான் யோசித்தேன். கதைக் கரு எதுவும் பிடிபடாமல் மீண்டும் தட்டச்சுப் பொறியின் முன்னால் வெறுமனே மோட்டுவளையைப் பார்த்துக் கொண்டு உட்கார்ந்திருக்க வேண்டுமா? உலகத்தைப் பற்றிய என்னுடைய கண்ணோட்டத்தைத் தொடர்ந்து பகிர்ந்து கொள்வதும் என்னுடைய வாழ்க்கை அனுபவங்களை விவரிக்க வேண்டியதும் முக்கியமாக இருந்தது. நான் ஒரு சில நாட்களும் பல இரவுகளும் முயற்சித்தேன், ஆனால் அது சாத்தியமில்லை என்று இறுதியில் நான் தீர்மானித்தேன். பிறகு ஒரு நாள் மாலையில், '1001 இரவுகள்' என்ற புத்தகத்தில் ஒரு சுவாரசியமான கதையை நான் தற்செயலாகப் (தற்செயலாகவா?) படித்தேன். அதில் என்னுடைய சொந்தப் பாதைக்கான குறியீட்டை நான் கண்டேன். நான் யார் என்பதையும், எனக்காக எப்போதும் காத்திருந்து வந்திருந்த தீர்மானத்தை எடுப்பதற்கு எனக்கு ஏன் இவ்வளவு நீண்ட காலம் ஆனது என்பதையும் புரிந்து கொள்ள அக்குறியீடு எனக்கு உதவியது. அக்கதையை, தன்னுடைய கனவைத் தேடிச் சென்ற, அதாவது, எகிப்தியப் பிரமிடுகளில் ஒளித்து வைக்கப்பட்டிருந்த ஒரு பொக்கிஷத்தைத் தேடிச் சென்ற ஓர் இடையனைப் பற்றிய இன்னொரு கதையை எழுத நான் பயன்படுத்திக் கொண்டேன். நான் வழி தெரியாமல்

சுற்றிச் சுற்றி வந்து கொண்டிருந்தபோது எஸ்தர் எனக்காகக் காத்திருந்ததுபோல, அந்த இடையனுக்காக அந்தப் பிரமிடுகளில் காத்துக் கொண்டிருந்த அன்பைப் பற்றி நான் அக்கதையில் பேசினேன்.

யாரோ ஒருவராக ஆக வேண்டும் என்பது பற்றிக் கனவு கண்டு கொண்டிருந்த ஒருவனாக இனியும் நான் இருக்கவில்லை. நான்தான் அந்த எகிப்தியப் பாலைவனத்தைக் கடந்து கொண்டிருந்த அந்த இடையன். ஆனால் அவன் தன்னுடைய தேடலைத் தொடர்வதற்கு அவனுக்கு உதவிய அந்த ரசவாதி எங்கே? நான் அந்த நாவலை எழுதி முடித்தபோது, நான் என்ன எழுதியிருந்தேன் என்பது எனக்கு முழுமையாகப் புரியவில்லை. அது வளர்ந்தவர்களுக்கான ஒரு தேவதைக் கதையைப்போல இருந்தது. ஆனால் வளர்ந்தவர்களுக்கு, போர், சிற்றின்பம், அதிகாரத்தைப் பற்றிய கதைகள் ஆகியவற்றில்தான் அதிக ஆர்வம் இருந்தது. ஆனாலும், அந்தப் பதிப்பாளர் அக்கதையை ஏற்றுக் கொண்டு அப்புத்தகத்தைப் பிரசுரித்தார். என்னுடைய வாசகர்கள் மீண்டும் அதைச் 'சிறப்பாக விற்பனையாகும் நூல்கள்' பட்டியல்களில் இடம்பெறச் செய்தனர்.

மூன்று ஆண்டுகளுக்குப் பிறகு, என்னுடைய மணவாழ்க்கை மகிழ்ச்சிகரமானதாக இருந்தது. நான் எப்போதும் என்ன செய்ய விரும்பி வந்திருந்தேனோ, அதை நான் செய்து கொண்டிருந்தேன். பிறகு என்னுடைய புத்தகத்தின் முதல் மொழிபெயர்ப்பு வெளிவந்தது. அதைத் தொடர்ந்து வெவ்வேறு மொழிகளில் அது வெளிவரத் தொடங்கியது. மெல்ல மெல்ல, என்னுடைய படைப்பு இவ்வுலகின் நான்கு மூலைகளுக்கும் போய்ச் சேர்ந்தது.

பாரீஸ் நகரின் சிற்றுண்டிச்சாலைகள், எழுத்தாளர்கள் மற்றும் கலாச்சார வாழ்க்கைக்காக நான் அந்நகருக்கு இடம்பெயரத் தீர்மானித்தேன். ஆனால் இம்மூன்றில் எதுவுமே இப்போது இல்லை என்பதை நான் கண்டறிந்தேன். சிற்றுண்டிச்சாலைகளில் சுற்றுலாப் பயணியர் கூட்டம் அலைமோதுகிறது. அந்த இடங்களைப் பிரபலமாக்கியவர்களின் புகைப்படங்கள் அந்தச் சிற்றுண்டிச்சாலைகளின் சுவர்களை நிறைத்திருந்தன. பாரீஸ் நகர எழுத்தாளர்கள் தங்களுடைய படைப்புகளின்

உள்ளடக்கத்தைவிட எழுத்துப் பாணியின்மீதே அதிக அக்கறை செலுத்தினர். தங்களுடைய படைப்புகள் தனித்துவமானவையாக இருக்க வேண்டும் என்பதற்காக அவர்கள் கடுமையாக முயற்சித்தனர், ஆனால் இறுதியில் அவை சுவாரசியமற்றவையாக அமைந்தன. அவர்கள் தங்களுடைய சொந்தக் குட்டி உலகில் அடைபட்டுக் கிடக்கின்றனர். ஒரு சுவாரசியமான பிரெஞ்சு உருவகத்தை நான் தெரிந்து கொண்டேன். 'மின்தூக்கியை மேலே அனுப்புவது' என்பதுதான் அது. 'கைம்மாறு செய்தல்' என்பது அதன் உட்பொருளாகும். நடைமுறையில், நான் உங்களுடைய புத்தகத்தைப் பற்றி நல்ல விஷயங்களைக் கூறுவேன், நீங்கள் என்னுடைய புத்தகங்களைப் பற்றி நல்ல விஷயங்களைக் கூறுவீர்கள். இவ்வாறு, ஒட்டுமொத்தமாகப் புதியதொரு கலாச்சார வாழ்க்கையை, ஒரு புரட்சியை, ஒரு வெளிப்படையான தத்துவத்தை நாம் உருவாக்குகிறோம். யாரும் நம்மைப் புரிந்து கொள்வதில்லை என்பதால் நாம் துன்புறுகிறோம். ஆனால், கடந்தகாலத்தின் மேதைகள் அனைவருடைய விஷயத்திலும் இதுதான் நிகழ்ந்தது. தன்னுடைய சமகாலத்தியவரால் தவறாகப் புரிந்து கொள்ளப்படுவது என்பது ஒரு மாபெரும் கலைஞராக இருப்பதன் ஒரு பகுதியாகும்.

'அவர்கள் மின்தூக்கியை மேலே அனுப்புகின்றனர்', தொடக்கத்தில், அத்தகைய எழுத்தாளர்கள் சிறிது வெற்றியைச் சுவைக்கின்றனர். தங்களுக்குப் புரியாத ஒன்றை வெளிப்படையாக விமர்சிப்பதால் ஏற்படக்கூடிய பிரச்சனைகளை மக்கள் எதிர்கொள்ள விரும்புவதில்லை. எனவே அவர்கள் அவ்வாறு விமர்சிப்பதில்லை. ஆனால் விரைவில், தாங்கள் ஏமாற்றப்பட்டுக் கொண்டிருக்கிறோம் என்பதை அவர்கள் உணர்ந்து கொண்டு, விமர்சகர்கள் கூறுவதை நம்புவதை அவர்கள் நிறுத்திவிடுகின்றனர்.

இணையத்தளமும் அதன் எளிமையான மொழியும் உலகத்தை மாற்றப் போதுமானவையாக இருந்தன. அதற்கு இணையான ஓர் உலகம் பாரீஸில் முளைத்தது: புதிய எழுத்தாளர்கள் தங்களுடைய வார்த்தைகளையும் தங்களுடைய ஆன்மாக்களையும் பிறருக்குப் புரிய வைக்கப் போராடினர். சிற்றுண்டிச்சாலைகளில், யாரும் கேள்விப்பட்டிராத அப்புதிய எழுத்தாளர்களுடன் நானும்

சேர்ந்து கொண்டேன். அந்தச் சிற்றுண்டிச்சாலைகளும் பிரபலமாக இருக்கவில்லை, அந்த எழுத்தாளர்களும் பிரபலமாக இருக்கவில்லை. நான் என்னுடைய எழுத்துப் பாணியைத் தனியாகவே வளர்த்துக் கொண்டேன். பரஸ்பர ஆதரவைப் பற்றி எனக்குத் தெரிய வேண்டிய அனைத்தையும் நான் ஒரு பதிப்பாளரிடமிருந்து தெரிந்து கொண்டேன்.

“அது என்ன ‘உதவி வங்கி’?” என்று நான் கேட்டேன்.

“உங்களுக்குத் தெரியும். எல்லோருக்கும் தெரியும்,” என்று அந்தப் பதிப்பாளர் கூறினார்.

“இருக்கலாம், ஆனால் நீங்கள் என்ன சொல்லிக் கொண்டிருக்கிறீர்கள் என்பது எனக்குப் புரியவில்லை.”

“அதை ஓர் அமெரிக்க எழுத்தாளர்தான் முதன்முதலாகக் குறிப்பிட்டார். உலகிலேயே மிகவும் சக்திவாய்ந்த வங்கி அதுதான். வாழ்வின் ஒவ்வொரு தளத்திலும் அதை நீங்கள் காண்பீர்கள்.”

“இருக்கலாம், ஆனால் ஓர் இலக்கியப் பாரம்பரியம் இல்லாத ஒரு நாட்டிலிருந்து நான் வருகிறேன். என்னால் யாருக்கு என்ன உதவி செய்ய முடியும்?” என்று நான் கேட்டேன்.

“அது ஒரு பொருட்டே அல்ல. நான் உங்களுக்கு ஓர் எடுத்துக்காட்டைக் கொடுக்கிறேன்: நீங்கள் வளர்ந்து வருகின்ற ஓர் எழுத்தாளர் என்பதையும், என்றேனும் ஒரு நாள் நீங்கள் பெரும் செல்வாக்குள்ள ஒருவராக ஆவீர்கள் என்பதையும் நான் அறிவேன். எனக்கு அது எப்படித் தெரியும் என்றால், நானும் உங்களைப்போலவே ஒரு காலத்தில் இலட்சியம் மிக்கவனாக, சுதந்திரமானவனாக, நேர்மையானவனாக இருந்தேன். முன்பு எனக்கு இருந்த ஆற்றல் இப்போது என்னிடம் இல்லை, ஆனால் நான் உங்களுக்கு உதவ விரும்புகிறேன். ஏனெனில், நான் என் வேகத்தைக் குறைத்துக் கொள்ள விரும்பவில்லை. நான் ஓய்வு பெறுவதைப் பற்றிக் கனவு கண்டுகொண்டிருக்கவில்லை. வாழ்க்கை, அதிகாரம், புகழ் ஆகியவற்றுக்கான பிரமிப்பூட்டும் போராட்டம் பற்றித்தான் நான் இன்னும் கனவு கண்டுகொண்டிருக்கிறேன்.”

அவர் தொடர்ந்தார். “நான் உங்களுடைய கணக்கில் சேமிக்கிறேன். நான் சேமிப்பது பணத்தையல்ல, மாறாக, தொடர்புகளை. நான் உங்களுக்குப் பலரை

அறிமுகப்படுத்துவேன். நான் சில பரிவர்த்தனைகளுக்கு ஏற்பாடு செய்வேன் – அவை சட்டத்திற்கு உட்பட்டு இருக்கும்பட்சத்தில்! நீங்கள் எனக்குக் கடன்பட்டிருக்கிறீர்கள், ஆனால் நான் உங்களிடம் ஒருபோதும் எதுவும் கேட்பதில்லை.”

“ஆனால் பிறகு ஒரு நாள்...” என்று நான் இழுத்தேன்.

“ஆமாம். ஒரு நாள், நான் உங்களிடம் ஓர் உதவி கேட்பேன். முடியாது என்று உங்களால் கூற முடியும், ஆனால் நீங்கள் எனக்குக் கடன்பட்டிருப்பதை நீங்கள் அறிவீர்கள். எனவே, நான் கேட்பதை நீங்கள் செய்கிறீர்கள், நான் உங்களுக்குத் தொடர்ந்து உதவுகிறேன். நீங்கள் பண்பார்ந்த, விசுவாசமான ஒரு நபர் என்பதை மற்றவர்கள் பார்க்கின்றனர். எனவே, அவர்களும் உங்களுடைய கணக்கில் போடுகின்றனர் – எப்போதும் தொடர்புகளின் வடிவில்! ஏனெனில், இவ்வுலகம் தொடர்புகளால்தான் செய்யப்பட்டுள்ளதே அன்றி, வேறு எதுவொன்றாலும் அல்ல. அவர்களும் என்றேனும் ஒரு நாள் உங்களிடம் உதவி கேட்கக்கூடும். நீங்கள் அவர்களுடைய கோரிக்கையை மதித்து, உங்களுக்கு உதவியுள்ள மக்களுக்கு உதவுகிறீர்கள். காலப்போக்கில், நீங்கள் உங்களுடைய வலையை உலகம் நெடுகிலும் பரப்பியிருப்பீர்கள், உங்களுக்குத் தெரிந்திருக்க வேண்டிய அனைவரையும் நீங்கள் தெரிந்திருப்பீர்கள், உங்களுடைய செல்வாக்கு வளர்ந்து கொண்டே போகும்.”

“நான் செய்தாக வேண்டும் என்று நீங்கள் கூறுகின்ற விஷயத்தைச் செய்ய என்னால் மறுக்க முடியுமல்லவா?” என்று நான் கேட்டேன்.

“நீங்கள் மறுக்கலாம். பிற எந்தவொரு வங்கியையும்போலவே உதவி வங்கியும் ஒரு துணிகர முதலீடாகும். நீங்கள் உதவிக்குத் தகுதியானவர் என்பதாலும், நீங்கள்தான் தலைசிறந்தவர் என்பதாலும், எல்லோரும் தாங்களாகவே உங்களுடைய திறமையை அங்கீகரிக்க வேண்டும் என்பதாலும்தான் நான் உங்களுக்கு உதவியதாக நீங்கள் நம்புகிறீர்கள். எனவே, நான் கேட்கும் உதவியை நீங்கள் செய்ய மறுக்கிறீர்கள். பரவாயில்லை. நன்றி. நான் இன்னும் பலருடைய கணக்குகளிலும் பல்வேறு முதலீடுகளைச் செய்திருக்கிறேன். ஆனால் இப்போதிருந்து, நான் எதுவும் கூறாமலேயே, நீங்கள் நம்பகமானவர் அல்லர்

என்பதை எல்லோரும் அறிவர்.

"உங்களால் எவ்வளவு வளர்ந்திருக்க முடியுமோ, அதில் பாதியளவுதான் நீங்கள் வளர்வீர்கள். நீங்கள் விரும்பிய வளர்ச்சியை நிச்சயமாக உங்களால் அடைய முடியாது. ஒரு குறிப்பிட்டக் கட்டத்தில், உங்கள் வாழ்க்கை ஒரு சரிவை நோக்கிச் செல்லத் தொடங்கும். நீங்கள் பாதி வழி வந்திருக்கிறீர்கள். நீங்கள் பாதி மகிழ்ச்சியாகவும் பாதி வருத்தமாகவும் இருக்கிறீர்கள். உங்களுக்கு ஏமாற்றமும் இருக்காது, மனநிறைவும் இருக்காது. நீங்கள் சூடாகவும் இல்லை, குளிராகவும் இல்லை, மாறாக, வெதுவெதுப்பாக இருக்கிறீர்கள். 'வெதுவெதுப்பான பொருட்கள் சுவையாக இருப்பதில்லை,' என்று ஏதோ ஒரு புனித நூலில் ஒரு கிறித்தவ சமயப் பரப்பாளர் கூறியுள்ளார்."

என்னுடைய பதிப்பாளர், உதவி வங்கியில் என்னுடைய கணக்கில் நிறைய தொடர்புகளைப் போட்டு வைத்தார். நான் பல விஷயங்களைக் கற்றேன், பல வழிகளில் துன்புற்றேன், என்னுடைய நூல்கள் பிரெஞ்சு மொழியில் மொழிபெயர்க்கப்பட்டன, அந்நாட்டுப் பாரம்பரியத்தின்படி, அந்நியனான நான் வரவேற்கப்பட்டேன். அது மட்டுமல்ல, அந்த அந்நியன் ஒரு பெரும் வெற்றியாளனாக ஆனான்! பத்து ஆண்டுகளுக்குப் பிறகு, சீன் ஆற்றை எதிர்நோக்கிய ஒரு பெரிய வீட்டை நான் வாங்கினேன். என் வாசகர்கள் என்னைப் பெரிதும் நேசித்தனர், விமர்சகர்கள் என்னை வெறுத்தனர் (என்னுடைய நூல்களின் முதல் ஒரு இலட்சம் பிரதிகள் விற்பனையாகும்வரை அவர்கள் என்னைக் கொண்டாடினர், ஆனால் அக்கணத்திலிருந்து, 'புரிந்து கொள்ளப்படாத ஒரு மேதை' என்று கருதுவதை அவர்கள் நிறுத்திவிட்டனர்). என்னுடைய கணக்கில் வைக்கப்பட்ட வரவுகளை நான் உடனடியாகத் திருப்பிச் செலுத்தினேன். விரைவில், நானும் தொடர்புகளைக் கடன் கொடுத்த ஒருவனாக ஆனேன். என்னுடைய செல்வாக்கு வளர்ந்தது. பிறரிடம் உதவி கேட்கவும், என்னிடம் உதவி கேட்டவர்களுக்கு உதவவும் நான் கற்றுக் கொண்டேன்.

அந்நாட்டில் ஒரு பத்திரிகை நிருபராக வேலை செய்வதற்கு எஸ்தர் அனுமதி பெற்றாள். எந்தவொரு மணவாழ்க்கையிலும் உள்ள வழக்கமான சச்சரவுகளைத் தவிர, நான் மனநிறைவுடன் இருந்தேன். என்னுடைய முந்தைய காதல் விவகாரங்கள் மற்றும் திருமணங்களில் நான் அனுபவித்த விரக்திக்கும் அவற்றில் சம்பந்தப்பட்டப் பெண்களுக்கும் எந்தத் தொடர்பும் இல்லை என்பதையும், என்னுடைய கோபமும் கடுமையும்தாம் என்னுடைய ஏமாற்றத்திற்குக் காரணம் என்பதையும் முதன்முறையாக நான் உணர்ந்தேன். ஆனால், எஸ்தர் மட்டுமே மிக எளிமையான ஒரு விஷயத்தைப் புரிந்திருந்தாள்: 'அவளைக்

கண்டுபிடிப்பதற்கு, முதலில் என்னை நான் கண்டுபிடித்தாக வேண்டும்.' நாங்கள் எட்டு ஆண்டுகளாக ஒன்றாக வாழ்ந்து வந்திருந்தோம். அவள்தான் என் வாழ்வின் காதல் என்று நான் நம்பினேன், ஆனால் எப்போதேனும் (உண்மையைச் சொன்னால், அடிக்கடி) என் வழியில் எதிர்ப்பட்டப் பிற பெண்கள்மீது நான் காதல் கொண்டபோதிலும், அவளை விவாகரத்து செய்வதைப் பற்றி நான் ஒருபோதும் யோசித்ததில்லை. பிற பெண்களுடனான என்னுடைய உறவுகளைப் பற்றி அவளுக்குத் தெரியுமா என்று நான் அவளிடம் ஒருபோதும் கேட்டதில்லை. அவள் அவ்விஷயத்தைப் பற்றி ஒருபோதும் பேச்செடுத்ததில்லை.

அதனால்தான், நாங்கள் ஒரு திரைப்படம் பார்த்துவிட்டுத் திரையரங்கைவிட்டு வெளியே வந்து கொண்டிருந்தபோது, ஆப்பிரிக்காவில் நடைபெற்றுக் கொண்டிருந்த உள்நாட்டுப் போரைப் பற்றிய செய்திகளை நேரடியாகத் தொகுத்து வழங்குவதற்குத் தன்னுடைய பத்திரிகையின் தலைவரிடம் தான் அனுமதி கேட்டிருந்ததாக அவள் கூறியபோது நான் பெரும் வியப்புக்குள்ளானேன்.

"நீ என்ன சொல்கிறாய்?" என்று நான் கேட்டேன்.

"நான் ஒரு போர்முனைச் செய்தியாளராக ஆக விரும்புகிறேன்," என்று எஸ்தர் பதிலளித்தாள்.

"உனக்குப் பைத்தியம் பிடித்திருக்கிறது என்று நான் நினைக்கிறேன். நீ ஒரு போர்முனைச் செய்தியாளராக ஆக வேண்டிய தேவையில்லை. நீ செய்ய விரும்புகின்ற வேலையை ஏற்கெனவே இப்போது நீ செய்து கொண்டிருக்கிறாய். நீ நன்றாகச் சம்பாதிக்கிறாய் – நீ வாழ்க்கை நடத்த அந்தப் பணம் உனக்குத் தேவையில்லை என்றாலும்கூட! உனக்குத் தேவையான அனைத்துத் தொடர்புகளும் உதவி வங்கியில் இருக்கின்றன. உனக்குத் திறமை இருக்கிறது. நீ உன்னுடைய சக ஊழியர்களின் நன்மதிப்பைச் சம்பாதித்துள்ளாய்."

"அப்படியானால், நான் தனியாக இருக்க விரும்புகிறேன் என்று வைத்துக் கொள்வோமே."

"என் காரணமாகவா?"

"நாம் இருவரும் சேர்ந்து நம்முடைய வாழ்க்கையைக் கட்டியெழுப்பியிருக்கிறோம். நான் என் துணைவனை நேசிக்கிறேன், அவரும் என்னை நேசிக்கிறார் – அவர் எல்லா நேரத்திலும் விசுவாசமானவராக இல்லாவிட்டால்கூட!"

"இதைப் பற்றி நீ முன்பு ஒருபோதும் குறிப்பிட்டதில்லையே?"

"ஏனெனில், எனக்கு அது ஒரு பொருட்டல்ல. கற்பு நெறி என்றால் என்ன? எனக்குச் சொந்தமில்லாத ஓர் உடலும் ஓர் ஆன்மாவும் என்னிடம் உள்ளன என்ற உணர்வா? நாம் இருவரும் சேர்ந்து வாழ்ந்து வந்துள்ள இத்தனை ஆண்டுகளில் நான் வேறோர் ஆடவனுடன் படுக்கையைப் பகிர்ந்து கொண்டதில்லை என்று நீங்கள் நினைக்கிறீர்களா?"

"எனக்கு அது பற்றி அக்கறை இல்லை. நான் அதைத் தெரிந்து கொள்ளவும் விரும்பவில்லை."

"நானும் அப்படித்தான்."

"அது போகட்டும். உலகின் ஏதோ ஓர் அத்துவானப் பகுதியில் நிகழ்ந்து கொண்டிருக்கின்ற ஒரு போரைப் பற்றி எழுத விரும்புவதாக நீ என்ன பிதற்றிக் கொண்டிருக்கிறாய்?"

"நான் முன்பே சொன்னதுபோல, நான் அதைச் செய்தாக வேண்டும்."

"உனக்குத் தேவையான எல்லாம் உன்னிடம் ஏற்கெனவே இருக்கிறதல்லவா?"

"ஒரு பெண் விரும்பக்கூடிய எல்லாம் என்னிடம் இருக்கிறது."

"அப்படியானால் உன்னுடைய வாழ்க்கையில் என்ன பிரச்சனை?"

"துல்லியமாக அதுதான் பிரச்சனையே. என்னிடம் எல்லாம் இருக்கிறது, ஆனால் நான் மகிழ்ச்சியாக இல்லை. இதில் நான் மட்டும் விதிவிலக்கு அல்லள். காலப்போக்கில், பணக்காரர்கள், ஏழைகள், அதிகாரம் படைத்தவர்கள், வெறுமனே வாழ்க்கையை ஓட்டுபவர்கள் என்று பலதரப்பட்ட மக்களை நான் சந்தித்து அவர்களைப் பேட்டி கண்டுள்ளேன். எல்லோருடைய கண்களிலும் அதே ஏமாற்றத்தையும் கடுமையையும் நான் பார்த்துள்ளேன். அவர்கள் என்னிடம் என்னென்னவோ கூறியபோதிலும், அவர்கள் ஒப்புக் கொள்ளத் தயாராக இல்லாத, அவர்களுக்குள் இருந்த அந்த ஆழ்ந்த வருத்தத்தை நான் அவர்களுடைய கண்களில் கண்டேன். நான் பேசுவது உங்கள் காதில் விழுகிறதா?"

"ஆமாம், நான் கேட்டுக் கொண்டுதான் இருக்கிறேன். நான் ஏதோ சிந்தித்துக் கொண்டிருந்தேன். ஆக, உன்னைப் பொறுத்தவரை, யாருமே மகிழ்ச்சியாக இல்லை, அப்படித்தானே?"

"சிலர் மகிழ்ச்சியாக இருப்பதுபோலத் தோன்றுகின்றனர், ஆனால் அவர்கள் அது குறித்து அவ்வளவாகச் சிந்திப்பதில்லை. மற்றவர்கள், 'ஒரு கணவன், ஒரு வீடு, இரண்டு குழந்தைகள், கிராமப்புறத்தில் ஒரு வீடு ஆகியவற்றுடன் நான் எனக்கென்று ஒரு வாழ்க்கையை அமைத்துக் கொள்வேன்,' என்று திட்டமிடுகின்றனர். அவர்கள் அதைச் செய்வதில் மும்முரமாக இருக்கும்வரை, தன்னோடு சண்டையிட்டுத் தன்னை அடக்க வருகின்றவனை எதிர்பார்த்துக் காத்திருக்கும் காளைகளைப்போல அவர்கள்

நடந்து கொள்கின்றனர். இலக்கு எங்கே இருக்கிறது என்பது தெரியாமல் அவர்கள் உள்ளுணர்வுரீதியாக எதிர்வினையாற்றுகின்றனர், அதனால் அவர்கள் தவறுகள் செய்கின்றனர். அவர்கள் ஒரு கார் வாங்குகின்றனர். சில சமயங்களில் ஒரு ஃபெராரிகூட வாங்குகின்றனர். அதுதான் வாழ்வின் அர்த்தம் என்று அவர்கள் நினைக்கின்றனர். அது குறித்து அவர்கள் ஒருபோதும் கேள்வி கேட்பதில்லை. ஆனாலும், அவர்களுக்கே தெரியாமல் அவர்கள் தங்கள் ஆன்மாவில் சுமந்து திரிகின்ற சோகத்தை அவர்களுடைய கண்கள் காட்டிக் கொடுத்துவிடுகின்றன. நீங்கள் மகிழ்ச்சியாக இருக்கிறீர்களா?"

"எனக்குத் தெரியவில்லை."

"எல்லோரும் மகிழ்ச்சியற்று இருக்கின்றனரா என்பது எனக்குத் தெரியாது. அவர்கள் எல்லோரும் தத்தம் வேலைகளில் மும்முரமாக இருக்கின்றனர் என்பது மட்டும் எனக்குத் தெரியும். அவர்கள் வேலை நேரம் தாண்டிக் கூடுதல் நேரம் வேலை செய்கின்றனர்; தங்களுடைய குழந்தைகள், தங்கள் கணவன், தங்கள் தொழில்வாழ்க்கை, தங்கள் கல்லூரிப் பட்டம், தாங்கள் நாளைக்கு என்ன செய்யப் போகிறோம், தாங்கள் என்னவெல்லாம் வாங்க வேண்டும், தங்களுக்குத் தாழ்வு மனப்பான்மை ஏற்படாமல் இருப்பதற்கு எவையெல்லாம் தங்களிடம் இருக்க வேண்டும் போன்ற பலவற்றைப் பற்றி அவர்கள் கவலைப்படுகின்றனர். உண்மையில் வெகு சிலரே, 'நான் மகிழ்ச்சியாக இல்லை,' என்று கூறுகின்றனர். பெரும்பாலானோர், 'நான் நன்றாகத்தான் இருக்கிறேன். நான் விரும்பிய எல்லாம் எனக்குக் கிடைத்துள்ளது,' என்று கூறுகின்றனர். நான் அவர்களிடம், 'எது உங்களை மகிழ்ச்சிப்படுத்துகிறது?' என்று கேட்கிறேன். 'ஒரு குடும்பம், ஒரு வீடு, வேலை, நல்ல ஆரோக்கியம் என்று, ஒருவர் அடைய விரும்பக்கூடிய எல்லாம் என்னிடம் இருக்கிறது,' என்று அவர்கள் கூறுவர். நான் விடாமல், 'இது மட்டும்தான் வாழ்க்கையா என்று நீங்கள் எப்போதேனும் யோசித்ததுண்டா?' என்று அவர்களிடம் கேட்கிறேன். 'ஆமாம், அதுதான் வாழ்க்கை,' என்று அவர்கள் பதிலளிக்கின்றனர். 'அப்படியானால், வேலை, குடும்பம், வளர்ந்த பிறகு உங்களைவிட்டுப் போகப் போகின்ற குழந்தைகள், ஓர் உண்மையான

காதலனாகவோ அல்லது காதலியாகவோ இருப்பதற்குப் பதிலாக, காலப்போக்கில் ஒரு தோழனாகவோ அல்லது தோழியாகவோ ஆகப் போகின்ற ஒரு கணவன் அல்லது மனைவி – இது எல்லாம்தான் வாழ்வின் அர்த்தம், அப்படித்தானே? உங்கள் வேலை என்றேனும் ஒரு நாள் முடிவுக்கு வந்துவிடும். அது நிகழும்போது நீங்கள் என்ன செய்வீர்கள்?' என்று நான் சற்று அழுத்தமாகக் கேட்கும்போது, அதற்கு அவர்களிடமிருந்து பதிலேதும் வருவதில்லை. அக்கணத்தில் அவர்கள் பேச்சை மாற்றுகின்றனர்," என்று எஸ்தர் கூறினாள்.

"இல்லை, அவர்கள் சொல்ல வருவது இதைத்தான்: 'குழந்தைகள் வளர்ந்து பெரியவர்களாக ஆகும்போது; என்னுடைய கணவனோ அல்லது மனைவியோ என்னுடைய காதலனாகவோ அல்லது காதலியாகவோ இருப்பதை விடுத்து என்னுடைய தோழனாகவோ அல்லது தோழியாகவோ ஆகும்போது; நான் என் வேலையிலிருந்து ஓய்வு பெறும்போது; நான் எப்போதும் செய்ய விரும்பி வந்துள்ள ஒன்றைச் செய்வதற்கான நேரம் எனக்கு அப்போது கிடைக்கும். பல இடங்களுக்குப் பயணிப்பதுதான் என்னுடைய அந்த விருப்பம்.' நீ அவர்களை இடைமறித்து, 'ஆனால் நீங்கள் இப்போது மகிழ்ச்சியாக இருப்பதாக நீங்கள் கூறினீர்களே? நீங்கள் எப்போதும் செய்ய விரும்பி வந்திருந்த ஒன்றைத்தானே நீங்கள் இப்போது செய்து கொண்டிருக்கிறீர்கள்?' என்று அவர்களிடம் கேட்டால், தங்களுக்கு வேறு வேலை இருப்பதாகக் கூறி அவர்கள் பேச்சை மாற்ற முயற்சிப்பர்," என்று நான் கூறினேன்.

"நான் வற்புறுத்தினால், தங்களிடம் இல்லாத ஒன்றைப் பற்றி அவர்கள் வெளிப்படையாகப் பேசத் தொடங்குகின்றனர். தான் கைவசப்படுத்த விரும்பிய வியாபார ஒப்பந்தத்தைப் பெற முடியாமல் இருக்கின்ற ஒரு வியாபாரி, அதிக சுதந்திரத்தையும் அதிகப் பணத்தையும் கைவசப்படுத்த விரும்புகின்ற ஒரு குடும்பத்தலைவி, தன்னுடைய காதலியை இழந்துவிடுவோமோ என்று பயப்படுகின்ற ஒரு வாலிபன், தனக்குப் பிடித்தமான வேலை கிடைக்குமா என்று கவலைப்படுகின்ற ஒரு பட்டதாரி, ஒரு பாடகராக ஆக விரும்பிய ஒரு மருத்துவர், ஓர் அரசியல்வாதியாக ஆக விரும்பிய

ஒரு பாடகர், ஓர் எழுத்தாளராக ஆக விரும்பிய ஓர் அரசியல்வாதி, ஒரு விவசாயியாக ஆக விரும்பிய ஓர் எழுத்தாளர் என்று பலரை நான் சந்தித்துள்ளேன். தான் விரும்பிய ஒன்றைத் தேர்ந்தெடுத்துச் செய்து கொண்டிருந்த ஒருவரை நான் சந்தித்தபோதுகூட, அவருடைய ஆன்மா இன்னும் அலைக்கழிக்கப்பட்டுக் கொண்டிருந்ததை நான் கண்டேன். அவர் இன்னமும் மன அமைதியைக் கண்டுபிடித்திருக்கவில்லை. எனவே, நான் மீண்டும் உங்களிடம் கேட்கிறேன்: 'நீங்கள் மகிழ்ச்சியாக இருக்கிறீர்களா?' "

"இல்லை. நான் நேசிக்கின்ற பெண், நான் எப்போதுமே அடையக் கனவு கண்டு வந்திருந்த வேலை, என் நண்பர்கள் பொறாமைப்படுகின்ற வகையான சுதந்திரம், எண்ணற்றப் பயணங்கள், கௌரவங்கள், புகழ் ஆகிய எல்லாம் என்னிடம் இருக்கின்றன. ஆனால் ஏதோ ஒன்று..." என்று நான் இழுத்தேன்.

"என்ன?" என்று அவள் கேட்டாள்.

"நான் எப்போது பார்த்தாலும் எதிலாவது மும்முரமாக இருப்பதை விடுத்து ஒட்டுமொத்தமாக எல்லாவற்றையும் நிறுத்திவிட்டால், என் வாழ்க்கை அர்த்தமற்றதாக ஆகிவிடும் என்ற எண்ணம்தான் அது."

"நீங்கள் உங்கள் வேகத்தைக் குறைக்க வேண்டியதில்லை. பாரீஸைப் பாருங்கள். இதோ, என்னுடைய கையைப் பிடித்துக் கொண்டு இப்படிக் கூறுங்கள்: 'நான் விரும்பியதை நான் பெற்றுள்ளேன். இனி நம்முடைய எஞ்சிய வாழ்நாளை நாம் மகிழ்ச்சியாக அனுபவிக்கலாம்.' "

"என்னால் பாரீஸைப் பார்க்க முடியும், உன்னுடைய கையைப் பிடித்துக் கொள்ள முடியும், ஆனால் அந்த வார்த்தைகளை மட்டும் என்னால் கூற முடியாது."

"இத்தெருவில் நடந்து சென்று கொண்டிருக்கின்ற ஒவ்வொருவரும் இதே உணர்வைத்தான் அனுபவித்துக் கொண்டிருக்கின்றனர் என்று என்னால் உறுதியாகக் கூற முடியும். சற்று முன் நம்மைக் கடந்து சென்ற ஒய்யாரி, காலத்தை இழுத்துப் பிடிக்க முயற்சிப்பதில் தன்னுடைய நாட்களைக் கழித்துக் கொண்டிருக்கிறாள். அவள் எப்போதும் தன்னுடைய உடல் எடையைப் பற்றிக் கவலைப்பட்டுக் கொண்டிருக்கிறாள். காதல் தன்னுடைய

எடையைச் சார்ந்துள்ளது என்று அவள் நினைக்கிறாள். சாலையின் எதிர்ப்பக்கத்தைப் பாருங்கள். ஒரு தம்பதியர் தங்களுடைய இரண்டு குழந்தைகளுடன் போய்க் கொண்டிருக்கின்றனர். அவர்கள் தங்கள் குழந்தைகளோடு இப்படி வெளியே சுற்றித் திரியும்போது மிகுந்த மகிழ்ச்சியை அனுபவிக்கின்றனர். ஆனால், அதே நேரத்தில், அவர்களுடைய ஆழ்மனம் அவர்களை எப்போதும் ஒரு நிரந்தர பயத்தின் பிடியில் வைத்திருக்கிறது: தாங்கள் தங்கள் வேலையை இழந்துவிடுவோமோ என்ற பயம்; தங்களுக்கு ஏதேனும் நோய் வந்துவிடுமோ என்ற பயம்; தங்களுடைய உடல்நலக் காப்பீடு தங்கள் உதவிக்கு வராதோ என்ற பயம்; தங்களுடைய குழந்தைகளில் ஒருவர்மீது ஏதேனும் வண்டி மோதிவிடுமோ என்ற பயம். இந்த பயங்களிலிருந்து தங்களுடைய மனங்களைத் திசை திருப்பும் முயற்சியில், இந்த ஆபத்துகளிலிருந்தும் இந்த உலகத்திடமிருந்தும் தங்களைத் தற்காத்துக் கொள்வதற்கான ஒரு வழியையும் அவர்கள் கண்டுபிடிக்க முயற்சிக்கின்றனர்."

"அதோ, அந்தத் தெருமுனையில் இருக்கின்ற பிச்சைக்காரனைப் பற்றி நீ என்ன நினைக்கிறாய்?" என்று நான் கேட்டேன்.

"எனக்கு அவனைப் பற்றித் தெரியாது. நான் ஒரு பிச்சைக்காரனிடம் ஒருபோதும் பேசியதில்லை. அவன் துயரத்தின் மொத்த உருவமாக இருக்கிறான் என்பது உறுதி. ஆனால், அவனுடைய கண்கள், எந்தவொரு பிச்சைக்காரனின் கண்களைப்போலவே, ஏதோ ஒன்றை மறைத்துக் கொண்டிருக்கின்றன. என்னால் நம்ப முடியாத அளவுக்கு அவனுடைய வருத்தம் மிகவும் வெளிப்படையாகத் தெரிகிறது."

"எது வெளிப்படையாகத் தெரியவில்லை?"

"அது என்னவென்று சரியாகத் தெரியவில்லை. பிரபலங்களைப் பற்றிய பத்திரிகைகளை நான் பார்க்கும்போது, அதில் எல்லோரும் புன்னகைத்துக் கொண்டும் மனநிறைவோடு இருப்பதுபோலவும் காணப்படுகின்றனர். ஆனால், நான் ஒரு பிரபலத்தைத் திருமணம் செய்து கொண்டிருப்பதால், அது அப்படி இல்லை என்பதை நான் அறிவேன். அப்புகைப்படத்தில் அக்கணத்தில் எல்லோரும் சிரித்துக் கொண்டு

குதூகலமாக இருக்கின்றனர், ஆனால் பின்னர் இரவிலோ அல்லது மறுநாள் காலையிலோ, கதை எப்போதும் சற்று வித்தியாசமாக இருக்கிறது. 'இந்தப் பத்திரிகையில் நான் தொடர்ந்து இடம்பெறுவதற்கு நான் என்ன செய்ய வேண்டும்?' 'என்னுடைய ஆடம்பரமான வாழ்க்கைமுறையைத் தக்கவைத்துக் கொள்ளப் போதுமான பணம் இனியும் என்னிடம் இல்லை என்ற உண்மையை எவ்வாறு நான் மறைப்பது?' 'மற்றப் பிரபலங்களின் ஆடம்பரமான வாழ்க்கைமுறையைவிட என்னுடைய வாழ்க்கைமுறை அதிக ஆடம்பரமானதாக இருப்பதுபோலத் தோன்றச் செய்வதற்கு நான் என்ன செய்ய வேண்டும்?' 'அந்தப் புகைப்படத்தில் எனக்குப் பக்கத்தில் ஒரு புன்னகையோடு உட்கார்ந்திருக்கின்ற நடிகை, நாளைக்கு என்னிடமிருந்து ஒரு திரைப்பட வாய்ப்பைத் தட்டிப் பறித்துவிடுவாளோ?' 'என்னுடைய ஆடையலங்காரம் அவளுடையதைவிட அழகாக இருக்கிறதா? நாங்கள் பரஸ்பரம் ஒருவரையொருவர் வெறுக்கிறோம், ஆனாலும் நாங்கள் ஏன் புன்னகைத்துக் கொண்டிருக்கிறோம்?' 'புகழுக்கு அடிமைப்பட்டுக் கிடக்கின்ற நாங்கள் எங்கள் சொந்த வாழ்வில் மகிழ்ச்சியற்று இருக்கும்போது, ஏன் இந்தப் பத்திரிகையின் வாசகர்களுக்கு மகிழ்ச்சியை விற்றுக் கொண்டிருக்கிறோம்?' "

"நாங்கள் புகழின் அடிமைகள் அல்லர்," என்று நான் கூறினேன்.

"பீதியடையத் தேவையில்லை. நான் நம்மைப் பற்றிப் பேசிக் கொண்டிருக்கவில்லை."

"அப்படியானால், என்ன நடந்து கொண்டிருக்கிறது என்று நீ நினைக்கிறாய்?"

"பல ஆண்டுகளுக்கு முன், ஒரு புத்தகத்தில் ஒரு சுவாரசியமான கதையை நான் படித்தேன். இரண்டாம் உலகப் போரில் ஹிட்லர் வெற்றி பெற்று, யூதர்கள் அனைவரையும் பூண்டோடு அழித்து, ஒரு மேன்மையான இனம் என்ற ஒன்று உண்மையிலேயே இருக்கிறது என்று தன்னுடைய மக்களை நம்ப வைத்துவிட்டதாக வைத்துக் கொள்வோம். வரலாற்றுப் புத்தகங்கள் மாற்றப்படத் தொடங்குகின்றன. ஒரு நூறு ஆண்டுகளுக்குப் பிறகு, அவருக்குப் பிறகு தலைமைப் பதவிக்கு வருகின்றவர்கள்,

இந்தியர்கள் அனைவரையும் அழித்துவிடுகின்றனர். முந்நூறு ஆண்டுகளுக்குப் பிறகு, கறுப்பர்களும் ஒட்டுமொத்தமாக அழிக்கப்பட்டுவிடுகின்றனர். அடுத்த ஐந்நூறு ஆண்டுகளில், சர்வசக்தி படைத்தப் போர் இயந்திரம், கிழக்கத்திய நாடுகளைச் சேர்ந்த அனைத்து இனங்களையும் முற்றிலுமாக அழிப்பதில் வெற்றி பெற்றுவிடுகிறது. காட்டுமிராண்டிகளுக்கு எதிராக எங்கோ கண்காணா தொலைவில் நடைபெற்றப் போர்கள் பற்றியும் வரலாற்றுப் புத்தகங்கள் பேசுகின்றன, ஆனால் யாரும் அவ்வளவு கூர்ந்து படிப்பதில்லை; ஏனெனில் அவை அவ்வளவு முக்கியத்துவம் வாய்ந்தவையல்ல."

அவள் மேலும் தொடர்ந்தாள். "நாஜிசவாதம் பிறந்து இரண்டாயிரம் ஆண்டுகளுக்குப் பிறகு, முந்தைய ஐந்நூறு ஆண்டுகளாக, நீல நிறக் கண்களுடன் உயரமாக இருந்த மக்கள் வசித்து வந்திருந்த டோக்கியோ நகரில் ஒரு மதுவிடுதியில், ஹான்ஸும் ஃபிரிட்ஸும் மகிழ்ச்சியாக மதுவருந்திக் கொண்டிருக்கின்றனர். ஒரு கட்டத்தில், ஹான்ஸ் ஃபிரிட்ஸைப் பார்த்து, 'இது எப்போதும் இப்படித்தான் இருந்ததென்று நீ நினைக்கிறாயா?' என்று கேட்கிறான்.

" 'எது?' என்று ஃபிரிட்ஸ் கேட்கிறான்.

" 'இவ்வுலகம்.'

" 'ஆமாம். உலகம் எப்போதும் இப்படித்தான் இருந்து வந்துள்ளது. நமக்கு அப்படித்தானே கற்றுக் கொடுக்கப்பட்டுள்ளது?'

" 'ஆமாம். இப்படி ஒரு முட்டாள்தனமான கேள்வியைக் கேட்க எது என்னைத் தூண்டியது என்று எனக்குத் தெரியவில்லை,' என்று ஹான்ஸ் கூறுகிறான். அவர்கள் தங்களுடைய மதுவைக் குடித்து முடித்துவிட்டு, அக்கேள்வியை முற்றிலுமாக மறந்துவிட்டு, மற்ற விஷயங்களைப் பற்றிப் பேசுகின்றனர்," என்று எஸ்தர் அக்கதையைக் கூறி முடித்தாள்.

"நீ எதிர்காலத்திற்குள் அவ்வளவு தூரம் போக வேண்டியதில்லை. நீ இரண்டாயிரம் ஆண்டுகள் பின்னோக்கிச் சென்றால் போதும். கழுத்தைத் துண்டிக்கும் கில்லட்டின் இயந்திரம், தூக்குமேடை, ஆளைக் கொல்லும் மின்நாற்காலி போன்றவற்றை நீ வழிபடுவதுபோல உன்னால்

கற்பனை செய்ய முடியுமா?" என்று நான் கேட்டேன்.

"நீங்கள் என்ன சொல்ல வருகிறீர்கள் என்பது எனக்குப் புரிகிறது. மனிதச் சித்திரவதைகளில் மிக மோசமான அந்தச் சிலுவையைத்தானே நீங்கள் குறிப்பிடுகிறீர்கள்? 'இது ஒரு கீழ்த்தரமான தண்டனை' என்று ரோமத் தத்துவவியலாளரான சிசேரோ கூறியது எனக்கு நினைவிருக்கிறது. சிலுவையில் அறையப்பட்ட நபர்கள், கொடூரமான வேதனையை அனுபவித்துத் துடிதுடித்துத்தான் இறந்தனர். ஆனாலும் இன்று, தாங்கள் ஒரு சித்திரவதைக் கருவியைப் பார்த்துக் கொண்டிருக்கிறோம் என்பதை மறந்துவிட்டு, மக்கள் அச்சிலுவையைத் தங்களுடைய கழுத்தைச் சுற்றி அணிந்து கொள்கின்றனர், தங்களுடைய படுக்கையறைச் சுவர்மீது தொங்கவிடுகின்றனர், அதை ஒரு மத அடையாளமாகப் பார்க்கின்றனர்."

"சூரியன் பூமியிலிருந்து வெகு தொலைவில் இருக்கின்ற டிசம்பர் மாதத்தில் நடத்தப்பட்டப் பேகன் திருவிழாக்களை ஒழித்துக் கட்டுவதற்கான நேரம் வந்துவிட்டதாக ஒருவர் தீர்மானிப்பதற்கு முன் இருநூற்று ஐம்பது ஆண்டுகள் கடந்துவிட்டன. ஏசுவின் திருத்தூதர்களும் அவர்களுக்குப் பின்னால் வந்தவர்களும் ஏசுவின் செய்தியைப் பரப்புவதில் மிகவும் மும்முரமாக இருந்துவிட்டதால், டிசம்பர் 25 ஆம் நாளன்று நடத்தப்பட்ட, சூரியனின் பிறப்புத் திருவிழாவான மித்ராயிக் திருவிழாவைப் பற்றிக் கவலைப்பட அவர்களுக்கு நேரமில்லாமல் போய்விட்டது. பின்னர், இந்தச் சூரியத் திருவிழாக்கள் தங்களுடைய மத நம்பிக்கைக்கான ஓர் அச்சுறுத்தல் என்று ஒரு கிறித்தவ ஆயர் கருதினார். அவ்வளவுதான்! இப்போது அதே நாளில், பிரார்த்தனைக் கூட்டங்கள், கிறிஸ்துமஸ் குடில், பரிசுப் பொருட்கள், பிரசங்கங்கள், மரத்தாலான மாட்டுத் தொழுவத்தில் பிளாஸ்டிக் பொம்மைகள் ஆகியவை பிரபலமாகிவிட்டன. அன்றுதான் கிறிஸ்து பிறந்தார் என்ற உறுதியான நம்பிக்கை விதைக்கப்பட்டுவிட்டது," என்று நான் கூறினேன்.

"கிறிஸ்துமஸ் மரத்தை மறந்துவிட்டீர்களே! அது எங்கிருந்து வருகிறது என்று உங்களுக்குத் தெரியுமா?"

"அது குறித்து எனக்கு எந்த யோசனையும் இல்லை."

"புனிதர் போனிஃபேஸ் ஒரு சிறுவனாக இருந்த

காலத்திலேயே, ‘ஓடின்’ கடவுளுக்கு மரியாதை செலுத்தும் விதத்தில் கடைபிடிக்கப்பட்ட ஒரு சடங்கைக் கிறித்தவமயமாக்கத் தீர்மானித்தார். ஆண்டுக்கு ஒரு முறை, ஜெர்மானியப் பழங்குடியினர், குழந்தைகள் தேடிக் கண்டுபிடிப்பதற்காக ஒரு கருவாலி மரத்தைச் சுற்றிப் பரிசுப் பொருட்களை ஒளித்து வைப்பர். இது பேகன் கடவுளுக்கு மகிழ்ச்சியைக் கொண்டுவரும் என்று அவர்கள் நினைத்தனர்,” என்று எஸ்தர் கூறினாள்.

“ஹான்ஸ் மற்றும் ஃபிரிட்ஸின் கதைக்கு நாம் மீண்டும் போகலாம்: நாகரீகம், மனித உறவுகள், நம்முடைய நம்பிக்கைகள், நம்முடைய வெற்றிகரமான படையெடுப்புகள் ஆகிய எல்லாம், திரிக்கப்பட்ட வேறு ஏதோ ஒரு கதையின் விளைவாக இருக்கும் என்று நீ நினைக்கிறாயா?”

“சான்டியாகோவுக்கான பாதையைப் பற்றி நீங்கள் எழுதியபோது, நீங்களும் இதே முடிவுக்குத்தான் வந்தீர்கள், இல்லையா? ஒரு சிலருக்கு மட்டுமே மாயாஜாலக் குறியீடுகளுக்கான அர்த்தம் தெரியும் என்று நீங்கள் நம்பினீர்கள். ஆனால் இப்போது, நம் எல்லோருக்கும் அவற்றின் அர்த்தம் தெரியும் என்பதையும், நாம் எப்படியோ அதை மறந்துவிட்டோம் என்பதையும் நீங்கள் உணர்கிறீர்கள்,” என்று எஸ்தர் கூறினாள்.

“வெறுமனே அறிந்திருப்பது எந்த வித்தியாசத்தையும் ஏற்படுத்துவதில்லை. தங்களிடம் உள்ள அளப்பரிய மாயசக்தியைப் பற்றி மறந்துவிடவும், அதை ஒப்புக் கொள்ளாமல் இருக்கவும் மக்கள் தங்களால் முடிந்த அளவு முயற்சிக்கிறார்கள். ஏனெனில், அது அவர்களுடைய நேர்த்தியான, சிறிய பிரபஞ்சங்களைத் தலைகீழாகப் புரட்டிப் போட்டுவிடும்.”

“ஆனால் நம் அனைவருக்கும் அத்திறன் இருக்கிறது, இல்லையா?”

“நிச்சயமாக இருக்கிறது. ஆனால், நம்முடைய கனவுகளையும் குறியீடுகளையும் பின்தொடர்ந்து செல்வதற்கான துணிச்சல்தான் நமக்கு இல்லை. ஒருவேளை, அங்கிருந்துதான் நம்முடைய வருத்தம் பிறக்கிறதுபோலும்,” என்று நான் கூறினேன்.

“எனக்குத் தெரியவில்லை. நான் எல்லா நேரமும் மகிழ்ச்சியற்று இருப்பதாக நான் சொல்லவில்லை.

நான் குதூகலத்தை அனுபவிக்கிறேன், நான் உங்களை நேசிக்கிறேன், நான் என் வேலையை விரும்புகிறேன். ஆனாலும் அவ்வப்போது, இந்த ஆழமான வருத்தத்தை நான் உணர்கிறேன். சில சமயங்களில், அது குற்றவுணர்வு அல்லது பயம் கலந்து வருகிறது. அந்த உணர்வு சிறிது நேரத்தில் மறைந்துவிடுகிறது, ஆனால் பின்னர் அது தவறாமல் திரும்பி வருகிறது, பிறகு மீண்டும் காணாமல் போகிறது. ஹான்ஸைப்போல நானும் அதே கேள்வியைக் கேட்கிறேன். என்னால் அதற்குப் பதில் கூற முடியாமல் போகும்போது, நான் வெறுமனே அக்கேள்வியை மறந்துவிடுகிறேன். பசியால் வாடும் குழந்தைகளுக்கு என்னால் உதவி செய்ய முடியும், வீடுவாசலின்றித் தெருவில் வாழும் குழந்தைகளுக்காக ஒரு தொண்டு நிறுவனத்தை என்னால் தோற்றுவிக்க முடியும், ஏசுவின் பெயரில் மக்களைக் காப்பாற்ற என்னால் முயற்சி செய்ய முடியும், நான் பயனுள்ளவளாக இருக்கிறேன் என்ற உணர்வைக் கொடுக்கக்கூடிய எதையேனும் என்னால் செய்ய முடியும், ஆனால் நான் இவை எதையும் செய்ய விரும்புவதில்லை.”

“அப்படியானால், நீ ஏன் இந்தப் போரைப் பற்றிய செய்திகளைத் தொகுத்து வழங்க விரும்புகிறாய்?” என்று நான் கேட்டேன்.

“ஏனெனில், போர்க் காலத்தில், மனிதர்கள் தங்கள் வாழ்வின் விளிம்பில் வாழ்கின்றனர். ஏனெனில், மறுநாளே அவர்கள் இறக்கக்கூடும். அவ்வாறு வாழ்கின்ற எவரொருவரும் வித்தியாசமாக நடந்து கொண்டாக வேண்டும்.”

“அப்படியானால், ஹான்ஸின் கேள்விக்கான விடையை நீ கண்டுபிடிக்க விரும்புகிறாயா?” என்று நான் கேட்டேன்.

“ஆமாம்.”

இன்று, ஹோட்டல் பிரிஸ்டலில் இந்த அழகான அறையில் நான் அமர்ந்திருந்தேன். ஐஃபில் கோபுரத்தின் கடிகாரம் ஒரு மணிநேரத்திற்கு ஒரு முறை ஒலித்தபோது, அக்கோபுரம் ஐந்து நிமிடங்கள் ஒளிர்ந்தது. எனக்குப் பக்கத்தில் ஒரு காலியான ஒயின் பாட்டில் இருந்தது. என்னுடைய சிகரெட்டுகள் வேகமாகத் தீர்ந்து கொண்டிருந்தன. என் மனத்தில் ஏகப்பட்டக் கேள்விகள் முளைத்தன: 'எஸ்தரும் நானும் அந்தத் திரையரங்கிலிருந்து வெளியே வந்து கொண்டிருந்தபோதுதான் பிரச்சனை தொடங்கியதா? அந்தத் திரிக்கப்பட்டக் கதையைத் தேடிச் செல்வதற்கு நான் அவளை அனுமதித்திருக்க வேண்டுமா, அல்லது, "நீ என் மனைவி. நீ என்னுடன் இருக்க வேண்டும். அது எனக்குத் தேவை. உன்னுடைய ஆதரவும் எனக்குத் தேவை. நீ மற்ற எல்லாவற்றையும் மறந்துவிடு," என்று என்னுடைய நிலைப்பாட்டில் உறுதியாக இருந்து, நான் அவளைத் தடுத்து நிறுத்தியிருக்க வேண்டுமா?'

அபத்தம்! அவள் என்ன விரும்பினாளோ, அதை ஏற்றுக் கொள்வதைத் தவிர எனக்கு வேறு எந்த வழியும் இல்லை என்பதை இப்போதைப்போல அப்போதும் நான் அறிந்திருந்தேன். "உனக்கு நான் முக்கியமா அல்லது நீ ஒரு போர்முனைச் செய்தியாளராக ஆவது முக்கியமா? இரண்டில் ஒன்றைத் தேர்ந்தெடுத்துக் கொள்," என்று நான் அவளிடம் கூறியிருந்தால், எஸ்தர் எனக்காகச் செய்திருந்த அனைத்திற்கும் நான் துரோகம் இழைத்ததுபோல ஆகிவிடும். தான் 'ஒரு திரிக்கப்பட்டக் கதை'யைத் தேடிச் செல்லவிருந்ததாக அவள் கூறியதில் எனக்கு நம்பிக்கை இருக்கவில்லை, ஆனால் ஒரு விஷயம் எனக்குப் புரிந்தது. அவளுக்குச் சிறிது சுதந்திரம் தேவைப்பட்டது, வெளியே சென்று பல விஷயங்களைச் செய்வது அவளுக்கு முக்கியமானதாக இருந்தது, வலிமையான உணர்ச்சிகளை அனுபவிப்பதும் அவளுக்குத் தேவைப்பட்டது. அதில்

என்ன தவறு?

நான் அதற்கு ஒப்புக் கொண்டேன். ஆனால், அதற்கு முன்பாக, உதவி வங்கியிலிருந்து அவள் ஒரு பெரும் வைப்பை எடுத்திருந்தாள் என்பதை நான் அவளுக்குத் தெளிவுபடுத்தினேன் (இப்போது அதை நினைத்துப் பார்த்தால், நான் அவளிடம் அப்படிக் கூறியது முட்டாள்தனமானது என்று எனக்குத் தோன்றுகிறது). இரண்டு ஆண்டுகளுக்கு, பல்வேறு போர்களை மிக அருகிலிருந்து எஸ்தர் பின்தொடர்ந்தாள். அவள் தன்னுடைய காலணிகளை மாற்றிக் கொண்டதைவிட அதிகமாகக் கண்டம்விட்டுக் கண்டம் மாறிப் பயணித்தாள். அவள் திரும்பி வந்தபோது, இம்முறை அவள் அந்த வேலையை விட்டுவிடுவாள் என்று நான் நினைத்தேன். நல்ல சாப்பாடு இல்லாத, தினமும் குளிக்க முடியாத, திரைப்படங்களோ அல்லது திரையரங்குகளோ இல்லாத ஓரிடத்தில் நெடுங்காலம் வாழ முடியாதல்லவா? ஹான்ஸின் கேள்விக்கான விடையை அவள் கண்டுபிடித்திருந்தாளா என்று நான் அவளிடம் கேட்டபோதெல்லாம், தான் சரியான பாதையில் போய்க் கொண்டிருந்ததாகவும், நான் அதோடு திருப்திப்பட்டுக் கொள்ள வேண்டும் என்றும் அவள் என்னிடம் கூறினாள். சில சமயங்களில், அவள் தொடர்ந்து பல மாதங்கள் வீடு திரும்ப மாட்டாள். ‘திருமணத்தின் அதிகாரபூர்வமான வரலாற்றில்’ (இது அவள் பயன்படுத்தும் மொழி) கூறப்பட்டுள்ளதற்கு மாறாக, தூரம் எங்களுடைய அன்பை வலிமைப்படுத்தியது, நாங்கள் இருவரும் பரஸ்பரம் ஒருவருக்கொருவர் எவ்வளவு முக்கியம் என்பதை எங்களுக்குக் காட்டியது. பாரீஸுக்கு நான் குடிபெயர்ந்தபோது எங்களுடைய உறவு அதன் உச்சகட்ட நிலையை எட்டியிருந்ததாக நான் நினைத்தேன், ஆனால் அது மேலும் தொடர்ந்து மேம்பட்டுக் கொண்டே வந்தது.

எனக்குத் தெரிந்தவரை, மத்திய ஆசியாவில் ஏதோ ஒரு நாட்டிற்குச் செல்வதற்கு அவளுக்கு ஒரு மொழிபெயர்ப்பாளரின் துணை தேவைப்பட்டபோதுதான், மிக்காயிலை அவள் முதன்முதலாகச் சந்தித்தாள். தொடக்கத்தில், அவள் அவனைப் பற்றி மிகவும் உற்சாகமாகப் பேசினாள்: ‘அவன் எளிதில் உணர்ச்சிவசப்பட்டான்;

உலகம் எப்படி இருக்க வேண்டும் என்று நம்மிடம் கூறப்பட்டிருந்ததோ அதன்படி பார்க்காமல், அதை உள்ளது உள்ளபடி அவன் பார்த்தான். அவன் அவளைவிட ஐந்து வயது இளையவனாக இருந்தான், ஆனால் அவனிடம் ஒரு 'மாயாஜாலமான' பண்புநலன் இருந்தது.' அவள் அவனைப் பற்றிப் பேசியபோதெல்லாம், எனக்கு அவன்மீதும் அவனுடைய யோசனைகள்மீதும் உண்மையிலேயே ஆர்வம் இருந்ததுபோல, பொறுமையாகவும் மரியாதையோடும் கேட்டேன். ஆனால் உண்மையில், என் மனம் வேறு எங்கெல்லாமோ சுற்றித் திரிந்து கொண்டிருந்தது. நான் செய்ய வேண்டியிருந்த வேலைகள், எழுத வேண்டியிருந்த கட்டுரைகளுக்கான யோசனைகள், பத்திரிகையாளர்களும் பதிப்பாளர்களும் கேட்டக் கேள்விகளுக்கான விடைகள், என்மீது ஆர்வம் கொண்டிருந்ததுபோலத் தோன்றிய ஒரு குறிப்பிட்டப் பெண்ணை வசீகரிப்பதற்கான உத்திகள் ஆகியவற்றைப் பற்றி என் மனம் யோசித்துக் கொண்டிருந்தது.

எஸ்தர் அதைக் கவனித்தாளா என்று எனக்குத் தெரியாது. ஆனால், மிக்காயில் எங்களுடைய உரையாடல்களிலிருந்து மெல்ல மெல்ல மறைந்து, இறுதியில் முற்றிலும் காணாமல் போனதை நான் நிச்சயமாக கவனிக்கத் தவறியிருந்தேன். எஸ்தரின் நடத்தை மேன்மேலும் விசித்திரமானதாக ஆகிக் கொண்டிருந்தது. அவள் பாரீஸில் இருந்தபோதுகூட, ஒவ்வொரு வாரமும் பல இரவுகள் வெளியே போகத் தொடங்கினாள். பிச்சைக்காரர்களைப் பற்றிய ஒரு கட்டுரைக்காகத் தான் ஆய்வு செய்து கொண்டிருந்ததாக அவள் என்னிடம் கூறினாள்.

அவளுக்கு வேறு யாருடனோ கள்ளத்தனமான ஒரு தொடர்பு இருந்ததாக நான் நினைத்தேன். ஒரு வாரம் முழுவதும் நான் மனவேதனையை அனுபவித்தேன். பிறகு, 'என்னுடைய சந்தேகங்களை நான் அவளிடம் கூற வேண்டுமா அல்லது எதுவுமே நிகழ்ந்து கொண்டிருக்காததுபோல நான் பாசாங்கு செய்ய வேண்டுமா?' என்று என்னை நானே கேட்டுக் கொண்டேன். இறுதியில், 'கண்கள் பார்க்காத ஒன்றைக் குறித்து இதயம் வருந்துவதில்லை' என்ற கொள்கையின் அடிப்படையில், அவ்விவகாரத்தைக் கண்டுகொள்ளாமல்

விட்டுவிட நான் தீர்மானித்தேன். அவள் என்னைவிட்டு விலகிப் போவதற்கு எள்ளளவு சாத்தியக்கூறுகூட இல்லை என்று நான் உறுதியாக நம்பினேன். நான் எத்தகைய மனிதனாக உருவாகியிருந்தேனோ, அத்தகையவனாக ஆக எனக்கு உதவுவதற்கு அவள் மிகக் கடினமாக உழைத்திருந்தாள். ஏதோ நிலையற்ற ஒரு தகாத உறவுக்காக அவற்றையெல்லாம் கைவிடுவது அறிவுக்குப் புறம்பானதாக இருக்கும்.

எஸ்தரின் உலகத்தில் எனக்கு உண்மையிலேயே ஆர்வம் இருந்திருந்தால், அவளுடைய மொழிபெயர்ப்பாளருக்கு என்ன நேர்ந்திருந்தது என்றாவது நான் அவளிடம் கேட்டிருந்திருக்க வேண்டும். அவளுடைய மௌனம் குறித்தும், அத்தகவல் எனக்குத் தெரியாதது குறித்தும் நான் சந்தேகித்திருக்க வேண்டும். பிச்சைக்காரர்களைச் சந்திப்பதற்காக அவள் மேற்கொண்ட ‘ஆராய்ச்சிப் பயணங்களில்’ ஒன்றுக்காவது நான் அவளோடு போக விரும்பியதாக நான் அவளிடம் கூறியிருக்க வேண்டும்.

தன்னுடைய வேலையில் எனக்கு ஆர்வம் இருந்ததா என்று அவள் எப்போதேனும் என்னிடம் கேட்டபோது, என்னுடைய பதில் எப்போதும் ஒரே மாதிரிதான் இருந்தது: “ஆமாம், எனக்கு ஆர்வம் இருக்கிறது, ஆனால் நான் குறுக்கிட விரும்பவில்லை. நான் என் கனவைச் சுதந்திரமாகப் பின்தொடர நீ எனக்கு உதவியதுபோல, நீ உன்னுடைய கனவை உன்னுடைய சொந்த வழியில் பின்தொடர்வதற்கான சுதந்திரம் உனக்கு இருக்க வேண்டும் என்று நான் விரும்புகிறேன்.”

இந்தப் பதில், எனக்கு அவளுடைய வேலையில் எதுவும் ஆர்வமில்லை என்பதைச் சொல்வதற்கு ஒப்பாக இருந்தது. ஆனால், மக்கள் எதை நம்ப விரும்புகிறார்களோ அதைத்தான் நம்புகின்றனர் என்பதால், எஸ்தர் என்னுடைய பதிலில் திருப்தியடைந்தாள்.

***

நான் காவல் நிலையத்திலிருந்து விடுவிக்கப்பட்டபோது அந்தக் காவல் ஆய்வாளர் என்னிடம் கூறிய வார்த்தைகள் மீண்டும் என் நினைவுக்கு வந்தன: ‘நீங்கள் ஒரு சுதந்திர

மனிதர்.' ஆனால் சுதந்திரம் என்றால் என்ன? நீங்கள் செய்யும் வேலையில் உங்கள் கணவருக்கு ஆர்வமில்லை என்பதைப் பார்ப்பதா? உங்களைத் திருமணம் செய்து கொண்ட நபர் தன்னுடைய சொந்த வேலையிலும் தன்னுடைய முக்கியமான, அற்புதமான தொழில்வாழ்க்கையிலும் மட்டுமே தன்னுடைய ஒட்டுமொத்தக் கவனத்தையும் செலுத்துவதால் உங்களுடைய உள்ளார்ந்த உணர்வுகளைப் பகிர்ந்து கொள்வதற்கு யாரும் இல்லாமல் நீங்கள் தனிமையுணர்வை அனுபவிப்பதா?

நான் அந்த ஐஃபில் கோபுரத்தைப் பார்த்தேன்: இன்னொரு மணிநேரம் கடந்தது. அக்கோபுரம் வைரங்களால் உருவாக்கப்பட்டிருந்ததுபோல மீண்டும் ஒளிர்ந்தது. நான் என் அறையின் சன்னலுக்கு அருகே வந்து அமர்ந்த நேரத்திலிருந்து அக்கோபுரம் எத்தனை முறை அப்படி ஒளிர்ந்திருந்தது என்பது குறித்து எனக்கு எந்த யோசனையும் இருக்கவில்லை.

எங்களுடைய மணவாழ்வில் நாங்கள் ஒருவருக்கொருவர் சுதந்திரமாக இருந்தோம் என்ற நினைப்பில், என் மனைவியின் உரையாடல்களிலிருந்து மிக்காயில் காணாமல் போயிருந்ததை நான் கவனிக்கவில்லை. அவன் மீண்டும் ஒரு மதுவிடுதியில் தோன்றி, மீண்டும் மறைந்து போனான். ஆனால் இம்முறை, அவன் தன்னோடு என் மனைவியையும் கூட்டிச் சென்றிருந்தான். போன போக்கில், ஒரு பிரபலமான, வெற்றிகரமான எழுத்தாளரான என்னை, என் மனைவி காணாமல் போனதில் முக்கியக் குற்றவாளி என்ற சந்தேகத்திற்கு ஆளாக்கிவிட்டுப் போயிருந்தான்.

ஹொன்ஸின் கேள்வி

புவானஸ் ஏரீஸில், சஹீர் என்பது சாதாரணமாகக் காணப்படுகின்ற ஒரு 20–சென்டாவோ நாணயமாகும்; அதில் பொறிக்கப்பட்டுள்ள N, T ஆகிய எழுத்துகளும், 2 என்ற எண்ணும் ஒரு கத்தியின் அடையாளத்தைத் தாங்கி நிற்கின்றன. அந்த நாணயத்தின் பின்பக்கத்தில் 1929 என்ற ஆண்டு குறிப்பிடப்பட்டிருக்கும். (சஹீர், பதினெட்டாம் நூற்றாண்டின் இறுதியில் குஜராத்தில் இருந்த ஒரு புலியாகும்; ஜாவாவில், சஹீர், சூரகர்த்தா மசூதியைச் சேர்ந்த ஒரு பார்வையற்ற மனிதராவார். மத வெறியர்களால் கல்லால் அடித்துக் கொல்லப்பட்டவர் அவர்; பாரசீகத்தில், நாதிர் ஷாவின் ஆணைப்படி கடலுக்குள் தூக்கி வீசப்பட்ட ஒரு விண்வெளி ஆராய்ச்சிக் கருவி அது; மகதி சிறையில், 1892 ஆம் ஆண்டையொட்டி, அது ருடால்ப் கார் வோன் ஸ்லேடினால் தீண்டப்பட்டிருந்த ஒரு சிறிய திசை காட்டும் கருவியாகும்...)

ஓராண்டுக்குப் பிறகு ஒரு நாள், ஹோர்ஹே லூயிஸ் போர்கெஸ் எழுதிய ஒரு கதையைப் பற்றிச் சிந்தித்தபடி நான் கண்விழித்தேன். ஒரு முறை தொட்டுவிட்டாலோ அல்லது பார்த்துவிட்டாலோ ஒருபோதும் மறக்கப்பட முடியாத, மெல்ல மெல்ல நம்முடைய சிந்தனையை ஆக்கிரமித்து நம்மைப் பைத்தியமாக்கக்கூடிய ஏதோ ஒன்றைப் பற்றிய கதை அது. என்னுடைய சஹீர், பார்வையற்ற ஒரு மனிதன், ஒரு திசை காட்டும் கருவி, ஒரு புலி அல்லது ஒரு நாணயம் போன்ற உருவகங்கள் அல்ல.

அதற்கு ஒரு பெயர் இருந்தது. அவளுடைய பெயர் எஸ்தர்.

நான் சிறையிலிருந்து வெளியே வந்தவுடன், வம்பு பேசும் பத்திரிகைகள் பலவற்றின் அட்டைகளில் நான் இடம்பெற்றேன். ஒரு குற்றம் நடந்திருக்கக்கூடும் என்று அப்பத்திரிகைகள் தம்முடைய கதைகளைத் தொடங்கும், ஆனால், என்னால் தாங்கள் நீதிமன்றத்திற்கு

இழுக்கப்படுவதைத் தவிர்ப்பதற்காக, நான் குற்றவாளியாக இருக்கக்கூடும் என்று இனியும் சந்தேகிக்கப்படவில்லை என்று கூறுவதோடு அக்கதைகள் முடியும். தங்களுடைய பத்திரிகைகளின் விற்பனை அதிகரித்திருந்ததா என்று பார்ப்பதற்காக அவர்கள் ஒரு வாரம் காத்திருந்தனர் (அவை உண்மையில் நன்றாக விற்பனையாயின. ஏனெனில், நான் சந்தேகத்திற்கு அப்பாற்பட்ட எழுத்தாளனாக இருந்தேன். ஆன்மிகத்தைப் பற்றி எழுதுகின்ற ஒருவனுக்கு எப்படி இப்படி ஓர் இருண்ட பக்கம் இருக்க முடியும் என்பதைக் கண்டுபிடிக்க எல்லோரும் விரும்பினர்). ஒரு வாரம் கழித்து, அவர்கள் மீண்டும் என்னை வார்த்தைகளால் தாக்கினர். மணவாழ்க்கைக்கு வெளியே நான் பல தகாத உறவுகள் வைத்திருந்ததால்தான் என் மனைவி என்னை விட்டுவிட்டு ஓடிப் போயிருந்ததாக அவர்கள் என்மீது குற்றம் சாட்டினர். என்னைவிட இருபது வயது குறைவான ஒரு பாடகியுடன் எனக்கு ஓர் உறவு இருக்கக்கூடும் என்று ஒரு ஜெர்மானியப் பத்திரிகை சந்தேகம் எழுப்பியது. தான் என்னை நார்வேயின் தலைநகரான ஓஸ்லோவில் சந்தித்திருந்தாக அவள் அப்பத்திரிகைகளுக்குப் பேட்டி அளித்திருந்தாள் (நான் அவளை நார்வேயில் சந்தித்தது உண்மைதான், ஆனால் உதவி வங்கியின் காரணமாக மட்டுமே அச்சந்திப்பு நிகழ்ந்திருந்தது. என்னுடைய நண்பன் ஒருவன் தன்னோடு வரும்படி என்னை அழைத்திருந்தான். அவனும் நானும் அவளும் சேர்ந்து உணவருந்தினோம்.) எங்கள் இருவருக்கும் இடையே எதுவுமில்லை என்று அவள் அப்பத்திரிகையில் கூறினாள் (பிறகு எதற்காக எங்களுடைய புகைப்படம் ஒன்றை அட்டையில் போட வேண்டும்?). தன்னுடைய புதிய இசை ஆல்பம் வெளிவரவிருந்ததை அறிவிப்பதற்கு அவள் அந்த வாய்ப்பைப் பயன்படுத்திக் கொண்டாள். அவள் அந்தப் பத்திரிகையையும் என்னையும் ஒருசேர ஏமாற்றியிருந்தாள். அவளுடைய இசை ஆல்பம் தோல்வியடைந்தது இந்த வகையான மலிவான விளம்பரத்தின் ஒரு பின்விளைவா என்பது எனக்கு இன்றும் தெரியாது (உண்மையில், அந்த இசை ஆல்பம் அவ்வளவு மோசமாக இல்லை. அதைப் பற்றிய பத்திரிகைச் செய்திகள்தாம் எல்லாவற்றையும் பாழாக்கின).

ஒரு பிரபல எழுத்தாளர்மீதான அவதூறு, ஐரோப்பாவில் நெடுங்காலம் நீடிக்கவில்லை – குறிப்பாக பிரான்ஸில். களவொழுக்கம் அங்கே ஏற்றுக் கொள்ளப்பட்டதோடு மட்டுமல்லாமல், அது ரகசியமாக ரசிக்கப்படுகிறது. சுலபமாகத் தங்களுக்கு ஏற்படக்கூடிய ஒன்றைப் பற்றி யாரும் பத்திரிகைகளில் படிக்க விரும்பவில்லை.

என்னைப் பற்றிய செய்திகள் முன்பக்க அட்டைகளிலிருந்து மறைந்தன, ஆனால் அனுமானங்கள் மட்டும் தொடர்ந்தன: எஸ்தர் கடத்தப்பட்டிருந்தாள்; அவள் உடல்ரீதியாகத் துன்புறுத்தப்பட்டதால் வீட்டைவிட்டு வெளியேறினாள் (நாங்கள் இருவரும் அடிக்கடி வாக்குவாதம் செய்ததாகக் கூறிய ஓர் உணவகச் சிப்பந்தியின் புகைப்படம் இடம்பெற்றிருந்தது. ஒரு முறை அவளும் நானும் ஓர் உணவகத்தில் உணவருந்திக் கொண்டிருந்தபோது, தென்னமெரிக்க எழுத்தாளர் ஒருவரைப் பற்றி நாங்கள் விவாதித்தது எனக்கு நினைவிருக்கிறது. அந்த எழுத்தாளரைப் பற்றிய என்னுடைய கண்ணோட்டங்களும் அவளுடைய கண்ணோட்டங்களும் முற்றிலும் வேறுபட்டிருந்ததால் நாங்கள் வாக்குவாதத்தில் ஈடுபட்டோம்). என்னுடைய மனைவி ஓர் இஸ்லாமிய பயங்கரவாத அமைப்பில் சேர்ந்து தலைமறைவாகியிருந்ததாக ஆங்கிலேயப் பத்திரிகை ஒன்று செய்தி வெளியிட்டது. நல்லவேளையாக, இதனால் எந்த மோசமான பின்விளைவும் ஏற்படவில்லை.

நம்பிக்கைத் துரோகங்கள், விவாகரத்துகள், கொலைகள், படுகொலை முயற்சிகள் போன்றவை ஒரு மிகப் பெரிய எண்ணிக்கையில் நிகழ்வதால், அத்தகைய சம்பவங்களை ஒரு மாதத்திற்குப் பிறகு பொதுமக்கள் மறந்துவிடுகின்றனர். இந்த மாதிரியான விஷயங்கள் என்னுடைய விசுவாசமான வாசகர் வட்டத்தின்மீது எந்த பாதிப்பும் ஏற்படுத்துவதில்லை என்பதைப் பல ஆண்டுகால அனுபவத்தின் மூலம் நான் தெரிந்து கொண்டேன். (ஆனால் முன்பு ஒரு முறை அப்படி நிகழ்ந்திருந்தது. சிலி நாட்டின் வருங்கால அதிபரின் மனைவியை நான் ரகசியமாகச் சந்தித்திருந்ததாகவும், அதற்குத் தன்னிடம் வலுவான சான்று இருந்ததாகவும் ஒரு பத்திரிகையாளர் அர்ஜென்டீனியத் தொலைக்காட்சி நிகழ்ச்சி ஒன்றில்

கூறினார், ஆனால் அப்போதும் என்னுடைய புத்தகங்கள் விற்பனையில் சக்கைப்போடு போட்டுக் கொண்டிருந்தன.) “கிளர்ச்சியூட்டும் செய்திகள் வெறும் பதினைந்து நிமிடங்கள் நீடிப்பதற்கு மட்டுமே உருவாக்கப்படுகின்றன,” என்று ஓர் அமெரிக்கக் கலைஞர் ஒரு முறை கூறினார். ஆனால் என்னுடைய முக்கியக் கவலை வேறாக இருந்தது: நான் என்னுடைய வாழ்க்கையை மீண்டும் ஒழுங்கமைக்கவும், ஒரு புதிய காதலைக் கண்டுபிடிக்கவும், மீண்டும் புத்தகங்கள் எழுதத் தொடங்கவும், அன்புக்கும் வெறுப்புக்கும் இடையேயான எல்லையில் உள்ள அந்தக் குட்டி இழுப்பறைக்குள் என்னுடைய மனைவியைப் பற்றிய நினைவுகளைப் போட்டு வைக்கவும் வேண்டியிருந்தது.

என்னுடைய முன்னாள் மனைவியின் நினைவுகள் என்று நான் குறிப்பிட வேண்டுமோ? (நான் அந்த வார்த்தையைக் கேட்கவும் சொல்லவும் பழகிக் கொள்ள வேண்டியிருந்தது.)

சில காலம் நான் என்னுடைய வீட்டைவிட்டு வெளியே போகவே இல்லை. என்னுடைய நண்பர்களை எப்படி எதிர்கொள்வதென்று எனக்குத் தெரியவில்லை. அவர்களுடைய கண்களை நேராகப் பார்த்து, “என் மனைவி வேறோர் இளைஞனுக்காக என்னைவிட்டு விலகிப் போய்விட்டாள்,” என்று எப்படிச் சொல்வதென்று எனக்குத் தெரியவில்லை. நான் வெளியே போனபோது, யாரும் என்னிடம் எதுவும் கேட்கவில்லை. ஆனால் நான் ஒரு சில கோப்பைகள் மதுவை உள்ளே தள்ளிய பிறகு, ஏதோ மற்றவர்களின் மனங்களை என்னால் படிக்க முடியும் என்பதுபோலவும், என்னுடைய வாழ்க்கையில் நிகழ்ந்து கொண்டிருந்தவற்றைவிட வேறு எதுவும் அவர்களுடைய மனங்களை அதிகமாக ஆக்கிரமித்திருக்கவில்லை என்பதுபோலவும், நானே அந்தப் பேச்சை எடுத்தேன். ஆனால், மரியாதையாலோ அல்லது எரிச்சலாலோ அவர்கள் என்னிடம் எதுவும் சொல்லாமல் இருந்துவிட்டனர். என்னுடைய மனநிலையைப் பொறுத்து, எஸ்தர், சிறப்பான எல்லாவற்றையும் அடையத் தகுதியானவளாக இருந்தாள், அல்லது ஒரு மோசடிப் பேர்வழியாக, நயவஞ்சகியாக, நான் ஒரு குற்றவாளி என்று நினைக்கப்படக்கூடிய அளவுக்கு ஒரு சிக்கலான சூழ்நிலையில் என்னைத் தள்ளிய ஒரு

மாபாவியாக இருந்தாள்.

நான் கட்டாயமாகக் கலந்து கொள்ள வேண்டியிருந்த விருந்துகளில் எனக்குப் பக்கத்தில் உட்கார்ந்த நண்பர்கள், பதிப்பாளர்கள், மற்றும் பலர், தொடக்கத்தில் என்னுடைய பேச்சை ஓரளவு ஆர்வத்துடன் காது கொடுத்துக் கேட்டனர். ஆனால், படிப்படியாக, அவர்கள் பேச்சை மாற்ற முயற்சித்ததை நான் கவனித்தேன். என்னுடைய வாழ்க்கை நிகழ்வுகள் ஏதோ ஒரு கட்டத்தில் அவர்களுக்கு சுவாரசியமூட்டியிருந்தன, ஆனால் இப்போது அதில் அவர்கள் ஆர்வம் இழந்திருந்தனர். மாறாக, ஒரு பாடகனால் கொல்லப்பட்டிருந்த ஒரு நடிகையைப் பற்றியோ, அல்லது பிரபலமான அரசியல்வாதிகளுடனான தன்னுடைய மன்மதலீலைகளைப் பற்றி ஒரு புத்தகம் எழுதியிருந்த ஒரு பருவ வயது மங்கையைப் பற்றியோ பேசுவதில் அவர்கள் அதிக ஆர்வம் காட்டினர். ஒரு நாள், மட்ரிட்டில், நிகழ்ச்சிகளிலும் கேளிக்கை விருந்துகளிலும் கலந்து கொண்ட விருந்தினர்களின் எண்ணிக்கை குறையத் தொடங்கியிருந்ததை நான் கவனித்தேன். என்னுடைய மனச்சுமையை மற்றவர்களிடம் இறக்கி வைப்பது என்னுடைய ஆன்மாவுக்கு நல்லதாக இருந்திருக்கக்கூடும் என்றாலும், கைவிடப்பட்ட ஒரு கணவனைவிட அதிக மோசமான ஒருவனாக நான் ஆகிக் கொண்டிருந்ததை நான் உணர்ந்து கொள்ளத் தொடங்கினேன். யாரும் என்னைச் சுற்றி இருக்க விரும்பாத அளவுக்குச் சலிப்பூட்டிய ஒருவனாக நான் ஆகிக் கொண்டிருந்தேன்.

அக்கணத்திலிருந்து, நான் இனி மௌனமாக என்னுடைய துயரத்தை அனுபவிப்பதென்று நான் தீர்மானித்தேன். இப்போது என்னுடைய அஞ்சல் பெட்டி மீண்டும் அழைப்பிதழ்களால் நிரம்பி வழிந்தது.

முன்பு நான் எந்த ஸஹீரைப் பற்றி எரிச்சலுடனோ அல்லது பாசத்துடனோ நினைத்துப் பார்த்தேனோ, அது என்னுடைய ஆன்மாவில் தொடர்ந்து வளர்ந்தது. நான் சந்தித்த ஒவ்வொரு பெண்ணிலும் நான் எஸ்தரைத் தேடத் தொடங்கினேன். ஒவ்வொரு மதுவிடுதியிலும், ஒவ்வொரு திரையரங்கிலும், பேருந்து நிறுத்தங்களிலும் நான் அவளைப் பார்த்தேன். பல சமயங்களில், நான் டாக்ஸியில் பயணித்துக் கொண்டிருந்தபோது, சாலையோரமாகப்

போய்க் கொண்டிருந்த ஒரு பெண் நிச்சயமாக எஸ்தர்தான் என்ற நம்பிக்கையில் டாக்ஸியை நடுவழியில் நான் நிறுத்தச் சொன்னதுண்டு. சில சமயங்களில், அப்பெண்கள் நான் தேடிக் கொண்டிருந்த நபர் அல்லர் என்பது உறுதியாகத் தெரியும்வரை நான் அவர்களை டாக்ஸியில் பின்தொடர்ந்து சென்றதும் உண்டு.

சஹீர் என்னுடைய ஒவ்வோர் எண்ணத்தையும் ஆக்கிரமிக்கத் தொடங்கியிருந்ததால், அதற்கான ஒரு முறிமருந்து எனக்குத் தேவைப்பட்டது. நான் முற்றிலுமாக நம்பிக்கையிழந்து மனம் தளர்ந்து போவதிலிருந்து என்னைத் தடுக்கக்கூடிய ஏதேனும் எனக்குத் தேவைப்பட்டது.

எனக்குத் தெரிந்து ஒரே ஒரு தீர்வுதான் இருந்தது. ஒரு புதிய காதலிதான் அது.

நான் சந்தித்தவர்களில் மூன்று அல்லது நான்கு பெண்கள் என்னைக் கவர்ந்தனர், ஆனால் பிறகு, முப்பத்தைந்து வயது பிரெஞ்சு நடிகையான மேரியை நான் சந்தித்தேன். "நான் உங்களை ஒரு மனிதனாக விரும்புகிறேனே அன்றி, எல்லோரும் சந்திக்க விரும்புகின்ற ஒரு பிரபலமாக அல்ல," "நீங்கள் இவ்வளவு பிரபலமாக இல்லாமல் இருந்தால் நன்றாக இருந்திருக்கும்," "எனக்குப் பணத்தின்மீது விருப்பமில்லை," போன்ற அபத்தங்களை அள்ளி வீசாத ஒரே பெண் அவள்தான். அவள் ஒருத்தி மட்டும்தான் என்னுடைய வெற்றி குறித்து உண்மையிலேயே மகிழ்ச்சியடைந்தாள். ஏனெனில், அவளும் பிரபலமாக இருந்ததால், பிரபலத்துவத்திற்கு இருக்கும் மதிப்பை அவள் நன்றாக உணர்ந்திருந்தாள். பிரபலத்துவம் ஒரு போதைப் பொருளைப் போன்றது. ஓர் ஆணுடன் இருப்பதும், அவன் தேர்ந்தெடுப்பதற்குப் பலர் இருந்திருந்தும் அவன் தன்னைத் தேர்ந்தெடுத்திருந்தான் என்பது குறித்து அறிந்திருப்பதும் ஒரு பெண்ணின் சுயமதிப்பிற்கு நல்லது.

மேரியும் நானும் பல கேளிக்கை விருந்துகளுக்கும் திருமண வரவேற்புகளுக்கும் ஒன்றாகச் சேர்ந்து சென்றோம். எங்களுடைய உறவைப் பற்றிய ஊகங்கள் முளைவிட்டன. ஆனால் நாங்கள் இருவருமே அந்தக் கிசுகிசுப்பை உறுதிப்படுத்தவோ அல்லது மறுக்கவோ இல்லை. எனவே, அந்த விவகாரம் தொங்கலில் விடப்பட்டது. நாங்கள் இருவரும் முத்தமிட்டுக் கொள்வது போன்ற ஒரு

புகைப்படத்திற்காகப் பத்திரிகைகள் காத்திருந்தன. ஆனால் அவர்களுக்கு அது கிடைக்கவே இல்லை. ஏனெனில், பொது இடங்களில் காதலை அப்படி வெளிப்படுத்துவது ஆபாசமானது என்று நாங்கள் இருவரும் கருதினோம். அவள் தன்னுடைய நடிப்பைத் தொடர்ந்தாள், நான் என்னுடைய வேலையைத் தொடர்ந்தேன். என்னால் முடிந்தபோதெல்லாம், நான் மிலானுக்குச் சென்றேன். அவளுக்கு முடிந்தபோதெல்லாம், அவள் பாரீஸில் என்னைச் சந்தித்தாள். நாங்கள் ஒருவருக்கொருவர் நெருக்கமாக இருந்தோம், ஆனால் ஒருவரையொருவர் சார்ந்திருக்கவில்லை.

என்னுடைய ஆன்மாவில் என்ன ஓடிக் கொண்டிருந்தது என்பது தனக்குத் தெரியாததுபோல மேரி பாசாங்கு செய்தாள். அவளுடைய ஆன்மாவில் என்ன ஓடிக் கொண்டிருந்தது என்பது எனக்குத் தெரியாததுபோல நான் பாசாங்கு செய்தேன் (அவள் விரும்பினால் எந்த ஆண்மகனை வேண்டுமானாலும் அவளால் கைவசப்படுத்தியிருக்க முடியும் என்றாலும், ஏற்கெனவே திருமணமான ஓர் அண்டைவீட்டுக்காரன்மீது அவள் தீராத காதல் கொண்டிருந்தாள்). நாங்கள் நல்ல நண்பர்களாக இருந்தோம், ஒருவருக்கொருவர் உற்றத் துணையாக இருந்தோம், ஒரே விஷயங்களை ரசித்தோம். நான் இன்னும் ஒரு படி மேலே போய், எங்களுக்கிடையே ஒரு விதமான அன்பு இருந்ததென்று கூறுவேன். ஆனால் அந்த அன்பு, எஸ்தர் குறித்து நான் உணர்ந்த அன்பிலிருந்தும், மேரி தன்னுடைய அண்டைவீட்டுக்காரனைக் குறித்து உணர்ந்த அன்பிலிருந்தும் வேறுபட்டிருந்தது.

என்னுடைய புத்தகங்களின் பிரதிகளில் கையெழுத்துப் போட்டுக் கொடுக்கும் நிகழ்ச்சிகளில் நான் மீண்டும் கலந்து கொள்ளத் தொடங்கினேன். சொற்பொழிவுகள் நிகழ்த்துவது, கட்டுரைகள் எழுதுவது, அறப்பணிகளுக்கு நிதி திரட்டுவதற்கான நிகழ்ச்சிகளில் கலந்து கொள்வது, தொலைக்காட்சி நிகழ்ச்சிகளில் தோன்றுவது, வளர்ந்து வரும் இளம் கலைஞர்களுக்கான பணித்திட்டங்களில் உதவுவது போன்றவற்றுக்கான அழைப்புகளையும் நான் ஏற்றுக் கொண்டேன். நான் உண்மையில் என்ன செய்து கொண்டிருக்க வேண்டுமோ, அதைத் தவிர மற்ற

எல்லாவற்றையும் நான் செய்தேன். அதாவது, ஒரு புத்தகம் எழுதும் வேலையை மட்டும் நான் தள்ளிப் போட்டுக் கொண்டிருந்தேன்.

ஆனால் அது எனக்கு ஒரு பொருட்டாக இருக்கவில்லை. ஏனெனில், ஒரு புத்தகத்தை எழுதுவதற்கு எந்தப் பெண் முதலில் என்னைத் தூண்டியிருந்தாளோ, அவள் இனியும் என்னுடன் இல்லாததால், ஓர் எழுத்தாளராக என்னுடைய தொழில்வாழ்க்கை ஒரு முடிவுக்கு வந்திருந்ததாக நான் நம்பினேன். என் கனவு நீடித்தவரையிலும் நான் அதைத் தீவிரமாக வாழ்ந்திருந்தேன். அதிர்ஷ்டம் இருந்தால் பெரும்பாலான மக்கள் அடையக்கூடிய உயரத்தைவிட அதிக உயரத்தை நான் அடைந்திருந்தேன். என்னுடைய எஞ்சிய வாழ்நாளைக் குதூகலமாகக் கழிக்கக்கூடிய ஒரு நிலையில் நான் இருந்தேன்.

நான் ஒவ்வொரு நாள் காலையிலும் இதை நினைத்தேன். மதிய வேளையில், நான் உண்மையிலேயே விரும்பிய ஒரே விஷயம் எழுதுவதுதான் என்பதை நான் உணர்ந்தேன். இரவு வந்தபோது, நான் என்னுடைய கனவை நிறைவேற்றியிருந்தேன் என்றும், புதிதாக ஏதேனும் செய்ய நான் முயற்சிக்க வேண்டும் என்றும் என்னை ஒப்புக் கொள்ள வைக்க நான் முயற்சித்தேன்.

மறு ஆண்டு, ஸ்பெயினில் ஒரு புனித ஆண்டாகக் கொண்டாடப்பட்டது. அது 'அனோ சான்டோ காம்போஸ்தெலானோ' என்று அழைக்கப்பட்டது. காம்போஸ்தெலாவின் புனித ஜேம்ஸ் நாளான ஜூலை 25 எப்போதெல்லாம் ஒரு ஞாயிற்றுக்கிழமையில் வந்ததோ, அப்போதெல்லாம் அவ்விழா கொண்டாடப்பட்டது. சான்டியாகோவில் உள்ள பெரும் தேவாலயத்திற்கான ஒரு சிறப்புக் கதவு 365 நாட்களும் திறந்திருக்கிறது. பாரம்பரியத்தின்படி, அக்கதவின் வழியாகப் போகின்ற எவரொருவரும் தொடர்ச்சியாகப் பல சிறப்பு ஆசீர்வாதங்களைப் பெறுவர் என்று நம்பப்படுகிறது.

நினைவுகூரும் பல்வேறு நிகழ்ச்சிகள் ஸ்பெயின் நெடுகிலும் நடத்தப்பட்டன. நான் முன்பு மேற்கொண்டிருந்த புனித யாத்திரை குறித்து நான் பெரும் நன்றியுணர்வுடன் இருந்ததால், குறைந்தபட்சம் ஒரு நிகழ்ச்சியிலாவது பங்கு கொள்வதென்று நான் தீர்மானித்தேன். அதன்படி, ஸ்பெயினில் உள்ள 'பாஸ்க் நாடு' என்ற பகுதியில், ஜனவரியில் ஒரு சொற்பொழிவாற்ற நான் ஒப்புக் கொண்டேன். என்னுடைய தினசரி வழக்கத்திலிருந்து விடுபடுவதற்காக, அதாவது, ஒரு புத்தகம் எழுதுவது, ஒரு கேளிக்கை விருந்துக்குப் போவது, விமான நிலையத்திற்குப் போவது, மிலானில் மேரியைச் சந்திக்கப் போவது, வெளியே போய் உணவருந்துவது, பேட்டி கொடுப்பது, இன்னொரு விமானநிலையத்திற்குப் போவது போன்றவற்றிலிருந்து விடுபடுவதற்காக அந்த 1,400 கிலோமீட்டர் தூரமும் தனியாகக் காரோட்டிச் செல்வதென்று நான் தீர்மானித்தேன்.

எல்லா இடங்களும் – நான் முன்பு சென்றிராத இடங்கள்கூட – என்னுடைய தனிப்பட்ட சஹீரை எனக்கு நினைவுபடுத்தின. இதை எஸ்தர் எந்த அளவு காண விரும்புவாள், இந்த உணவகத்தில் சாப்பிடுவதையோ

அல்லது இந்த நதிக்கரையேோரமாக நடந்து செல்வதையோ அவள் எவ்வளவு ரசிப்பாள் என்று நான் நினைத்தேன். அன்றிரவை நான் பேயானில் கழித்தேன். நான் தூங்குவதற்கு முன்பு தொலைக்காட்சியை 'ஆன்' செய்தேன். எதிர்பாராமல் திடீரென்று ஏற்பட்ட ஓர் ஆக்ரோஷமான பனிப்புயல் காரணமாக, பிரான்ஸுக்கும் ஸ்பெயினுக்கும் இடையேயான எல்லையில் சுமார் ஐயாயிரம் லாரிகள் மாட்டிக் கொண்டிருந்ததை நான் அறிந்தேன்.

நான் மீண்டும் பாரீஸுக்குத் திரும்பிச் சென்றுவிட வேண்டும் என்று சிந்தித்துக் கொண்டே நான் கண்விழித்தேன். சொற்பொழிவு நிகழ்ச்சியை ரத்து செய்வதற்கு என்னிடம் ஓர் அற்புதமான சாக்குப்போக்கு இருந்தது. நிகழ்ச்சியை ஏற்பாடு செய்தவர்கள் புரிந்து கொள்வார்கள் – போக்குவரத்து கடும் குழப்பத்தில் இருந்தது, சாலையின்மீது பனி கொட்டிக் கிடந்தது, விபத்து ஏற்படுவதற்கான ஆபத்து அதிகமாக இருந்ததால், அந்த வார இறுதியின்போது பொதுமக்கள் யாரும் தேவையின்றித் தங்களுடைய வீடுகளுக்கு வெளியே வர வேண்டாம் என்று பிரெஞ்சு அரசும் ஸ்பானிய அரசும் அறிவுறுத்திக் கொண்டிருந்தன. சூழ்நிலை நேற்று இரவைவிட அதிக மோசமாக ஆகியிருந்தது. ஒரே ஒரு நீண்ட பாதையில் மட்டுமே 17,000 மக்கள் மாட்டித் தவித்துக் கொண்டிருந்ததாகக் காலைநேரச் செய்தித்தாள்கள் கூறின. அவர்களுக்கு உணவும் தற்காலிகமான தங்குமிடங்களும் வழங்குவதற்கான வேலைகளில் மக்கள் பாதுகாப்புக் குழுக்கள் ஈடுபடுத்தப்பட்டன. பலருடைய கார்களில் ஏற்கெனவே எரிபொருள் தீர்ந்து போயிருந்ததால், அவர்களால் தங்களுடைய கார்களில் இருந்த வெப்பமூட்டிகளையும் பயன்படுத்த முடியவில்லை.

நான் பயணம் செய்தே ஆக வேண்டுமென்றால், அது உண்மையிலேயே ஒரு வாழ்வா–சாவா விஷயம் என்றால், ஒரு மாற்றுப் பாதை இருந்தது என்றும், அதில் போக்குவரத்து நெரிசல் எதுவும் இருக்காது என்றும், ஆனால் நான் போய்ச் சேர வேண்டிய இடத்தை அடைவதற்குக் கூடுதலாக இரண்டு மணிநேரம் ஆகும் என்றும், அச்சாலை எந்த நிலையில் இருந்தது என்பது யாருக்கும் தெரியாது என்றும் நான் தங்கியிருந்த ஹோட்டலைச் சேர்ந்த

பணியாளர்கள் கூறினர். என்னுடைய உள்ளுணர்வின்படி நான் தொடர்ந்து பயணிக்கத் தீர்மானித்தேன். பனி நிரம்பிய சாலைகளில் போக்குவரத்து நெரிசல்களில் மணிக்கணக்கில் பொறுமையாகக் காத்திருக்கவும் ஏதோ ஒன்று என்னை உந்தித் தள்ளியது.

ஒருவேளை நான் போய்ச் சேர வேண்டியிருந்த ஊரின் பெயர் அதற்குக் காரணமாக இருக்கக்கூடும். விக்டோரியா என்றால் வெற்றி என்று பொருள். அல்லது, நான் வசதியான வாழ்க்கைக்கு மிகவும் பழக்கப்பட்டுப் போய், நெருக்கடியான சூழ்நிலைகளில் அவற்றுக்கு ஏற்றாற்போல நடந்து கொள்வதற்கான திறனை நான் இழந்திருந்தது போன்ற உணர்வு என்னுள் எழுந்தது அதற்குக் காரணமாக இருக்கலாம். அல்லது, அக்கணத்தில், பற்பல ஆண்டுகளுக்கு முன்பு கட்டப்பட்ட ஒரு தேவாலயத்தை மறுசீரமைக்க முயற்சித்துக் கொண்டிருந்த மக்களுடைய உற்சாகம் அதற்குக் காரணமாக இருக்கலாம். தங்களுடைய முயற்சிகளைப் பிறருடைய கவனத்திற்குக் கொண்டுவருவதற்காக, அவர்கள் ஒரு சில எழுத்தாளர்களைச் சொற்பொழிவாற்ற அழைத்திருந்தனர். அல்லது, அமெரிக்கக் கண்டங்களை வெற்றி கொண்டவர்களுடைய பின்வரும் கூற்று என்னை உந்தித் தள்ளியிருக்கலாம்: “இங்கு முக்கியமானது வாழ்க்கை அல்ல, மாறாக, பயணம்தான்.”

எனவே, நான் என் பயணத்தைத் தொடர்ந்தேன். பதற்றம் நிறைந்த பல மணிநேரத்திற்குப் பிறகு நான் விக்டோரியாவை அடைந்தேன். அங்கே எனக்காகக் காத்திருந்தவர்கள் என்னைவிட அதிகப் பதற்றத்துடன் காணப்பட்டனர். கடந்த முப்பது ஆண்டுகளில் இது போன்ற ஒரு பயங்கரமான பனிப்புயல் ஏற்பட்டிருந்ததே இல்லை என்று கூறிய அவர்கள், நான் அங்கு வருவதற்கு முயற்சி மேற்கொண்டதற்காக எனக்கு நன்றி தெரிவித்துவிட்டு, திட்டப்படி நிகழ்ச்சியைத் தொடங்கினர். அதன் ஒரு பகுதியாக, சான்டா மரியா தேவாலயத்திற்கு நான் சென்றேன்.

ஒளிமயமான கண்களைக் கொண்ட ஒரு பெண், அந்த தேவாலயத்தைப் பற்றிய கதையை என்னிடம் கூறத் தொடங்கினாள். முதலில் அங்கே ஒரு நகர எல்லைச் சுவர் இருந்தது. அச்சுவர் தொடர்ந்து நீடித்தது, ஆனால் அதன்

ஒரு பகுதியைப் பயன்படுத்தி ஒரு சிறிய கிறித்தவ ஆலயம் கட்டப்பட்டது. பல ஆண்டுகளுக்குப் பிறகு அது ஒரு சிறிய தேவாலயமாக மாறியது. பல நூற்றாண்டுகள் கழித்து, அந்தத் தேவாலயம் ஒரு பெரிய 'கோதிக்' தேவாலயமாக ஆகியது. அதில் பல சிறப்பான விஷயங்கள் நிகழ்ந்திருந்தபோதிலும், அதன் கட்டமைப்பில் பிரச்சனைகள் இருந்தன. எனவே, சிறிது காலம் அது பயன்படுத்தப்படாமல் விடப்பட்டிருந்தது. பின்னர் மேற்கொள்ளப்பட்ட மறுசீரமைப்புப் பணிகள், அக்கட்டடத்தின் ஒட்டுமொத்த வடிவத்தைச் சிதைத்துவிட்டிருந்தன. ஆனால் ஒவ்வொரு தலைமுறையினரும், பிரச்சனையைத் தாங்கள் தீர்த்திருந்ததாக நம்பினர், அசல் திட்டங்களைத் திருத்தியமைத்தனர். இவ்வாறு, தொடர்ந்து வந்த நூற்றாண்டுகளில், அவர்கள் அந்தத் தேவாலயத்தில் ஏதோ ஓரிடத்தில் ஒரு சுவரை எழுப்பினர், பிறகு ஏதோ ஓர் உத்திரத்தை இடித்துத் தள்ளினர், வண்ணக் கண்ணாடிச் சன்னல்களை உருவாக்கினர் அல்லது ஏற்கெனவே இருந்த சன்னல்களைச் செங்கற்களால் மூடினர்.

அவர்கள் செய்த இத்தனையையும் அந்தப் பேராலயம் தாங்கிக் கொண்டது.

அங்கு நிகழ்ந்து கொண்டிருந்த மறுசீரமைப்புப் பணிகளை ஆய்வு செய்தபடியே நான் அதனுள் அடியெடுத்து வைத்தேன். இம்முறை தாங்கள் கச்சிதமான தீர்வைக் கண்டுபிடித்திருந்ததாகக் கட்டடக்கலை வல்லுநர்கள் உத்தரவாதமளித்தனர். உலோகத்தால் ஆன தாங்கிகளும், சாரக்கட்டுகளும், அடுத்து என்ன செய்யப்பட வேண்டும் என்பது பற்றிய பிரம்மாண்டமான யோசனைகளும், கடந்தகாலத்தில் செய்யப்பட்டிருந்தவற்றைப் பற்றிய சில விமர்சனங்களும் எல்லா இடங்களிலும் நிலை கொண்டிருந்தன.

அந்த தேவாலயத்தின் மையப் பகுதியில் நான் நின்று கொண்டிருந்தபோது, திடீரென்று, மிக முக்கியமான ஒரு விஷயத்தை நான் உணர்ந்தேன்: 'நான்தான் அந்தத் தேவாலயம். நாம் அனைவரும்தான் அது. நாம் எல்லோரும் வளர்ந்து கொண்டிருக்கிறோம், நம்முடைய வடிவங்கள் மாறிக் கொண்டிருக்கின்றன. சரி செய்யப்பட வேண்டிய சில பலவீனங்களை நாம்

கவனிக்கிறோம். நாம் எல்லா நேரத்திலும் சிறந்த தீர்வைத் தேர்ந்தெடுப்பதில்லை, ஆனாலும் நாம் தொடர்ந்து இயங்குகிறோம். நாம் நேர்மையாகவும் பண்பாகவும் இருக்க முயற்சிக்கிறோம். நாம் இவற்றையெல்லாம் செய்வது சுவர்களுக்கும் சன்னல்களுக்கும் கதவுகளுக்கும் மரியாதை செலுத்துவதற்காக அல்ல; மாறாக, நமக்குள் இருக்கின்ற அந்த வெற்றிடத்திற்கு, நாம் பிரார்த்திக்கின்ற அந்த இடத்திற்கு மரியாதை செலுத்துவதற்காகவும், நமக்கு எது மிகவும் முக்கியமோ அதைப் போற்றுவதற்காகவுமே நம்மை நாம் மறுசீரமைக்கிறோம்.'

ஆமாம், நாம் எல்லோருமே தேவாலயங்கள்தாம், அதில் எந்த சந்தேகமும் இல்லை. ஆனால், என்னுடைய அகரீதியான தேவாலயத்தின் வெற்றிடத்தில் என்ன இருந்தது?

எஸ்தர். என்னுடைய சஹீர்.

அவள் எல்லாவற்றையும் நிரப்பினாள். நான் உயிருடன் இருந்ததற்கான ஒரே காரணம் அவள்தான். நான் சுற்றுமுற்றும் பார்த்தேன். நான் ஆற்றவிருந்த சொற்பொழிவுக்காக நான் தயாரானேன். நான் ஏன் குளிரையும், போக்குவரத்து நெரிசல்களையும், சாலையின்மீது கொட்டிக் கிடந்த பனியையும் துணிச்சலாக எதிர்கொண்டு இங்கு வந்து சேர்ந்திருந்தேன் என்பது அப்போது எனக்குப் புரிந்தது: ஒவ்வொரு நாளும் என்னை நான் மறுசீரமைக்க வேண்டும் என்பது எனக்கு நினைவூட்டப்படுவதற்காகவும், நான் என்னை நேசித்ததைவிட அதிகமாக இன்னொரு மனிதப் பிறவியை நேசித்தேன் என்பதை என் வாழ்வில் முதன்முறையாக நான் ஏற்றுக் கொள்ளவும்தான்!

வானிலை இப்போது சிறிது மேம்பட்டிருந்தது. பாரீஸுக்குத் திரும்பிச் செல்லும் வழியில், நான் ஒரு மெய்மறந்த நிலையில் இருந்தேன். நான் எதைப் பற்றியும் சிந்திக்கவில்லை. நான் வெறுமனே போக்குவரத்தின்மீது கவனம் செலுத்தினேன். நான் என்னுடைய வீட்டை அடைந்தபோது, யாரையும் உள்ளே அனுமதிக்க வேண்டாம் என்று என்னுடைய வேலைக்காரப் பெண்மணியிடம் கூறிவிட்டு, "அடுத்த ஒரு சில நாட்கள் நீங்கள் என் வீட்டிலேயே தங்கி, மூன்று வேளைகளும் எனக்குச் சமைத்துக் கொடுக்க முடியுமா?" என்று

அவளிடம் கேட்டேன். என்னை இணையத்தளத்துடன் இணைத்த அந்தக் குட்டி இயந்திரத்தை நான் சுக்குநூறாக உடைத்தேன், என்னுடைய தொலைபேசி இணைப்பைத் துண்டித்தேன். பிறகு, நான் என்னுடைய அலைபேசியை ஒரு குட்டி அட்டைப்பெட்டியில் வைத்து என்னுடைய பதிப்பாளரிடம் அனுப்பி வைத்தேன். நான் நேரில் வந்து அதை வாங்கிக் கொள்ளும்வரை, அதை அவர் தன்னுடனேயே வைத்திருக்க வேண்டும் என்று நான் அவரிடம் கூறினேன்.

ஒரு வாரத்திற்கு, தினமும் காலையில் நான் சீன் நதியையொட்டி நடந்தேன். நான் திரும்பி வந்தபோது, என்னுடைய அலுவலறையில் என்னை நான் தாழிட்டுக் கொண்டேன். நான் ஏதோ ஒரு தேவதையின் குரலைக் கேட்டுக் கொண்டிருந்ததுபோல, என் கனவுக் கன்னிக்கு, நான் நேசித்த அப்பெண்ணுக்கு, நான் என்றென்றும் நேசிக்கவிருந்த அப்பெண்ணுக்கு ஒரு புத்தகம் எழுதினேன். அது ஒரு நீண்ட கடிதம் என்றுகூடச் சொல்லலாம். இப்புத்தகம் என்றேனும் ஒரு நாள் அவளுடைய கைகளை அடையக்கூடும். அப்படி அடையாவிட்டாலும்கூட, நான் இப்போது ஆன்ம அமைதி பெற்றவனாக இருந்தேன். காயப்பட்ட என்னுடைய அகங்காரத்துடன் இனியும் நான் போராடிக் கொண்டிருக்கவில்லை. நான் இனியும் ஒவ்வொரு மூலையிலும், ஒவ்வொரு மதுவிடுதியிலும், ஒவ்வொரு திரையரங்கிலும், ஒவ்வொரு சாப்பாட்டு வேளையின்போதும் எஸ்தரைத் தேடிக் கொண்டிருக்கவில்லை. மேரியிடத்திலோ அல்லது செய்தித்தாள்களிலோ இனியும் நான் அவளைத் தேடிக் கொண்டிருக்கவில்லை.

மாறாக, அவள் உயிருடன் இருந்தாள் என்பது குறித்து நான் மகிழ்ச்சியடைந்தேன். எனக்கே தெரியாமல் என்னுள் இருந்த அன்பை அவள் எனக்குத் திரைவிலக்கிக் காட்டியிருந்தாள். இது என்னுள் ஒரு விதமான நன்றியுணர்வைத் தோற்றுவித்தது.

நான் சஹீரை ஏற்றுக் கொண்டேன். அது என்னை ஒரு புனிதமான நிலைக்கோ அல்லது ஒரு பைத்தியக்கார நிலைக்கோ இட்டுச் செல்லட்டும் என்று நான் தீர்மானித்தேன்.

‘எ டைம் டு ரென்ட், அன்ட் எ டைம் டு சூ’ (‘கிழிப்பதற்கான ஒரு காலம், தைப்பதற்கான ஒரு காலம்’ என்று பொருள்) என்ற தலைப்பில் (பைபிள் பாடல்களில் ஒன்றிலிருந்து எடுக்கப்பட்டது) நான் எழுதிய புத்தகம், ஏப்ரல் மாதக் கடைசியில் வெளியிடப்பட்டது. மே இரண்டாம் வாரத்தில், ‘சிறப்பாக விற்பனையாகும் நூல்கள்’ பட்டியல்களில் அது ஏற்கெனவே முதலிடம் பிடித்துவிட்டது.

என்னிடம் ஒருபோதும் அன்புடன் நடந்து கொண்டிராத இலக்கியப் பத்திரிகைகள், இப்போது என்மீதான தாக்குதல்களை இரட்டிப்பாக்கின. நான் சில முக்கிய விமர்சனங்களை வெட்டியெடுத்து, முந்தைய ஆண்டுகளிலிருந்து நான் சேகரித்து வந்திருந்த விமர்சனங்களுடன் சேர்த்து அவற்றை ஒட்டி வைத்தேன். அவை எல்லாமே அடிப்படையில் ஒரே விஷயத்தைத்தான் கூறின. புத்தகத்தின் தலைப்பை மட்டுமே அவை மாற்றின. அவர்களுடைய விமர்சனங்கள் பின்வருமாறு அமைந்திருந்தன:

‘...மீண்டும், நாம் வாழ்ந்து கொண்டிருக்கின்ற இந்தப் பிரச்சனைகரமான காலகட்டங்களில், இந்நூலாசிரியர், காதலைப் பற்றிய ஒரு கதையின் மூலம் எதார்த்தத்திலிருந்து தப்பிப்பதற்கான ஒரு வழியை வழங்குகிறார்...’ (காதல் இல்லாமல் மக்களால் வாழ்ந்துவிட முடியும் என்பதுபோல!)

‘...சிறிய வாக்கியங்கள், மேலோட்டமான நடை...’ (நீண்ட வாக்கியங்கள் ஏதோ ஆழமான உள்நோக்குகளுக்குச் சமம் என்பதுபோல!)

‘...இந்நூலாசிரியர், வெற்றிக்கான ரகசியத்தைக் கண்டுபிடித்துள்ளார் – சந்தைப்படுத்துதல்...’ (ஏதோ ஒரு நீண்ட இலக்கியப் பாரம்பரியம் கொண்ட ஒரு நாட்டில் நான் வாழ்ந்து கொண்டிருந்ததுபோலவும், என்னுடைய முதல் புத்தகத்தில் முதலீடு செய்ய என்னிடம் கோடிக்கணக்கில் பணம் இருந்ததுபோலவும்!)

‘...அவருடைய மற்ற நூல்களைப்போலவே இதுவும் சிறப்பாக விற்பனையாகும். தங்களைச் சூழ்ந்துள்ள துயரத்தை எதிர்கொள்ள மக்கள் எவ்வளவு தயாரற்ற ஒரு நிலையில் இருக்கின்றனர் என்பதை இது நிரூபிக்கிறது...’ (தயாராக இருத்தல் என்றால் என்னவென்று அவர்களுக்குத் தெரிந்திருப்பதுபோல!)

ஆனால், சில விமர்சனங்கள் வித்தியாசமாக இருந்தன. முந்தைய ஆண்டில் என் வாழ்வில் நிகழ்ந்திருந்த அவதூறுச் சம்பவத்தை எனக்குச் சாதகமாகப் பயன்படுத்திக் கொண்டு, நான் மேலும் அதிகமாகப் பணம் சம்பாதித்துக் கொண்டிருந்ததாக அவை முழங்கின. வழக்கம்போல, இந்த எதிர்மறை விமர்சனங்கள், என்னுடைய புத்தகங்கள் மிக அதிக எண்ணிக்கையில் விற்பனையாக வழி வகுத்தன. என்னுடைய விசுவாசமான வாசகர்கள் என்னுடைய புத்தகத்தை வாங்கினர். அந்த அவதூறுச் சம்பவத்தை மறந்திருந்தவர்களுக்கு இந்த விமர்சனங்கள் மீண்டும் அதை நினைவுபடுத்தின. எனவே, அவர்களும் என்னுடைய நூலின் பிரதிகளை வாங்கினர். ஏனெனில், எஸ்தர் காணாமல் போனது குறித்த என்னுடைய விளக்கங்களை அவர்கள் தெரிந்து கொள்ள விரும்பினர். (ஆனால் என்னுடைய புத்தகம் அதைப் பற்றியதாக அல்லாமல், காதலுக்கான ஒரு போற்றுதலாக இருந்தது அவர்களுக்கு நிச்சயமாக ஏமாற்றம் ஏற்படுத்தியிருக்கும். எனவே, அந்த விமர்சகர்கள் கூறியது சரிதான் என்று அவர்கள் தீர்மானித்திருப்பர் என்பதில் எந்த சந்தேகமும் இல்லை.) என்னுடைய புத்தகங்களை வழக்கமாகப் பதிப்பித்த நாடுகளுக்கு அதன் பதிப்புரிமைகள் உடனடியாக விற்கப்பட்டன.

நான் அந்நூலின் கையெழுத்துப் பிரதியை என்னுடைய பதிப்பாளருக்கு அனுப்பி வைப்பதற்கு முன் மேரி அதைப் படித்தாள். அவள் எத்தகைய பெண்ணாக இருக்க வேண்டும் என்று நான் எதிர்பார்த்திருந்தேனோ, அவள் அத்தகையவளாக இருந்ததை நான் கண்டேன். அவள் என்மீது பொறாமை கொள்ளவில்லை; நான் இவ்வளவு தூரம் மனம் திறந்து வெளிப்படையாக எல்லா விஷயங்களையும் என்னுடைய நூலில் சொல்லியிருக்கக்கூடாது என்று அவள் கூறவில்லை. மாறாக, அதைப் பதிப்பிக்கும்படி அவள் என்னை ஊக்குவித்தாள். என் நூல் வெற்றி

பெற்றபோது, அவள் உண்மையிலேயே பரவசமடைந்தாள். அந்நேரத்தில், அவ்வளவாக அறியப்படாத ஒரு யோகியின் போதனைகளை அவள் படித்துக் கொண்டிருந்தாள். எங்களுடைய உரையாடல்களில் அவள் அடிக்கடி மேற்கோள் காட்டிய ஒரு நபர் அவர்.

“மக்கள் நம்மைப் புகழும்போது, நாம் எப்படி நடந்து கொள்கிறோம் என்பதன்மீது நாம் எப்போதும் ஒரு கண் வைத்திருக்க வேண்டும்.”

“விமர்சகர்கள் என்னை ஒருபோதும் புகழ்வதில்லை,” என்று நான் கூறினேன்.

“நான் உங்களுடைய வாசகர்களைப் பற்றிப் பேசுகிறேன். முன்பு எப்போதையும்விட இப்போது மிக அதிகமான கடிதங்கள் அவர்களிடமிருந்து வந்துள்ளன. நீங்கள் உண்மையிலேயே இருப்பதைவிட அதிகச் சிறந்தவர் என்று நீங்கள் நம்பத் தொடங்குவீர்கள். இது ஒரு போலியான பாதுகாப்புணர்வை உங்களுக்குக் கொடுக்கும். அது மிகவும் ஆபத்தானதாக அமையக்கூடும்.”

“நான் விக்டோரியாவிலுள்ள தேவாலயத்திற்குப் போய் வந்ததிலிருந்து, நான் நினைத்ததைவிடச் சிறந்தவன் நான் என்று எனக்குத் தோன்றுகிறது, ஆனால் அதற்கும் வாசகர்களின் கடிதங்களுக்கும் எந்தத் தொடர்பும் இல்லை. நான் சொல்வது உனக்கு விசித்திரமானதாகத் தோன்றக்கூடும். நான் காதலைக் கண்டுகொண்டேன்.”

“அருமை! உங்களுடைய புத்தகத்தில் எனக்கு மிகவும் பிடித்த விஷயம் என்ன தெரியுமா? ஓர் இடத்தில்கூட நீங்கள் உங்களுடைய மனைவியைப் பற்றிக் குறை கூறவில்லை. நீங்கள் உங்களையும் குறை கூறவில்லை.”

“குறை கூறுவதில் என்னுடைய நேரத்தை விரயம் செய்யக்கூடாது என்பதை நான் கற்றுள்ளேன்,” என்று நான் கூறினேன்.

“நல்லது. நம்முடைய தவறுகளைத் திருத்தும் வேலையைப் பிரபஞ்சம் பார்த்துக் கொள்கிறது.”

“அப்படியானால், எஸ்தர் காணாமல் போனது ஏதோ ஒரு வகையான ‘திருத்தம்’ என்று நீ நினைக்கிறாயா?”

“துன்பமும் துயரமும் குணமாக்கும் சக்தி கொண்டவை என்பதில் எனக்கு நம்பிக்கை இல்லை. துன்பமோ அல்லது

துயரமோ நிகழ்வதற்குக் காரணம், அவை வாழ்வின் ஒரு பகுதியாக இருப்பதுதான். அவற்றை ஒரு தண்டனையாகப் பார்க்கக்கூடாது. பொதுவாகப் பேசினால், நமக்கு மிகவும் முக்கியமானதை, அதாவது, நம்முடைய நண்பர்களை, நம்மிடமிருந்து பறித்துவிடுவதன் மூலம், நாம் தவறு செய்திருப்பதைப் பிரபஞ்சம் நமக்குச் சுட்டிக்காட்டுகிறது. அதுதான் உங்கள் விஷயத்திலும் நிகழ்ந்து கொண்டிருப்பதாக நான் நினைக்கிறேன்."

"சமீபத்தில் நான் ஒன்றைத் தெரிந்து கொண்டேன்: நல்ல விஷயங்கள் நிகழும்போது நம்முடன் இருப்பவர்கள்தாம் நம்முடைய உண்மையான நண்பர்கள். அவர்கள் நம்மை உற்சாகப்படுத்துகின்றனர், நம்முடைய வெற்றிகளால் மகிழ்ச்சியடைகின்றனர். பொய்யான நண்பர்கள் நாம் துன்பப்படும் நேரங்களில் மட்டுமே தோன்றுகின்றனர். அவர்களுடைய முகங்கள் வருத்தத்தையும் ஆதரவையும் வெளிப்படுத்துவதுபோலத் தோன்றினாலும், உண்மையில், நம்முடைய துன்பம் அவர்களுடைய அவலமான வாழ்க்கைக்காக அவர்களுக்கு ஆறுதலளிக்கிறது. கடந்த ஆண்டில் விஷயங்கள் மிக மோசமாக இருந்தபோது, நான் அதற்கு முன்பு ஒருபோதும் பார்த்திராத மக்கள் என்னிடம் வந்து எனக்கு 'ஆறுதல்' கூறினர். நான் அதை முற்றிலுமாக வெறுக்கிறேன்."

"எனக்கும் அதேபோல நிகழ்ந்திருக்கிறது."

"மேரி, நீ என் வாழ்விற்குள் வந்தது குறித்து உண்மையிலேயே நான் நன்றியுடையவனாக இருக்கிறேன்."

"இவ்வளவு சீக்கிரம் நன்றியுணர்வு கொள்ள வேண்டாம். நம்முடைய உறவு இன்னும் போதிய வலிமை பெறவில்லை. உண்மையில், நான் பாரீஸுக்கு இடம்பெயர்வது குறித்து யோசித்துக் கொண்டிருக்கிறேன். அல்லது, நீங்கள் மிலானுக்கு வந்து என்னுடன் வாழலாம். நம்முடைய வேலைகளைப் பொறுத்தவரை, உங்களுக்கும் எனக்கும் அது எந்த வித்தியாசத்தையும் ஏற்படுத்தாது. நீங்கள் எப்போதும் வீட்டிலிருந்துதான் வேலை செய்கிறீர்கள். நான் எப்போதும் வெளியில் வேலை செய்கிறேன். நாம் வேறு எதைப் பற்றியாவது பேசலாமா அல்லது இவ்விஷயம் சாத்தியம்தானா என்பது பற்றித் தொடர்ந்து கலந்து பேசலாமா?"

“நான் வேறு எதையேனும் பற்றிப் பேச விரும்புகிறேன்,” என்று நான் கூறினேன்.

“சரி. அப்புத்தகத்தை எழுதுவதற்கு ஏராளமான துணிச்சல் தேவைப்பட்டிருக்கும், இல்லையா? ஆனால், அதில் நீங்கள் அந்த இளைஞனைப் பற்றி ஒரு முறைகூடக் குறிப்பிடாதது எனக்கு ஆச்சரியமளிக்கிறது.”

“எனக்கு அவன்மீது ஆர்வமில்லை.”

“உங்களுக்கு ஆர்வம் இருந்தாக வேண்டும். ‘அவள் ஏன் அவனைத் தேர்ந்தெடுத்தாள்?’ என்ற கேள்வியை அவ்வப்போது உங்களை நீங்களே கேட்டுக் கொள்ள வேண்டும்.”

“நான் என்னிடம் அதை ஒருபோதும் கேட்பதில்லை.”

“நீங்கள் பொய் சொல்கிறீர்கள். எப்போதும் சிரித்துக் கொண்டு, தன்னுடைய குழந்தைகள், சமையல், வீட்டு வேலை போன்றவற்றைச் செய்து கொண்டு வளைய வருகின்ற தன்னுடைய அலுப்பூட்டும் மனைவியை என்னுடைய அண்டைவீட்டுக்காரர் ஏன் இன்னும் விவாகரத்து செய்யாமல் இருக்கிறார் என்பதை நான் நிச்சயமாகத் தெரிந்து கொள்ள விரும்புகிறேன். எனவே, உங்களை நீங்கள் அக்கேள்வியைக் கேட்டாக வேண்டும்.”

“அவன் என் மனைவியை என்னிடமிருந்து திருடிக் கொண்டதால் நான் அவனை வெறுப்பதாக நீ கூறுகிறாயா?”

“இல்லை, நீங்கள் அவனை மன்னித்துவிட்டதாக நீங்கள் கூறுவதை நான் கேட்க விரும்புகிறேன்.”

“என்னால் அது முடியாது.”

“அது கடினம் என்பதை நான் அறிவேன், ஆனால் உங்களுக்கு வேறு வழியில்லை. நீங்கள் அவனை மன்னிக்காவிட்டால், அவன் உங்களுக்கு ஏற்படுத்திய வேதனையை நீங்கள் எப்போதும் நினைத்துக் கொண்டிருப்பீர்கள். அந்த வேதனை ஒருபோதும் நீங்காது. உங்களுக்கு அவனைப் பிடிக்க வேண்டும் என்று நான் கூறவில்லை. நீங்கள் அவனைத் தேடிச் செல்ல வேண்டும் என்று நான் கூறவில்லை. நீங்கள் அவனை ஒரு தேவதூதனாக நினைக்கத் தொடங்க வேண்டும் என்று நான் பரிந்துரைக்கவில்லை. அவன் பெயர் என்ன? அவன் ஒரு ரஷ்யன், இல்லையா?”

“அவனுடைய பெயர் என்ன என்பது ஒரு பொருட்டல்ல.”

“பார்த்தீர்களா? நீங்கள் அவனுடைய பெயரைச் சொல்லக்கூட விரும்பவில்லை. நீங்கள் மூடநம்பிக்கை கொண்டவரா?”

“மிக்காயில். அதுதான் அவனுடைய பெயர்.”

“வெறுப்பாற்றல் உங்களை எங்கும் கொண்டு செல்லாது, ஆனால் அன்பின் ஊடாகத் தன்னை வெளிப்படுத்திக் கொள்கின்ற மன்னிக்கும் ஆற்றல் உங்களுடைய வாழ்க்கையை ஒரு நேர்மறையான வழியில் மாற்றியமைக்கும்.”

“நீ இப்போது ஏதோ திபெத்தியத் துறவியைப்போலப் பேசுகிறாய். நீ சொல்வது கோட்பாட்டளவில் நன்றாகத்தான் இருக்கிறது, ஆனால் அதை நடைமுறையில் கடைபிடிப்பது சாத்தியமற்றது. நான் இதற்கு முன்பும் வேதனையை அனுபவித்திருக்கிறேன் என்பதை மறந்துவிடாதே.”

“உண்மைதான். தன்னுடைய பெற்றோரிடமிருந்து தன்னுடைய கண்ணீரை மறைக்க வேண்டியிருந்த அந்த பலவீனமான சிறுவனை நீங்கள் இன்னும் உங்களுக்குள் சுமந்து கொண்டிருக்கிறீர்கள். எந்தவொரு விளையாட்டிலும் திறமையுடன் விளங்க முடியாத, தனக்கென்று ஒரு தோழியைப் பெற முடியாத, மெலிந்த தேகத்தைக் கொண்ட அச்சிறுவனின் தழும்புகளை நீங்கள் இன்னும் சுமந்து கொண்டிருக்கிறீர்கள். உங்கள் வாழ்வில் உங்களுக்கு இழைக்கப்பட்ட அநீதிகளில் சிலவற்றால் ஏற்பட்டக் காயங்களின் வடுக்களை நீங்கள் இன்னும் குணமாக்கியிருக்கவில்லை. ஆனால் அது உங்களுக்கு எந்த விதத்தில் நன்மை பயக்கும்?”

“அதைப் பற்றி யார் உன்னிடம் கூறினார்கள்?”

“எனக்குத் தெரியும். அதை உங்களுடைய கண்களில் என்னால் பார்க்க முடிகிறது. அது உங்களுக்கு எந்த நன்மையும் செய்யாது. நீங்கள் உங்கள்மீது கழிவிரக்கம் கொள்வதற்கான விருப்பத்தை மட்டுமே அது தொடர்ந்து உங்களுக்கு ஊட்டிக் கொண்டே இருக்கும். ஏனெனில், உங்களைவிட அதிக வலிமை படைத்த மக்களுக்கு நீங்கள் பலிகடா ஆகியிருந்தீர்கள். இல்லாவிட்டால், நீங்கள் நேரெதிர்த் துருவத்திற்குப் போய்விடுகிறீர்கள். உங்களைக்

காயப்படுத்திய மக்களைப் பழி வாங்கத் துடிக்கின்ற ஒருவர்போல நீங்கள் பாசாங்கு செய்கிறீர்கள். அது வெறும் நேர விரயமல்லவா?"

"இல்லை, இது மனித இயல்பு."

"அது மனித இயல்புதான், ஆனால் அது அறிவார்ந்ததோ அல்லது அர்த்தம் வாய்ந்ததோ அல்ல. பூமியில் உங்களுக்கு வாய்த்திருக்கின்ற காலத்திற்குச் சிறிது மரியாதை கொடுங்கள். கடவுள் எப்போதும் உங்களை மன்னித்து வந்துள்ளதையும், அவர் இனியும் உங்களை மன்னிப்பார் என்பதையும் அறிந்திடுங்கள்."

ஷான்ஸ் எலீஸேயில் ஒரு பெரிய கடையில், நான் என்னுடைய புத்தகங்களில் கையெழுத்திட்டுக் கொடுக்கும் நிகழ்ச்சிக்காகக் கூடியிருந்த மக்கட்கூட்டத்தைச் சுற்றுமுற்றும் பார்த்தபடி இவ்வாறு சிந்தித்தேன்: 'என் மனைவியுடன் எனக்குக் கிடைத்திருந்த அதே அனுபவம் இவர்களில் எத்தனைப் பேருக்குக் கிடைத்திருக்கும்?'

வெகு சிலருக்கே கிடைத்திருக்கும். ஒருவேளை ஓரிருவருக்கு மட்டுமே வாய்த்திருக்கும். ஆனாலும்கூட, இவர்களில் பெரும்பாலானோர், என்னுடைய புதிய புத்தகத்தில் உள்ளவற்றுடன் தங்களை அடையாளம் காண்பர்.

தனிமையில் மேற்கொள்ளப்படும் நடவடிக்கைகளில் முன்னணி வகிப்பது எழுதுவது. இரண்டு ஆண்டுகளுக்கு ஒரு முறை, நான் என்னுடைய கணினிக்கு முன்னால் உட்கார்ந்து, என் ஆன்மாவெனும் பரிச்சயமற்றக் கடலை என் பார்வையால் அளந்தேன். அதில் ஒரு சில தீவுகளை நான் கண்டேன். ஆய்வு செய்யப்படத் தயார் நிலையில் இருந்த யோசனைகள்தாம் அவை. பிறகு நான் வார்த்தையெனும் படகில் ஏறி, அருகிலிருந்த தீவை நோக்கிப் பயணப்பட்டேன். வழியில் நான் வலிமையான நீரோட்டங்களையும் காற்றையும் புயல்களையும் எதிர்கொண்டேன், ஆனாலும் நான் தொடர்ந்து துடுப்புப் போட்டேன். இறுதியில் நான் முற்றிலுமாகக் களைத்துப் போனேன். என்னுடைய தேர்ந்தெடுக்கப்பட்டப் பாதையிலிருந்து நான் விலகி வந்திருந்ததையும், நான் அடைய முயற்சித்துக் கொண்டிருந்த தீவு இனியும் என் தொடுவானத்தில் இல்லை என்பதையும் நான் அறிந்தேன்.

ஆனால் என்னால் திரும்பிப் போக முடியவில்லை. நான் எப்படியேனும் பயணத்தைத் தொடர வேண்டியிருந்தது. இல்லாவிட்டால், நான் அப்பெருங்கடலின் நடுவே திக்குத் தெரியாமல் தவித்துக் கொண்டிருப்பேன். அக்கணத்தில்,

பயமுறுத்தும் பல சூழல்கள் என் மனத்தில் பளிச்சிட்டன. எடுத்துக்காட்டாக, என்னுடைய கடந்தகால வெற்றிகளைப் பற்றிப் பேசியே என்னுடைய எஞ்சிய வாழ்நாளைக் கழித்தல், புதிய நூல்களை வெளியிடுவதற்கான துணிச்சலை நான் இழந்திருந்ததால் புதிய எழுத்தாளர்களை விமர்சித்தல் போன்றவற்றைக் கூறலாம். என் சிந்தனை இவ்வாறு அமைந்திருந்தது: 'ஓர் எழுத்தாளராக ஆவதுதானே என்னுடைய கனவாக இருந்தது? அப்படியானால், நான் தொடர்ந்து வாக்கியங்களையும் பத்திகளையும் அத்தியாயங்களையும் உருவாக்கிக் கொண்டே இருக்க வேண்டும். நான் இறக்கும்வரை நான் எழுத வேண்டும். வெற்றி, தோல்வி போன்ற பொறிகளில் நான் சிக்கிவிடக்கூடாது. இல்லாவிட்டால், என் வாழ்க்கைக்கு என்ன அர்த்தம் இருக்கிறது? பிரான்ஸின் தெற்கே ஒரு பழைய ஆலையை வாங்குவதும், என்னுடைய தோட்டத்தைப் பராமரிப்பதுமா? அல்லது, எழுதுவதைவிடப் பேசுவது அதிக சுலபமானது என்பதால் சொற்பொழிவுகள் ஆற்றுவதா? என்னுடைய சௌகரியங்களை என்னிடமிருந்து பறிக்கக்கூடிய ஒரு கதையை உருவாக்குவதற்காக, திட்டமிடப்பட்ட, மர்மமான ஒரு வழியில் இவ்வுலகத்திடமிருந்து என்னை விலக்கிக் கொள்வதா?'

அச்சுறுத்தும் இந்த எண்ணங்களால் திடுக்கிட்ட நான், எனக்கே தெரியாமல் என்னிடம் இருந்த ஒரு துணிச்சலையும் ஒரு வலிமையையும் கண்டுகொண்டேன். என்னுடைய ஆன்மாவின் பரிச்சயமற்ற ஒரு பகுதிக்குள் நான் அடியெடுத்து வைக்க அது எனக்கு உதவியது. நான் அந்த நீரோட்டத்தின் போக்கில் போய், இறுதியில், நான் எந்தத் தீவை நோக்கி இழுத்துச் செல்லப்பட்டேனோ அங்கே சென்று என்னுடைய படகை நங்கூரமிட்டேன். நான் அங்கே பார்த்தவற்றைப் பற்றி இரவு பகலாக விவரித்துக் கொண்டிருந்தேன். அதே நேரத்தில், நான் ஏன் இதைச் செய்து கொண்டிருந்தேன் என்று நான் யோசித்தேன். இதற்கு நான் இவ்வளவு வேதனையை அனுபவிக்க வேண்டியதில்லை, இவ்வளவு முயற்சிகளை மேற்கொள்ள வேண்டியதில்லை, இவற்றுக்கு அது தகுதி வாய்ந்தது அல்ல என்றும், நான் யாருக்கும் எதையும் நிரூபிக்க வேண்டியதில்லை என்றும், நான் எவற்றையெல்லாம்

அடைய வேண்டும் என்று கற்பனை செய்திருந்தேனோ அதைவிட அதிகமாகவே நான் அடைந்துவிட்டேன் என்றும் எனக்கு நானே கூறிக் கொண்டேன்.

நான் என்னுடைய புத்தகத்தை எழுதியபோது என்னவெல்லாம் செய்தேனோ, அவற்றையே இப்போது நான் செய்து கொண்டிருந்ததை நான் கவனித்தேன். நான் தினமும் காலையில் ஒன்பது மணிக்குக் கண்விழித்தேன். காலை உணவிற்குப் பிறகு நான் உடனே என் கணினியின் முன்னால் உட்கார்ந்தேன். பிறகு செய்தித்தாள்களைப் படித்தேன், வெளியே சிறிது தூரம் நடந்தேன், அருகிலிருந்த மதுவிடுதிக்குச் சென்று சிறிது நேரம் அரட்டையடித்தேன், பிறகு வீட்டிற்குத் திரும்பி வந்தேன், என் கணினியின் பக்கம் என் பார்வையைச் செலுத்தினேன், நான் விடுக்க வேண்டியிருந்த பல தொலைபேசி அழைப்புகள் இருந்ததை நான் கண்டறிந்தேன், மீண்டும் கணினியைப் பார்த்தேன், அதற்குள் மதிய உணவு தயாராகியிருந்தது. நான் சாப்பிட்டுக் கொண்டே, நான் என் வேலையைப் பதினொரு மணிக்கே தொடங்கியிருக்க வேண்டும் என்று நினைத்தேன். ஆனால் இப்போது ஒரு குட்டித் தூக்கத்திற்கான நேரம் வந்துவிட்டிருந்தது. மாலை ஐந்து மணிக்கு நான் கண்விழித்தேன். இறுதியில், நான் என் கணினியை உயிர்ப்பித்தேன். என்னுடைய மின்னஞ்சலைத் திறக்கப் போனபோதுதான், நான் என்னுடைய இணையத்தள இணைப்பை நாசம் செய்திருந்தது என் நினைவுக்கு வந்தது. என் வீட்டிலிருந்து பத்து நிமிட தூரத்தில் இருந்த ஒரு கடையில் இணையத்தளத்தை என்னால் பயன்படுத்திக் கொள்ள முடியும், ஆனால் நான் அங்கே போகவில்லை. என்னுடைய குற்றவுணர்விலிருந்து சிறிது விடுபடுவதற்கு, நான் ஓர் அரை மணிநேரமாவது எழுதினால் என்ன என்று நான் யோசித்தேன்.

நான் கடமையுணர்வின் காரணமாக எழுதத் தொடங்கினேன், ஆனால் திடீரென்று, ‘அது’ என்னை ஆட்கொண்டது. என்னால் நிறுத்த முடியவில்லை. இரவு உணவுக்கு என் வேலைக்காரி என்னை அழைத்தபோது, என்னைத் தொந்தரவு செய்ய வேண்டாம் என்று நான் அவளிடம் கூறினேன். ஒரு மணிநேரம் கழித்து அவள்

மீண்டும் என்னை அழைத்தாள். எனக்குப் பசித்தது, ஆனால் நான் இன்னும் ஒரே ஒரு வரி, ஒரே ஒரு பத்தி, ஒரே ஒரு பக்கம் எழுத வேண்டியிருந்தது. ஒருவழியாக நான் சாப்பிட உட்கார்ந்தபோது, சாப்பாடு ஆறிப் போயிருந்தது. நான் அதைக் கடகடவென்று உள்ளே தள்ளிவிட்டு, மீண்டும் கணினியிடம் சென்றேன். என் பாதங்கள் இனியும் என் கட்டுப்பாட்டில் இருக்கவில்லை. அத்தீவு எனக்கு வெளிப்படுத்தப்பட்டுக் கொண்டிருந்தது. நான் அதன் பாதை வழியாக இழுத்துச் செல்லப்பட்டுக் கொண்டிருந்தேன். நான் ஒருபோதும் நினைத்துக்கூடப் பார்த்திராத விஷயங்களை நான் அங்கே கண்டேன். நான் ஒரு கோப்பை காபி அருந்தினேன். சிறிது நேரம் கழித்து இன்னும் சிறிது காபி அருந்தினேன். அதிகாலை இரண்டு மணிக்கு என் கண்கள் மிகவும் களைத்துப் போயிருந்ததால், நான் எழுதுவதை நிறுத்தினேன்.

பிறகு நான் என் படுக்கைக்குச் சென்று, அடுத்தப் பத்தியில் பயன்படுத்துவதற்குக் குறிப்புகள் எடுப்பதில் இன்னும் ஒரு மணிநேரத்தைச் செலவிட்டேன். ஆனால் இது எனக்கு ஒருபோதும் எந்த விதத்திலும் உதவவில்லை. இருந்தாலும், என் மனத்தில் இருந்தவற்றை வெளியே கொட்டியபோது தூக்கம் தானாக வந்ததால் நான் அதைச் செய்தேன். மறுநாள் காலையில் சரியாகப் பதினொரு மணிக்கு நான் எழுதத் தொடங்கிவிடுவேன் என்று எனக்கு நானே வாக்குக் கொடுத்துக் கொண்டேன். மறுநாள், அதே விஷயம் நிகழ்ந்தது – நடை, உரையாடல்கள், மதிய உணவு, ஒரு குட்டித் தூக்கம், குற்றவுணர்வு, இணையத்தளத் தொடர்பை நான் நாசம் செய்திருந்தது குறித்து என்மீது எரிச்சல்... இறுதியில் ஒருவழியாக நான் கணினி முன்னால் அமர்ந்து முதல் பக்கத்தை எழுதத் தொடங்கினேன்...

திரும்பிப் பார்ப்பதற்குள் பதினொரு வாரங்கள் ஓடிப் போயிருந்தன. நான் என் புத்தகத்தின் முடிவை நெருங்கியிருந்ததை நான் அறிந்தேன். ஏதோ ஒரு வெறுமையுணர்வு என்னை ஆட்டிப் படைத்தது. தனக்குள்ளேயே வைத்திருக்க வேண்டியவற்றை வார்த்தைகளில் வடித்திருந்த ஒருவர் உணரக்கூடிய உணர்வு அது. இருந்தாலும், நான் கடைசி வாக்கியத்தை எழுதியாக வேண்டியிருந்தது. நான் அதை எழுதி முடித்தேன்.

நான் எழுத்தாளர்களின் தன்வரலாறுகளைப் படித்தபோது, 'புத்தகம் தானாகவே தன்னை எழுதிக் கொள்கிறது, எழுத்தாளர் வெறும் தட்டச்சர் மட்டுமே,' என்று அவர்கள் கூறியபோது, அவர்கள் தங்களுடைய எழுத்துத் தொழிலை அதிக சுவாரசியமானதுபோலத் தோன்றச் செய்ய முயற்சித்துக் கொண்டிருந்ததாக நான் எப்போதும் நினைத்தேன். ஆனால் அவர்கள் கூறியது முற்றிலும் உண்மை என்பதை இப்போது நான் அறிந்தேன். நீரோட்டம் ஏன் அவர்கள் அடைய விரும்பிய தீவுக்கு அவர்களை அழைத்து செல்வதை விடுத்து அந்தக் குறிப்பிட்டத் தீவை நோக்கி அவர்களை இழுத்துச் சென்றது என்பதை யாரும் அறியவில்லை. நான் வெறி பிடித்தவன்போல, என்னுடைய தட்டச்சுப் பிரதியில் மீண்டும் மீண்டும் திருத்தங்களை மேற்கொண்டேன். அதே வார்த்தைகளை இனியொரு முறை வாசிப்பது எனக்குத் தாங்காது என்ற நிலை வந்தபோது, நான் திருத்துவதை நிறுத்திவிட்டு, அப்பிரதியை என்னுடைய பதிப்பாளருக்கு அனுப்பி வைத்தேன். அங்கு அது மீண்டும் திருத்தப்பட்டு, பிறகு பதிப்பிக்கப்பட்டது.

மற்றவர்களும் அதே தீவைத் தேடிக் கொண்டிருந்தனர் என்பதையும், அவர்கள் அதை என்னுடைய புத்தகத்தில் கண்டனர் என்பதையும் நான் அறிந்தபோது, அது எனக்கு எப்போதும் வியப்பூட்டியது. ஒரு நபர் அதை இன்னொருவரிடம் கூறினார், அந்த மர்மச் சங்கிலி வளர்ந்தது. எது ஒரு தனிமையான செயல் என்று ஓர் எழுத்தாளர் நினைத்தாரோ, அது ஒரு பாலமாகவும் ஒரு படகாகவும் உருமாறி, ஆன்மாக்கள் பயணிக்கவும் கருத்துப் பரிமாற்றம் மேற்கொள்ளவும் ஒரு கருவியாகச் செயல்பட்டது.

அப்போதிருந்து, நான் புயலில் தொலைந்து போன ஒருவனாக இருக்கவில்லை. என்னுடைய வாசகர்கள் வாயிலாக என்னை நான் கண்டுகொண்டேன். நான் எழுதியதை மற்றவர்கள் புரிந்து கொண்டதை நான் கண்டபோதுதான் அது எனக்கும் புரிந்ததே அன்றி, அதற்கு முன்பு ஒருபோதும் அல்ல. ஒரு சில அரிய தருணங்களில் (அடுத்து நிகழவிருந்ததைப் போன்ற தருணங்களில்), நான் மற்றவர்களுடைய கண்களை ஊடுருவிப் பார்த்தேன்.

அப்போது, என்னுடைய ஆன்மா தனியாக இல்லை என்பதை நான் புரிந்து கொண்டேன்.

***

குறித்த நேரத்தில் நான் புத்தகங்களில் கையெழுத்திட்டுக் கொடுக்கத் தொடங்கினேன். ஒரு கணநேரம் நான் வாசகர்களின் கண்களை நேருக்கு நேர் பார்த்தேன். ஒரு விதமான கூட்டுணர்வையும் மகிழ்ச்சியையும் பரஸ்பர மரியாதையையும் நாங்கள் உணர்ந்தோம். கைகுலுக்கல்கள், ஒரு சில கடிதங்கள், பரிசுப் பொருட்கள், மற்றும் கருத்துப் பரிமாற்றங்கள் நிகழ்ந்தன. ஒன்றரை மணிநேரத்திற்குப் பிறகு, நான் ஒரு பத்து–நிமிட இடைவேளை கேட்டேன். யாரும் குறைபட்டுக் கொள்ளவில்லை. வரிசையில் நின்று கொண்டிருந்த வாசகர்களுக்கு ஷேம்பெயின் வழங்கும்படி என்னுடைய பதிப்பாளர் உத்தரவிட்டார் (பிரான்ஸில் புத்தகங்களில் கையெழுத்திடும் நிகழ்ச்சிகளில் இது ஒரு வழக்கமாக ஆகியிருந்தது. இந்த வழக்கத்தை மற்ற நாடுகள் சுவீகரிக்கும்படி செய்ய நான் முயற்சித்தேன், ஆனால் பிரெஞ்சு ஷேம்பெயின் மிகவும் விலையுயர்ந்தது என்று கூறி, வரிசையில் நின்ற வாசகர்களுக்கு வெறும் மினரல் தண்ணீர் வழங்கப்பட்டது. ஆனால் அதுகூட, அவர்களுக்குக் காட்டப்பட்ட மரியாதையாகத்தான் இருந்தது).

நான் அச்சிறு ஓய்வுக்குப் பிறகு என்னுடைய மேசைக்குத் திரும்பினேன். இரண்டு மணிநேரத்திற்குப் பிறகு, நான் இன்னமும் களைத்திருக்கவில்லை, மாறாக, என் உடலில் ஆற்றல் நிரம்பியிருந்தது. இரவு நெடுகிலும் என்னால் இப்படி உட்கார்ந்து கையெழுத்திட்டுக் கொண்டே இருக்க முடியும் என்பதுபோல நான் உணர்ந்தேன். ஆனால், அந்தப் புத்தகக் கடை தன்னுடைய கதவுகளை மூடியிருந்தது. வரிசை சுருங்கிக் கொண்டிருந்தது. கடைக்குள் நாற்பது வாசகர்கள் இருந்தனர். பிறகு அவர்கள் படிப்படியாகக் குறைந்தனர் – முப்பது, இருபது, பதினொன்று, ஐந்து, நான்கு, மூன்று, இரண்டு...திடீரென்று எங்களுடைய கண்கள் சந்தித்தன.

“எல்லோரும் போவதற்காக நான் காத்திருந்தேன். நான் உங்களுக்கு ஒரு செய்தி கொண்டு வந்திருக்கிறேன்,” என்று அந்த இளைஞன் என்னிடம் கூறினான்.

என்ன சொல்வதென்று எனக்குத் தெரியவில்லை. பதிப்பாளர்கள், விற்பனையாளர்கள், புத்தகக் கடை உரிமையாளர்கள் ஆகியோர் ஒரு பக்கமாக நின்று உற்சாகமாகப் பேசிக் கொண்டிருந்ததை நான் கண்டேன். விரைவில் நாங்கள் எல்லோரும் வெளியே சென்று சாப்பிட்டுவிட்டு, மது அருந்திவிட்டு, அன்றைய நாளின் உற்சாகத்தை ஒருவரோடு ஒருவர் பகிர்ந்து கொள்ளவிருந்தோம். அச்சமயத்தில், நான் புத்தகங்களில் கையெழுத்துப் போட்டுக் கொடுத்துக் கொண்டிருந்தபோது நிகழ்ந்த விநோதமான நிகழ்வுகளில் சிலவற்றை நாங்கள் விவரிப்போம்.

எனக்குச் செய்தி கொண்டு வந்திருந்ததாக என்னிடம் கூறியவனை நான் அதற்கு முன்பு ஒருபோதும் பார்த்திருக்கவில்லை, ஆனால் அவன் யார் என்பதை நான் அறிந்தேன். நான் அவனுடைய கையிலிருந்து புத்தகத்தை வாங்கி, "மிக்காயிலுக்கு, வாழ்த்துகளுடன்!" என்று அதில் எழுதினேன்.

நான் அவனிடம் எதுவும் சொல்லவில்லை. நான் அவனை இழந்துவிடக்கூடாது. ஒரு வார்த்தையோ, ஒரு வாக்கியமோ, அல்லது ஒரு திடீர் அசைவோ அவன் அங்கிருந்து ஒரேயடியாகப் போய்விடும்படி செய்துவிடும். பிறகு அவன் ஒருபோதும் திரும்பி வர மாட்டான். சஹீரின் ஆசீர்வாதத்திலிருந்தோ அல்லது சாபத்திலிருந்தோ அவன் ஒருவனால் மட்டுமே என்னைக் காப்பாற்ற முடியும் என்பதை ஒரு கணத்தில் நான் உணர்ந்து கொண்டேன். ஏனெனில், அவன் ஒருவனுக்கு மட்டுமே அந்த சஹீர் இருந்த இடம் தெரிந்திருந்தது. அந்த சஹீரை நான் கண்டவுடன், அதனிடம் இத்தனைக் காலமாக நான் கேட்க விரும்பி வந்திருந்த கேள்விகளை என்னால் கேட்க முடியும்.

"அவள் நலமாக இருக்கிறாள் என்பதை நான் உங்களிடம் தெரிவித்துக் கொள்ள விரும்புகிறேன். அவள் உங்களுடைய புத்தகத்தைப் படித்திருக்கவும்கூடும்," என்று அவன் கூறினான்.

பதிப்பாளர்களும் விற்பனையாளர்களும் புத்தக உரிமையாளர்களும் என்னிடம் வந்து என்னைக் கட்டித் தழுவி, "இன்றைய மாலைப் பொழுது மிகச் சிறப்பாக இருந்தது. வாருங்கள், நாம் வெளியே போய் ஆசுவாசமாக

மதுவருந்திக் கொண்டே இதைப் பற்றிப் பேசலாம்," என்று கூறினர்.

"நம்மோடு உணவருந்த இந்த இளைஞரை நான் அழைக்க விரும்புகிறேன். வரிசையில் கடைசியாக நின்றவர் இவர். இங்கு வந்த அனைத்து வாசகர்களின் பிரதிநிதியாக இவர் இருக்கலாம்," என்று நான் கூறினேன்.

அப்போது அந்த இளைஞன் குறுக்கிட்டு, "இல்லை, என்னால் வர முடியாது. எனக்கு வேறொரு வேலை இருக்கிறது. உங்களிடம் அச்செய்தியைக் கொடுக்க மட்டுமே நான் வந்தேன்," என்று கூறினான்.

"என்ன செய்தி?" என்று விற்பனையாளர்களில் ஒருவர் கேட்டார்.

என்னுடைய பதிப்பாளர் அந்த இளைஞனிடம், "இவர் பொதுவாக யாருக்கும் அழைப்பு விடுப்பதில்லை. வா, நாம் எல்லோரும் போய் உணவருந்தலாம்," என்று கூறினார்.

"உங்கள் அழைப்புக்கு நன்றி, ஆனால் ஒவ்வொரு வியாழனன்றும் நான் கலந்து கொள்ள வேண்டிய ஒரு சந்திப்புக்கூட்டம் இருக்கிறது."

"அது எப்போது தொடங்குகிறது?"

"இன்னும் இரண்டு மணிநேரத்தில்."

"அக்கூட்டம் எங்கே நிகழவுள்ளது?"

"அர்மீனிய உணவகத்தில்."

ஓர் அர்மீனியரான என்னுடைய ஓட்டுநர், எந்த அர்மீனிய உணவகம் என்று அந்த இளைஞனிடம் கேட்டுவிட்டு, நாங்கள் சாப்பிடப் போகவிருந்த இடத்திலிருந்து வெறும் பதினைந்து நிமிட தூரத்தில் அந்த உணவகம் இருந்ததாகக் கூறினார். என்னை மகிழ்ச்சிப்படுத்த எல்லோரும் தங்களால் இயன்ற அளவு சிறப்பாக முயற்சித்தனர். நான் அழைப்பு விடுத்தது குறித்து அந்த இளைஞன் மகிழ்ச்சி கொள்ள வேண்டும் என்றும், அது அவனுக்குக் கிடைத்த மரியாதை என்று அவன் கருத வேண்டும் என்றும், மற்ற எல்லாம் அதற்காகக் காத்திருக்கலாம் என்றும் அவர்கள் நினைத்தனர்.

"உங்கள் பெயர் என்ன?" என்று மேரி அவனிடம் கேட்டாள்.

"மிக்காயில்."

மேரிக்கு எல்லாம் புரிந்துவிட்டிருந்ததை நான்

கண்டேன். அவள் அவனிடம், "மிக்காயில், நீங்கள் ஒரு மணிநேரம் எங்களோடு செலவிட்டுவிட்டுப் போகலாமே? நாங்கள் போய்க் கொண்டிருக்கின்ற உணவகம் சிறிது தூரத்தில்தான் இருக்கிறது. பிறகு, நீங்கள் போக விரும்புகின்ற இடத்திற்கு எங்கள் ஓட்டுநர் உங்களைக் கொண்டுவிடுவார். நீங்கள் விரும்பினால், நாங்கள் எங்களுடைய முன்பதிவை ரத்து செய்துவிடுகிறோம். நாம் எல்லோருமே உங்களுடைய அர்மீனிய உணவகத்திற்குப் போய் உணவருந்தலாம். அப்போது உங்கள் பதற்றம் தணியக்கூடும்," என்று கூறினாள்.

அவனிடமிருந்து என்னுடைய பார்வையை என்னால் விலக்கிக் கொள்ள முடியவில்லை. அவன் குறிப்பிடும்படி அவ்வளவு வசீகரமாகவும் இருக்கவில்லை, அவலட்சணமாகவும் இருக்கவில்லை. அவன் உயரமாகவும் இருக்கவில்லை, குள்ளமாகவும் இருக்கவில்லை. அவன் கருப்பு நிறத்தில் எளிமையாக, ஆனால் நேர்த்தியாக உடையணிந்திருந்தான். அவனுடைய ஆடை நிச்சயமாக விலையுயர்ந்ததாக இருக்கவில்லை.

மேரி மிக்காயிலுடன் கை கோர்த்துக் கொண்டு வாசலை நோக்கி நடந்தாள். அன்றைய நிகழ்ச்சிக்கு வர முடியாத வாசகர்களுக்காக நான் கையெழுத்திட வேண்டியிருந்த புத்தகங்களை அந்தப் புத்தகக் கடைக்காரர் ஓர் ஓரமாக அடுக்கி வைத்திருந்தார். நான் மறுநாள் வந்து கையெழுத்திட்டுத் தருவதாக நான் அவருக்குக் வாக்குக் கொடுத்தேன். என்னுடைய கால்கள் நடுங்கிக் கொண்டிருந்தன, என் இதயம் வேகமாகத் துடித்துக் கொண்டிருந்தது. ஆனால், எல்லாம் சரியாக இருந்ததாகவும், கையெழுத்திடும் நிகழ்ச்சி வெற்றிகரமானதாக அமைந்திருந்ததாகவும், மற்றவர்கள் கூறிக் கொண்டிருந்த விஷயங்களில் நான் ஆர்வம் கொண்டிருந்ததுபோலவும் நான் பாசாங்கு செய்ய வேண்டியிருந்தது. நாங்கள் ஷான்ஸ் எலீஸேயைக் கடந்தபோது, ஆர்க் த டிரியோம்புக்குப் பின்னால் சூரியன் மறைந்து கொண்டிருந்தான். என்ன காரணமோ தெரியவில்லை, ஆனால் அது ஒரு நல்ல சகுனம்போல எனக்குத் தோன்றியது.

சூழ்நிலையை என்னுடைய கட்டுப்பாட்டிற்குள் வைத்திருக்க முடியும்வரை!

'நான் ஏன் அவனுடன் பேச வேண்டும்?' என்று நான் யோசித்தேன். என்னுடைய பதிப்பாளரின் குழுவினர் என்னிடம் பேசிக் கொண்டிருந்தனர், நான் அவர்களுக்கு இயந்திரத்தனமாகப் பதிலளித்துக் கொண்டிருந்தேன். நான் வெறுக்க வேண்டிய ஒருவனை நான் ஏன் என்னுடன் உணவருந்த அழைத்து வந்திருந்தேன் என்பதைப் புரிந்து கொள்ள நான் போராடிக் கொண்டிருந்ததை யாரும் கவனிக்கவில்லை. எஸ்தர் எங்கே இருந்தாள் என்பதை நான் கண்டுபிடிக்க விரும்பினேனா? திக்குத் தெரியாமல் தவித்த, தன்னம்பிக்கையற்ற, ஆனாலும் நான் நேசித்த ஒரு பெண்ணை என்னிடமிருந்து கவர்ந்து செல்வதற்கான திறன் படைத்த இந்த இளைஞனை நான் பழி வாங்க விரும்பினேனா? நான் அவனைவிடச் சிறந்தவன் என்பதை நான் அவனுக்கு நிரூபிக்க விரும்பினேனா? நான் அவனுக்கு லஞ்சம் கொடுத்தோ அல்லது அவனை மயக்கியோ, என் மனைவி என்னிடம் திரும்பி வரும்படி செய்யுமாறு அவனைச் சம்மதிக்க வைக்க விரும்பினேனா?

இக்கேள்விகளில் எதற்கும் என்னால் பதில் கூற முடியவில்லை. அது ஒரு பொருட்டாகவும் இருக்கவில்லை. நான் அக்கணம்வரை கூறியிருந்த ஒரே விஷயம், "நம்மோடு உணவருந்த இந்த இளைஞரை நான் அழைக்க விரும்புகிறேன்," என்பது மட்டும்தான். நான் அவனைச் சந்தித்தால், அவனுடைய கழுத்தைப் பிடித்து நெரித்து, அவனை உதைத்து, எஸ்தரின் முன்னால் அவனை அவமானப்படுத்துவதுபோல அடிக்கடி நான் கற்பனை செய்திருந்தேன். சில சமயங்களில், நான் அவனிடம் நன்றாக உதை வாங்கி, அவளுக்காக நான் எவ்வளவு கடுமையாகப் போராடிக் கொண்டும் துன்புற்றுக் கொண்டும் இருந்தேன் என்பதை அவளுக்குக் காட்டியதுபோல நான் கற்பனை செய்திருந்தேன். நான் அவனிடம் ஆக்ரோஷமாக நடந்து கொள்வதுபோல, அவன்மீது அக்கறையற்றவன்போல நடந்து கொள்வதுபோல, பொது இடத்தில் அவனை அவமானப்படுத்துவதுபோல என்று பல விதமாக நான் கற்பனை செய்திருந்தேன், ஆனால் அவனை என்னோடு உணவருந்த நான் அழைப்பேன் என்று நான் ஒருபோதும் நினைத்துக்கூடப் பார்த்திருக்கவில்லை.

நான் அடுத்து என்ன செய்வேன் என்று கேட்காதீர்கள்.

தான் என்னவோ மிக்காயிலின் காதலி என்பதுபோல அவனுடைய கையைப் பிடித்துக் கொண்டு எனக்கு முன்னால் நடந்து சென்று கொண்டிருந்த மேரியின்மீது நான் ஒரு கண் வைக்க வேண்டும், அவ்வளவுதான். அவள் அவனுடைய கையை விடுவதுபோலத் தெரியவில்லை. அதே நேரத்தில், நான் இந்த இளைஞனைச் சந்தித்திருந்தது, என் மனைவி வாழ்ந்து கொண்டிருந்த இடத்தை நான் கண்டுபிடிக்க வழி வகுக்கும் என்பதை மேரி அறிந்திருந்தும், அவள் ஏன் எனக்கு உதவிக் கொண்டிருந்தாள் என்று நான் யோசித்தேன்.

நாங்கள் அந்த உணவகத்திற்கு வந்து சேர்ந்தோம். மிக்காயில் என்னிடமிருந்து மிகவும் தள்ளி அமர்ந்து கொண்டான். ஒருவேளை, என்னுடன் உரையாட நேர்வதை அவன் தவிர்க்க விரும்பியிருக்கக்கூடும். சிரிப்பு, ஷேம்பெயின், வோட்கா, கேவியார் (மீன் முட்டைகள்) ஆகியவற்றுக்கு இடையே, நான் உணவுப் பட்டியலை ஒரு நோட்டம் விட்டேன். எங்களுடன் வந்திருந்த புத்தக விற்பனையாளர், முக்கிய உணவுக்கு மட்டுமே சுமார் ஓராயிரம் டாலர்களைச் செலவிட்டுக் கொண்டிருந்ததைக் கண்டு நான் பயந்து போனேன். எல்லோரும் ஏதோ பொதுவாக அரட்டையடித்துக் கொண்டிருந்தனர். அன்றைய மாலை நிகழ்ச்சியைப் பற்றி மிக்காயில் என்ன நினைத்தான் என்று மற்றவர்கள் அவனிடம் கேட்டனர். தான் அந்நிகழ்ச்சியை மிகவும் ரசித்ததாக அவன் கூறினான். பிறகு எல்லோரும் அவனை மறந்துவிட்டு என்மீது கவனத்தைத் திருப்பினர். விஷயங்கள் நிகழ்ந்த விதம் எனக்கு மகிழ்ச்சியளித்ததா, வாசகர்களின் வரிசை ஒழுங்கமைக்கப்பட்டிருந்த விதம் எனக்குப் பிடித்திருந்ததா, பாதுகாப்பு ஏற்பாடுகள் ஒழுங்காக மேற்கொள்ளப்பட்டிருந்தனவா போன்ற கேள்விகளை அவர்கள் என்னிடம் கேட்டனர். என் இதயம் இன்னும் படபடவெனத் துடித்துக் கொண்டிருந்தது, ஆனால் என் மனம் அமைதியாக இருந்ததுபோல நான் காட்டிக் கொண்டேன். எல்லாவற்றுக்காகவும் நான் அவர்களுக்கு நன்றி கூறினேன்.

ஓர் அரை மணிநேர உரையாடலுக்கும் ஏராளமான வோட்காவுக்கும் பிறகு, மிக்காயில் ஆசுவாசமடையத் தொடங்கியிருந்ததை நான் கண்டேன். அவன் இனியும்

அந்த உரையாடலின் மையமாக இருக்கவில்லை. எனவே, அவன் அவ்வளவாக எதுவும் கூற வேண்டியிருக்கவில்லை. அவன் இன்னும் சிறிது நேரம் தாக்குப்பிடித்துவிட்டு அந்த அர்மீனிய உணவகத்திற்குப் போய்விடலாம். அவன் அந்த அர்மீனிய உணவகத்தைப் பற்றிப் பொய்யுரைத்துக் கொண்டிருக்கவில்லை என்பதை நான் அறிந்தேன். அதன் விளைவாக எனக்கு ஒரு துப்பாவது கிடைத்திருந்தது. என் மனைவி பாரீஸில் இருந்தாக வேண்டும் என்பதுதான் அது. தொடக்கத்தில் மிக்காயிலுக்கும் எனக்கும் இடையே இருந்த இறுக்கங்கள் மறைந்துவிட்டிருந்தன. நான் தோழமையுணர்வு கொண்டவன்போலப் பாசாங்கு செய்து, அவனுடைய நம்பிக்கைக்குப் பாத்திரமாக வேண்டியிருந்தது.

ஒரு மணிநேரம் கடந்தது. மிக்காயில் தன்னுடைய கைக்கடிகாரத்தின்மீது தன் பார்வையைச் செலுத்தினான். அவன் புறப்படவிருந்ததை நான் கண்டேன். நான் இப்போது ஏதேனும் செய்தாக வேண்டியிருந்தது. நான் அவனைப் பார்த்த ஒவ்வொரு முறையும், நான் மேன்மேலும் அதிக அற்பமானவனாக உணர்ந்தேன், இந்த 'மாயக்காரனுக்காக' (அவனுக்கு 'மாயாஜாலமான' சக்திகள் இருந்ததாக எஸ்தர் ஒரு முறை குறிப்பிட்டாள்) எப்படி எஸ்தரால் என்னைவிட்டு விலக முடிந்தது என்பது குறித்து என் குழப்பம் மேன்மேலும் அதிகரித்தது. என்னுடைய எதிரியான ஒருவனிடம் ஆசுவாசமாகப் பேசுவதில் எனக்கு எந்தப் பிரச்சனையும் இல்லை என்று பாசாங்கு செய்வது மிகவும் கடினமாக இருந்தபோதிலும், நான் ஏதேனும் செய்தாக வேண்டியிருந்தது.

"நம்முடைய வாசகரைப் பற்றி இன்னும் சில விஷயங்களைக் கண்டுபிடிப்போம்," என்று நான் கூறினேன். உடனே அங்கே ஒரு நீண்ட அமைதி நிலவியது. "இவர் எக்கணத்திலும் இங்கிருந்து புறப்பட்டுச் செல்லக்கூடும். தன்னுடைய வாழ்க்கையைப் பற்றி இவர் ஒரு வார்த்தைகூடக் கூறவில்லை. நீங்கள் என்ன செய்கிறீர்கள்?"

மிக்காயில் ஏராளமான வோட்கா பருகியிருந்தும்கூட, திடீரென்று சுதாரித்துக் கொண்டான்.

"நான் அர்மீனிய உணவகத்தில் சந்திப்புக்கூட்டங்களை ஏற்பாடு செய்கிறேன்."

"அதில் உங்களுடைய பங்களிப்பு என்ன?"

“நான் மேடைமீது நின்று கதைகள் கூறுகிறேன். கூட்டத்திலுள்ள மக்களும் தங்களுடைய கதைகளைக் கூற நான் அனுமதிக்கிறேன்.”

“நான் அதே விஷயத்தை என்னுடைய புத்தகங்களில் செய்கிறேன்.”

“எனக்குத் தெரியும். அப்படித்தான் நான் முதன்முதலாகச் சந்தித்தேன்...”

தான் யார் என்பதை அவன் வெளிப்படுத்தவிருந்தான்!

மேரி குறுக்கிட்டு, “நீங்கள் இங்கே பிறந்தவரா?” என்று கேட்டு அவன் தன்னுடைய வாக்கியத்தை முடிக்கவிடாமல் செய்தாள். (‘...அப்படித்தான் நான் முதன்முதலாக உங்கள் மனைவியைச் சந்தித்தேன்.’)

“நான் கஜகிஸ்தான் ஸ்டெப்பி புல்வெளிப் பகுதியில் பிறந்தேன்.”

கஜகிஸ்தான். அது எங்கே இருந்தது என்று யார் அவனிடம் கேட்பது?

“கஜகிஸ்தான் எங்கே இருக்கிறது?” என்று ஒரு விற்பனைப் பிரதிநிதி கேட்டார்.

தங்களுக்கு ஏதேனும் தெரியாவிட்டால் அதை ஒப்புக் கொள்கின்ற துணிச்சல் இருப்பவர்கள் ஆசீர்வதிக்கப்பட்டவர்கள்.

“யாரேனும் அக்கேள்வியைக் கேட்பதற்காக நான் காத்துக் கொண்டிருந்தேன்,” என்று கூறிய மிக்காயிலின் கண்களில் இப்போது மகிழ்ச்சி தென்பட்டது. “நான் எங்கே பிறந்தேன் என்று நான் கூறும்போதெல்லாம், சுமார் பத்து நிமிடங்களுக்குப் பிறகு, நான் பாகிஸ்தானை அல்லது ஆப்கானிஸ்தானைச் சேர்ந்தவன் என்று மக்கள் கூறுகின்றனர். என்னுடைய நாடு மத்திய ஆசியாவில் உள்ளது. ஆறு கோடி மக்கட்தொகையைக் கொண்ட பிரான்ஸின் நிலப்பரப்பைவிட மிகப் பெரிய நிலப்பரப்பைக் கொண்ட என்னுடைய நாட்டில் வெறும் 1.4 கோடி மக்களே உள்ளனர்.”

என்னுடைய பதிப்பாளர் சிரித்துக் கொண்டே,“அப்படியானால், இடப் பற்றாக்குறையைப் பற்றி யாரும் குறை சொல்ல முடியாத ஓர் இடமா அது?” என்று கேட்டார்.

“கடந்த நூற்றாண்டின்போது, தாங்கள் விரும்பினாலும்

மக்கள் எதைப் பற்றியும் குறை கூறுவதற்கு உரிமை இல்லாத ஓர் இடமாக அது இருந்தது. தனிப்பட்டச் சொத்துகளை வைத்திருப்பதற்குக் கம்யூனிசவாத அரசு தடை விதித்தது. கால்நடைகள் அப்படியே கைவிடப்பட்டன. 48.6 சதவீத மக்கள் இறந்தனர். இதற்கெல்லாம் என்ன அர்த்தம் தெரியுமா? என்னுடைய நாட்டில் 1932 மற்றும் 1933 ஆம் ஆண்டுகளுக்கு இடையே சுமார் ஐம்பது சதவீத மக்கள் பசியால் இறந்தனர்," என்று மிக்காயில் கூறினான்.

அங்கு ஒரு கனத்த மௌனம் நிலவியது. துயரங்கள் கொண்டாட்டங்களுக்கு இடையூறாகிவிடுகின்றன. எனவே, எங்களில் யாரோ ஒருவர் பேச்சை மாற்ற முயன்றார். ஆனால், என்னுடைய 'வாசகர்' தன்னுடைய நாட்டைப் பற்றி மேலும் அதிகமாகச் சொல்ல வேண்டும் என்று நான் வலியுறுத்தினேன்.

"ஸ்டெப்பி புல்வெளி எப்படி இருக்கும்?" என்று நான் கேட்டேன்.

"தாவரங்கள் எதுவும் இல்லாத மிகப் பரந்த வெளிகள் அவை. இது உங்களுக்குத் தெரியாததல்ல."

எனக்குத் தெரியும், ஆனால் அப்போது அவனிடம் கேள்வி கேட்க வேண்டியது என்னுடைய முறை என்பதால், உரையாடலைத் தொடரச் செய்வதற்கு நான் அவ்வாறு கேட்டேன்.

என்னுடைய பதிப்பாளர் குறுக்கிட்டு, "கஜகிஸ்தானைப் பற்றிய ஒரு விஷயம் என் நினைவுக்கு வருகிறது. சில காலத்திற்கு முன், கஜகிஸ்தானைச் சேர்ந்த ஓர் எழுத்தாளர் ஒரு தட்டச்சுப் பிரதியை எனக்கு அனுப்பி வைத்திருந்தார். ஸ்டெப்பி பகுதியில் நடத்தப்பட்டுக் கொண்டிருந்த அணுச் சோதனைகளை அவர் அதில் விவரித்திருந்தார்," என்று கூறினார்.

"எங்கள் நாட்டின் மண்ணிலும் ஆன்மாவில் இரத்தம் உள்ளது. மாற்றப்பட முடியாததை அச்சோதனைகள் மாற்றின. இனி பல தலைமுறைகள் அதற்கான விலையைக் கொடுத்துக் கொண்டிருக்கும். ஓர் ஒட்டுமொத்தக் கடலைக்கூட நாங்கள் காணாமல் போகச் செய்தோம்."

பேசுவதற்கு இப்போது மேரியின் முறை வந்தது.

"ஒரு கடலை யாராலும் காணாமல் போகச் செய்ய முடியாது," என்று அவள் கூறினாள்.

“எனக்கு இருபத்தைந்து வயது. அக்கடல் காணாமல் போவதற்கு அவ்வளவு காலம்தான் ஆகியது. வெறும் ஒரே ஒரு தலைமுறைக்குள், பல்லாயிரக்கணக்கான ஆண்டுகளாக அங்கு இருந்து வந்திருந்த தண்ணீர் வெறும் தூசியாக மாறியது. கம்யூனிசவாத ஆட்சியின் பொறுப்பாளர்கள், சில பருத்தித் தோட்டங்களுக்கு நீர்ப் பாய்ச்சுவதற்காக, அமுதார்யா, சிர்தார்யா ஆகிய இரண்டு நதிகளைத் திசை திருப்பிவிடத் தீர்மானித்தனர். அவர்கள் அதில் தோல்வியைத் தழுவினர். ஆனால் அதற்குள் காலம் கடந்திருந்தது. கடல் முற்றிலுமாக வற்றிப் போனது. விளைநிலம் ஒரு பாலைவனமாக மாறிப் போனது.

“தண்ணீர் இல்லாமல் போனது ஒட்டுமொத்தத் தட்பவெப்ப நிலையையும் பாதித்தது. அதனால், ஒவ்வோர் ஆண்டும், புழுதிப் புயல்கள் ஒன்றரை இலட்சம் டன் உப்பையும் புழுதியையும் வாரி இறைத்தன. ஐந்து நாடுகளில் ஐந்து கோடி மக்கள் சோவியத் அதிகாரிகளின் பொறுப்பற்ற, சரி செய்யப்பட முடியாத தீர்மானத்தால் பாதிக்கப்பட்டனர். எஞ்சிய கொஞ்சநஞ்சத் தண்ணீரும் மாசடைந்து, அனைத்து வகையான நோய்களுக்கும் காரணமாகியது.”

அவன் சொல்லிக் கொண்டிருந்தவற்றை நான் என் மனத்தில் குறிப்பெடுத்துக் கொண்டேன். என்னுடைய சொற்பொழிவுகளில் எதற்கேனும் அது பயன்படக்கூடும். மிக்காயில் தொடர்ந்து பேசினான். அவனுடைய குரலின் தொனியில் இப்போது சோகம் இழையோடியது.

“ஏரல் கடல் அதன் நீரின் நிறத்தின் காரணமாக, ஒரு காலத்தில் நீலக் கடல் என்று அழைக்கப்பட்டதாக என்னுடைய தாத்தா கூறுகிறார். அக்கடல் இப்போது இல்லை. ஆனாலும், மக்கள் தங்களுடைய வீடுகளை அப்படியே விட்டுவிட்டு வேறு இடங்களுக்கு இடம்பெயர மறுக்கின்றனர். அவர்கள் இன்னமும் அலைகளையும் மீன்களையும் பற்றிக் கனவு காண்கின்றனர். அவர்கள் தங்களுடைய தூண்டில்களை இன்னும் பத்திரமாக வைத்திருக்கின்றனர். படகுகள், தூண்டில் புழுக்கள் போன்றவற்றைப் பற்றிப் பேசுவதை அவர்கள் இன்னும் நிறுத்தவில்லை.”

“அணுச் சோதனைகள் நிகழ்த்தப்பட்டது

உண்மைதானே?” என்று என்னுடைய பதிப்பாளர் கேட்டார்.

“அச்சோதனைகளின்போது எங்கள் நிலம் எத்தகைய உணர்வை அனுபவித்ததோ, என்னுடைய நாட்டில் பிறந்த ஒவ்வொருவரும் அதே உணர்வை அனுபவிக்கின்றனர் என்று நான் நினைக்கிறேன். ஏனெனில், கஜகிஸ்தான்வாசிகள் ஒவ்வொருவரும் தங்களுடைய இரத்தத்தில் தங்களுடைய நிலத்தைச் சுமந்து கொண்டிருக்கின்றனர். நாற்பது ஆண்டுகாலம், அந்தப் பரந்த சமவெளிகள், அணுகுண்டுகளாலும் வெப்ப அணுகுண்டுகளாலும் ஆட்டம் கண்டன. 1989 இல் மொத்தம் 456 குண்டுகள் வெடிக்கப்பட்டன. அவற்றில் 116 சோதனைகள் திறந்தவெளியில் மேற்கொள்ளப்பட்டன. இரண்டாம் உலகப் போரின்போது ஹிரோஷிமாவின்மீது போடப்பட்ட அணுகுண்டைப்போல 2,500 மடங்கு அதிக சக்தி வாய்ந்த ஒரு குண்டுக்குச் சமம் அது. அதன் விளைவாக, ஆயிரக்கணக்கான மக்கள் கதிர்வீச்சால் பாதிக்கப்பட்டனர். அதைத் தொடர்ந்து, அவர்களுக்கு நுரையீரல் புற்றுநோய் ஏற்பட்டது. ஆயிரக்கணக்கான குழந்தைகள் இயக்கக் கோளாறுகளுடனும், கைகளோ அல்லது கால்களோ இல்லாமலும், மனரீதியான கோளாறுகளுடனும் பிறந்தனர்.”

மிக்காயில் தன்னுடைய கைக்கடிகாரத்தைப் பார்த்தான்.

“உங்களுக்கு ஆட்சேபனை இல்லையென்றால், நான் புறப்பட்டுச் செல்ல விரும்புகிறேன்.”

அவனுடைய பேச்சைக்கேட்டுக்கொண்டிருந்தவர்களில் பாதிப் பேர் அவன் புறப்பட்டுச் செல்லவிருந்தது குறித்து வருந்தினர். ஏனெனில், உரையாடல் அப்போதுதான் சுவாரசியமடைந்து கொண்டிருந்தது. மீதிப் பேர் மகிழ்ச்சியடைந்தனர். ஏனெனில், ஒரு மகிழ்ச்சியான தருணத்தில் அத்தகைய சோக நிகழ்வுகளைப் பற்றிப் பேசுவது அபத்தமானதென்று அவர்கள் கருதினர்.

மிக்காயில் தலையசைத்து ஒவ்வொருவரிடமிருந்தும் விடைபெற்றுக் கொண்டு, என்னிடம் வந்து என்னைக் கட்டியணைத்தான். அவன் அவ்வாறு செய்தது என்மீதான

பாசத்தால் அல்ல, மாறாக, “நான் முன்பே கூறியதுபோல, அவள் நலமாக இருக்கிறாள். நீங்கள் கவலைப்படாதீர்கள்,” என்று என் காதில் கிசுகிசுப்பதற்காகத்தான்.

“ ‘கவலைப்படாதீர்கள்’ என்று அவன் கூறினான். என்னை விட்டுவிட்டுப் போன ஒரு பெண்ணைப் பற்றி நான் ஏன் கவலைப்பட வேண்டும்? அவளால்தான் காவல் துறையினர் ஒரு குற்றவாளியை விசாரிப்பதுபோல என்னை விசாரித்தனர், வம்புப்பேச்சுக்குப் பெயர் போன பத்திரிகைகள் என்னுடைய பெயரை முன்பக்கத்தில் அச்சிட்டு என்னைப் பழித்துரைத்தன. அவளால்தான் நான் பல நாட்கள் இரவு பகலாக வேதனையை அனுபவித்தேன், கிட்டத்தட்ட என்னுடைய எல்லா நண்பர்களையும் நான் இழந்தேன்...”

மேரி குறுக்கிட்டு, “...அவளால்தான் ‘கிழிப்பதற்கான ஒரு காலம், தைப்பதற்கான ஒரு காலம்’ நூலை நீங்கள் எழுதினீர்கள். இதோ பாருங்கள், நாம் இருவரும் வளர்ந்தவர்கள், ஏராளமான வாழ்க்கை அனுபவம் வாய்க்கப் பெற்றவர்கள். நம்மை நாம் ஏமாற்றிக் கொள்ள வேண்டாம். அவள் எப்படி இருக்கிறாள் என்பதை நீங்கள் தெரிந்து கொள்ள விரும்புகிறீர்கள், இல்லையா? உண்மையில், நீங்கள் அவளைச் சந்திக்க விரும்புகிறீர்கள், அப்படித்தானே?” என்று கேட்டாள்.

“உனக்கு அது அவ்வளவு உறுதியாகத் தெரியும் என்றால், நம்மோடு சேர்ந்து இரவு உணவு அருந்த அவனை ஒப்புக் கொள்ள வைக்க நீ ஏன் உதவினாய்? இப்போது எனக்கு ஒரு துப்புக் கிடைத்திருக்கிறது: அவன் ஒவ்வொரு வியாழனன்றும் அந்த அர்மீனிய உணவகத்திற்கு வருகிறான்,” என்று நான் கூறினேன்.

“எனக்குத் தெரியும். நீங்கள் அந்தத் துப்பைப் பயன்படுத்தி உங்கள் தேடலைத் தொடருங்கள்.”

“உனக்கு என்மீது காதல் இல்லையா?”

“கடைகளில் விற்கப்படுகின்ற வாழ்த்து அட்டைகளில் எழுதப்பட்டிருப்பதைப்போல, ‘நேற்றைவிட அதிகமாக, நாளைய தினத்தைவிடக் குறைவாக!’ நான் உங்களைக்

காதலிக்கிறேன். உங்களுக்கு இதிலென்ன சந்தேகம்? உண்மையைச் சொன்னால், நான் உங்கள்மீது கண்மூடித்தனமான காதல் கொண்டுள்ளேன். நான் என்னுடைய முகவரியை மாற்றிக் கொண்டு, இந்தப் பெரிய, ஆனால் வெறுமையான வீட்டில் உங்களுடன் சேர்ந்து வாழலாமா என்று யோசித்துக் கொண்டிருக்கிறேன், ஆனால் நான் அதைப் பரிந்துரைக்கின்றபோதெல்லாம் நீங்கள் எப்போதும் பேச்சை மாற்றிவிடுகிறீர்கள். ஆனாலும், நான் என்னுடைய பெருமிதத்தை மறந்துவிட்டு, நாம் இருவரும் சேர்ந்து வாழ்வது நம் வாழ்வில் எவ்வளவு பெரிய ஒரு விஷயம் என்பதை உங்களுக்கு விளக்க முயற்சிக்கிறேன், ஆனால் நாம் அவசரப்படக்கூடாது என்று நீங்கள் கூறுகிறீர்கள். ஒருவேளை, நீங்கள் எஸ்தரை இழந்ததைப்போல என்னையும் இழந்துவிடுவீர்கள் என்று நீங்கள் பயப்படுகிறீர்களோ என்று எனக்குத் தோன்றுகிறது. அல்லது, அவள் திரும்பி வருவதற்காக நீங்கள் இன்னும் காத்துக் கொண்டிருக்கிறீர்கள். அல்லது, நீங்கள் உங்களுடைய சுதந்திரத்தை இழக்க விரும்பவில்லை. அல்லது, தனியாக இருப்பதற்கு உங்களுக்கு பயமாக இருக்கிறது, இன்னொருவருடன் சேர்ந்து வாழ்வதும் உங்களுக்கு பயமாக இருக்கிறது. சுருக்கமாகச் சொன்னால், நம்முடைய உறவு ஒரு பெருங்குழப்பம். எது எப்படியிருந்தாலும், உங்கள் கேள்விக்கு என்னுடைய பதில் இதுதான்: நான் உங்களை மிகவும் காதலிக்கிறேன்."

"அப்படியானால் நீ ஏன் எனக்கு உதவினாய்?"

"எந்த விளக்கமும் கொடுக்காமல் திடீரென்று புறப்பட்டுப் போய்விட்ட ஒரு பெண்ணின் ஆவியுடன் என்றென்றைக்கும் என்னால் குப்பை கொட்டிக் கொண்டிருக்க முடியாது. நான் உங்களுடைய புத்தகத்தைப் படித்திருக்கிறேன். அவளைக் கண்டுபிடித்து, பிரச்சனையைத் தீர்ப்பதன் மூலமாக மட்டுமே உங்கள் இதயம் உண்மையிலேயே என்னுடையதாக இருக்கும் என்று நான் நம்புகிறேன். நான் காதலித்த என்னுடைய அண்டைவீட்டுக்காரனுடன் இதுதான் நிகழ்ந்தது. எங்கள் உறவைப் பொறுத்தவரை அவன் எவ்வளவு பெரிய கோழையாக இருந்தான் என்பதைக் காண முடிகின்ற அளவுக்கு நான் அவனுக்கு நெருக்கமாக இருந்தேன்.

அவன் விரும்பிய ஒரு விஷயத்திற்கு அவனால் தன்னை இதயபூர்வமாக அர்ப்பணித்துக் கொள்ள முடியவில்லை. முழுமையான சுதந்திரம் என்ற ஒன்று கிடையாது என்று அடிக்கடி நீங்கள் கூறியிருக்கிறீர்கள். ஆனால், நீங்கள் விரும்புகின்ற எதுவொன்றையும் தேர்ந்தெடுத்து, அதற்கு உங்களை அர்ப்பணித்துக் கொள்வதற்கான சுதந்திரம் உங்களுக்கு இருக்கிறது. நான் என் அண்டைவீட்டுக்காரனுடன் எவ்வளவு அதிக நெருக்கமாக இருந்தேனோ, அவ்வளவு அதிகமாக நான் உங்களைக் கண்டு பிரமித்தேன். தன்னோடு எந்த ஒட்டுறவும் வேண்டாம் என்று தன்னை ஒரேயடியாக உதறித் தள்ளிவிட்டுப் போன தன்னுடைய மனைவியை, தொடர்ந்து காதலிக்கத் தீர்மானித்த ஒரு மனிதரான நீங்கள் என்னைப் பெரிதும் கவர்ந்தீர்கள். நீங்கள் உங்களுடைய தீர்மானத்தை வெளிப்படையாகவும் அறிவித்தீர்கள். நீங்கள் உங்களுடைய புத்தகத்தில் இதைத்தான் சொல்லியிருக்கிறீர்கள். அந்தப் பத்தி என் மனத்தில் ஆழமாகப் பதிந்து போயுள்ளது:

" 'இழப்பதற்கு இனி என்னிடம் எதுவும் இல்லை என்ற நிலை வந்தபோது, எனக்கு எல்லாம் கிடைத்தது. நான் நானாக இல்லாமல் போனபோது, என்னை நான் கண்டுகொண்டேன். நான் அவமானத்தை அனுபவித்தபோதுகூடத் தொடர்ந்து முன்னோக்கி நடந்தபோது, என்னுடைய தலைவிதியைத் தேர்ந்தெடுப்பதற்கான சுதந்திரம் எனக்கு இருந்ததை நான் புரிந்து கொண்டேன். ஒருவேளை என்னிடம் ஏதேனும் கோளாறு இருக்கலாம், அது எனக்குத் தெரியவில்லை. ஒருவேளை, என்னுடைய திருமணம் என்னால் புரிந்து கொள்ள முடியாத ஒரு கனவாக இருந்திருக்கலாம். எனக்குத் தெரிந்ததெல்லாம், அவளின்றி என்னால் வாழ முடியாது என்றாலும், நான் அவளை மீண்டும் பார்க்க விரும்புகிறேன், நாங்கள் ஒன்றாகச் சேர்ந்திருந்தபோது நான் அவளிடம் ஒருபோதும் கூறியிருக்காததை இப்போது நான் அவளிடம் கூற விரும்புகிறேன். அது இதுதான்: "என்னை நான் நேசிப்பதைவிட மிக அதிகமாக உன்னை நான் நேசிக்கிறேன்." அதை என்னால் கூற முடிந்தால், பிறகு என்னால் நிம்மதியாக என் வாழ்க்கையைத் தொடர முடியும். ஏனெனில், என் காதல் என்னை மீட்டெடுத்துள்ளது.' "

"எஸ்தர் என்னுடைய புத்தகத்தைப் படித்திருக்கக்கூடும்

என்று மிக்காயில் கூறினான். எனக்கு அது போதும்."

"இருக்கலாம், ஆனால் நீங்கள் அவளை முழுமையாகக் காதலிப்பதற்கு, நீங்கள் அவளைக் கண்டுபிடித்து, அவளுடைய முகத்திற்கு நேராக உங்கள் காதலை அவளிடம் கூற வேண்டும். அது சாத்தியமற்றதாக இருக்கக்கூடும், அவள் உங்களைப் பார்க்க விரும்பாமல் இருக்கக்கூடும், ஆனால் குறைந்தபட்சம் நீங்கள் முயற்சித்திருப்பீர்கள், இல்லையா? அந்தக் 'கச்சிதமான' பெண்ணிடமிருந்து நான் விடுதலை பெற்றுவிடுவேன், நீங்களும் உங்கள் 'சஹீரிடமிருந்து' விடுதலை பெற்றுவிடுவீர்கள்.

"நீ மிகவும் துணிச்சலானவள்."

"இல்லை, நான் துணிச்சலானவள் அல்லள். எனக்கு பயமாக இருக்கிறது. ஆனால் எனக்கு வேறு வழியில்லை."

மறுநாள் காலையில், எஸ்தர் வாழ்ந்து கொண்டிருந்த இடத்தைக் கண்டுபிடிக்க நான் முயற்சிக்க மாட்டேன் என்று எனக்கு நானே வாக்குக் கொடுத்துக் கொண்டேன். இரண்டாண்டு காலமாக, அவள் என்னைவிட்டுப் போகக் கட்டாயப்படுத்தப்பட்டிருந்தாள் என்றும், அவள் ஏதோ பயங்கரவாதக் கும்பலால் கடத்திச் செல்லப்பட்டோ அல்லது மிரட்டப்பட்டோ இருந்தாள் என்றும் நம்புவதைப் பிரக்ஞையின்றி நான் விரும்பியிருந்தேன். ஆனால் அவள் உயிரோடும் நலமாகவும் இருந்ததை இப்போது நான் அறிந்ததால் (அந்த இளைஞன் என்னிடம் அப்படித்தான் சொன்னான்), அவளை மீண்டும் பார்க்க நான் ஏன் முயற்சிக்க வேண்டும்? மகிழ்ச்சியைத் தேடிச் செல்வதற்கான உரிமை என்னுடைய முன்னாள் மனைவிக்கு இருந்தது. நான் அவளுடைய தீர்மானத்தை மதித்தாக வேண்டும்.

இந்த யோசனை சுமார் நான்கு மணிநேரம் நிலைத்தது. பிறகு மதிய வேளையில், நான் ஒரு தேவாலயத்திற்குச் சென்று ஒரு மெழுகுவர்த்தி ஏற்றி வைத்துவிட்டு, இன்னோர் உறுதிமொழி எடுத்துக் கொண்டேன். இம்முறை அது ஒரு புனிதமான, சடங்குரீதியான உறுதிமொழியாகும்: "நான் அவளைத் தேடிக் கண்டுபிடிப்பேன்." மேரி சொன்னது சரிதான். என் முன்னாள் மனைவியைப் பற்றி எனக்கு அக்கறையில்லை என்றும், என்னை விட்டுவிட்டுப் போவதென்று அவள் மேற்கொண்ட தீர்மானத்தை நான் மதித்தேன் என்றும் பாசாங்கு செய்ததன் மூலம் என்னை நானே தொடர்ந்து ஏமாற்றுவது இனியும் எனக்கு முடியவில்லை. ஏனெனில், எனக்கு வயதாகிக் கொண்டிருந்தது. ஆனால் என்னுடைய வாழ்க்கையைக் கட்டியெழுப்ப எனக்கு உதவியிருந்த அதே பெண் என்னைக் கிட்டத்தட்ட அழித்திருந்தாள். அவள் எப்போதுமே துணிச்சலானவளாக இருந்திருந்தாள். ஆனால் இம்முறை ஏன் அவள் நள்ளிரவில் ஒரு கள்ளனைப்போல ஓடிப்

போனாள்? என்னிடம் நேரடியாக எந்த விளக்கமும் கொடுக்காமல் ஏன் அவள் ஓடிப் போனாள்? எங்களுடைய நடவடிக்கைகளின் பின்விளைவுகளை எதிர்கொள்வதற்குப் போதுமான அளவு எங்கள் இருவருக்கும் வயது ஆகியிருந்தது. என் மனைவியின் (சரி, என் முன்னாள் மனைவியின்) நடத்தை அவளுடைய குணத்திற்கு முற்றிலும் மாறானதாக இருந்தது. அதற்கான காரணம் எனக்குத் தெரிந்தாக வேண்டியிருந்தது.

***

அந்த உணவகத்தில் அந்த 'நாடக அரங்கேற்றத்திற்கு' முழுதாக ஒரு வாரம் இருந்தது. அது ஒரு யுகம்போலத் தோன்றியது. இடைப்பட்ட அந்த நேரத்தில், பொதுவாக நான் ஒருபோதும் ஒப்புக் கொள்ளாத பேட்டிகளைக் கொடுக்க நான் ஒப்புக் கொண்டேன். நான் பல்வேறு செய்தித்தாள்களில் கட்டுரைகள் எழுதினேன், யோகாவும் தியானமும் பயிற்சி செய்தேன், ஒரு ரஷ்ய ஓவியரைப் பற்றிய ஒரு புத்தகத்தைப் படித்தேன், நேபாளத்தில் நடைபெற்ற ஒரு குற்றத்தைப் பற்றிய ஒரு புத்தகத்தையும் படித்தேன். அதோடு, நான் இரண்டு நூல்களுக்கு முன்னுரைகளும் இன்னும் நான்கு நூல்களுக்குப் பரிந்துரைகளும் எழுதிக் கொடுத்தேன். நான் இதைச் செய்ய வேண்டும் என்று பதிப்பாளர்கள் என்னிடம் எப்போதும் கேட்டுக் கொண்டனர், ஆனால் வழக்கமாக நான் அதை மறுத்துவிடுவேன்.

நான் ஓட்டுவதற்கு இன்னும் ஏகப்பட்ட நேரம் மிச்சமிருந்தது. எனவே, உதவி வங்கியில் ஒரு சில கடன்களை அடைக்கலாம் என்று நான் தீர்மானித்தேன். அதற்காக, விருந்து அழைப்புகள் சிலவற்றை நான் ஏற்றுக் கொண்டேன், என்னுடைய நண்பர்களின் குழந்தைகள் படித்தப் பள்ளிகளில் சிறு சொற்பொழிவுகள் ஆற்றினேன், ஒரு கோல்ப் மைதானத்திற்கு விஜயம் செய்தேன், என்னுடைய நண்பர் ஒருவருடைய புத்தகக் கடையில், வாசகர்களுக்கு என்னுடைய புத்தகங்களில் நான் கையெழுத்திட்டுக் கொடுத்தேன் (மூன்று நாட்களுக்கு முன்னால் அவர் அந்நிகழ்ச்சியைப் பற்றித் தன்னுடைய கடையின் முன்பக்கச் சன்னல்மீது ஒரு விளம்பரத்தைத்

தொங்கவிட்டார் – அந்நிகழ்ச்சிக்கு இருபது பேர் வந்தனர்). நான் மிகவும் மகிழ்ச்சியுடன் காணப்பட்டதாக என்னுடைய செயலாளர் கூறினார். நான் இவ்வளவு துடிப்பாகச் செயல்பட்டதைத் தான் பார்த்துப் பல யுகங்கள் ஆகியிருந்ததாக அவர் குறிப்பிட்டார். சிறப்பாக விற்பனையாகும் புத்தகங்கள் பற்றிய பட்டியல்களில் என்னுடைய ஒரு புத்தகம் இடம்பெற்றிருந்தது, வழக்கமாக நான் உழைத்ததைவிட அதிகக் கடினமாக உழைக்க என்னை ஊக்குவித்திருந்ததாக நான் அவரிடம் கூறினேன்.

அந்த வாரம் நான் இரண்டு விஷயங்களைச் செய்யவில்லை. முதலில், பிறருடைய நூல்களுக்கான தட்டச்சுப் பிரதிகளை நான் படித்துப் பார்த்துக் கருத்துச் சொல்லவில்லை. சம்பந்தப்பட்ட நபர்களிடம் இவற்றை நான் உடனடியாகத் திருப்பி அனுப்பிவிட வேண்டும் என்றும், இல்லாவிட்டால், நான் அவர்களுடைய கதைகளில் ஒன்றிலிருந்து திருடிவிட்டதாகப் பின்னர் யாரேனும் என்மீது வழக்குத் தொடுக்கக்கூடும் என்றும் என்னுடைய வழக்கறிஞர்கள் என்னிடம் கூறியிருந்தனர். (மக்கள் தங்களுடைய புத்தகங்களுக்கான தட்டச்சுப் பிரதிகளை எனக்கு ஏன் அனுப்பி வைத்தனர் என்பது ஒருபோதும் எனக்குப் புரியவில்லை. நான் ஒன்றும் ஒரு பதிப்பாளர் அல்லவே?

இரண்டாவதாக, கஜகிஸ்தான் எங்கே இருந்தது என்று உலகப்படத்தில் நான் தேட முயற்சிக்கவில்லை – மிக்காயிலின் நம்பிக்கைக்குப் பாத்திரமாவதற்கு, அவனுடைய பூர்வீகம் என்ன என்பது பற்றி நான் சற்றுக் கூடுதலாகத் தெரிந்திருப்பது நல்லது என்பதை நான் அறிந்திருந்[illegible] !

அந்த உணவகத்தின் பின்பக்கத்தில் இருந்த பெரிய அறைக்கு இட்டுச் சென்ற கதவை யாரேனும் திறந்துவிடுவதற்காக மக்கள் பொறுமையாகக் காத்துக் கொண்டிருந்தனர். செயின்ட் ஜெர்மெயின் டி பிரெஸ் பகுதியில் இருந்த மதுவிடுதிகளின் வசீகரம் அந்த உணவகத்திற்கு இருக்கவில்லை, காபியுடன் ஒரு சிறிய கோப்பைத் தண்ணீர் வழங்கப்படவில்லை, மிடுக்காக உடையணிந்து நயமாகப் பேசிய மனிதர்கள் யாரும் அங்கு இருக்கவில்லை. நாடக அரங்கங்களின் முன்னறைகளின் நேர்த்தியோ, நகரம் நெடுகிலும் சிறு உணவகங்களில் நடத்தப்பட்டப் பிற நிகழ்ச்சிகளின் மாயாஜாலமோ இந்த உணவகத்தில் இருக்கவில்லை. அந்த நாடக அரங்கங்களிலும் அச்சிறு உணவகங்களிலும் நடித்த நடிகர்கள், பார்வையாளர்களில் சில பிரபலங்கள் இருக்கக்கூடும் என்றும், நிகழ்ச்சி முடிந்ததும் அவர்களில் யாரேனும் தங்களிடம் வந்து தங்களுடைய நடிப்பைப் பாராட்டிவிட்டு, ஏதேனும் முக்கியமான கலாசாலைக்கு வரும்படி தங்களுக்கு அழைப்பு விடுக்கக்கூடும் என்றும் ஒரு நம்பிக்கையில் தங்களால் முடிந்த அளவு சிறப்பாக நடிக்க முயற்சித்தனர்.

உண்மையைச் சொல்ல வேண்டுமென்றால், குறிப்பிட்ட அந்த உணவகம் ஏன் நிரம்பி வழிந்தது என்பதை என்னால் புரிந்து கொள்ள முடியவில்லை. பாரீஸில் நடைபெற்றக் கேளிக்கை நிகழ்ச்சிகளையும் கலை நிகழ்ச்சிகளையும் பட்டியலிட்டப் பத்திரிகைகளில் இந்த உணவகத்தின் பெயரை நான் ஒருபோதும் பார்த்ததில்லை.

***

நான் காத்துக் கொண்டிருந்தபோது, நான் அதன் உரிமையாளரிடம் பேச்சுக் கொடுத்தேன். அவர் அந்த உணவகப் பகுதியை ஒரு நாடக அரங்கமாக மாற்றத் திட்டமிட்டுக் கொண்டிருந்ததை நான் அறிந்தேன்.

"ஒவ்வொரு வாரமும் மேன்மேலும் அதிகமான மக்கள் வருகின்றனர். தொடக்கத்தில் ஒரு பத்திரிகை நிருபர் அதை ஓர் உபகாரமாக என்னிடம் கேட்டார். பதிலுக்கு, என்னுடைய இந்த உணவகத்தைப் பற்றிய விமர்சனத்தைத் தன்னுடைய பத்திரிகையில் வெளியிட அவர் ஒப்புக் கொண்டார். மறுபுறம், இந்த அறை, வியாழக்கிழமைகளில் அரிதாகவே பயன்படுத்தப்படுகிறது. மக்கள் இங்கே காத்திருக்கும்போது, ஏதேனும் ஆர்டர் செய்து சாப்பிடுகின்றனர். உண்மையில், வாரத்தின் மற்ற நாட்களில் நான் ஈட்டும் பணத்தைவிட ஒரு வியாழக்கிழமையன்று நான் அதிகப் பணம் சம்பாதிக்கிறேன். எனக்கு இருந்த ஒரே கவலையெல்லாம், நடிகர்கள் ஒரு குறிப்பிட்ட மத உட்குழுவை சேர்ந்தவர்களாக இருப்பார்களோ என்பதுதான். இங்குள்ள சட்டங்கள் மிகவும் கண்டிப்பானவை என்பது நீங்கள் அறியாததல்லவே."

அதை நான் நன்றாகவே அறிந்திருந்தேன். என்னுடைய புத்தகங்கள் ஏதோ ஒரு பயங்கரமான தத்துவத்துடனும், பொதுவாக ஏற்றுக் கொள்ளப்பட்ட விழுமியங்களிலிருந்து முரண்பட்ட ஒரு விதமான மதபோதனையுடனும் தொடர்புடையவையாக இருந்ததாகக்கூடச் சிலர் கூறினர். பொதுவாக மிகவும் முற்போக்காக இருந்த பிரான்ஸ், இவ்விஷயத்தில் சிறிது கலவரமடைந்திருந்தது. அப்பாவி மக்கள் சிலருக்கு 'மூளைச்சலவை' செய்யப்பட்டுக் கொண்டிருந்தது குறித்த ஒரு நீண்ட அறிக்கை சமீபத்தில் வெளியாகியிருந்தது. இது எனக்கு விநோதமாகத் தோன்றியது. அதே மக்கள், பள்ளிக்கூடம், பல்கலைக்கழகம், பற்பசை, கார், திரைப்படம், கணவன், மனைவி, காதலர் போன்றவற்றைத் தேர்ந்தெடுப்பதில் ஏதோ திறமைசாலிகள்போலவும், மத விவகாரங்களில் மட்டும் எளிதாக மூளைச்சலவை செய்யப்பட்டுவிடுவதுபோலவும் இருந்தது அவருடைய பேச்சு.

"அவர்கள் இந்நிகழ்ச்சிகளை எப்படி விளம்பரப்படுத்துகின்றனர்?" என்று நான் கேட்டேன்.

"எனக்கு அது பற்றி எதுவும் தெரியாது. அது தெரிந்தால், அதே நபரை என்னுடைய உணவகத்தை விளம்பரப்படுத்த நான் பயன்படுத்திக் கொள்வேன்," என்று அந்த உணவக உரிமையாளர் கூறினார்.

நான் யார் என்பது அவருக்குத் தெரியாததால், எனக்கு ஏதேனும் சந்தேகம் இருந்தால் அதைத் தீர்க்கும் விதமாக, “அவர்கள் எந்த மதக் குழுவையும் சேர்ந்தவர்கள் அல்லர். அவர்கள் உண்மையிலேயே வெறும் நடிகர்கள்தாம்,” என்று கூறினார்.

***

அந்தப் பின்பக்க அறைக்கான கதவு திறக்கப்பட்டது. மக்கள் பெருந்திரளாக உள்ளே நுழைந்து, அங்கிருந்த ஒரு சிறிய டப்பாவுக்குள் தலா ஐந்து யூரோக்களைப் போட்டனர். அந்த அறையில், தற்காலிகமாக அமைக்கப்பட்டிருந்த மேடைமீது இரண்டு இளைஞர்களும் இரண்டு இளம்பெண்களும் எந்த உணர்ச்சியையும் வெளிக்காட்டாமல் நின்று கொண்டிருந்தனர். எல்லோரும் கணுக்கால்வரை நீண்ட வெள்ளைப் பாவாடைகளை அணிந்திருந்தனர். அப்பாவாடைகள் கஞ்சி போடப்பட்டு விறைப்பாக இருந்ததால், தூரத்திலிருந்தும் பளிச்சென்று தெரிந்தன. அவர்கள் நால்வரையும் தவிர, ஒரு கோங்கா முரசைச் சுமந்து கொண்டு ஒரு முதியவரும், வெண்கலத்தால் ஆன ஒரு மிகப் பெரிய ஜால்ராவைப் போன்ற சிம்பல் என்ற இசைக்கருவியைச் சுமந்து கொண்டு ஒரு பெண்ணும் அந்த மேடையின்மீது இருந்தனர். அப்பெண் தற்செயலாக அந்தச் சிம்பலை உரசிய ஒவ்வொரு முறையும், அது ஓர் உலோக மழை போன்ற சத்தத்தை ஏற்படுத்தியது.

அந்த இளைஞர்களில் ஒருவன் மிக்காயில். முன்பு நான் அவனைச் சந்தித்தபோது அவன் வேறு மாதிரி இருந்தான், இப்போது அவன் முற்றிலும் வித்தியாசமாகக் காணப்பட்டான். எதையோ வெறித்துப் பார்த்துக் கொண்டிருந்த அவனுடைய கண்கள் பிரகாசமாக ஒளிர்ந்தன. பார்வையாளர்கள் அனைவரும் அந்த அறையைச் சுற்றிலும் ஆங்காங்கே போடப்பட்டிருந்த நாற்காலிகள்மீது அமர்ந்தனர். அவர்களிடையே இருந்த இளைஞர்களும் இளம்பெண்களும் உடையணிந்திருந்த விதம், நீங்கள் அவர்களைத் தெருவில் சந்தித்தால் அவர்கள் போதைப் பொருட்களுக்கு அடிமையானவர்கள் என்று நினைக்கும்படியாக இருந்தது. நடுத்தர வயது அதிகாரிகளும்

அரசு ஊழியர்களும் தங்கள் மனைவியருடன் வந்திருந்தனர். ஒன்பது அல்லது பத்து வயது நிரம்பிய குழந்தைகள் ஒரு சிலரும் வந்திருந்தனர். அவர்கள் தங்கள் பெற்றோருடன் வந்திருக்கக்கூடும். வயதான ஒரு சிலரும் வந்திருந்தனர். அவர்கள் மிகவும் சிரமப்பட்டுத்தான் வந்திருக்க வேண்டும். ஏனெனில், மிக அருகிலிருந்த மெட்ரோ இரயில் நிலையம் ஐந்து தெருக்கள் தள்ளி இருந்தது.

மேடையில் யாரும் இல்லாததுபோல, பார்வையாளர்கள் அனைவரும் குடித்துக் கொண்டும், புகைபிடித்துக் கொண்டும், சத்தமாகப் பேசிக் கொண்டும் இருந்தனர். அவர்களுடைய உரையாடலின் சத்தம் படிப்படியாக அதிகரித்தது. எக்கச்சக்கமான சிரிப்புச் சத்தமும் கேட்டது. ஒரு கேளிக்கை விருந்தில் நிலவும் சூழல் அங்கு நிலவியது. இது ஒரு மதக் குழுவாக இருக்குமோ என்று நான் நினைத்தேன். ஆனால் அது வெறும் புகைபிடிக்கும் குழு மட்டுமே. அங்கிருந்த பெண்களில் யாருக்கும் எஸ்தரின் சாயல் சிறிதும் இல்லாதபோதிலும், அவர்களில் எஸ்தரை என்னால் காண முடியும் என்று நினைத்தபடி, பரிதவிப்போடு நான் என் பார்வையை ஓடவிட்டேன். என்னால் ஏன் 'முன்னாள் மனைவி' என்று சொல்ல முடியவில்லை என்ற கேள்வியை என்னை நானே கேட்டுக் கொண்டேன்.

அழகாகவும் நேர்த்தியாகவும் உடையணிந்திருந்த ஒரு பெண்ணிடம், "இங்கு என்ன நிகழ்ந்து கொண்டிருக்கிறது?" என்று நான் கேட்டேன். எனக்குப் பதிலளிப்பதற்கான பொறுமை அவளுக்கு இருக்கவில்லைபோலத் தோன்றியது. நான் அனுபவமில்லாதவன் என்பதுபோலவும், வாழ்வின் மர்மங்கள் கற்றுக் கொடுக்கப்பட வேண்டிய ஒருவன் என்பதுபோலவும் அவள் என்னைப் பார்த்தாள்.

"காதல் கதைகள்," என்று அவள் கூறினாள். "கதைகளும் உற்சாகமும்."

கதைகளும் உற்சாகமும்? அப்பெண் சாதாரணமாக இருந்ததுபோலத் தோன்றியபோதிலும், அப்பேச்சை அத்துடன் நிறுத்திக் கொள்வது நல்லதென்று நான் தீர்மானித்தேன். நான் வேறு யாரிடமேனும் கேட்கலாமா என்று யோசித்தேன். பிறகு, எதுவும் கேட்காமல் இருப்பது நல்லதென்று நான் முடிவெடுத்தேன். விரைவில் நானே

கண்டுபிடித்துவிடுவேன் என்று நான் நினைத்துக் கொண்டேன். எனக்குப் பக்கத்தில் உட்கார்ந்திருந்த ஒரு கண்ணியவான் என்னைப் பார்த்துப் புன்னகைத்தார்.

“நான் உங்களுடைய புத்தகத்தைப் படித்திருக்கிறேன். நீங்கள் ஏன் இங்கே வந்திருக்கிறீர்கள் என்பது எனக்குத் தெரியும்.”

அதைக் கேட்டு நான் அதிர்ச்சியடைந்தேன். மிக்காயிலுக்கும் என்னுடைய மனைவிக்கும் – அதாவது, மேடையில் இருந்தவர்களில் ஒருவனுக்கும் என்னுடைய முன்னாள் மனைவிக்கும் – இடையேயான உறவைப் பற்றி அந்நபருக்குத் தெரியுமோ என்று நான் பயந்தேன்.

“உங்களைப் போன்ற ஒரு நூலாசிரியருக்குத் தெங்கிரி மதத்தினரைப் பற்றி நிச்சயமாகத் தெரிந்திருக்கும். ‘ஒளி வீரர்கள்’ என்று நீங்கள் அழைக்கின்றவர்களுடன் மிக நெருக்கமான தொடர்பு கொண்டவர்கள் அவர்கள்,” என்று அந்நபர் கூறினார்.

நான் நிம்மதியடைந்து, “ஆமாம், எனக்குத் தெரியும்,” என்று கூறினேன்.

‘தெங்கிரியைப் பற்றி நான் இதுவரை ஒருபோதும் கேள்விப்பட்டதில்லையே?’ என்று என்னை நானே கேட்டுக் கொண்டேன்.

இருபது நிமிடங்களுக்குப் பிறகு, சிகரெட் புகையால் அடர்ந்திருந்த காற்று நிலவிய அந்த அறையில், அந்தச் சிம்பல் சத்தம் கேட்டது. உடனே, எல்லா உரையாடல்களும் நின்றன, அங்கு நிலவிய குழப்பங்களும் கூச்சல்களும் அடங்கி, ஒரு விதமான மதரீதியான போக்கு தலைதூக்குவதைப்போல இருந்தது. பார்வையாளர்களும் மேடையில் இருந்தவர்களும் சம அளவு அமைதியாக இருந்தனர். பக்கத்திலிருந்த உணவகத்திலிருந்து வந்த சத்தத்தைத் தவிர வேறு எந்த ஒலியும் யாருக்கும் கேட்கவில்லை.

ஒரு மயக்க நிலையில் இருந்ததுபோலத் தோன்றிய மிக்காயில், இன்னமும் தொலைவில் எங்கோ வெறித்துப் பார்த்தபடி தொடர்ந்தான்:

“மங்கோலியப் படைப்புக் கதை பின்வருமாறு கூறுகிறது: ‘நீலமும் சாம்பலும் கலந்த ஒரு நிறத்தில் ஒரு காட்டு நாய் வந்தது. அதன் தலையெழுத்து சொர்க்கத்தால் ஏற்கெனவே தீர்மானிக்கப்பட்டிருந்தது. ஒரு மான் அதன்

ஜோடியாக இருந்தது.' "

அவனுடைய குரல் வித்தியாசமாக இருந்தது. அது அதிகப் பெண்மைத்தன்மை கொண்டதாகவும் அதிக நம்பிக்கையை வெளிப்படுத்துவதாகவும் இருந்தது.

"இவ்வாறு இன்னொரு காதல் கதை பிறந்தது. துணிச்சலும் வலிமையும் கொண்ட அந்தக் காட்டு நாய்க்கும், மென்மையும் அழகும் கொண்ட அந்த மானுக்கும் இடையே முளைத்தக் காதல் அது. வேட்டையாடியும் அதன் இரையும் ஒன்றையொன்று சந்தித்துக் காதலில் விழுந்தன. இயற்கை விதிப்படி, ஒன்று மற்றொன்றை அழிக்க வேண்டும். ஆனால், காதலில் நல்லது, தீயது ஆகிய எதுவும் இல்லை; அங்கு உருவாக்கமும் இல்லை, அழிவும் இல்லை; அங்கு அசைவு மட்டுமே இருக்கிறது. காதல் இயற்கை விதிகளை மாற்றுகிறது."

அவன் தன்னுடைய கையால் ஏதோ சைகை காட்டியபோது, மேடையில் இருந்த நால்வரும் திரும்பினர்.

"என்னுடைய பூர்வீகமான ஸ்டெப்பி புல்வெளிப் பகுதியில், அந்தக் காட்டு நாய் பெண்ணினத்தைச் சேர்ந்த ஒன்றாகப் பார்க்கப்படுகிறது. அது எளிதில் உணர்ச்சிவசப்படக்கூடியது; அது வேட்டையாடும் திறன் படைத்தது. ஏனெனில், அது தன்னுடைய உள்ளுணர்வைப் பட்டை தீட்டியுள்ளது; ஆனால் அது எளிதில் பயப்படுவதாகவும் இருக்கிறது. அது தன்னுடைய ஆக்ரோஷத்தைப் பயன்படுத்துவதில்லை, மாறாக, உத்தியைப் பயன்படுத்துகிறது. அது துணிச்சலுடனும் எச்சரிக்கையுடனும் வேகமாகவும் செயல்படுகிறது. அது தன்னுடைய இரையின்மீது பாய்வதற்கு, முற்றிலும் ஆசுவாசமான ஒரு நிலையிலிருந்து துடிப்பான ஒரு நிலைக்கு ஒரு நொடியில் அதனால் மாறிவிட முடியும்."

கதைகள் எழுதிப் பழக்கப்பட்டிருந்த நான், "அந்த மானுக்கு என்ன நிகழ்ந்தது?" என்று யோசித்தேன். கதைகள் சொல்லிப் பழக்கப்பட்டிருந்த மிக்காயில், காற்றில் தொங்கிக் கொண்டிருந்த கேள்விக்குப் பதிலளித்தான்.

"அந்த மானிடம் ஆணினத்திற்குரிய வேகமும் பூமியைப் பற்றிய புரிதலும் இருந்தன. அவ்விரண்டும் தம்முடைய குறியீட்டு உலகங்களில் சேர்ந்து பயணித்தன. ஒன்றையொன்று கண்டுபிடித்துக் கொண்ட இரண்டு

சாத்தியமின்மைகள் அவை. அவை தம்முடைய சொந்த இயல்புகளையும் தம்முடைய தடைகளையும் தாண்டி வந்திருந்ததால், அவை உலகத்தையும் சாத்தியமாக்கின. அதுதான் மங்கோலியப் படைப்புக் கதை: இரண்டு வெவ்வேறு இயல்புகளிலிருந்து காதல் பிறக்கிறது. அந்த முரண்பாட்டில், காதல் வலிமையாக வளர்கிறது. மோதலிலும் மாற்றத்திலும், காதல் பேணிப் பாதுகாக்கப்படுகிறது.

"நமக்கு நம்முடைய வாழ்க்கை இருக்கிறது. மிக நீண்ட காலத்திற்கும் மிக அதிக முயற்சிக்கும் பிறகே உலகம் இன்று உள்ள நிலையை அடைந்துள்ளது. நம்மால் முடிந்த அளவு சிறப்பாக நம்மை நாம் ஒழுங்கமைத்துக் கொள்கிறோம். இது கச்சிதமானதல்ல, ஆனாலும் நாம் வாழ்க்கையை ஓட்டிக் கொண்டிருக்கிறோம். ஆனால் ஏதோ ஒரு குறை எப்போதும் இருந்து கொண்டே இருக்கிறது. அதனால்தான் இன்றிரவு நாம் இங்கே ஒன்றாகக் குழுமியிருக்கிறோம். நம்முடைய இருத்தலுக்கான காரணத்தைப் பற்றிச் சிறிது சிந்திக்க ஒருவருக்கொருவர் உதவிக் கொள்ளலாம். அர்த்தமற்றக் கதைகளைச் சொல்வது, எதார்த்தத்தை நாம் வழக்கமாகப் பார்க்கின்ற விதத்திற்குப் பொருந்தாத தகவல்களைத் தேடுவது போன்றவற்றின் மூலம், இன்னும் ஓரிரு தலைமுறைகளில், வாழ்வதற்கான இன்னொரு வழியை நம்மால் கண்டுபிடிக்க முடியக்கூடும்.

" 'த டிவைன் காமெடி' நூலில் தாந்தே எழுதியதைப்போல, 'உண்மையான அன்பு தோன்றுவதற்கு மனிதன் என்றைக்கு அனுமதிக்கிறானோ, அன்று, சிறப்பாகக் கட்டமைக்கப்பட்டுள்ள அனைத்து விஷயங்களும் குழப்பத்திற்குள் விழும், நாம் சரி என்றும் உண்மை என்றும் நம்புகின்ற அனைத்தையும் அது தலைகீழாகப் புரட்டிப் போடும்.' எவ்வாறு அன்பு செலுத்துவது என்பதை மனிதன் கற்றுக் கொள்ளும்போது, உலகம் நிஜமானதாக ஆகும். அதுவரை, அன்பு என்றால் என்ன என்பது நமக்குத் தெரியும் என்ற நம்பிக்கையில் நாம் வாழ்வோம், ஆனால் உள்ளது உள்ளபடி அன்பை எதிர்கொள்வதற்கான துணிச்சல் நம்மிடம் ஒருபோதும் இருக்காது.

"அன்பு என்பது கட்டுப்படுத்தப்படாத ஓர் ஆற்றல். அதை நாம் கட்டுப்படுத்த முயற்சிக்கும்போது, அது நம்மை அழித்துவிடுகிறது. அதை நாம் சிறை வைக்க

முயற்சிக்கும்போது, அது நம்மை அடிமைப்படுத்துகிறது. அதை நாம் புரிந்து கொள்ள முயற்சிக்கும்போது, அது நம்மைக் குழப்பத்தில் ஆழ்த்திவிட்டு நம்மைவிட்டு விலகிப் போய்விடுகிறது.

"பூமியிலுள்ள இந்த ஆற்றல் நம்மை மகிழ்ச்சிப்படுத்துவதற்கும், நம்மைக் கடவுளுக்கும் நம்முடைய அண்டைவீட்டாருக்கும் நெருக்கமானவர்களாக ஆக்குவதற்குமே இருக்கிறது. ஆனாலும், நாம் இப்போது அன்பு செய்கின்ற விதத்தை வைத்துப் பார்க்கும்போது, ஒவ்வொரு நிமிட மன அமைதிக்கும் ஒரு மணிநேரக் கவலையை நாம் அனுபவிக்கிறோம்."

இவ்வாறு கூறிவிட்டு மிக்காயில் மௌனமானான். அந்த விநோதமான சிம்பல் மீண்டும் ஒலித்தது.

"ஒவ்வொரு வியாழக்கிழமையன்றும் வழக்கமாக நிகழ்வதுபோல, நாம் அன்பைப் பற்றிய கதைகளைக் கூறப் போவதில்லை. அன்பின்மை பற்றிய கதைகளைத்தான் நாம் கூறப் போகிறோம். அடியாழத்தில் இருப்பதைப் புரிந்து கொள்வதற்காக, நம்முடைய வழக்கங்களும் விழுமியங்களும் இடம்பெற்றுள்ள மேற்பரப்பில் என்ன இருக்கிறது என்பதை நாம் பார்க்கப் போகிறோம். அந்தத் தளத்தை நாம் ஊடுருவும்போது, நம்மை நாம் கண்டுகொள்வோம். நாம் யாரிடமிருந்து தொடங்கலாம்?" என்று மிக்காயில் கேட்டான்.

பலர் தங்கள் கைகளை உயர்த்தினர். அரபு நாட்டைச் சேர்ந்தவள்போலத் தோன்றிய ஒரு பெண்ணை மிக்காயில் சுட்டிக்காட்டினான். அந்த அறையின் மறுபக்கத்தில் தனியாக உட்கார்ந்திருந்த ஒருவரை நோக்கி அவள் திரும்பினாள்.

"நீங்கள் ஒரு பெண்ணுடன் படுக்கையில் இருந்தபோது, எப்போதேனும் உங்களுக்குக் கிளர்ச்சி ஏற்படாமல் போனதுண்டா?" என்று அவள் அவரிடம் கேட்டாள்.

இதைக் கேட்டு எல்லோரும் சிரித்தனர். ஆனால் அந்நபர் அக்கேள்விக்கு ஒரு நேரடியான பதிலைச் சொல்வதைத் தவிர்த்தார்.

"உங்களுடைய காதலன் ஆண்மையற்றவனாக இருப்பதால் நீங்கள் இக்கேள்வியைக் கேட்கிறீர்களா?"

மீண்டும் எல்லோரும் சிரித்தனர். மிக்காயில் பேசிக்

கொண்டிருந்தபோது, இது உண்மையிலேயே ஒரு மதக் குழுவாக இருக்குமோ என்ற சந்தேகம் மீண்டும் என்னுள் தலைதூக்கியது. ஆனால் மதக் குழுக்கள் சந்திப்புக்கூட்டங்களை நிகழ்த்தும்போது, அவர்கள் புகைபிடித்துக் கொண்டும், குடித்துக் கொண்டும், மற்றவர்களுடைய அந்தரங்க வாழ்க்கையைப் பற்றி தர்மசங்கடப்படுத்தும் கேள்விகளைக் கேட்டுக் கொண்டும் இருப்பதை என்னால் கற்பனை செய்ய முடியவில்லை.

"இல்லை, என் காதலன் ஆண்மையற்றவன் அல்லன்," என்று அப்பெண் உறுதியாகக் கூறினாள். "ஆனால் எப்போதேனும் அவனுக்குக் கிளர்ச்சி ஏற்படாமல் போனதுண்டு. நீங்கள் என்னுடைய கேள்வியைத் தீவிரமாக எடுத்துக் கொண்டிருந்தால், 'ஆமாம், எனக்கு அப்படி நிகழ்ந்ததுண்டு,' என்பது உங்கள் பதிலாக இருந்திருக்கும். அனைத்துக் கலாச்சாரங்களிலும் அனைத்து நாடுகளிலும், ஆண்கள் அனைவருமே ஏதோ ஒரு நேரத்தில் கிளர்ச்சியின்மையை அனுபவிக்கத்தான் செய்திருப்பர். குறிப்பாக, அவர்கள் தாங்கள் மிகவும் ஆசைப்படுகின்ற நபருடன் இருக்கும்போது! அது இயல்பானதுதான்."

ஆமாம், அது இயல்பானதுதான். என்னிடம் அதைச் சொன்னது ஒரு மனநல வல்லுநர். எனக்கு அப்படி ஒரு பிரச்சனை இருந்ததாக நான் நினைத்தபோது நான் அந்த மருத்துவரிடம் ஆலோசனை பெறச் சென்றபோது அவர் அதைக் கூறினார்.

அப்பெண் தொடர்ந்தாள்.

"ஆனால் ஆண்களுக்கு எப்போது வேண்டுமானாலும் கிளர்ச்சி ஏற்படும் என்ற கதைதான் நம்மிடம் கூறப்பட்டு வந்துள்ளது. அவனால் அது முடியாதபோது, தான் வீணானவன் என்ற உணர்வு அவனுக்கு ஏற்படுகிறது. அவனுக்குக் கிளர்ச்சி ஏற்படுத்தக்கூடிய அளவுக்குத் தான் வசீகரமானவள் அல்லள் என்று அந்தப் பெண் நினைக்கிறாள். இது ஒரு தீண்டத்தகாத விவகாரமாக இருப்பதால், அவனால் அதைப் பற்றித் தன்னுடைய நண்பர்களிடம் பேச முடிவதில்லை. எனவே, ஆண்டாண்டு காலமாகக் கூறப்பட்டு வந்துள்ள அதே பொய்யை அவன் அப்பெண்ணிடம் கூறுகிறான்: 'முன்பு இதுபோல ஒருபோதும் எனக்கு நிகழ்ந்ததில்லை.'

அவன் தன்னைக் குறித்து அவமானமாக உணர்கிறான். யாருடன் உண்மையிலேயே ஒரு நல்ல உறவை அவனால் வளர்த்துக் கொண்டிருக்க முடியுமோ, அவளிடமிருந்து அவன் விலகி ஓடிவிடுகிறான். இரண்டாவது, மூன்றாவது, அல்லது நான்காவது முறையாக அவன் தனக்குத் தானே ஒரு வாய்ப்புக் கொடுத்திருந்தால், அவன் தன்னுடைய நண்பரின் அன்பில் அதிக நம்பிக்கை கொண்டிருந்தால், அந்தப் பெண்ணிடம் உண்மையைச் சொல்லியிருந்தால், தான் மட்டுமே இதில் விதிவிலக்கு அல்ல என்பதை அவன் தெரிந்து கொண்டிருப்பான். அப்பெண்ணின் அன்பில் அவன் அதிக நம்பிக்கை கொண்டிருந்தால், அவன் அவமானகரமாக உணர்ந்திருக்க மாட்டான்."

இதைக் கேட்டு எல்லோரும் கைதட்டி ஆர்ப்பரித்தனர். சிகரெட்டுகள் பற்ற வைக்கப்பட்டன – அங்கிருந்தோரில் பெரும்பாலானோர் பெரும் நிம்மதியடைந்திருந்ததுபோல!

ஏதோ ஒரு பன்னாட்டு நிறுவனத்தில் பணியாற்றிய ஓர் உயரதிகாரிபோலத் தோன்றிய ஒருவரை மிக்காயில் சுட்டிக்காட்டினான்.

"நான் ஒரு வழக்கறிஞர். மறுப்பு விவாகரத்துகளில் நிபுணத்துவம் பெற்றவன் நான்," என்று அந்நபர் தன்னை அறிமுகப்படுத்திக் கொண்டார்.

"அதற்கு என்ன அர்த்தம்?" என்று பார்வையாளர்களில் யாரோ கேட்டனர்.

"தம்பதியரில் ஒருவர் விவாகரத்துக்கு உடன்பட மறுப்பது அது," என்று அந்த வழக்கறிஞர் பதிலளித்தார். தன்னுடைய பேச்சுக்கு இடையூறு ஏற்படுத்தப்பட்டது குறித்து அவர் எரிச்சல் கொண்டார். இத்தகைய ஒரு நேரடியான சட்டம்சார் சொற்றொடருக்கான அர்த்தம் மக்களுக்குத் தெரியாமல் இருந்தது அபத்தமானதுபோல அவருக்குத் தோன்றியது.

"தொடருங்கள்!" என்று அதிகாரம் தொனித்த ஒரு குரலில் மிக்காயில் கூறினான். புத்தகக் கையெழுத்து நிகழ்ச்சியில் நான் அவனைச் சந்தித்தபோது, அவனிடம் இத்தகைய ஓர் அதிகாரம் இருக்கும் என்று நான் ஒருபோதும் நினைக்கவில்லை.

அந்த வழக்கறிஞர் தொடர்ந்தார்:

"லண்டனைச் சேர்ந்த 'மனிதவள மற்றும் சட்டவள

நிறுவனம்' ஒன்றிடமிருந்து இன்று எனக்கு ஓர் அறிக்கை வந்தது. அதில் இவ்வாறு கூறப்பட்டுள்ளது:

1. ஒரு நிறுவனத்திலுள்ள ஊழியர்களில் மூன்றில் இரண்டு பகுதியினர் ஏதோ ஒரு வகையான காதல் உறவு கொண்டுள்ளனர். சற்றுக் கற்பனை செய்து பாருங்கள். மூன்று பேரைக் கொண்ட எந்தவோர் அலுவலகத்திலும், இருவர் ஏதோ ஒரு வகையான நெருக்கமான தொடர்பைத் தங்களுக்கிடையே வளர்த்துக் கொள்வர்.
2. இதனால் 10 சதவீத மக்கள் வேலையைவிட்டு விலகிவிடுகின்றனர். 40 சதவீதத்தினர், மூன்று மாதங்களுக்கு மேல் தாக்குப்பிடிக்கின்ற உறவுகளைக் கொண்டுள்ளனர். அதிக நேரம் வெளியே செலவிட வேண்டிய தேவையுள்ள சில குறிப்பிட்டத் தொழில்கள் அல்லது வேலைகளைப் பொறுத்தவரை, குறைந்தபட்சம் பத்தில் எட்டுப் பேராவது தகாத உறவு வைத்திருக்கின்றனர்.

"இது நம்ப முடியாததுபோல இருக்கிறதல்லவா?"

ஒரு பயங்கரமான கொள்ளையர் கூட்டத்தைச் சேர்ந்த உறுப்பினர்கள்போல உடையணிந்திருந்தவர்களில் ஓர் இளைஞன், "ஆமாம், ஆனால் நாம் புள்ளிவிபரங்களுக்குத் தலைவணங்கியாக வேண்டும், இல்லையா?" என்று கேட்டான். "நாம் எல்லோரும் புள்ளிவிபரங்களை நம்புகிறோம்! அப்படியானால், என் தாயார் என் தந்தைக்கு நம்பிக்கைத் துரோகம் இழைத்துக் கொண்டிருந்தால் அது என் தாயாரின் தவறு அல்ல, மாறாக, அந்தப் புள்ளிவிபரத்தின் தவறு!"

அதிகச் சிரிப்பும், அதிக சிகரெட்டுகளும், அதிக நிம்மதியும் தொடர்ந்தன. தாங்கள் எப்போதும் கேட்க பயந்து வந்திருந்த விஷயங்களைத் தாங்கள் கேட்டுக் கொண்டிருந்ததுபோலவும், அவற்றைக் கேட்டது ஏதோ ஒரு வகையான கவலையிலிருந்து தங்களை விடுவித்திருந்ததுபோலவும் பார்வையாளர்கள் நடந்து கொண்டனர். நான் எஸ்தரையும் மிக்காயிலையும் பற்றி நினைத்தேன் – "...அதிக நேரம் வெளியே செலவிட

வேண்டிய தேவையுள்ள சில குறிப்பிட்டத் தொழில்கள் அல்லது வேலைகளைப் பொறுத்தவரை, குறைந்தபட்சம் பத்தில் எட்டுப் பேராவது...”

நான் என்னைப் பற்றியும், எனக்கு இதேபோலப் பல சமயங்களில் நிகழ்ந்திருந்தது குறித்தும் நினைத்துப் பார்த்தேன். என்ன இருந்தாலும், அவை புள்ளிவிபரங்கள். இதில் நாம் தனியாக இல்லை.

பொறாமை, புறக்கணிப்பு, மனத்தளர்ச்சி ஆகியவற்றைப் பற்றிய வேறு கதைகளும் அங்கு கூறப்பட்டுக் கொண்டிருந்தன, ஆனால் என் கவனம் அவற்றின்மீது நிலைத்திருக்கவில்லை. என்னுடைய சஹீர் முழு ஆற்றலோடு திரும்பி வந்திருந்தது. நான் ஏதோ ஒரு சிறிய குழுச் சிகிச்சையில் ஈடுபட்டுக் கொண்டிருந்ததாக ஒரு சில கணங்கள் நான் நம்பியிருந்தபோதிலும், உண்மை என்னவென்றால், என் மனைவியை என்னிடமிருந்து திருடியிருந்தவனும் நானும் ஒரே அறையில் இருந்தோம். எனக்கு அருகில் உட்கார்ந்திருந்தவர் என்னை அடையாளம் கண்டுகொண்டார். நான் அந்நிகழ்ச்சியைக் குதூகலமாக ரசித்து அனுபவித்துக் கொண்டிருந்தேனா என்று அவர் என்னிடம் கேட்டார். அவர் ஒரு கணம் என் கவனத்தை என்னுடைய சஹீரிடமிருந்து திசை திருப்பினார். அதற்காக நான் அவருக்கு மகிழ்ச்சியாகப் பதிலளித்தேன்.

“இந்நிகழ்ச்சியின் நோக்கம் என்ன என்பது எனக்கு விளங்கவில்லை. ‘ஆல்கஹாலிக்ஸ் அனானிமஸ்’, திருமண ஆலோசனை போன்ற ஒரு சுயமுன்னேற்றக் குழுவைப்போல இருக்கிறது இது,” என்று நான் கூறினேன்.

“இங்கு கூறப்பட்டுக் கொண்டிருப்பவை அனைத்தும் உண்மை என்பதுபோல உங்களுக்குத் தோன்றவில்லையா?” என்று அவர் என்னிடம் கேட்டார்.

“இருக்கலாம், ஆனால் இதன் நோக்கத்தை என்னால் புரிந்து கொள்ள முடியவில்லை.”

“மாலை வேளையின் மிக முக்கியமான அம்சம் அல்ல இது. மாறாக, நாம் தனியாக இருப்பதுபோல உணராமல் இருப்பதற்கான ஒரு வழிதான் இது. நம்முடைய வாழ்க்கையைப் பற்றிப் பேசுவதன் மூலம், பெரும்பாலான மக்கள் இதே விஷயத்தை அனுபவித்துள்ளனர் என்பதை நாம் உணர்கிறோம்.”

“அதன் நடைமுறைப் பயன் என்ன?”

“நாம் தனியாக இல்லை என்றால், நாம் எங்கே தவறினோம் என்பதைக் கண்டுபிடித்து, நம்முடைய திசையை மாற்றிக் கொள்வதற்கு நமக்கு அதிக வலிமை கிடைக்கும். ஆனால், நான் முன்பு சொன்னதைப்போல, தொடக்கத்தில் அந்த இளைஞன் கூறியவற்றுக்கும், ஆற்றலை நாம் விடுவிக்கும் கணத்திற்கும் இடையேயான ஓர் இடைவெளிதான் இது.”

“யார் அந்த இளைஞன்?” என்று நான் கேட்டேன்.

சிம்பல் ஒலி எங்களுடைய உரையாடலில் குறுக்கிட்டுத் தடங்கல் ஏற்படுத்தியது. இம்முறை, கோங்கா முரசை வைத்திருந்த முதியவர் பேசினார்.

“விவாத நேரம் முடிந்துவிட்டது. இனி நாம் சடங்கைத் தொடங்கலாம். எல்லாவற்றுக்கும் முத்தாய்ப்பாக இருக்கின்ற, எல்லாவற்றையும் பரிபூரணமாக மாற்றுகின்ற அந்த உணர்ச்சியை நோக்கிச் செல்லலாம். இங்கே முதன்முறையாக வந்திருப்பவர்களுக்காக நான் இதை விளக்குகிறேன். இந்த நடனம், அன்பை ஏற்றுக் கொள்வதற்கான நம்முடைய திறனை வளர்க்கிறது. அன்பு ஒன்றுதான் நம்முடைய அறிவையும் படைப்பாற்றலையும் தூண்டுகிறது, நம்மைத் தூய்மைப்படுத்தி நம்மை விடுவிக்கிறது.”

சிகரெட்டுகள் அணைக்கப்பட்டன, மதுக் கோப்பைகள் கீழே வைக்கப்பட்டன. அதே விநோதமான அமைதி அந்த அறையைச் சூழ்ந்தது. அங்கிருந்த இளம்பெண்களில் ஒருத்தி ஒரு பிரார்த்தனையைக் கூறினாள்:

“அன்னை தெய்வமே, நாங்கள் இந்த நடனத்தின் மூலம் உனக்கு அஞ்சலி செலுத்துகிறோம். எங்களுடைய நடனம் எங்களை சொர்க்கத்திற்கு அழைத்துச் செல்லட்டும்.”

நான் சரியாகத்தான் கேட்டேனா? அவள் ‘அன்னை தெய்வம்’ என்றா கூறினாள்? ஆமாம், அவள் அப்படித்தான் கூறினாள்.

மற்ற இளம்பெண்கள் நான்கு மெழுகுதிரிக் கொத்துவிளக்குகளில் மெழுகுவர்த்திகளை ஏற்றினர். மற்ற விளக்குகள் அணைக்கப்பட்டன. கஞ்சி போடப்பட்ட வெண்ணிற ஆடைகளை அணிந்திருந்த அந்த நான்கு நபர்களும் மேடையிலிருந்து இறங்கி

வந்து பார்வையாளர்களுடன் கலந்தனர். சுமார் அரை மணிநேரத்திற்கு, அந்த இரண்டாவது இளைஞன், ஏற்ற இறக்கமற்ற ஒரு தட்டையான, சலிப்பூட்டும் குரலில் ஒரே பாட்டை மீண்டும் மீண்டும் பாடினான். அது சஹீரைச் சிறிது நேரம் நான் மறக்கும்படி செய்து என்னைக் கிறங்கடித்தது. கதைகள் சொல்லப்பட்டுக் கொண்டிருந்தபோது ஓடியாடிக் கொண்டிருந்த குழந்தைகளில் ஒரு சிறுமிகூட இப்போது அமைதியாக ஓரிடத்தில் நின்றாள். அவளுடைய கண்கள் அந்த மேடையின்மீது நிலைத்திருந்தன. பார்வையாளர்களில் சிலர் தங்களுடைய கண்களை மூடியிருந்தனர், மற்றவர்களுடைய கண்கள் நிலம் பார்த்தபடி இருந்தன, இன்னும் சிலர், கூரையின்மீது எதையோ வெறித்துப் பார்த்தபடி நின்றனர்.

அந்த இளைஞன் பாடுவதை நிறுத்தியபோது, சிம்பலும் கோங்கா முரசும், ஆப்பிரிக்க மதச் சடங்குகளில் இசைக்கப்படுவது போன்ற ஒரு சீரான தாளத்துடன் ஒலிக்கப்பட்டன.

வெண்ணிற ஆடை அணிந்திருந்த நால்வரும் சுழலத் தொடங்கினர். அந்த அறையில் இருந்த பார்வையாளர்கள் ஒதுங்கி அவர்களுக்கு வழிவிட்டனர். இசைக் கருவிகள் வேகமாக இசைக்கப்படலாயின, அந்த நால்வரும் அதிக வேகமாகச் சுழன்றனர். புரியாத ஏதோ ஒரு மொழியில் அவர்கள் பல சத்தங்கள் ஏற்படுத்தினர். அவர்கள் நேரடியாக அந்த 'அன்னை தெய்வத்துடன்' பேசிக் கொண்டிருந்ததுபோல இருந்தது அது.

எனக்குப் பக்கத்தில் இருந்தவர் எழுந்து நடனமாடத் தொடங்கினார், புரியாத வார்த்தைகளையும் உதிர்க்கத் தொடங்கினார். பார்வையாளர்களில் பத்துப் பதினைந்து பேரும் அதையே செய்தனர். மற்றவர்கள் வியப்புக் கலந்த மரியாதையுடன் அவர்களைப் பார்த்துக் கொண்டிருந்தனர்.

***

அந்த நடனம் எவ்வளவு நேரம் நீடித்தது என்று எனக்குத் தெரியாது, ஆனால் அந்த இசைக் கருவிகளின் ஒலி என்னுடைய இதயத்துடிப்புடன் இசைவாக இருந்ததுபோலத் தோன்றியது. சரணாகதி அடையவும், விசித்திரமான

விஷயங்களைக் கூறவும், என் உடலை அசைக்கவும் ஒரு பெரும் விருப்பம் என்னுள் எழுந்தது. இருந்த இடத்திலேயே ஒரு கிறுக்கனைப்போலச் சுழன்று கொண்டிருப்பதிலிருந்து என்னை நான் தடுத்து நிறுத்துவதற்கு எனக்கு ஏகப்பட்ட சுயகட்டுப்பாடு தேவைப்பட்டது. இதற்கிடையே, எஸ்தரின் உருவம், அதாவது, என்னுடைய சஹீர், சிரித்துக் கொண்டு என் முன்னே சுழன்றபடி, 'அன்னை தெய்வத்தை' நான் போற்ற வேண்டும் என்று என்னிடம் கூறியது.

எனக்குப் பரிச்சயமில்லாத அந்தச் சடங்கில் கலந்து கொள்ளாமல் இருக்க நான் போராடினேன். எவ்வளவு சீக்கிரமாக முடியுமோ, அவ்வளவு சீக்கிரமாக அது முடிந்துவிட வேண்டும் என்று நான் விரும்பினேன். நான் அன்றிரவு அந்த இடத்திற்கு எதற்காக வந்திருந்தேனோ, அந்த முக்கியக் காரணத்தின்மீது நான் ஒருமித்தக் கவனம் செலுத்த முயன்றேன். மிக்காயிலிடம் பேசி, என்னுடைய சஹீர் இருந்த இடத்திற்கு என்னை அழைத்துச் செல்லும்படி அவனிடம் கூறவே நான் அங்கே போயிருந்தேன். ஆனால், அசையாமல் உட்கார்ந்திருப்பது சாத்தியமற்றதாக இருந்ததை நான் கண்டேன். நான் என் நாற்காலியைவிட்டு எழுந்தேன். எச்சரிக்கையோடும் வெட்கத்தோடும் நடனத்தின் முதல் சில அடிகளை நான் எடுத்து வைக்கத் தொடங்கியபோது, இசை திடுதிப்பென்று நின்றுவிட்டது.

மெழுகுவர்த்தி வெளிச்சம் மட்டும் நிலவிய அந்த அறையில், நடனமாடியிருந்தவர்களின் பெருமூச்சுச் சத்தம் மட்டுமே எனக்குக் கேட்டது. பிறகு அது மெல்ல மெல்ல மறைந்தது, விளக்குகள் மீண்டும் உயிர் பெற்றன. எல்லாம் பழைய நிலைக்குத் திரும்பியிருந்ததுபோலத் தோன்றியது. கோப்பைகளில் மீண்டும் ஒயின், பியர், தண்ணீர், மென்பானங்கள் போன்றவை நிரப்பப்பட்டன. குழந்தைகள் சத்தமாகப் பேசிக் கொண்டு அங்குமிங்கும் ஓடலாயினர். எதுவுமே நிகழ்ந்திருக்காததுபோல விரைவில் எல்லோரும் அரட்டையடித்துக் கொண்டிருந்தனர்.

முன்பு மெழுகுவர்த்திகளை ஏற்றியிருந்த இளம்பெண், "கூட்டத்தை நிறைவு செய்வதற்கான நேரம் ஆகிவிட்டது. கடைசியாக ஒரு கதையை அல்மா கூறுவார்," என்று கூறினாள்.

சிம்பலை இசைத்துக் கொண்டிருந்த பெண்தான்

அல்மா. அவளுடைய பேச்சு, கிழக்கத்திய நாடுகளில் ஒன்றில் வாழ்ந்திருந்த ஒருவருடைய பாணியில் இருந்தது.

"ஒருவனிடம் ஓர் எருமை மாடு இருந்தது. அதன் கொம்புகள் அகலமாக விரிந்திருந்ததால், அவற்றுக்கு இடையே தன்னால் உட்கார முடிந்தால், அது ஓர் அரியணையில் அமர்ந்திருப்பதுபோல இருக்கும் என்று அவன் நினைத்தான். ஒரு நாள், அந்த எருமை ஓரிடத்தில் ஓய்வாக உட்கார்ந்து எதையோ வேடிக்கைப் பார்த்துக் கொண்டிருந்தபோது, அவன் அதன் கொம்புகளுக்கு இடையே ஏறி உட்கார்ந்தான். ஆனால் அந்த எருமை வேகமாக எழுந்து அவனைத் தூக்கி வீசியது. இதைக் கண்ட அவனுடைய மனைவி அழத் தொடங்கினாள்.

"அவன் எழுந்து தன்னை ஆசுவாசப்படுத்திக் கொண்டு, 'அழாதே, நான் காயப்பட்டிருக்கக்கூடும், ஆனால் என் கனவு பலித்துவிட்டது,' என்று கூறினான்."

கதை அத்துடன் முடிந்துவிட்டது. எல்லோரும் அங்கிருந்து போகத் தொடங்கினர். நான் என் பக்கத்தில் இருந்தவரிடம் திரும்பி, அக்கதையைப் பற்றி அவர் என்ன நினைத்தார் என்று கேட்டேன்.

"அது உங்களுக்குத் தெரிந்திருக்க வேண்டும். நீங்கள் அதைப் பற்றி உங்கள் புத்தகங்களில் எழுதுகிறீர்கள்."

எனக்குத் தெரியவில்லை, ஆனால் எனக்குத் தெரிந்திருந்ததுபோல நான் பாசாங்கு செய்ய வேண்டியிருந்தது.

"ஒருவேளை எனக்குத் தெரிந்திருக்கக்கூடும், ஆனால் நான் அதை உறுதி செய்து கொள்ள விரும்புகிறேன்," என்று நான் சமாளித்தேன்.

ஆனால் அவர் என்னை சந்தேகத்துடன் பார்த்தார். அவர் என்னை எந்த நூலாசிரியர் என்று நினைத்திருந்தாரோ, நான் உண்மையிலேயே அந்த நூலாசிரியர்தானா என்று அவர் சந்தேகப்படத் தொடங்கியிருந்தது எனக்குத் தெளிவாகத் தெரிந்தது.

"நான் பிரபஞ்ச சக்தியுடன் தொடர்பு கொண்டிருந்தேன். கடவுள் என் ஆன்மாவின் ஊடாகப் பயணித்தார்," என்று அந்நபர் பதிலளித்தார்.

பிறகு, தான் கூறியதற்கு எந்த விளக்கமும் கொடுக்காமல் அவர் அங்கிருந்து போய்விட்டார்.

அந்தக் காலி அறையில் இப்போது நான்கு நடிகர்களும், இரண்டு இசைக் கலைஞர்களும், நானும் மட்டுமே இருந்தோம். பெண்கள் தங்களுடைய உடைகளை மாற்றிக் கொள்ளப் போய்விட்டனர். ஆண்கள் நான் இருந்த அறையிலேயே தங்களுடைய வெண்ணிற ஆடைகளைக் களைந்துவிட்டுச் சாதாரண உடைகளை அணிந்து கொண்டனர். பிறகு, அவர்கள் அந்த மெழுகுத்திரிக் கொத்துவிளக்கையும் இசைக் கருவிகளையும் பெரிய பெட்டிகளுக்குள் போட்டனர்.

அந்நிகழ்ச்சியின்போது முரசு கொட்டியிருந்த அந்த முதியவர், அன்று வசூலாகியிருந்த பணத்தை எண்ணி, ஆறு சமமான பங்குகளாகப் பிரித்தார். நான் அந்த அறையில் இருந்ததை மிக்காயில் அப்போதுதான் கவனித்தான் என்று எனக்குத் தோன்றியது.

"நீங்கள் இங்கே வருவீர்கள் என்று நான் நினைத்தேன்," என்று அவன் கூறினான்.

பதிலுக்கு நான், "அதற்கான காரணத்தை நீங்கள் அறிவீர்கள் என்று நான் நினைக்கிறேன்," என்று கூறினேன்.

"தெய்வீக ஆற்றல் என்னுடைய உடலின் ஊடாகப் பாய நான் அனுமதித்துள்ள நிலையில், எல்லாவற்றுக்கான காரணத்தையும் நான் அறிவேன். நான் அன்புக்கான காரணத்தையும் அறிவேன், போருக்கான காரணத்தையும் அறிவேன். ஓர் ஆண் தான் நேசிக்கின்ற பெண்ணை ஏன் தேடுகிறான் என்பதையும் நான் அறிவேன்."

நான் ஏதோ ஒரு கத்திமுனையின்மீது நடந்து கொண்டிருந்ததுபோல நான் உணர்ந்தேன். நான் என்னுடைய சஹீரைத் தேடித்தான் இங்கே வந்திருந்தேன் என்பதை அவன் அறிந்திருந்தால், எஸ்தருடனான அவனுடைய உறவுக்கு இது ஓர் அச்சுறுத்தல் என்பதையும் அவன் அறிந்திருப்பான்.

"மதிப்பு வாய்ந்த ஏதோ ஒன்றுக்காக கௌரவமான இரண்டு ஆண்கள் சண்டையிட்டுக் கொள்வதைப்போல நாம் பேசலாமா?" என்று நான் அவனிடம் கேட்டேன்.

மிக்காயில் லேசாகத் தயங்கியதுபோலத் தெரிந்தான். நான் தொடர்ந்தேன்:

"அந்த எருமையின் கொம்புகளுக்கு இடையே உட்கார விரும்பிய அந்த நபரைப்போல இச்சண்டையில்

நான் காயப்படக்கூடும் என்பதை நான் அறிவேன், ஆனால் எனக்கு அது வேண்டும்தான். தெரிந்தோ அல்லது தெரியாமலோ, நான் ஏற்படுத்திய வேதனைக்குத் தண்டனையாக நான் காயப்படுவது சரிதான். எஸ்தரின் அன்பை நான் மதித்திருந்தால் அவள் என்னைவிட்டுப் போயிருக்க மாட்டாள்."

"உங்களுக்கு எதுவும் புரியவில்லை," என்று மிக்காயில் கூறினான்.

அந்த வார்த்தைகள் எனக்கு எரிச்சலூட்டின. வாழ்க்கையில் அடிபட்டு, பல சோதனைகளுக்கு உட்பட்டு, அந்த அனுபவங்களால் செதுக்கப்பட்ட ஒருவனைப் பார்த்து, 'உங்களுக்கு எதுவும் புரியவில்லை' என்று கூற ஓர் இருபத்தைந்து வயது வாலிபன் எப்படித் துணிந்தான்? ஆனாலும் அவனுடைய உதவி எனக்குத் தேவைப்பட்டதால் என்னை நான் கட்டுப்படுத்திக் கொள்ள வேண்டியிருந்தது, என்னைப் பணிவானவனாகக் காட்டிக் கொள்ள வேண்டியிருந்தது. தேவையான எல்லாவற்றையும் நான் செய்ய வேண்டியிருந்தது. என்னால் இனியும் பேய்களுடன் வாழ முடியாது, சஹீர் என்னுடைய ஒட்டுமொத்தப் பிரபஞ்சத்தின்மீதும் தொடர்ந்து ஆதிக்கம் செலுத்த இனியும் என்னால் அனுமதிக்க முடியாது என்று நான் நினைத்தேன்.

"ஒருவேளை, அது எனக்குப் புரியாமல் இருக்கலாம், ஆனால் அதைப் புரிந்து கொள்ளத்தானே நான் இங்கே வந்திருக்கிறேன்? என்ன நிகழ்ந்தது என்பதைப் புரிந்து கொள்வதன் மூலம் என்னை நான் விடுவித்துக் கொள்ள விரும்புகிறேன்," என்று நான் கூறினேன்.

"நீங்கள் எல்லாவற்றையும் ஓரளவு தெளிவாகவே புரிந்து கொண்டீர்கள். பிறகு திடீரென்று, புரிந்து கொள்வதை நீங்கள் நிறுத்திவிட்டீர்கள். எஸ்தர் அப்படித்தான் என்னிடம் கூறினாள். எல்லா கணவன்மார்கள் விஷயத்திலும் நிகழ்வதைப்போலவே, நீங்களும் ஒரு கட்டத்தில் உங்கள் மனைவியை உங்களுடைய உடைமைகளில் ஒன்றைப்போல நடத்தத் தொடங்கிவிட்டீர்கள்."

'அதை ஏன் அவள் என்னிடம் நேரடியாகச் சொல்லவில்லை? நான் என்னுடைய தவறைத் திருத்திக் கொள்வதற்கு எனக்கு ஒரு வாய்ப்புக் கொடுப்பதை

விட்டுவிட்டு, நான் அவளை நடத்தியதைப்போலவே ஓர் இருபத்தைந்து வயதுக்காரன் என்னை நடத்த அவள் ஏன் வழியமைத்துக் கொடுத்தாள்?' என்று கேட்டுவிடலாமா என்று எனக்குத் தோன்றியது. ஆனால், நான் மேலும் எச்சரிக்கையாகப் பேசினேன்.

"அது உண்மையல்ல. நீங்கள் என்னுடைய புத்தகத்தைப் படித்திருக்கிறீர்கள். எனவேதான், என்னுடைய உணர்வுகளைப் புரிந்து கொண்டு, எனக்கு நம்பிக்கையூட்டுவதற்காக, என்னுடைய புத்தகக் கையெழுத்திடல் நிகழ்ச்சிக்கு நீங்கள் வந்தீர்கள். என் இதயம் இன்னும் சுக்குநூறாகத்தான் இருக்கிறது. நீங்கள் சஹீரைப் பற்றிக் கேள்விப்பட்டிருக்கிறீர்களா?"

"நான் இஸ்லாமிய மதப் பாரம்பரியத்தில் வளர்க்கப்பட்டவன். எனவே, எனக்கு அது பற்றித் தெரியும்."

"எஸ்தர் என்னுடைய வாழ்வை அணுவணுவாக நிரப்புகிறாள். என் உணர்வுகளைப் பற்றி எழுதுவதன் மூலம், அவளுடைய இருத்தலிலிருந்து என்னால் என்னை விடுவித்துக் கொள்ள முடியும் என்று நான் நினைத்தேன். இப்போது நான் அவளை அதிக அமைதியான ஒரு வழியில் நேசிக்கிறேன், ஆனால் என்னால் வேறு எதைப் பற்றியும் சிந்திக்க முடியவில்லை. இளைஞரே, உங்களுக்காக எதை வேண்டுமானாலும் நான் செய்கிறேன். அவள் ஏன் அப்படித் திடீரென்று மாயமாய் மறைந்தாள் என்பதை மட்டும் தயவு செய்து நீங்கள் எனக்கு விளக்கிக் கூறுங்கள். நீங்கள் சற்று முன் சொன்னதைப்போல, எனக்கு எதுவும் புரியவில்லை," என்று நான் அவனிடம் கெஞ்சினேன்.

என்ன நிகழ்ந்திருந்தது என்பதைப் புரிந்து கொள்ள எனக்கு உதவும்படி என் மனைவியின் காதலனிடம் கெஞ்சிக் கொண்டு நான் அங்கே நின்றது எனக்குக் கடினமாக இருந்தது. மிக்காயில் என்னுடைய புத்தகக் கையெழுத்திடல் நிகழ்ச்சிக்கு வந்திருக்காவிட்டால், விக்டோரியாவில் இருந்த அந்த தேவாலயத்தில் என் மனைவியின் அன்பை நான் அங்கீகரித்த அக்கணம் எனக்குப் போதுமானதாக இருந்திருக்கும். ஆனால், விதி வேறு திட்டங்களை வைத்திருந்தது. என்னுடைய மனைவியை மீண்டும் பார்ப்பதற்கான சாத்தியக்கூறு இருந்தது எல்லாவற்றையும்

புரட்டிப் போட்டிருந்தது.

ஒரு நீண்ட மௌனத்திற்குப் பிறகு, மிக்காயில் என்னிடம், “உங்களுக்கு உண்மையிலேயே எதுவும் புரியவில்லை. ஆனால் இன்று என் உடலின் ஊடாகப் பாய்ந்து சென்ற தெய்வீக ஆற்றல் உங்களிடம் பெருந்தன்மையாக நடந்து கொள்கிறது,” என்று கூறினான்.

“சரி, நாம் இருவரும் சேர்ந்து உணவருந்தலாம்,” என்று நான் கூறினேன். மறுநாள் சந்திப்பதற்கு நாங்கள் ஏற்பாடு செய்து கொண்டோம். வீட்டிற்குச் செல்லும் வழியில், எஸ்தர் மாயமாய் மறைவதற்கு மூன்று மாதங்களுக்கு முன்பு அவளும் நானும் ஈடுபட்டிருந்த ஓர் உரையாடலை நான் நினைவுகூர்ந்தேன்.

உடலின் ஊடாக தெய்வீக ஆற்றல் பாய்ந்து செல்வதைப் பற்றிய ஓர் உரையாடல் அது.

“அவர்களுடைய கண்கள் உண்மையிலேயே வித்தியாசமாக இருக்கின்றன. மரணத்தைப் பற்றிய பயம் அவற்றில் தென்படுகிறது. ஆனால், அதையும் தாண்டி, ஒரு தியாகச் சிந்தனையும் அவற்றில் பிரதிபலிக்கிறது. அவர்கள் ஒரு நோக்கத்திற்காகத் தங்களைத் தியாகம் செய்யத் தயாராக இருப்பதால், அவர்களுடைய வாழ்க்கை அர்த்தமுள்ளதாக இருக்கிறது,” என்று எஸ்தர் கூறினாள்.

“நீ இராணுவ வீரர்களைப் பற்றிப் பேசிக் கொண்டிருக்கிறாய், இல்லையா?” என்று நான் கேட்டேன்.

“ஆமாம். ஏற்றுக் கொள்ள மிகவும் கடினமான, அதே நேரத்தில், அது என் பார்வைக்குப் புலப்படவில்லை என்று என்னால் பாசாங்கு செய்ய முடியாத வேறொன்றைப் பற்றியும் நான் பேசிக் கொண்டிருக்கிறேன். போர் ஒரு சடங்கு. இரத்தத்தை உள்ளடக்கிய ஒரு சடங்கு அது. ஆனால் அது ஓர் அன்புச் சடங்கும்கூட.”

“உனக்குப் பைத்தியம் பிடித்துவிட்டது.”

“இருக்கலாம். ஆனால், நான் மற்றப் போர்முனைச் செய்தியாளர்களையும் சந்தித்துள்ளேன். தொடர்ச்சியான மரணங்கள் ஏதோ அவர்களுடைய வாழ்வின் ஒரு பகுதிபோல, அவர்கள் ஒரு நாட்டிலிருந்து இன்னொரு நாட்டிற்குப் போகின்றனர். அவர்கள் எது குறித்தும் பயப்படுவதில்லை. ஒரு இராணுவ வீரன் எப்படி ஆபத்தை எதிர்கொள்கிறானோ, அவர்களும் அதேபோல ஆபத்தை எதிர்கொள்கின்றனர். எதற்காக? ஒரு செய்தி அறிக்கைக்காகவா? எனக்கு அப்படித் தோன்றவில்லை. ஆபத்து, சாகசம், அட்ரீனலின் கொடுக்கும் உற்சாகம் ஆகியவை இல்லாமல் அவர்களால் இனியும் வாழ முடியாது. எனக்குத் தெரிந்த போர்முனைச் செய்தியாளர்களில் ஒருவர், மூன்று குழந்தைகளின் தந்தை. அவர் தன்னுடைய குடும்பத்தைப் பெரிதும் நேசிப்பவர். அவர் எப்போதும் தன்னுடைய மனைவியையும் குழந்தைகளையும் பற்றிப்

பேசிக் கொண்டே இருப்பார். ஆனாலும், போர் நடக்கும் இடங்களில்தான் தான் மிகவும் ஆசுவாசமாக இருப்பதாக அவர் கூறுகிறார்."

"எனக்கு இது எதுவுமே புரியவில்லை. எஸ்தர், நான் உன்னுடைய வாழ்வில் குறுக்கிட விரும்பவில்லை, ஆனால் இந்த அனுபவம் உனக்கு உண்மையிலேயே பெரும் தீங்கு விளைவிக்கும் என்று எனக்குத் தோன்றுகிறது."

"அர்த்தமற்ற ஒரு வாழ்க்கையை வாழ்வது எனக்கு அதைவிட அதிகத் தீங்கு விளைவிக்கும். ஒரு போரில், தாங்கள் முக்கியமான எதையோ அனுபவித்துக் கொண்டிருக்கிறோம் என்பதை எல்லோரும் அறிவர்."

"ஒரு வரலாற்று முக்கியத்துவம் வாய்ந்த ஒரு கணம் என்று கூறுகிறாயா?"

"இல்லை. உங்கள் உயிரைப் பணயம் வைப்பதற்கு அது போதுமான காரணம் அல்ல. ஆண்மையின் உண்மையான சாரத்தை அவர்கள் அனுபவித்துக் கொண்டிருக்கின்றனர்."

"போரா?"

"இல்லை, அன்பு."

"எஸ்தர், நீ அவர்களைப்போல ஆகிக் கொண்டிருக்கிறாய்."

"அப்படித்தான் எனக்குத் தோன்றுகிறது."

"இது இனி உனக்குச் சரிப்பட்டு வராது என்று உன்னுடைய செய்தி நிறுவனத்திடம் கூறிவிடு."

"அது என்னால் முடியாது. இந்த வேலை போதை மருந்தைப் போன்றது. நான் ஒரு போர்முனையில் இருக்கும்வரை, வாழ்க்கைக்கு அர்த்தம் இருக்கிறது. நான் அங்கே தொடர்ந்து பல நாட்கள் குளிக்காமல் இருக்கிறேன், போர்வீரர்கள் சாப்பிடுகின்றவற்றை நான் சாப்பிடுகிறேன், இரவில் வெறும் மூன்று மணிநேரம் மட்டும் தூங்கிவிட்டு, துப்பாக்கிச் சத்தத்திற்குக் கண்விழிக்கிறேன். எக்கணத்திலும் யாரேனும் ஒரு கையெறி குண்டை எடுத்து, நாங்கள் உட்கார்ந்து கொண்டிருக்கும் இடத்திற்குள் வீச முடியும் என்பதை நான் அறிவேன். அது என்னை உயிர்த்துடிப்போடு வைக்கிறது. நான் அந்த ஒவ்வொரு நிமிடத்தையும் ஒவ்வொரு நொடியையும் விரும்புகிறேன். வருத்தம், சந்தேகம் போன்றவற்றுக்கு அங்கு இடமில்லை. வாழ்க்கை குறித்து ஏராளமான அன்பு மட்டுமே அங்கு இருக்கிறது.

நான் கூறுவதை நீங்கள் கேட்டுக் கொண்டிருக்கிறீர்களா?”

“நிச்சயமாக.”

“ஒவ்வொரு போரின் நடுவிலும், உலகின் மிக மோசமான சூழ்நிலைகளுக்கு நடுவிலும் ஒரு தெய்வீக ஒளி ஒளிர்ந்து கொண்டிருப்பதுபோல இருக்கும். துப்பாக்கிகள் வெடிப்பதற்கு முன்னும், அவை வெடித்தப் பின்னும் பயம் இருக்கும், ஆனால் துப்பாக்கிச் சூடு நடத்தப்பட்டுக் கொண்டிருக்கும்போது பயம் இருக்காது. ஏனெனில், அக்கணத்தில், மிகவும் உயர்வான வீரச் செயல்களையும், மிகவும் கீழ்த்தரமான, மனிதநேயமற்றச் செயல்களையும் செய்து கொண்டிருக்கின்ற வீரர்களைத்தான் நீங்கள் காண்பீர்கள். குண்டுமழை பொழியும்போது தங்களுடைய சக வீரன் ஒருவனைக் காப்பாற்றுவதற்காக அவர்கள் ஓடுகின்றனர். அதே நேரத்தில், அசைகின்ற எதுவொன்றையும் அவர்கள் சுட்டுத் தள்ளுகின்றனர். பெண்கள், குழந்தைகள் என்று யார் குறுக்கே வந்தாலும் மரணமடைவர். எந்தவோர் அசம்பாவிதமும் நிகழாத அமைதியான சிறிய நகரங்களில் நாகரிகமானவர்களாக இருந்தவர்கள், இப்போது இப்புதிய தேசத்தில் அருங்காட்சியகங்களை முற்றுகையிட்டு, பல நூற்றாண்டுகாலப் பழமை வாய்ந்த கலைப் படைப்புகளை நாசம் செய்து, தங்களுக்குத் தேவையில்லாத பொருட்களைத் திருடுகின்றனர். தாங்கள் கட்டவிழ்த்துவிட்டுள்ள சீரழிவுகளையும் அட்டூழியங்களையும் மறைப்பதற்குப் பதிலாக அவற்றைப் புகைப்படங்கள் எடுக்கின்றனர். தாங்கள் செய்துள்ள காரியங்கள் குறித்து அவர்கள் பெருமிதம் கொள்கின்றனர். முன்பு நன்றி விசுவாசமற்றவர்களாகவும் நம்பிக்கைத் துரோகிகளாகவும் இருந்தவர்கள் இப்போது ஒரு விதமான தோழமையையும் ஒற்றுமையையும் உணர்கின்றனர், தவறு செய்யத் தயங்குகின்றனர். எல்லாமே தலைகீழாக உள்ள ஒரு பைத்தியக்கார உலகம் இது.”

“நீ என்னிடம் கூறிய கதையில், டோக்கியோவில் அந்த மதுவிடுதியில் ஃபிரிட்ஸிடம் ஹான்ஸ் கேட்டக் கேள்விக்குப் பதிலளிக்க இது உனக்கு உதவியுள்ளதா?”

“ஆமாம். நம்முடைய உலகம் அன்பால் சூழப்பட்டுள்ளது என்று கூறிய ஜெசுயிட் டெயில்ஹார்டு தெ சார்டினின் வார்த்தைகளில் பதில் ஒளிந்துள்ளது. அவர்

இவ்வாறு கூறினார்: 'காற்று, கடல், கதிரவன் ஆகியவற்றின் ஆற்றலை நம்மால் பயன்படுத்திக் கொள்ள முடியும். ஆனால், அன்பின் ஆற்றலைப் பயன்படுத்த மனிதன் என்றைக்குக் கற்றுக் கொள்கிறானோ, அது நெருப்பின் கண்டுபிடிப்பைப்போல மிக முக்கியமானதாக இருக்கும்.' "

"போர் நடைபெறுகின்ற ஓர் இடத்திற்குப் போவதன் மூலமாக மட்டுமே அதைக் கற்றுக் கொள்ள முடியுமா?"

"அது எனக்கு உறுதியாகத் தெரியவில்லை. ஆனால், போர் புரியும்போது மக்கள் மகிழ்ச்சியாக இருப்பதை அது எனக்கு வெளிக்காட்டியுள்ளது. அவர்களுக்கு, உலகம் அர்த்தம் வாய்ந்ததாக இருக்கிறது. நான் முன்பு கூறியதுபோல, முழு அதிகாரம் அல்லது ஒரு நோக்கத்திற்காகத் தங்களைத் தியாகம் செய்வது அவர்களுடைய வாழ்க்கைக்கு ஓர் அர்த்தத்தைக் கொடுக்கிறது. அவர்கள் எல்லையற்ற அன்பு செலுத்தும் திறன் வாய்ந்தவர்களாக இருக்கின்றனர். ஏனெனில், அவர்கள் இழப்பதற்கு இனியும் எதுவும் அவர்களிடம் இல்லை. மிக மோசமான காயங்களுடன் மரணத்தின் விளிம்பில் நின்று கொண்டிருக்கும் ஒரு வீரன், தன்னுடைய மருத்துவக் குழுவினரிடம், 'தயவு செய்து என்னைக் காப்பாற்றுங்கள்!' என்று வேண்டுவதில்லை. மாறாக, 'என் மனைவியையும் என் மகனையும் நான் மிகவும் நேசிக்கிறேன் என்பதை அவர்களிடம் சொல்லுங்கள்,' என்பதுதான் பொதுவாக அவனுடைய இறுதி விருப்பமாக இருக்கிறது. தங்கள் வாழ்வின் கடைசிக் கணத்தில், அவர்கள் அன்பைப் பற்றிப் பேசுகின்றனர்!"

"அப்படியானால், உன்னுடைய அபிப்பிராயப்படி, போரில் ஈடுபட்டிருக்கும்போது மட்டுமே வாழ்க்கை அர்த்தமுள்ளதாக இருப்பதாக மனிதர்களுக்குத் தோன்றுகிறது, இல்லையா?"

"ஆனால் நாம் எப்போதும் போரிட்டுக் கொண்டுதானே இருக்கிறோம்? நாம் மரணத்துடன் மல்லுக்கு நிற்கிறோம். ஆனால் இறுதியில் மரணம்தான் வெற்றி பெறும் என்பதை நாம் அறிவோம். ஆயுதங்களை உள்ளடக்கிய போராட்டங்களில் இது அதிக வெளிப்படையாகத் தெரிகிறது. ஆனால் இதே விஷயம் அன்றாட வாழ்வில் நிகழ்கிறது. நாம் எல்லா நேரமும் மகிழ்ச்சியற்று இருக்க நம்மை நாம் அனுமதிக்கக்கூடாது."

"நான் என்ன செய்ய வேண்டும் என்று நீ விரும்புகிறாய்?"

"எனக்கு உதவி தேவை. அதற்காக, 'போய் உன்னுடைய இராஜினாமா கடிதத்தைக் கொடுத்துவிட்டு வா,' என்று கூறாதீர்கள். ஏனெனில், அது முன்பைவிட அதிகக் குழப்பத்தில் என்னை ஆழ்த்திவிடும். இந்தத் தூய்மையான, பரிபூரணமான அன்பின் ஆற்றலை முறையாகப் பயன்படுத்துவதற்கான ஒரு வழியை நாம் கண்டுபிடித்தாக வேண்டும். இதை நான் புரிந்து கொள்ள எனக்கு உதவியுள்ள ஒரே நபர், இந்த தெய்வீக ஆற்றல் தனக்குக் கிடைத்துள்ளதாகக் கூறுகின்ற, வேறோர் உலகத்தைச் சேர்ந்தவர்போலத் தோன்றுகின்ற ஒரு மொழிபெயர்ப்பாளர்தான்."

"நீ கடவுளின் அன்பைப் பற்றிப் பேசிக் கொண்டிருக்கிறாயா?"

"எந்தக் கட்டுப்பாடும் நிபந்தனையும் இல்லாமல் தன்னுடைய வாழ்க்கைத்துணையை நேசிக்கும் திறன் ஒருவனுக்கு இருந்தால், அவன் கடவுளின் அன்பை சுவீகரிக்கிறான் என்று பொருள். அவனுக்குக் கடவுளின் அன்பு கிடைக்கும் பட்சத்தில், அவன் தன்னுடைய அண்டைவீட்டாரை நேசிப்பான். அவன் தன்னுடைய அண்டைவீட்டாரை நேசித்தால், அவன் தன்னை நேசிப்பான். அவன் தன்னை நேசித்தால், எல்லாம் முறையாக அதனதன் இடத்திற்குத் திரும்பிச் சென்றுவிடும். வரலாறு மாறும். அரசியலாலோ, படையெடுப்புகளாலோ, கோட்பாடுகளாலோ அல்லது போர்களாலோ வரலாறு ஒருபோதும் மாறாது. காலம் தோன்றிய நாள் முதலாகவே அவை நிகழ்ந்து வருகின்றன. அவை வெறுமனே மீண்டும் மீண்டும் நிகழ்கின்றன, அவ்வளவுதான். காற்று, கடல், அணு ஆகியவற்றின் ஆற்றலை நாம் பயன்படுத்துவதைப்போல, அன்பின் ஆற்றலை நாம் பயன்படுத்தும்போது மட்டுமே வரலாறு மாறும்."

"எஸ்தர், நம் இருவராலும் இந்த உலகத்தைக் காப்பாற்ற முடியும் என்று நீ நினைக்கிறாயா?"

"இதேபோலச் சிந்திக்கின்ற ஏராளமான மக்கள் இருக்கின்றனர். நீங்கள் எனக்கு உதவுவீர்களா?"

"நிச்சயமாக. ஆனால், நான் என்ன செய்ய வேண்டும்

என்பதை நீதான் கூற வேண்டும்."

"ஆனால் துல்லியமாக அதுதானே எனக்குத் தெரியவில்லை!"

பாரீஸுக்கு நான் முதன்முறையாக வந்ததிலிருந்தே இந்த வசீகரமான பீட்சா கடைக்கு நான் ஒரு நிரந்தர வாடிக்கையாளராக ஆகியிருந்தேன். அது என்னுடைய வரலாற்றின் ஒரு பகுதியாக ஆகியிருந்தது என்றுகூடச் சொல்லலாம். மிகச் சமீபத்தில், கலாச்சார அமைச்சகம் எனக்குக் 'கலை மற்றும் இலக்கிய அதிகாரி' பதக்கம் வழங்கியதைக் கொண்டாடுவதற்காக இங்கே நான் ஒரு விருந்து கொடுத்திருந்தேன். ஆனால் இத்தகைய ஒரு முக்கியமான விருது பெற்றதை நான் ஏதேனும் ஓர் ஆடம்பரமான ஹோட்டலில் கொண்டாடியிருக்க வேண்டும் என்று பலர் நினைத்தனர். ஆனால், அந்தப் பீட்சா கடையின் உரிமையாளரான ராபெர்ட்டோ எனக்கு மிகவும் ராசியானவராக ஆகியிருந்தார். நான் அவருடைய உணவகத்திற்குச் சென்றபோதெல்லாம், என் வாழ்வில் ஏதாவது ஒரு நல்ல விஷயம் நிகழ்ந்தது.

" 'கிழிப்பதற்கான ஒரு காலம், தைப்பதற்கான ஒரு காலம்' நூலின் வெற்றியைப் பற்றிக் கூறி நான் என் பேச்சைத் தொடங்கவா அல்லது நேற்றிரவு நான் உங்களுடைய நாடகத்தைப் பார்த்தபோது எனக்குள் தோன்றிய முரண்பட்ட உணர்ச்சிகளைப் பற்றி விவரித்து என் பேச்சைத் தொடங்கவா?" என்று நான் மிக்காயிலிடம் கேட்டேன்.

"அது ஒரு நாடகமல்ல, அது ஒரு சந்திப்புக்கூட்டம். நாங்கள் கதைகள் கூறுவதும் நடனமாடுவதும் அன்பின் ஆற்றலை உணர்வதற்காகவே," என்று அவன் கூறினான்.

"உங்களை ஆசுவாசப்படுத்தக்கூடிய எதைப் பற்றி வேண்டுமானாலும் நான் பேசத் தயார். ஆனால் நாம் ஏன் இங்கே இருக்கிறோம் என்பதை நாம் இருவருமே அறிவோம்."

"நாம் இங்கே இருப்பது உங்கள் மனைவியால்தான்," என்று மிக்காயில் கூறினான். அவனுடைய குரலில்

அதிகாரம் தொனித்தது, அவனுடைய தோற்றமும் இப்போது அதிகாரத்தை வெளிப்படுத்தியது. முன்பு நான் அவனிடம் கண்ட கூச்சம் இப்போது காணாமல் போயிருந்தது.

"என்னுடைய முன்னாள் மனைவி என்று கூறுங்கள். நான் உங்களிடம் ஒரு கோரிக்கையை முன்வைக்க விரும்புகிறேன். என்னை அவளிடம் அழைத்துச் செல்லுங்கள். நான் அவளுடைய கண்களை நேராகப் பார்த்து, அவள் ஏன் என்னைவிட்டுப் பிரிந்து சென்றாள் என்பதை அவளிடம் நேரடியாகக் கேட்க விரும்புகிறேன். அப்போதுதான் சஹீரிடமிருந்து என்னால் விடுதலை பெற முடியும். இல்லையேல், நான் அவளைப் பற்றி இரவு பகலாக நினைத்துக் கொண்டு, எங்களுடைய வரலாற்றைப் பற்றி மீண்டும் மீண்டும் அசைபோட்டுக் கொண்டு, எக்கணத்தில் நான் தவறு செய்தேன், எப்போது எங்கள் பாதை பிரிந்தது என்பதைக் கண்டுபிடிக்க முயற்சித்துக் கொண்டிருப்பேன்."

அதைக் கேட்டுவிட்டு அவன் சிரித்தான்.

"வரலாற்றை அசைபோட்டுப் பார்ப்பது ஒரு நல்ல யோசனைதான். விஷயங்களை மாற்றுவதற்கான ஒரே வழி அதுதான்."

"உங்கள் பேச்சு புத்திசாலித்தனமானதாக இருக்கிறது. ஆனால், தத்துவ விவாதங்களை நாம் ஒரு கணம் ஒதுக்கி வைத்துவிடலாம். எல்லா இளைஞர்களையும்போலவே, சமுதாயத்தின் பிரச்சனைகளைத் தீர்ப்பது குறித்து உங்களிடமும் ஒரு துல்லியமான சூத்திரம் இருக்கிறது என்று நான் உறுதியாக நம்புகிறேன். ஆனால், எல்லா இளைஞர்களையும்போலவே, ஒரு நாள் உங்களுக்கும் என்னைப்போல வயதாகும். அப்போது, விஷயங்களை மாற்றுவது அவ்வளவு சுலபமானதல்ல என்பதை நீங்கள் பார்ப்பீர்கள். ஆனால் அதைப் பற்றி இப்போது பேசுவதில் எந்த அர்த்தமும் இல்லை. உங்களால் எனக்கு அந்த உபகாரத்தைச் செய்ய முடியுமா?" என்று நான் மிக்காயிலிடம் கேட்டேன்.

"முதலில் நான் உங்களிடம் ஒன்றைக் கேட்க விரும்புகிறேன். அவள் உங்களிடம் சொல்லிவிட்டுப் புறப்பட்டாளா?"

"இல்லை."

"அவள் உங்களைவிட்டுப் பிரிந்து போகவிருந்ததாக

உங்களிடம் கூறினாளா?"

"இல்லை. அது உங்களுக்கே தெரியும்."

"எஸ்தருடைய இயல்பை வைத்துப் பார்க்கும்போது, பத்து ஆண்டுகளுக்கும் மேலாகத் தான் சேர்ந்து வாழ்ந்து வந்திருந்த ஒருவரிடம், தான் பிரிந்து போவதற்கான காரணத்தை அவள் நேரடியாக விளக்காமல் போவாள் என்று நீங்கள் நினைக்கிறீர்களா?"

"துல்லியமாக இதுதான் என்னை மிகவும் தொந்தரவு செய்கிறது. அது போகட்டும், நீங்கள் இப்போது என்ன சொல்ல வருகிறீர்கள்?"

ராபெர்ட்டோ எங்கள் உரையாடலில் குறுக்கிட்டு, "பீட்சா ஆர்டர் செய்யத் தயாரா?" என்று எங்களிடம் கேட்டார். மிக்காயில் தனக்கு ஒரு நெப்போலிட்டானா ஆர்டர் செய்தான். எனக்குரிய உணவை நான் ராபெர்ட்டோவைத் தேர்ந்தெடுக்கச் சொன்னேன். நான் இப்போது என்ன சாப்பிட வேண்டும் என்று கவலைப்படுவதற்கான நேரம் அல்ல அது. எங்களுக்கு ஒரு பாட்டில் சிவப்பு ஒயின் மட்டுமே உடனடியாகத் தேவைப்பட்டது. வேறு ஏதேனும் வேண்டுமா என்று ராபெர்ட்டோ என்னிடம் கேட்டபோது நான் ஏதோ முணுமுணுத்தேன். இனி என்னைத் தொந்தரவு செய்யக்கூடாது என்பதையும், சாப்பாடு குறித்த எல்லாத் தீர்மானங்களையும் தானே எடுக்க வேண்டும் என்பதையும் அவர் புரிந்து கொண்டார்.

முப்பது நொடிகளில் ஒயின் வந்தது. நான் எங்களுடைய கோப்பைகளை நிரப்பினேன்.

"அவள் என்ன செய்து கொண்டிருக்கிறாள்?" என்று நான் கேட்டேன்.

"நீங்கள் உண்மையிலேயே தெரிந்து கொள்ள விரும்புகிறீர்களா?"

என் கேள்விக்குப் பதிலாக இன்னொரு கேள்வியை அவன் கேட்டது எனக்கு எரிச்சலூட்டியது.

"ஆமாம்," என்று நான் பதிலளித்தேன்.

"அவள் கம்பளங்கள் தயாரித்துக் கொண்டிருக்கிறாள், பிரெஞ்சு வகுப்புகளும் நடத்திக் கொண்டிருக்கிறாள்."

கம்பளங்கள்! தேவைக்கு அதிகமாகவே பணம் வைத்திருந்த, ஊடகவியலில் பட்டம் பெற்றிருந்த,

நான்கு மொழிகளைப் பேசக்கூடிய என் முன்னாள் மனைவி, இப்போது கம்பளங்கள் நெய்து கொண்டும் வெளிநாட்டவருக்குப் பிரெஞ்சு சொல்லிக் கொடுத்துக் கொண்டுமா வாழ்க்கை நடத்திக் கொண்டிருந்தாள்? என்னுடைய உணர்ச்சிகளை நான் கட்டுப்படுத்திக் கொள்ள வேண்டியிருந்தது. மிக்காயிலால் எஸ்தருக்கு ஒரு நல்ல வாழ்க்கையைக் கொடுக்க முடியாதது வெட்கக்கேடானது என்று நான் நினைத்தபோதிலும், ஆண் என்ற அவனுடைய கர்வத்தை நான் காயப்படுத்திவிடக்கூடாது என்பதில் நான் எச்சரிக்கையாக இருக்க வேண்டியிருந்தது.

"கடந்த ஓராண்டுக்கும் மேலாக நான் மனரீதியாக அனுபவித்து வந்துள்ள சித்திரவதைகளை நீங்கள் புரிந்து கொள்ள வேண்டும். எஸ்தருடனான உங்களுடைய உறவில் நான் ஒருபோதும் குறுக்கிட மாட்டேன். எனக்கு அவளுடன் ஒரு சில மணிநேரம் பேச வேண்டும், அவ்வளவுதான். ஒரு மணிநேரம்கூடப் போதும்!" என்று நான் கூறினேன்.

மிக்காயில் என்னுடைய வார்த்தைகளை ரசித்துக் கொண்டிருந்ததுபோலத் தெரிந்தான்.

"நீங்கள் என்னுடைய கேள்விக்கு விடையளிக்கவில்லை," என்று அவன் ஒரு புன்னகையுடன் கூறினான். "எஸ்தருடைய இயல்பை வைத்துப் பார்க்கும்போது, பத்து ஆண்டுகளுக்கும் மேலாகத் தான் சேர்ந்து வாழ்ந்து வந்திருந்த ஒருவரிடம், தான் பிரிந்து போவதற்கான காரணத்தை அவள் நேரடியாக விளக்காமல் போவாள் என்று நீங்கள் நினைக்கிறீர்களா?"

"இல்லை. நான் அப்படி நினைக்கவில்லை."

"பிறகு ஏன் 'அவள் என்னை விட்டுவிட்டுப் போய்விட்டாள்' என்று நீங்கள் புலம்பிக் கொண்டிருக்கிறீர்கள்? 'எஸ்தருடனான உங்களுடைய உறவில் நான் ஒருபோதும் குறுக்கிட மாட்டேன்,' என்று ஏன் நீங்கள் கூறுகிறீர்கள்?"

எனக்குக் குழப்பமாக இருந்தது. எனக்குள் ஏதோ ஒரு நம்பிக்கை முளைத்துக் கொண்டிருந்ததைப்போல நான் உணர்ந்தேன் – ஆனால் நான் எதை நம்பிக் கொண்டிருந்தேன் என்பதோ, அல்லது அந்த நம்பிக்கை எங்கிருந்து வந்திருந்தது என்பதோ எனக்குத் தெரியவில்லை!

"நீங்கள் சொல்ல வருவது..."

“ஆமாம். எஸ்தர் உங்களைவிட்டோ அல்லது என்னைவிட்டோ பிரிந்து போகவில்லை. அவள் சில காலம் நம்முடைய பார்வையிலிருந்து மறைந்து போயிருக்கிறாள். ஒருவேளை, அவள் நிரந்தரமாகவும் நம்முடைய பார்வையிலிருந்து மறைந்து போயிருக்கக்கூடும். ஆனால் நாம் அவளுடைய தீர்மானத்தை மதித்தாக வேண்டும்,” என்று மிக்காயில் கூறினான்.

எப்போதும் எனக்கு நல்ல நினைவுகளையும் நல்ல கதைகளையும் கொண்டுவந்திருந்த அந்தப் பீட்சா கடையில் திடீரென்று ஏதோ ஒரு பிரகாசமான ஒளி ஒளிர்ந்து கொண்டிருந்ததைப்போல இருந்தது. அந்த இளைஞன் கூறிக் கொண்டிருந்ததை நான் உண்மையிலேயே நம்ப விரும்பினேன்: சஹீர் இப்போது உயிர்த்துடிப்புடன் உலா வந்து கொண்டிருக்கிறது.

“அவள் எங்கே இருக்கிறாள் என்பது உங்களுக்குத் தெரியுமா?” என்று நான் கேட்டேன்.

“தெரியும். உங்களைப்போலவே எனக்கு அவளை மிகவும் தேடுகிறது என்றாலும், அவளுடைய மௌனத்தை நான் மதித்தாக வேண்டும். இந்த ஒட்டுமொத்தச் சூழ்நிலையும் உங்களுக்கு எந்த அளவு குழப்பமூட்டுகிறதோ, எனக்கும் அதே அளவு குழப்பமூட்டுகிறது. ஆட்கொள்ளும் அன்பில் அவள் மனநிறைவைக் கண்டுகொண்டிருக்கக்கூடும், அல்லது நம் இருவரில் ஒருவர் தன்னைக் கண்டுபிடிப்பதற்காக அவள் காத்துக் கொண்டிருக்கக்கூடும், அல்லது அவள் ஒரு புதிய ஆண்மகனைச் சந்தித்திருக்கக்கூடும், அல்லது அவள் இந்த உலகத்திடமிருந்து தன்னை ஒட்டுமொத்தமாக விலக்கிக் கொண்டிருக்கக்கூடும். உண்மை எதுவாக இருந்தாலும் சரி, அவளைத் தேடிக் கண்டுபிடிக்கப் போவதாக நீங்கள் தீர்மானித்துவிட்டால், என்னால் உங்களைத் தடுக்க முடியாது. ஆனால், நீங்கள் அவளைத் தேடப் போகிறீர்கள் என்றால், நீங்கள் ஒரு விஷயத்தைத் தெரிந்து கொள்ள வேண்டும்: நீங்கள் அவளுடைய உடலை மட்டுமல்லாமல், அவளுடைய ஆன்மாவையும் கண்டுபிடித்தாக வேண்டும்.”

எனக்குச் சிரிக்க வேண்டும்போல இருந்தது. அவனைக் கட்டிப் பிடிக்க வேண்டும்போல இருந்தது. பிறகு, அவனைக் கொல்ல வேண்டும்போல இருந்தது. என்னுடைய உணர்ச்சிகள் அதிர வைக்கும் வேகத்தில் மாறின.

"நீங்களும் அவளும்..."

"நாங்கள் இருவரும் படுக்கையைப் பகிர்ந்து கொண்டோமா? அது பற்றி உங்களுக்குத் தெரிய வேண்டியதில்லை. நான் தேடிக் கொண்டிருந்த துணையை எஸ்தரில் நான் கண்டேன். என்னை நம்பி என்னிடம் ஒப்படைக்கப்பட்டக் காரியத்தில் அவள் எனக்கு உதவினாள். பூமிக்கு அன்பின் ஆற்றலை மீட்டெடுத்துக் கொடுக்க உதவக்கூடிய கதவுகளையும் சாலைகளையும் வழிகளையும் திறந்துவிட்ட தேவதை அவள். எங்கள் இருவரின் நோக்கமும் ஒன்றுதான். உங்கள் மனநிம்மதிக்காக நான் ஒன்றைச் சொல்கிறேன்: எனக்கு ஒரு காதலி இருக்கிறாள். நேற்றிரவு என்னோடு மேடையில் நின்ற, பொன்னிறத் தலைமுடி கொண்ட பெண்தான் அவள். அவளுடைய பெயர் லுக்ரீசியா. அவள் இத்தாலியைச் சேர்ந்தவள்."

"நீங்கள் என்னிடம் உண்மையைத்தான் சொல்லிக் கொண்டிருக்கிறீர்களா?"

"தெய்வீக ஆற்றலின் பெயரில், நான் சொன்னது முற்றிலும் உண்மை."

அவன் ஒரு சிறிய கருப்புத் துணியைத் தன்னுடைய பாக்கெட்டிலிருந்து வெளியே எடுத்தான்.

"இந்தத் துணியின் அசலான நிறம் பச்சை. காய்ந்து போன இரத்தம் இதில் உறைந்து போயிருப்பதால் இது கருப்பாகத் தோன்றுகிறது. உலகில் எங்கோ ஒரு இராணுவ வீரன் தான் இறப்பதற்கு முன்பு எஸ்தரிடம் ஒரு வேண்டுகோள் விடுத்தான். தன்னுடைய சட்டையைக் கழற்றி அதைச் சிறு சிறு துண்டுகளாக வெட்டி, தன்னுடைய இறப்பின் அர்த்தத்தைப் புரிந்து கொள்ளும் திறன் படைத்தவர்களுக்கு அவற்றை விநியோகிக்கும்படி அவன் எஸ்தரிடம் கேட்டுக் கொண்டான். உங்களிடம் இது போன்ற ஒரு துணி இருக்கிறதா?"

"இல்லை. எஸ்தர் இதைப் பற்றி என்னிடம் ஒருபோதும் குறிப்பிட்டதில்லை."

"எஸ்தர் யாரையேனும் சந்தித்தபோதெல்லாம், அச்செய்தியை அவருக்குக் கொடுக்க வேண்டும் என்று அவளுக்குத் தோன்றினால், அவள் அந்தத் துண்டுத் துணிகளில் ஒன்றை அவர்களுக்குக் கொடுத்தாள்."

“அது என்ன செய்தி?”

“அவள் உங்களுக்கு அந்த வீரனின் சட்டையில் ஒரு துண்டைக் கொடுக்கவில்லை என்றால், என்னால் அச்செய்தியை உங்களிடம் கூற முடியாது. அவள் என்னிடம் சத்தியம் வாங்கியிருக்கிறாள்.”

“இந்தத் துணியைப் பெற்றுள்ள வேறு யாரையேனும் உங்களுக்குத் தெரியுமா?”

“அந்த அர்மீனிய உணவகத்தில் என்னோடு தோன்றும் அனைவரிடமும் அது இருக்கிறது. எஸ்தர்தான் எங்களை ஒன்றிணைத்தாள்.”

நான் எச்சரிக்கையாக நடந்து கொண்டு, அவனுடன் ஓர் உறவை வளர்த்தெடுத்து, உதவி வங்கியில் சிறிதளவு போட்டு வைக்க வேண்டியிருந்தது. நான் அவனை பயமுறுத்திவிடக்கூடாது. அதே நேரத்தில், நான் அதீத ஆர்வம் கொண்டிருந்ததுபோலவும் நான் காட்டிக் கொள்ளக்கூடாது. நான் அவனைப் பற்றியும், அவனுடைய வேலையைப் பற்றியும், அவன் பெருமிதத்தோடு பேசிய அவனுடைய நாட்டைப் பற்றியும் அவனிடம் கேட்க வேண்டும். அவன் சொல்லிக் கொண்டிருந்தது உண்மையா அல்லது அவனுக்கு வேறு ஏதேனும் உள்நோக்கம் இருந்ததா என்பதை நான் கண்டுபிடித்தாக வேண்டியிருந்தது. அவன் இன்னும் எஸ்தருடன் தொடர்பில் இருந்தானா அல்லது என்னைப்போலவே அவனும் அவளைத் தொலைத்துவிட்டானா என்பதை நான் உறுதியாகத் தெரிந்து கொள்ள வேண்டியிருந்தது. அவன் ஏதோ ஒரு தொலைதூர நாட்டிலிருந்து வந்திருக்கக்கூடும், அது வேறுபட்ட விழுமியங்களைக் கொண்டிருக்கக்கூடும், ஆனால் உதவி வங்கி எல்லா இடங்களிலும் செயல்பட்டதை நான் அறிந்திருந்தேன். எல்லைகள் ஏதுமற்ற ஓர் அமைப்பு அது.

ஒரு புறம், அவன் சொல்லிக் கொண்டிருந்த எல்லாவற்றையும் நான் நம்ப விரும்பினேன். மறுபுறம், எஸ்தர் தன் சாவியால் எங்கள் வீட்டுக் கதவைத் திறக்கும் ஓசை கேட்பதற்காகவும், அவள் எதுவும் கூறாமல் நடந்து வந்து என் பக்கத்தில் படுத்துக் கொள்வதற்காகவும் ஆயிரத்தோர் இரவுகளாக நான் கொட்டக் கொட்டக் கண்விழித்துக் காத்திருந்த நேரத்தில் என் இதயம் போதிய அளவு

துன்புற்றிருந்தது, போதிய அளவு இரத்தம் சிந்தியிருந்தது. அவள் மட்டும் என்னிடம் திரும்பி வந்துவிட்டால், நான் அவளிடம் எந்தக் கேள்வியும் கேட்க மாட்டேன் என்றும், வெறுமனே அவளுக்கு முத்தமிட்டுவிட்டு, "நன்றாக உறங்கு, என் அன்பே" என்று கூறிவிட்டு, மறுநாள் இருவரும் கைகோர்த்தபடி கண்விழிப்போம் என்றும் எனக்கு நானே வாக்குக் கொடுத்திருந்தேன். இந்த ஒட்டுமொத்தக் கொடுங்கனவும் நிகழ்ந்திருக்கவே இல்லை என்பதுபோல நான் நடந்து கொள்வேன் என்று நான் உறுதி பூண்டிருந்தேன்.

ராபெர்ட்டோ பீட்சாக்களுடன் வந்தார். யோசிப்பதற்கு எனக்கு எப்போது நேரம் தேவைப்படும் என்பதை அறிந்து கொள்ளக்கூடிய ஏதோ ஒரு வகையான ஆறாம் அறிவு அவருக்கு இருந்ததுபோலத் தோன்றியது.

நான் மீண்டும் மிக்காயிலைப் பார்த்தேன். 'அமைதியாக இரு. உன் உணர்ச்சிகளைக் கட்டுப்படுத்திக் கொள். இல்லாவிட்டால் உனக்கு மாரடைப்பு ஏற்பட்டுவிடும்,' என்று எனக்கு நானே கூறிக் கொண்டேன். பிறகு, ஒரு முழு கோப்பை ஒயினையும் நான் காலி செய்தேன். அவனும் அதேபோலச் செய்திருந்ததை நான் கவனித்தேன்.

'அவன்' ஏன் பதற்றமாக இருந்தான்?

"நீங்கள் சொல்வதை நான் நம்புகிறேன். ஆனால் நாம் பேசுவதற்கு ஏகப்பட்ட நேரம் இருக்கிறது," என்று நான் கூறினேன்.

"உங்களை அவளிடம் அழைத்துச் செல்லும்படி நீங்கள் என்னிடம் கேட்கப் போகிறீர்கள்."

அவன் என்னுடைய ஆட்டத்தை நாசமாக்கியிருந்தான். நான் மீண்டும் நொ[illegible]ங்கியாக வேண்டும்.

"ஆமாம், நான் உங்களை ஒப்புக் கொள்ள வைக்க முயற்சிக்கப் போகிறேன். என்னுடைய சக்திக்கு உட்பட்ட எல்லாவற்றையும் அதற்காக நான் செய்யப் போகிறேன். ஆனால் எனக்கு அவசரம் எதுவுமில்லை. முதலில் நாம் இந்த முழுப் பீட்சாவையும் காலி செய்தாக வேண்டும். நான் உங்களைப் பற்றி மேலும் அதிகமாகத் தெரிந்து கொள்ள விரும்புகிறேன்," என்று நான் கூறினேன்.

தன்னுடைய கைகள் நடுங்காமல் இருக்க அவன் முயற்சி செய்து கொண்டிருந்ததை நான் கவனித்தேன்.

“நான் ஒரு நோக்கத்துடன் செயல்பட்டுக் கொண்டிருக்கிறேன். அதை நான் இன்னும் நிறைவேற்றவில்லை, ஆனால் அதற்கு எனக்கு இன்னும் நேரமிருக்கிறது என்று நான் நினைக்கிறேன்,” என்று அவன் கூறினான்.

“என்னால் உங்களுக்கு உதவ முடியக்கூடும்.”

“நிச்சயமாக உங்களால் முடியும். எவரொருவராலும் முடியும். அன்பின் ஆற்றலை இவ்வுலகம் நெடுகிலும் பரப்ப நீங்கள் உதவ வேண்டும், அவ்வளவுதான்.”

“அதைவிட அதிகமாக என்னால் செய்ய முடியும்.”

நான் அதற்கு மேலும் எதுவும் கூற விரும்பவில்லை. நான் அவனுடைய விசுவாசத்திற்குப் பாத்திரமாக ஆக முயற்சித்துக் கொண்டிருந்ததுபோலத் தோன்ற நான் விரும்பவில்லை. நான் மிகவும் எச்சரிக்கையாகச் செயல்பட்டாக வேண்டியிருந்தது. அவன் உண்மையைச் சொல்லிக் கொண்டிருக்கக்கூடும், ஆனால் என்னுடைய துயரத்தைத் தனக்குச் சாதகமாகப் பயன்படுத்திக் கொண்டு அவன் என்னிடம் பொய்யுரைத்துக் கொண்டும் இருக்கக்கூடும்.

“ஒரே ஒரு வகையான அன்பு ஆற்றல்தான் எனக்குத் தெரியும்,” என்று நான் தொடர்ந்தேன். “என்னைவிட்டு விலகிப் போன, அல்லது என்னைவிட்டுப் போய் எனக்காகக் காத்துக் கொண்டிருக்கின்ற அந்தப் பெண்ணைக் குறித்து நான் உணரும் அன்பு அது. என்னால் மீண்டும் அவளைப் பார்க்க முடிந்தால், நான் ஒரு மகிழ்ச்சியான மனிதனாக ஆவேன். ஓர் ஆன்மா திருப்தியோடு இருக்கும் என்பதால் இவ்வுலகம் அதிகச் சிறந்த ஓர் இடமாக இருக்கும்,” என்று நான் கூறினேன்.

அவன் கூரையைப் பார்த்துவிட்டு மீண்டும் மேசையை நோக்கிக் குனிந்தான். அங்கு நிலவிய மௌனம் எவ்வளவு முடியுமோ அவ்வளவு நேரம் நீடிக்க நான் அனுமதித்தேன்.

அவன் என்னைப் பார்க்க முடியாதவனாக, “என்னால் ஒரு குரலைக் கேட்க முடியும்,” என்று கூறினான்.

ஆன்மிகம் பற்றி எழுதுவதிலுள்ள மிகப் பெரிய அனுகூலம் என்னவென்றால், ஏதோ ஒரு வகையான ஆசீர்வாதம் கிடைக்கப் பெற்ற மக்களை நான் தொடர்ந்து சந்தித்துக் கொண்டிருப்பேன் என்பதை நான் அறிவேன்.

அந்த ஆசீர்வாதங்களில் சில உண்மையானவை, சில பொய்யானவை. அம்மக்களில் சிலர் என்னைப் பயன்படுத்திக் கொள்ள முயற்சிக்கின்றனர், மற்றவர்கள் என்னைச் சோதித்துப் பார்க்கின்றனர். அதிசயங்கள் நிகழத்தான் செய்கின்றன, எல்லாமே சாத்தியம்தான், தங்களுக்குள் இருக்கின்ற, ஆனால் நெடுங்காலமாகத் தாங்கள் மறந்து போய்விட்ட உள்ளார்ந்த சக்திகளை மக்கள் உணர்ந்து கொள்ளத் தொடங்கியுள்ளனர் என்பதில் எனக்கு எள்ளளவு சந்தேகம்கூட இல்லாத அளவுக்கு நான் பல அற்புதமான விஷயங்களைப் பார்த்திருக்கிறேன்.

ஆனாலும், அத்தகைய விஷயங்களைப் பற்றிப் பேசுவதற்கான சரியான தருணம் அதுவல்ல. நான் சஹீரில் மட்டுமே ஆர்வம் கொண்டிருந்தேன். அந்த சஹீர் மீண்டும் எஸ்தராக ஆக வேண்டும் என்பது மட்டுமே என்னுடைய நோக்கமாக இருந்தது.

“மிக்காயில்...”

“என்னுடைய உண்மையான பெயர் மிக்காயில் அல்ல. என்னுடைய உண்மையான பெயர் ஓலெக்.”

“சரி, ஓலெக்...”

“வாழ்வில் நான் மறுபிறவி எடுக்கத் தீர்மானித்தபோது நான் தேர்ந்தெடுத்துக் கொண்ட பெயர்தான் மிக்காயில். ஒளிப் போராளியைச் சந்திப்பதற்காகத் தன்னுடைய பயங்கரமான வாளால் தனக்கென்று ஒரு பாதையை ஏற்படுத்திக் கொள்கின்ற தேவதூதனைப்போல! அதுதான் என்னுடைய இலட்சியப் பயணம்.”

“அதுதான் என்னுடைய இலட்சியப் பயணமும்கூட.”

“ஆனால் அதைவிட, எஸ்தரைப் பற்றிப் பேசுவதை நீங்கள் விரும்புவீர்கள், இல்லையா?”

என்ன? நான் அதீத ஆர்வம் கொண்டிருந்த அந்த விஷயத்தை நோக்கி அவன் மீண்டும் தன் பேச்சைத் திசை திருப்பிக் கொண்டிருந்தானா?

திடீரென்று, “எனக்கு உடம்பு சரியில்லை,” என்று அவன் கூறினான். அவனுடைய பார்வை அலைபாயத் தொடங்கியது. நான் ஒருவன் அங்கு இல்லாததுபோல அந்த உணவகம் நெடுகிலும் அவன் தன் பார்வையை ஓடவிட்டான். “நான் அதைப் பற்றிப் பேச விரும்பவில்லை. அந்தக் குரல்...”

மிகவும் விநோதமான ஏதோ அங்கு நிகழ்ந்து கொண்டிருந்தது. என்னைக் கவர்வதற்கு இவன் எவ்வளவு தூரம் போகத் தயாராக இருந்தான்? இவனுக்கு முன்னால் என்னிடம் பலர் கேட்டிருந்ததுபோல, இவனும் தன்னுடைய வாழ்க்கையையும் சக்திகளையும் பற்றி ஒரு புத்தகம் எழுதும்படி என்னிடம் கேட்பானா? என்னிடம் ஒரு தெளிவான நோக்கம் இருக்கும்போதெல்லாம், அதை அடைவதற்கு நான் எதை வேண்டுமானாலும் செய்வேன். நான் என்னுடைய புத்தகங்களில் அப்படித்தானே எழுதியிருந்தேன்? என் சொந்த வார்த்தைகளை நான் எப்படிப் பொய்யாக்குவேன்? இப்போது என்னிடம் ஒரு நோக்கம் இருந்தது: மீண்டும் ஒரு முறை சஹீரின் கண்களை ஊடுருவிப் பார்ப்பது. மிக்காயில் பல புதிய தகவல்களை எனக்குக் கொடுத்திருந்தான்: எஸ்தர் அவனுடைய காதலி அல்லள்; அவள் என்னைவிட்டு விலகிப் போயிருக்கவில்லை; விரைவில் அவளை மீண்டும் அழைத்து வந்துவிடலாம். இந்த உணவகத்தில் நிகழ்ந்து கொண்டிருந்த இந்தச் சந்திப்புக்கூட ஒரு கண்துடைப்பாக இருப்பதற்கான சாத்தியம் இருந்தது. இன்னொருவருடைய துயரத்தைத் தனக்குச் சாதகமாகப் பயன்படுத்தி வாழ்க்கை நடத்துவதைத் தவிரப் பணம் சம்பாதிப்பதற்கு வேறு எந்த வழியும் இல்லாத ஒருவனாக அவன் இருக்கக்கூடும் என்று எனக்குத் தோன்றியது.

நான் இன்னொரு கோப்பை ஒயின் அருந்தினேன். மிக்காயிலும் அப்படியே செய்தான்.

‘எச்சரிக்கையாக இரு!’ என்று என்னுடைய உள்ளுணர்வு என்னிடம் கூறிக் கொண்டிருந்தது.

“ஆமாம், நான் எஸ்தரைப் பற்றிப் பேச விரும்புகிறேன், ஆனால் உங்களைப் பற்றியும் நான் அதிகமாகத் தெரிந்து கொள்ள விரும்புகிறேன்,” என்று நான் கூறினேன்.

“அது உண்மையல்ல. நான் ஏற்கெனவே செய்யத் தயாராக இருந்த விஷயங்களைச் செய்வதற்கு நீங்கள் என்னை ஒப்புக் கொள்ள வைக்க முயற்சித்துக் கொண்டிருக்கிறீர்கள், அவ்வளவுதான். உங்கள் வேதனை, விஷயங்களைத் தெளிவாகப் பார்ப்பதிலிருந்து உங்களைத் தடுத்துக் கொண்டிருக்கிறது. நான் பொய் சொல்லிக் கொண்டிருக்கிறேன் என்றும், உங்களுடைய சூழ்நிலையை

எனக்குச் சாதகமாகப் பயன்படுத்த முயற்சித்துக் கொண்டிருக்கிறேன் என்றும் நீங்கள் நினைக்கிறீர்கள்," என்று மிக்காயில் கூறினான்.

நான் சிந்தித்துக் கொண்டிருந்ததை அவன் துல்லியமாக அறிந்திருக்கக்கூடும், ஆனால் இங்கிதமின்றி அவன் மிகவும் சத்தமாகப் பேசிக் கொண்டிருந்தான். என்ன நிகழ்ந்து கொண்டிருந்தது என்று பார்ப்பதற்காக மக்கள் எங்களை நோக்கித் திரும்பினர்.

மிக்காயில் தொடர்ந்தான். "நீங்கள் என்னைக் கவர முயற்சித்துக் கொண்டிருக்கிறீர்கள். உங்களுடைய புத்தகங்கள் என் வாழ்வின்மீது எத்தகைய தாக்கம் ஏற்படுத்தியுள்ளன என்பதையோ, நான் அவற்றிலிருந்து எவ்வளவு விஷயங்களைக் கற்றுள்ளேன் என்பதையோ நீங்கள் அறிய மாட்டீர்கள். உங்களுடைய வேதனை உங்களை ஒரு குருடராகவும், கீழ்த்தரமானவராகவும், சஹீர்மீது வெறி கொண்டவராகவும் ஆக்கியுள்ளது. நாம் இருவரும் சேர்ந்து சாப்பிடலாம் என்று நீங்கள் விடுத்த அழைப்பை நான் ஏற்றுக் கொண்டதற்குக் காரணம் நீங்கள் எஸ்தர்மீது கொண்டுள்ள காதல் அல்ல. இன்னும் சொல்லப் போனால், நீங்கள் உண்மையிலேயே அவள்மீது காதல் கொண்டுள்ளீர்களா என்றுகூட நான் யோசிக்கிறேன். அது வெறுமனே உங்களுடைய காயப்பட்டக் கர்வமாக இருக்கலாம். நான் இங்கே வந்துள்ளதற்குக் காரணம்..."

அவனுடைய குரல் உயர்ந்து கொண்டே போனது. அவன் தன்னுடைய கட்டுப்பாட்டை இழந்து கொண்டிருந்ததுபோல இன்னும் அங்குமிங்கும் தன் பார்வையை ஓடவிட்டுக் கொண்டிருந்தான்.

"அந்த ஒளிவிளக்குகள்..."

"என்ன பிரச்சனை?" என்று நான் கேட்டேன்.

"நான் இங்கு வந்திருப்பதற்குக் காரணம், அவள் உங்கள்மீது கொண்டுள்ள காதல்தான்."

"உனக்கு ஏதேனும் சரியில்லையா?"

ஏதோ சரியில்லை என்பதை ராபெர்ட்டோ கவனித்திருந்தார். அவர் உடனே எங்கள் மேசைக்கு வந்து, ஒரு புன்னகையோடு மிக்காயிலின் தோள்மீது சாதாரணமாகக் கை வைத்தார்.

"என்னுடைய பீட்சா மோசமானதாக

இருந்திருக்கக்கூடும். நீங்கள் அதற்குப் பணம் கொடுக்க வேண்டாம். நீங்கள் விரும்பும்போது இங்கிருந்து புறப்பட்டுச் செல்லலாம்," என்று அவர் கூறினார்.

நாங்கள் அச்சூழ்நிலையிலிருந்து விடுபடுவதற்கு அது ஒரு கச்சிதமான வழியாக இருந்தது. நாங்கள் அமைதியாக அங்கிருந்து வெளியேறிவிடலாம். என்னைக் கவர்வதற்காகவோ அல்லது தர்மசங்கடப்படுத்துவதற்காகவோ தான் ஆவியுலகுடன் தொடர்பு கொண்டிருந்ததாகப் பாசாங்கு செய்து கொண்டிருந்த ஒருவனுடைய மனச்சோர்வூட்டும் நாடகம் இதன் மூலம் தவிர்க்கப்படும். ஆனால் அவனுடைய நடிப்பு, அவனுடைய மேடை நடிப்பை விஞ்சியிருந்ததாக நான் நினைத்தேன்.

"காற்று வீசிக் கொண்டிருப்பதை உங்களால் உணர முடிகிறதா?" என்று அவன் கேட்டான்.

அக்கணத்தில், அவன் நடித்துக் கொண்டிருக்கவில்லை என்பது எனக்கு உறுதியாகத் தெரிந்தது. மாறாக, அவன் தன்னைக் கட்டுப்படுத்திக் கொள்ளக் கடுமையாக முயற்சித்துக் கொண்டிருந்தான். அங்கே நிகழ்ந்து கொண்டிருந்ததைக் கண்டு அவன் என்னைவிட அதிகமாக பயந்து போயிருந்தான்.

"ஒளிவிளக்குகள் தோன்றத் தொடங்கிவிட்டன! தயவு செய்து என்னை இங்கிருந்து வெளியே கூட்டிச் செல்லுங்கள்!" என்று அவன் அலறினான்.

அதிர்ச்சியால் அவனுடைய உடல் காட்டுத்தனமாகக் குலுங்கத் தொடங்கியது. நிகழ்ந்து கொண்டிருந்தவற்றை இனியும் மறைக்க முடியவில்லை. மற்ற மேசைகளில் அமர்ந்திருந்தவர்கள் எழுந்து கொண்டனர்.

"கஜகிஸ்தானில்..."

அவனால் அந்த வாக்கியத்தை நிறைவு செய்ய முடியவில்லை. அவன் எங்கள் மேசையைத் தள்ளிவிட்டான். பீட்சாக்களும் கோப்பைகளும் தட்டுகளும் பறந்து சென்று, பக்கத்து மேசையில் உணவருந்திக் கொண்டிருந்தவர்களைத் தாக்கின. மிக்காயிலின் முகபாவம் முழுமையாக மாறியிருந்தது. அவனுடைய ஒட்டுமொத்த உடலும் ஆடிக் கொண்டிருந்தது. அவனுடைய கண்களின் வெண்மைப் பகுதி மட்டுமே இப்போது தெரிந்தது. அவனுடைய தலை

காட்டுத்தனமாகப் பின்னால் தூக்கியடித்தது. எலும்புகள் முறிந்து கொண்டிருந்த சத்தம் எனக்குக் கேட்டது. வேறொரு மேசையருகே அமர்ந்திருந்த ஒருவர் வேகமாக எழுந்தார். மிக்காயில் கீழே விழுவதற்கு முன், ராபெர்ட்டோ அவனைத் தாங்கிப் பிடித்துக் கொண்டார். மற்றவர், தரையின்மீது கிடந்த ஒரு ஸ்பூனை எடுத்து மிக்காயிலின் வாயில் வைத்தார்.

அந்த ஒட்டுமொத்தச் சம்பவமும் ஒரு சில நொடிகள் மட்டுமே நீடித்தது, ஆனால் அது ஒரு யுகம்போலத் தோன்றியது. ஒரு பிரபல எழுத்தாளர் – எதிர்மறையான விமர்சனங்கள் இருந்தபோதிலும் ஒரு முக்கியமான இலக்கியப் பரிசு பெறும் சாத்தியம் இருந்தவர் – தன்னுடைய புதிய புத்தகத்திற்கு விளம்பரம் தேடிக் கொள்வதற்காக ஒரு பீட்சா கடையில் ஓர் ஆவியுலகத் தொடர்புக் கூட்டம் நடத்தியிருந்ததாக வம்புப் பேச்சுப் பத்திரிகைகள் செய்தி வெளியிடுவதை என்னால் கற்பனை செய்ய முடிந்தது. நான் பீதியடைந்திருந்தேன். ஆவியுலகுடன் தொடர்பு கொண்டு பேசிய இந்த நபர்தான் என்னுடைய மனைவியுடன் ஓடிப் போனவன் என்பதைப் பத்திரிகையாளர்கள் கண்டுபிடித்துவிடுவர். மீண்டும் எல்லாம் தொடங்கிவிடும். இம்முறை, அதே சோதனையை எதிர்கொள்வதற்கான துணிச்சலோ அல்லது ஆற்றலோ நிச்சயமாக எனக்கு இருக்காது என்பது எனக்கு உறுதியாகத் தெரிந்தது.

அங்கே சாப்பிட்டுக் கொண்டிருந்தவர்களில் ஒரு சிலர் எனக்குத் தெரிந்தவர்களாக இருந்தனர், ஆனால் அவர்களில் யார் உண்மையிலேயே என்னுடைய நண்பர்கள்? அவர்களில் எத்தனைப் பேர் தாங்கள் பார்த்துக் கொண்டிருந்தவற்றைப் பற்றி வெளியே மூச்சுவிடாமல் இருப்பார்கள்?

மிக்காயிலின் உடல் நடுக்கம் குறைந்து, இறுதியில் அவன் ஆசுவாசமடைந்தான். ராபெர்ட்டோ அவனை அவனுடைய நாற்காலியில் நேராகப் பிடித்துக் கொண்டிருந்தார். அந்த இன்னொரு நபர் அவனுடைய நாடித்துடிப்பையும் கண்களையும் சோதித்துவிட்டு, பிறகு என்னிடம் திரும்பினார்.

"இவ்வாறு நிகழ்வது நிச்சயமாக இது முதன்முறை அல்ல. எத்தனை நாட்களாக இவரை உங்களுக்குத் தெரியும்?" என்று அவர் என்னிடம் கேட்டார்.

என்னால் பேச முடியாததைக் கண்ட ராபெர்ட்டோ, "இவர்கள் என்னுடைய வாடிக்கையாளர்கள். பொது இடத்தில் இதுபோல நிகழ்ந்தது இதுதான் முதல் முறை. ஆனால், இது போன்ற சம்பவங்கள் என்னுடைய உணவகத்தில் முன்பு நிகழ்ந்துள்ளன," என்று கூறினார்.

"சரிதான். நீங்கள் பீதியடையாமல் இருந்ததை நான் கவனித்தேன்," என்று அந்நபர் கூறினார்.

அவர் என்னைப் பற்றித்தான் பேசிக் கொண்டிருந்தார் என்பது எனக்குத் தெளிவாகத் தெரிந்தது. என் முகம் அவ்வளவு பேயறைந்தாற்போல இருந்திருக்க வேண்டும். அந்நபர் தன்னுடைய மேசைக்குத் திரும்பிச் சென்றார். ராபெர்ட்டோ என்னை சமாதானப்படுத்த முயன்றார்:

"அவர் ஒரு பிரபல நடிகையின் தனிப்பட்ட மருத்துவர்," என்று ராபெர்ட்டோ கூறினார். "இருந்தாலும், இந்த இளைஞரைவிட உங்களுக்குத்தான் மருத்துவக் கவனிப்பு அதிகமாகத் தேவைப்படுவதுபோல எனக்குத் தோன்றுகிறது."

மிக்காயிலோ அல்லது ஓலெக்கோ – எனக்கு எதிரே உட்கார்ந்து கொண்டிருந்த அந்த இளைஞன் தன்னிலைக்கு வந்து கொண்டிருந்தான். அவன் சுற்றுமுற்றும் பார்த்தான். அவன் தர்மசங்கடப்பட்டதுபோலத் தெரியவில்லை. மாறாக, அவன் வெறுமனே ஒரு வெட்கப் புன்னகையை உதிர்த்தான்.

"மன்னிக்கவும். நான் அதைக் கட்டுப்படுத்தப் பெரிதும் முயற்சித்தேன்," என்று அவன் கூறினான்.

அமைதியாக இருப்பதற்கு என்னால் முடிந்த அளவு நான் முயற்சித்தேன். ராபெர்ட்டோ மீண்டும் என் உதவிக்கு வந்தார்.

அவர் மிக்காயிலிடம், "கவலைப்படாதீர்கள். உடைந்த தட்டுகளுக்குக் கொடுக்கப் போதுமான பணம் நம்முடைய எழுத்தாளரிடம் இருக்கிறது," என்று வேடிக்கையாகக் கூறினார்.

பிறகு அவர் என்னிடம் திரும்பினார்:

"இது வெறும் வலிப்பு நோய், அவ்வளவுதான்."

நான் மிக்காயிலுடன் அந்த உணவகத்திலிருந்து வெளியேறினேன். அவன் உடனே ஒரு டாக்ஸியைக் கூப்பிட்டான்.

“ஆனால் நாம் இன்னும் பேசி முடிக்கவில்லையே! நீங்கள் எங்கே போகிறீர்கள்?” என்று நான் அவனிடம் கேட்டேன்.

“நான் இப்போது பேசும் நிலையில் இல்லை. என்னை எங்கே சந்திக்கலாம் என்பதை நீங்கள் அறிவீர்கள்.”

இரண்டு வகையான உலகங்கள் இருக்கின்றன: ஒன்று, நம்முடைய கனவுலகம், மற்றொன்று நிஜவுலகம்.

என்னுடைய கனவுலகில், மிக்காயில் உண்மை சொல்லியிருந்தான்: நான் என் வாழ்வில் ஒரு கடினமான காலகட்டத்தில் உழன்று கொண்டிருந்தேன். எந்தவொரு நேச உறவிலும் நிகழக்கூடிய தவறான புரிதல்களை நான் அனுபவித்துக் கொண்டிருந்தேன். எங்களுடைய மணவாழ்க்கையில் எது தவறாகப் போயிருந்தது என்பதை நான் கண்டுபிடித்து, பிறகு தன்னிடம் வந்து மன்னிப்புக் கேட்டுவிட்டு, பிறகு நாங்கள் இருவரும் மீண்டும் சேர்ந்து வாழத் தொடங்குவதற்காக எஸ்தர் எங்கோ பொறுமையாகக் காத்துக் கொண்டிருந்தாள்.

அந்தக் கனவுலகில், மிக்காயிலும் நானும் நிதானமாகப் பேசிவிட்டு, அந்தப் பீட்சா உணவகத்திலிருந்து வெளியே வந்து, ஒரு டாக்ஸி பிடித்து, என் முன்னாள் மனைவி (அல்லது என் மனைவியா? கேள்வி இப்போது தலைகீழாக மாறியிருந்தது) வாழ்ந்து கொண்டிருந்த வீட்டிற்குச் சென்று அதன் அழைப்பு மணியை அழுத்தினோம். அந்த வீட்டில் அவள் தினமும் காலையில் கம்பளங்கள் நெய்து கொண்டு, மதியம் பிரெஞ்சு வகுப்பு நடத்திக் கொண்டு, இரவில் தனியாக உறங்கிக் கொண்டு, என்னைப்போலவே, வீட்டு அழைப்பு மணி ஒலிக்கவும், தன் கணவன் ஒரு பெரிய பூங்கொத்துடன் உள்ளே வந்து, ஷான்ஸ் எலீஸேயின் அருகே இருந்த ஒரு ஹோட்டலுக்கு ஹாட் சாக்லெட் பானம் அருந்துவதற்குத் தன்னைச் சுமந்து செல்லவும் காத்திருந்தாள்.

நிஜவுலகில், மிக்காயிலுடனான எந்தவொரு சந்திப்பும் பதற்றமானதாகவே இருந்தது. ஏனெனில், அந்தப் பீட்சா உணவகத்தில் நிகழ்ந்திருந்த சம்பவம் மீண்டும் நிகழ்ந்துவிடுமோ என்று நான் பயந்தேன். அவன் கூறியிருந்த எல்லாமே அவனுடைய கற்பனையின் விளைவுதான்.

எஸ்தர் எங்கே இருந்தாள் என்பது பற்றி எனக்கு எவ்வளவு தெரியுமோ, அவ்வளவுதான் அவனுக்கும் தெரிந்திருந்தது. நிஜவுலகில், காலை *11:45* மணிக்கு, பாரீஸின் கிழக்கு இரயில் நிலையத்தில் ஸ்டிராஸ்பர்க் இரயில் வருவதற்காக நான் காத்துக் கொண்டிருந்தேன். என்னுடைய புத்தகங்களில் ஒன்றைத் தழுவி ஒரு திரைப்படம் எடுக்க விரும்பிய ஒரு முக்கியமான அமெரிக்க நடிகர் அந்த இரயிலில் வரவிருந்தார்.

அந்நேரம்வரை, என்னுடைய புத்தகத்தைத் தழுவி ஒரு திரைப்படம் எடுப்பதைப் பற்றி யாரேனும் என்னிடம் குறிப்பிட்டபோதெல்லாம், “எனக்கு அதில் ஆர்வமில்லை,” என்பதுதான் எப்போதும் என்னுடைய பதிலாக இருந்திருந்தது. ஒவ்வொரு வாசகரும் தன்னுடைய தலைக்குள் தன்னுடைய சொந்தத் திரைப்படத்தை உருவாக்குவதாக நான் நம்புகிறேன். அவர் அதன் கதாபாத்திரங்களுக்கு முகங்களைக் கொடுக்கிறார், ஒவ்வொரு காட்சியையும் உருவாக்குகிறார், குரல்களைக் கேட்கிறார், வாசனைகளை முகர்கிறார். அதனால்தான், ஒரு வாசகர், தனக்குப் பிடித்தமான ஒரு நாவலின் அடிப்படையில் எடுக்கப்பட்ட ஒரு திரைப்படத்தைப் பார்த்துவிட்டு வரும்போதெல்லாம், “திரைப்படத்தைவிடப் புத்தகம் மிகச் சிறப்பாக இருக்கிறது!” என்று தனக்குள் கூறிக் கொண்டு ஏமாற்றத்துடனேயே திரும்புகிறார்.

இம்முறை, என்னுடைய ஏஜென்ட் மிகவும் பிடிவாதமாக இருந்தார். இந்த நடிகரும் தயாரிப்பாளரும் ‘எங்கள் பக்கம்’ இருந்ததாகவும், எங்களுக்கு அதுவரை வந்திருந்த மற்ற முன்மொழிவுகளிலிருந்து முற்றிலும் வித்தியாசமான ஒன்றை அவர்கள் செய்வார்கள் என்று தான் மிகவும் நம்பியதாகவும் அவர் என்னிடம் கூறினார். அந்தச் சந்திப்பு இரண்டு மாதங்களுக்கு முன்பே ஏற்பாடு செய்யப்பட்டிருந்தது. அன்று இரவு எல்லோரும் சேர்ந்து உணவருந்தியபடி மற்ற விபரங்களைப் பேசவும், என்னுடைய சிந்தனையும் அவர்களுடைய சிந்தனையும் உண்மையிலேயே ஒத்துப் போயினவா என்பதைப் பார்க்கவும் நாங்கள் திட்டமிட்டிருந்தோம்.

ஆனால், கடந்த இரண்டு வாரங்களில், என்னுடைய நாட்குறிப்பேடு முற்றிலுமாக மாறிப் போயிருந்தது:

அன்று வியாழக்கிழமையாதலால், நான் அந்த அர்மீனிய உணவகத்திற்குச் சென்று, தன்னால் ஆவியுலகிலிருந்து குரல்களைக் கேட்க முடியும் என்று சத்தியம் செய்த, ஆனால் சஹீரை எங்கே கண்டுபிடிக்கலாம் என்பதை அறிந்திருந்த ஒரே நபரான அந்தக் காக்காய் வலிப்புக்கார இளைஞனுடனான தொடர்பை நான் புதுப்பித்துக் கொள்ள வேண்டியிருந்தது. எனவே, என்னுடைய புத்தகத்திற்கான திரைப்பட உரிமையை நான் விற்கக்கூடாது என்பதற்கான ஓர் அறிகுறியாக இதை நான் அர்த்தப்படுத்தினேன். அதைத் தொடர்ந்து, அந்த நடிகருடனான சந்திப்பை நான் ரத்து செய்ய முயற்சித்தேன். ஆனால், அன்று சந்திக்க முடியாமல் போவது ஒரு பொருட்டே அல்ல என்று கூறிய அவர், மறுநாள் எங்களுடைய சந்திப்பை வைத்துக் கொள்ளலாம் என்று வற்புறுத்தினார். "பாரீஸில் தனியாக ஓர் இரவைக் கழிக்க வேண்டியிருப்பதைப் பற்றி யார் வருத்தப்படுவார்கள்?" என்று அவர் கேட்டபோது, அதற்கு என்ன பதில் கூறுவதென்று எனக்குத் தெரியவில்லை.

என்னுடைய கனவுலகில், எஸ்தர் இன்னும் என்னுடைய வாழ்க்கைத்துணைவியாக இருந்தாள். நான் தொடர்ந்து முன்னோக்கிப் பயணித்து அனைத்து எல்லைகளையும் ஆய்ந்தறியத் தேவையான வலிமையை அவளுடைய நேசம் எனக்குக் கொடுத்தது.

நிஜவுலகில், அவள் என் மனத்தை ஆக்கிரமித்து என்னை ஆட்டிப் படைத்துக் கொண்டும், என்னுடைய ஆற்றல் முழுவதையும் உறிஞ்சிக் கொண்டும், கிடைத்த எல்லா இடத்தையும் எடுத்துக் கொண்டும் இருந்தாள். நான் வெறுமனே என்னுடைய வாழ்க்கையையும், என்னுடைய வேலையையும், திரைப்படத் தயாரிப்பாளர்களுடனான என்னுடைய சந்திப்புகளையும்,என்னுடைய பேட்டிகளையும் தொடர்வதற்கு ஏகப்பட்ட முயற்சி மேற்கொள்ள அவள் என்னைக் கட்டாயப்படுத்திக் கொண்டிருந்தாள்.

இரண்டு ஆண்டுகளுக்குப் பிறகும்கூட எப்படி நான் இன்னும் அவளை மறக்காமல் இருந்தேன்? அது எப்படிச் சாத்தியமாகியது? அதைப் பற்றி இனியும் சிந்திப்பது என்னைத் திணறடித்தது. அச்சிந்தனையிலிருந்து விடுபடுவதற்கு நான் பல்வேறு வழிகளை முயற்சித்துப் பார்த்தேன். சூழ்நிலையை உள்ளது உள்ளபடி ஏற்றுக்

கொள்வது, ஒரு புத்தகம் எழுதுவது, யோகா பயிற்சி செய்வது, சில அறப்பணிகளில் ஈடுபடுவது, நண்பர்களைப் பார்க்கப் போவது, பெண்களோடு உல்லாசமாக இருப்பது, இரவில் வெளியே போய் உணவருந்துவது, திரைப்படங்கள் (புத்தகங்களைத் தழுவி எடுக்கப்படாமல், திரைக்காகவே எழுதப்பட்டத் திரைப்படங்கள்), நாடகங்கள், பாலே நடன நிகழ்ச்சிகள் ஆகியவற்றைப் பார்க்கப் போவது, கால்பந்துப் போட்டிகளைப் பார்க்கப் போவது ஆகியவை அவற்றில் சில வழிகளாகும். ஆனால் நான் எவ்வளவு முயற்சித்தும், எப்போதுமே சஹீர்தான் வெற்றி பெற்றது. அது என்னுடைய சிந்தனையைவிட்டு அகல மறுத்தது. "அவள் என்னோடு இருந்தால் எவ்வளவு நன்றாக இருக்கும்," என்று அது என்னைச் சிந்திக்கத் தூண்டியது.

இரயில் நிலையத்திலிருந்த கடிகாரத்தை நான் ஏறிட்டுப் பார்த்தேன். இன்னும் பதினைந்து நிமிடங்கள் இருந்தன. என்னுடைய கற்பனையுலகில், மிக்காயில் என்னுடைய தோழனாக இருந்தான். நிஜவுலகில், அதற்கான உறுதியான ஆதாரம் எதுவும் என்னிடம் இருக்கவில்லை. அவன் சொல்லிக் கொண்டிருந்ததை நம்புவதற்கான பெருவிருப்பம் மட்டுமே என்னிடம் இருந்தது. அவன் மாறுவேடத்தில் இருந்த ஓர் எதிரியாக இருக்கக்கூடும்.

நான் வழக்கமான கேள்விகளுக்குத் திரும்பினேன்: எஸ்தர் ஏன் என்னிடம் எதுவும் சொல்லவில்லை? அல்லது, ஹான்ஸ் கேட்டிருந்த அதே கேள்வியை அவள் என்னிடம் கேட்டபோது, அவள் என்னிடம் சொல்லத்தான் முயற்சித்துக் கொண்டிருந்தாளோ? அன்பு மற்றும் போர் பற்றிய எங்களுடைய உரையாடலில் அவள் குறிப்பால் உணர்த்தியிருந்ததைப்போல, அவள் உண்மையிலேயே உலகத்தைக் காப்பாற்றத் தீர்மானித்திருந்தாளோ? தன்னுடைய அந்த இலட்சியப் பயணத்தில் தன்னோடு சேர்ந்து கொள்ள அவள் என்னைத் 'தயார்படுத்திக்' கொண்டிருந்தாளோ?

என்னுடைய கண்கள் இரயில் தண்டவாளங்கள்மீது நிலைத்திருந்தன. எஸ்தரும் நானும், ஒன்றையொன்று தொடாத இணை கோடுகளைப்போல நடந்து கொண்டிருந்தோம்...இரண்டு தலைவிதிகள்...

இரயில் தண்டவாளங்கள்.

அவற்றுக்கிடையேயான தூரம் எவ்வளவு?

சஹீரைப் பற்றி மறப்பதற்கு, நான் அங்கிருந்த ஒரு பிளாட்பாரப் பணியாளரிடம் அக்கேள்வியைக் கேட்டேன்.

"அவை ஒன்றிலிருந்து மற்றொன்று 143.5 சென்டிமீட்டர் அல்லது 4 அடி 8½ அங்குலம் தள்ளி இருக்கின்றன," என்று அவர் பதிலளித்தார்.

அவர் ஓர் அமைதியான வாழ்க்கை நடத்திக் கொண்டிருந்தவர்போலவும், தன் வேலை குறித்துப் பெருமிதம் கொண்டிருந்தவர்போலவும் காணப்பட்டார். நாம் எல்லோருமே நம்முடைய ஆன்மாவில் பெரும் துயரத்தைச் சுமந்து திரிகிறோம் என்று எஸ்தர் அடிக்கடிக் கூறினாள். ஆனால் இந்த நபர் அவளுடைய விவரிப்பிற்குள் பொருந்தவில்லை.

ஆனால் அவருடைய பதில் அர்த்தம் வாய்ந்ததாக இருக்கவில்லை: 143.5 சென்டிமீட்டர் அல்லது 4 அடி 8½ அங்குலம்?

அபத்தம். ஒன்று, அது 150 சென்டிமீட்டராக இருக்க வேண்டும் அல்லது 5 அடியாக இருக்க வேண்டும். இரயில் பெட்டிகளை உருவாக்குகின்றவர்களும் இரயில்வே ஊழியர்களும் எளிதில் நினைவில் வைத்துக் கொள்ளக்கூடிய விதத்தில் அது ஒரு முழு எண்ணாக இருக்க வேண்டும்.

"ஆனால் ஏன் அப்படி?" என்று நான் அப்பணியாளரிடம் கேட்டேன்.

"ஏனெனில், அதுதான் இரயில் பெட்டிகளின் சக்கரங்களுக்கு இடையேயான தூரம்."

"தண்டவாளங்கள் அந்த இடைவெளியில் இருப்பதால் சக்கரங்கள் அதே இடைவெளியில் இருக்கும்படி அமைக்கப்பட்டிருக்கின்றன, இல்லையா?"

"இதோ பாருங்கள், நான் ஒரு இரயில் நிலையத்தில் வேலை செய்கிறேன் என்பதற்காக, இரயில்களைப் பற்றி எனக்கு எல்லாம் தெரியும் என்று அர்த்தமில்லை. எது எப்படி இருக்க வேண்டுமோ, அது அப்படி இருக்கிறது, அவ்வளவுதான்."

அவருடைய மகிழ்ச்சி காணாமல் போயிருந்தது, வேலையில் அவருடைய நிம்மதியும் ஓடிப் போயிருந்தது. அவரால் ஒரு கேள்விக்கு மட்டும் விடையளிக்க முடிந்தது, ஆனால் அதற்கு மேல் அவரால் விளக்கமளிக்க

முடியவில்லை. நான் அவரிடம் மன்னிப்புக் கேட்டுவிட்டு, அந்தப் பதினைந்து நிமிடங்களில் எஞ்சியிருந்த நேரத்தை அந்தத் தண்டவாளங்களை வெறித்துப் பார்த்தபடி ஓட்டினேன். அவை என்னிடம் ஏதோ சொல்ல முயற்சித்துக் கொண்டிருந்ததுபோல உள்ளுணர்வுரீதியாக நான் உணர்ந்தேன்.

நான் சொல்வது உங்களுக்கு விசித்திரமானதாகத் தோன்றக்கூடும். ஆனால், அந்தத் தண்டவாளங்கள் என்னுடைய மணவாழ்க்கையைப் பற்றியும், எல்லோருடைய மணவாழ்க்கையைப் பற்றியும் ஏதோ சொல்லிக் கொண்டிருந்ததுபோலத் தோன்றின.

அந்த நடிகர் வந்து சேர்ந்தார். அவர் மிகவும் பிரபலமானவராக இருந்தும்கூட, நான் எதிர்பார்த்ததைவிட அவர் அதிக இனிமையானவராக இருந்தார். என்னுடைய மனங்கவர்ந்த ஹோட்டலில் அவரைக் கொண்டு போய் விட்டுவிட்டு, நான் என் வீட்டிற்குச் சென்றேன். என்ன ஆச்சரியம்! மேரி அங்கே எனக்காகக் காத்துக் கொண்டிருந்தாள். மோசமான வானிலை காரணமாக, தன்னுடைய படப்பிடிப்பு மறுவாரம்வரை ஒத்தி வைக்கப்பட்டிருந்ததாக அவள் கூறினாள்.

“இன்று வியாழன் என்பதால் நீங்கள் அந்த உணவகத்திற்குப் போகப் போகிறீர்கள், இல்லையா?” என்று மேரி கேட்டாள்.

“உனக்கும் வர விருப்பமா?” என்று நான் பதிலுக்குக் கேட்டேன்.

“ஆமாம், எனக்கு விருப்பம்தான். ஏன்? நீங்கள் தனியாகப் போக விரும்புகிறீர்களா?”

“ஆமாம்.”

“ஆனால், நான் உங்களோடு வருவதென்று தீர்மானித்துவிட்டேன். நான் எங்கே போகலாம், எங்கே போகக்கூடாது என்று என்னிடம் சொல்லக்கூடிய ஒருவன் இன்னும் பிறக்கவில்லை.”

“இரயில் தண்டவாளங்களுக்கு இடையே 143.5 சென்டிமீட்டர் இடைவெளி இருப்பதற்கான காரணம் உனக்குத் தெரியுமா?”

“இணையத்தளத்தில் தேடி அதைக் கண்டுபிடித்துவிடலாம். அது அவ்வளவு முக்கியமா?”

“மிகவும் முக்கியம்.”

“தண்டவாளங்களை ஒரு கணம் ஒதுக்கி வையுங்கள். நான் என்னுடைய நண்பர்கள் சிலரோடு பேசிக் கொண்டிருந்தேன். அவர்கள் உங்களுடைய புத்தகங்களின் ரசிகர்கள். ஒரு பொக்கிஷத்தைத் தேடிச் சென்ற ஓர் இடையனைப் பற்றிய அல்லது சான்டியாகோவுக்கான புனிதப் பயணம் பற்றிய ஒரு புத்தகத்தை எழுதக்கூடிய எவரொருவரும் ஒரு விதமான துறவியாகத்தான் இருக்க வேண்டும் என்றும், அவர்களிடம் எல்லாவற்றுக்கான பதிலும் இருக்கும் என்றும் அவர்கள் நினைக்கின்றனர்.”

“அது உண்மையல்ல என்பது உனக்குத் தெரியும்.”

“அப்படியென்றால் எது உண்மை? உங்களுடைய சொந்த அறிதலுக்கு அப்பாற்பட்ட விஷயங்களை உங்களுடைய வாசகர்களுக்கு நீங்கள் எப்படிக் கடத்தலாம்?”

“அவை என்னுடைய அறிதலுக்கு அப்பாற்பட்டவை

அல்ல. என்னுடைய புத்தகங்களில் எழுதப்பட்டுள்ள எல்லாமே என் ஆன்மாவின் ஒரு பகுதியாகும். என் வாழ்வின் ஊடாக நான் கற்றுள்ள பாடங்களின் ஒரு பகுதி அவை. அவற்றை நான் என் விஷயத்தில் நடைமுறைப்படுத்த முயற்சிக்கிறேன். நான் என்னுடைய சொந்தப் புத்தகங்களின் ஒரு வாசகனும்கூட. ஆழ்மன நிலையில் எனக்கு ஏற்கெனவே தெரிந்த விஷயங்களை அவை எனக்கு வெளிப்படுத்துகின்றன.”

“அப்படியானால் வாசகர்களுக்கு?”

“அவர்களுக்கும் அது பொருந்தும் என்று நான் நினைக்கிறேன். ஒரு புத்தகம் மட்டுமல்லாமல், ஒரு திரைப்படம், ஓர் இசைப் படைப்பு, ஒரு தோட்டம், ஒரு மலைக் காட்சி போன்ற அனைத்துமே எதையோ வெளிப்படுத்துகின்றன. ‘வெளிப்படுத்துவது’ என்றால் திரையை விலக்கிக் காட்டுவதும் பிறகு அத்திரையை மீண்டும் மூடுவதும் என்று பொருள். ஏற்கெனவே இருக்கின்ற ஒன்றை மூடியுள்ள திரையை விலக்குவது என்பது வேறு; ஒரு சிறப்பான வாழ்க்கையை வாழ்வது எப்படி என்பது குறித்த ரகசியத்தை நான் மற்றவர்களுக்குக் கற்றுக் கொடுக்க முயற்சிப்பது என்பது வேறு.

“மேரி, அன்பு இக்கணத்தில் என்னை மிகவும் வதைத்துக் கொண்டிருக்கிறது என்பதை நீ அறிவாய். இதை, நான் நரகப் படுகுழிக்குள் விழுந்திருப்பதாகவும் பார்க்கலாம் அல்லது ஒரு வெளிப்பாடாகவும் பார்க்கலாம். ‘கிழிப்பதற்கான ஒரு காலம், தைப்பதற்கான ஒரு காலம்’ புத்தகத்தை நான் எழுதியபோதுதான், அன்பு செலுத்துவதற்கான என்னுடைய திறனை உண்மையிலேயே நான் புரிந்து கொண்டேன். நான் வார்த்தைகளையும் வாக்கியங்களையும் தட்டச்சு செய்து கொண்டிருந்தபோதுதான் அதை நான் உணர்ந்தேன்.”

“அப்படியானால், உங்களுடைய புத்தகங்களின் ஒவ்வொரு பக்கத்திலும் இடம்பெறுகின்ற ஆன்மிகத்தைப் பற்றி நீங்கள் என்ன சொல்கிறீர்கள்?”

“நீ என்னுடன் அந்த அர்மீனிய உணவகத்திற்கு வருவது குறித்த யோசனை எனக்கு இப்போது பிடித்திருக்கிறது. ஏனெனில், அங்கே நீ மூன்று முக்கியமான விஷயங்களைக் கற்றுக் கொள்வாய் அல்லது உணர்ந்து கொள்வாய். முதலில், ஒரு பிரச்சனையை எதிர்கொள்வதென்று மக்கள்

தீர்மானித்தவுடன், தாங்கள் நினைத்ததைவிடத் தாங்கள் அதிகத் திறன் வாய்ந்தவர்கள் என்பதை அவர்கள் உணர்கின்றனர். இரண்டாவதாக, அனைத்து ஆற்றலும் அனைத்து அறிவும் நமக்கு அறிமுகமில்லாத அதே மூலாதாரத்திலிருந்துதான் வருகின்றன. வழக்கமாக அந்த மூலாதாரத்தை நாம் கடவுள் என்று அழைக்கிறோம். என்னுடையது என்று நான் நம்பிய பாதையில் நான் முதன்முதலாக அடியெடுத்து வைத்ததிலிருந்து என் வாழ்வில் நான் செய்ய முயற்சித்துள்ளதெல்லாம், அந்த சக்தியைப் போற்றுவதும், அதனோடு தினமும் தொடர்பு கொள்வதும், சகுனங்கள் என்னை வழிநடத்த அனுமதிப்பதும், ஒன்றைச் செய்வதைப் பற்றி யோசிப்பதன் மூலம் அல்லாமல் அதை உண்மையிலேயே செய்வதன் மூலம் கற்றுக் கொள்வதும்தான்.

"மூன்றாவதாக, தங்களுடைய பிரச்சனைகளில் எவருமே தனியாக இல்லை. எப்போதும் வேறு யாரோ ஒருவர் அதே வழியில் சிந்தித்துக் கொண்டோ, களிப்புற்றுக் கொண்டோ, அல்லது துன்புற்றுக் கொண்டோ இருக்கிறார். அது, நமக்கு முன் உள்ள சவாலை எதிர்கொள்வதற்கான வலிமையை நமக்குக் கொடுக்கிறது."

"காதலுக்காகத் துன்புறுவதும் அதில் அடங்குமா?"

"எல்லாம் அதில் அடங்கும். வாழ்வில் துன்பம் இருந்தால், அதை ஏற்றுக் கொள்வது சிறந்தது. ஏனெனில், துன்பம் இல்லை என்பதுபோல நீ பாசாங்கு செய்வதால் அத்துன்பம் மறைந்துவிடாது. வாழ்வில் மகிழ்ச்சி இருந்தால், அதையும் ஏற்றுக் கொள்வது நல்லது – அந்த மகிழ்ச்சி என்றேனும் காணாமல் போகக்கூடும் என்று நீ பயந்தால்கூட! சிலரால் தியாகம் மற்றும் துறவின் வாயிலாக மட்டுமே வாழ்க்கையுடன் தங்களைத் தொடர்புபடுத்திப் பார்க்க முடிகிறது. வேறு சிலரை எடுத்துக் கொண்டால், தாங்கள் 'மகிழ்ச்சியாக' இருப்பதாக அவர்கள் நினைக்கும்போது மட்டுமே தாங்கள் மனிதகுலத்தின் ஒரு பகுதி என்று அவர்களால் உணர முடிகிறது. ஆனால் நீ எதற்காக இந்தக் கேள்விகளைக் கேட்கிறாய்?"

"ஏனெனில், நான் காதல் வயப்பட்டுள்ளேன். துன்பத்தை நினைத்தால் எனக்கு பயமாக இருக்கிறது," என்று மேரி கூறினாள்.

“பயப்படாதே. காதலிக்க மறுப்பது மட்டும்தான் அந்தத் துன்பத்தைத் தவிர்ப்பதற்கான ஒரே வழி.”

“எஸ்தரின் இருத்தலை என்னால் உணர முடிகிறது. அந்த இளைஞனுக்கு வலிப்பு ஏற்பட்டச் சம்பவத்தைத் தவிர, அந்தப் பீட்சா கடையில் நிகழ்ந்த வேறு எதைப் பற்றியும் நீங்கள் என்னிடம் சொல்லவில்லை. அது உங்களுக்கு ஒரு நல்ல அறிகுறியாக இருந்தாலும், எனக்கு அது ஒரு மோசமான அறிகுறியாகும்.”

“அது எனக்கும் ஒரு மோசமான அறிகுறியாக இருக்கக்கூடும்,” என்று நான் கூறினேன்.

“நான் ஒரு விஷயத்தைத் தெரிந்து கொள்ள விரும்புகிறேன். நான் உங்களை எந்த அளவு நேசிக்கிறேனோ, அந்த அளவு நீங்கள் என்னை நேசிக்கிறீர்களா என்பதுதான் அது. ஆனால் அதை உங்களிடம் கேட்பதற்கான துணிச்சல் எனக்கு இல்லை. ஆண்களுடனான என்னுடைய உறவுகள் ஏன் எப்போதுமே விரக்தியூட்டுபவையாக இருக்கின்றன? நான் கண்டிப்பாக ஓர் உறவில் இருந்தாக வேண்டும் என்ற உணர்வு எப்போதும் என்னை வாட்டி வதைக்கிறது. அதற்காக நான் ஓர் அறிவார்ந்த, உணர்ச்சிமயமான, தனித்துவமான, மற்றும் அற்புதமான நபராக இருக்க வேண்டியுள்ளது. ஒருவனை வசீகரிப்பதற்கான முயற்சி, நான் என்னால் முடிந்த அளவு சிறப்பாகச் செயல்பட என்னைக் கட்டாயப்படுத்துகிறது. ஆனால் அது எனக்கு உண்மையில் உதவுகிறது. மேலும், தனியாக வாழ்வது உண்மையிலேயே கடினமானது. ஆனால் அதுதான் வாழ்வதற்கான சிறந்த வழியா என்பதும் எனக்குத் தெரியவில்லை.”

“எந்த விளக்கமும் இன்றி என்னைவிட்டுப் பிரிந்து போய்விட்டபோதிலும், அந்தப் பெண்ணை நேசிப்பதற்கான திறன் எனக்கு இன்னும் இருக்கிறதா என்று நீ தெரிந்து கொள்ள விரும்புகிறாய், இல்லையா?” என்று நான் மேரியிடம் கேட்டேன்.

“நான் உங்களுடைய புத்தகத்தைப் படித்திருக்கிறேன். நீங்கள் அவளைக் காதலிக்கிறீர்கள் என்பதை நான் அறிவேன்.”

“நான் எஸ்தரைக் காதலித்துக் கொண்டிருந்தாலும், உன்னை என்னால் காதலிக்க முடியுமா என்பதை நீ தெரிந்து கொள்ள விரும்புகிறாய், அப்படித்தானே?”

"அக்கேள்வியைக் கேட்க நான் துணிய மாட்டேன். ஏனெனில், அதற்கான பதில் என் வாழ்க்கையைச் சீரழித்துவிடக்கூடும்."

"ஓர் ஆணின் அல்லது ஒரு பெண்ணின் இதயத்தில், ஒருவருக்கு மேற்பட்டவரை நேசிக்கத் தேவையான அன்பு இடம்பெற்றிருக்க முடியுமா என்பதை நீ தெரிந்து கொள்ள விரும்புகிறாய், இல்லையா?"

"முந்தைய கேள்வியோடு ஒப்பிடுகையில், இக்கேள்வி அவ்வளவு நேரடியானதாக இல்லாததால், ஆமாம், நீங்கள் அதற்கு பதிலளிக்க வேண்டும் என்று நான் விரும்புகிறேன்."

"அது சாத்தியம்தான் என்று நான் நினைக்கிறேன் – அவர்களில் ஒருவர்..." என்று நான் இழுத்தேன்.

"...ஒரு சஹீராக மாறாதவரை. எனக்கு நீங்கள் வேண்டும். உங்களை அடைய நான் போராடப் போகிறேன். ஏனெனில், நீங்கள் அதற்குத் தகுதி வாய்ந்தவர். எஸ்தரை நீங்கள் காதலித்த அல்லது காதலிக்கின்ற அளவு ஒரு பெண்ணை நேசிக்கக்கூடிய திறன் படைத்த எந்தவோர் ஆண்மகனும் என்னுடைய மதிப்புக்கும் மரியாதைக்கும் முயற்சிகளுக்கும் தகுதியானவன்தான். உங்களை நான் என் பக்கத்தில் வைத்துக் கொள்ள விரும்புகிறேன் என்பதையும், என் வாழ்வில் நீங்கள் எவ்வளவு முக்கியமானவர் என்பதையும் காட்டுவதற்கு, நீங்கள் என்னிடம் கேட்டதை நான் செய்யப் போகிறேன், அது எவ்வளவு அபத்தமானதாக இருந்தாலும்கூட: இரயில் தண்டவாளங்களுக்கு இடையே ஏன் 4 அடி 8½ அங்குல இடைவெளி இருக்கிறது என்பதை நான் கண்டுபிடிக்கப் போகிறேன்."

அந்த அர்மீனிய உணவகத்தின் உரிமையாளர், தான் என்ன செய்யத் திட்டமிட்டுக் கொண்டிருந்ததாக என்னிடம் கூறியிருந்தாரோ, துல்லியமாக அதைச் செய்திருந்தார். இப்போது, அந்த உணவகத்திற்குப் பின்னால் இருந்த அறை மட்டுமல்லாமல், அந்த ஒட்டுமொத்த உணவகமும் அந்தச் 'சந்திப்புக்கூட்டத்திற்கு' வந்திருந்த மக்களால் நிரம்பி வழிந்தது. மேரி அவர்களை ஆர்வக்குறுகுறுப்புடன் பார்த்தாள். பலதரப்பட்ட மக்கள் அங்கு இருந்தது பற்றி அவ்வப்போது அவள் என்னிடம் குறிப்பிட்டாள்.

"இத்தகைய ஒரு கூட்டத்திற்குக் குழந்தைகளை ஏன் அழைத்து வருகின்றனர்? இது அபத்தமானது," என்று அவள் கூறினாள்.

"குழந்தைகளை விட்டுவிட்டு வருவதற்கு அவர்களுக்கு யாரும் இல்லாமல் இருக்கக்கூடும்."

சரியாக ஒன்பது மணிக்கு அந்த ஆறு 'நடிகர்களும்' மேடையின்மீது தோன்றினர். அவர்களில் இரண்டு இசைக் கலைஞர்கள் கிழக்கத்திய நாட்டு உடை அணிந்திருந்தனர். மற்ற நால்வரும் வெண்ணிறப் பாவாடைகளும் சட்டைகளும் அணிந்திருந்தனர். வாடிக்கையாளர்களுக்கு உணவு பரிமாறப்படுவது உடனடியாக நிறுத்தப்பட்டது. பார்வையாளர்கள் அனைவரும் மௌனமாயினர்.

"மங்கோலியப் படைப்புக் கதையில், அந்த மானும் காட்டு நாயும் ஒன்றாகச் சேர்ந்து வருகின்றன," என்று மிக்காயில் கூறினான். அது அவனுடைய குரல் அல்ல. "வெவ்வேறு இயல்புகளைக் கொண்ட இரண்டு உயிரினங்கள்: காட்டில், அந்த நாய் வழக்கமாக அந்த மானைக் கொன்று தன்னுடைய இரையாக்கிக் கொள்ளும். அந்த மங்கோலியக் கதையில், பகைமை நிறைந்த ஓர் உலகில் தாம் உயிர் பிழைத்திருக்க வேண்டும் என்றால், பரஸ்பரம் ஒருவருடைய பண்புநலன்கள் மற்றவருக்குத் தேவை என்பதையும், அதனால் தாம் இணைந்து செயல்பட

வேண்டும் என்பதையும் அவை இரண்டும் புரிந்துள்ளன.

"இதைச் செய்வதற்கு, அவை முதலில் அன்பு செலுத்தக் கற்றுக் கொள்ள வேண்டும். அன்பு செலுத்துவதற்கு, அவை இப்போது எப்படிப்பட்டவையாக இருக்கின்றனவோ, அப்படிப்பட்டவையாக இருப்பதை அவை நிறுத்த வேண்டும். இல்லாவிட்டால், அவற்றால் ஒருபோதும் சேர்ந்து வாழ முடியாது. காலம் செல்லச் செல்ல, உயிர் பிழைத்திருப்பதற்கான போராட்டத்தின்மீது எப்போதும் கவனத்தைக் குவித்திருக்கின்ற தன்னுடைய உள்ளுணர்வு, இப்போது ஒரு மாபெரும் நோக்கத்திற்கு உதவுகிறது என்பதை அந்தக் காட்டு நாய் ஏற்றுக் கொள்கிறது. இவ்வுலகை மீண்டும் கட்டியெழுப்புவதற்குத் தனக்கு ஒரு துணையைக் கண்டுபிடிப்பதுதான் அந்த நோக்கமாகும்."

மிக்காயில் இவ்வாறு கூறிவிட்டுச் சிறிது நேரம் மௌனமாக இருந்தான்.

"நாம் ஆடும்போது, ஒரு மாபெரும் சக்தியைச் சுற்றி நாம் சுழல்கிறோம். நீர் எப்படி ஆவியாகி, மேகமாக மாறி, மழையின் வடிவில் திரும்பி வருகிறதோ, அதேபோல இந்த சக்தியும் நம்முடைய 'அன்னை தெய்வத்தை' அடைந்து, அவளுடைய சக்தியையும் சுமந்து கொண்டு நம்மிடம் திரும்பி வருகிறது. இன்றைய என்னுடைய கதை அன்பு வட்டத்தைப் பற்றியது.

"ஒரு நாள் காலையில், ஒரு விவசாயி ஒரு புத்தமடத்தின் கதவை பலமாகத் தட்டினான். சகோதரர் போர்ட்டர் அக்கதவைத் திறந்தபோது, அந்த விவசாயி ஓர் அற்புதமான திராட்சைக் கொத்தை அவரிடம் நீட்டினான்.

'அன்புள்ளம் கொண்ட சகோதரர் போர்ட்டர் அவர்களே, இவை என்னுடைய தோட்டத்தில் விளைந்த அருமையான திராட்சைகள். என்னுடைய பரிசாக இவற்றை நீங்கள் தயவு செய்து ஏற்றுக் கொள்ள வேண்டும்,' என்று அவன் கூறினான்.

'நன்றி! நான் இதை நேராக இந்த மடாதிபதியிடம் எடுத்துச் செல்கிறேன். இத்தகைய ஒரு பரிசைக் கண்டு அவர் குதூகலமடைவார்.'

'இல்லை, இவற்றை நான் உங்களுக்காகக் கொண்டுவந்தேன்.'

'எனக்காகவா? ஆனால், இயற்கையிடமிருந்து வந்துள்ள

இத்தகைய அழகான பரிசுக்கு நான் தகுதியானவன் அல்லன்.'

'நான் எப்போதெல்லாம் இந்தக் கதவைத் தட்டினேனோ, அப்போதெல்லாம் நீங்கள் இதைத் திறந்தீர்கள். வறட்சியால் அறுவடை பாழானபோதெல்லாம், நீங்கள் தினமும் எனக்கு ஒரு ரொட்டித் துண்டும் ஒரு கோப்பை ஒயினும் கொடுத்தீர்கள். இந்தத் திராட்சைகள் அந்தச் சூரியனின் அன்பையும், மழையின் அழகையும், கடவுளின் அதிசய சக்தியையும் கொண்டுவந்து உங்களுக்குக் கொடுக்க வேண்டும் என்று நான் விரும்புகிறேன்,' என்று கூறிவிட்டு அந்த விவசாயி அங்கிருந்து போய்விட்டான்.

சகோதரர் போர்ட்டர் அந்தத் திராட்சைகளை ஓரிடத்தில் வைத்துவிட்டு, அன்றைய காலை நேரம் முழுவதும் அவற்றைப் பார்த்து ரசித்துக் கொண்டிருந்தார். அவை மிகவும் அழகாக இருந்தன. எனவே, அவர் அந்தப் பரிசை அந்த மடாதிபதிக்குக் கொடுப்பதென்று தீர்மானித்தார். ஏனெனில், அந்த மடாதிபதியின் அறிவார்ந்த வார்த்தைகள் அவருக்கு எப்போதுமே ஒரு வரப்பிரசாதமாக இருந்து வந்திருந்தன.

அந்த மடாதிபதி அந்தத் திராட்சைகளைக் கண்டு மிகவும் மகிழ்ந்தார், ஆனால் இன்னொரு துறவி நோய்வாய்ப்பட்டிருந்தது அவருடைய நினைவுக்கு வந்தது. 'நான் இவற்றை அவருக்குக் கொடுக்கப் போகிறேன். இவை அவருடைய வாழ்விற்குள் சிறிது ஆனந்தத்தைக் கொண்டுவரக்கூடும்,' என்று அவர் நினைத்தார்.

ஆனால், அந்தத் திராட்சைகள், நோய்வாய்ப்பட்டிருந்த அந்தத் துறவியின் அறையில் நெடுநேரம் இருக்கவில்லை. ஏனெனில், அவர் இவ்வாறு நினைத்தார்: 'சகோதரர் குக் என்னை நன்றாக கவனித்துக் கொள்கிறார். நான் சாப்பிடுவதற்கு மிகச் சிறந்த உணவையே அவர் எனக்குக் கொடுக்கிறார். இந்தத் திராட்சைகள் நிச்சயமாக அவருக்குப் பெரும் மகிழ்ச்சியைக் கொண்டுவரும்.' சகோதரர் குக் அத்துறவிக்கு மதிய உணவைக் கொண்டுவந்தபோது, அத்துறவி அந்தத் திராட்சைகளை அவரிடம் கொடுத்தார்.

'இவற்றை எடுத்துக் கொள்ளுங்கள். இயற்கை நமக்குக் கொடுக்கின்ற பரிசுகளுடன் நீங்கள் நெருக்கமான உறவு கொண்டுள்ளீர்கள். கடவுளின் இப்பரிசைக் கொண்டு

என்ன செய்ய வேண்டும் என்பதை நீங்கள் அறிவீர்கள்.'

அத்திராட்சைகளின் அழகைக் கண்டு சகோதரர் குக் மெய்மறந்து போனார். அவர் தன்னுடைய உதவியாளரை அழைத்து, அவற்றின் கச்சிதத்தைப் பற்றிச் சிலாகித்தார்.

புனிதச் சடங்குகளுக்குப் பொறுப்பாளியான சகோதரர் சேக்ரிஸ்டன் அத்திராட்சைகளின் கச்சிதத்தால் பெரிதும் கவரப்பட்டார். அவர் உண்மையிலேயே ஒரு புனிதர் என்று அந்த மடத்தில் இருந்த பலர் கருதினர்.

அவர் அத்திராட்சைகளை, அந்த மடத்தில் புதிதாகச் சேர்ந்திருந்த இளம் துறவிகளில் ஒருவருக்குக் கொடுத்தார். ஏனெனில், கடவுளின் படைப்பில் உள்ள மிகச் சிறிய விஷயங்களில்கூட அவருடைய கைவண்ணத்தைப் பார்க்க முடியும் என்பதை அந்த இளம் துறவிக்குப் புரிய வைக்க அவர் விரும்பினார். அத்துறவி அவற்றைப் பெற்றுக் கொண்டபோது, கடவுளை அவர் மனதாரப் போற்றினார். ஏனெனில், அத்தகைய அழகான திராட்சைக் கொத்தை அவர் அதற்கு முன்பு ஒருபோதும் பார்த்திருக்கவில்லை. அதே நேரத்தில், தான் அந்த மடத்திற்கு முதன்முதலாக வந்தபோது தனக்காக அதன் கதவைத் திறந்துவிட்ட நபர் அவருடைய நினைவுக்கு வந்தார். அந்நபர் அவ்வாறு அக்கதவைத் திறந்துவிட்டது, அதிசயங்களின் மதிப்பை நன்கு உணர்ந்த மக்களை உள்ளடக்கிய ஒரு சமூகத்தின் ஒரு பகுதியாக இப்போது தானும் இருக்க வழிவகுத்திருந்ததாக அவர் நினைத்தார்.

அந்தி சாய்வதற்குச் சிறிது நேரத்திற்கு முன், அவர் அந்தத் திராட்சைக் கொத்தைச் சகோதரர் போர்ட்டரிடம் எடுத்துச் சென்றார்.

'இதைச் சாப்பிட்டுக் களித்திருங்கள். நீங்கள் உங்கள் நாளின் பெரும்பகுதியை இங்கே தனியாகத்தான் கழிக்கிறீர்கள். இவை உங்களுக்கு நன்மை பயக்கும்,' என்று அந்த இளம் துறவி கூறினார்.

அப்பரிசு உண்மையிலேயே தனக்காக விதிக்கப்பட்டது என்பதைச் சகோதரர் போர்ட்டர் புரிந்து கொண்டார். அவர் ஒவ்வொரு திராட்சையையும் சுவைத்துச் சாப்பிட்டுவிட்டு ஒரு மகிழ்ச்சியான மனிதராக உறங்கப் போனார். இவ்வழியில், அந்த வட்டம் முழுமையடைந்தது. அன்பெனும் ஆற்றலுடன் தொடர்பில் இருக்கின்றவர்களை

எப்போதும் சூழ்ந்திருக்கின்ற மகிழ்ச்சி வட்டம் அது.”

மிக்காயில் இக்கதையைக் கூறி முடித்தவுடன், அல்மா என்ற பெண், சிம்பல் இசைக்கருவியை இசைத்தாள்.

“நாம் ஒவ்வொரு வியாழக்கிழமையும் வழக்கமாகச் செய்வதைப்போல, அன்பைப் பற்றிய ஒரு கதையை நாம் கேட்கலாம். பிறகு, அன்பின்மையைப் பற்றிய கதைகளை நாம் கூறலாம். மேலோட்டமாக என்ன இருக்கிறது என்பதைப் பார்த்துவிட்டு, பிறகு சிறிது சிறிதாக, கீழே என்ன இருக்கிறது என்பதை நாம் புரிந்து கொள்ளலாம். நம்மால் அந்தத் தளத்தை ஊடுருவ முடியும்போது, நம்மை நம்மால் அடையாளம் கண்டுகொள்ள முடியும். யார் முதலில் ஒரு கதை சொல்லப் போகிறீர்கள்?”

பலருடைய கைகள் உயர்ந்தன. என்னுடைய கையும் உயர்ந்ததைக் கண்டு மேரி ஆச்சரியமடைந்தாள். பார்வையாளர்கள் இப்போது சத்தமாகப் பேசத் தொடங்கினர். நீல நிறக் கண்களுடன் உயரமாக இருந்த ஓர் அழகான பெண்ணை மிக்காயில் சுட்டிக்காட்டினான்.

அவள் பேசத் தொடங்கினாள். “கடந்த வாரம், ஸ்பெயினின் எல்லைக்கு அருகே, மலைகளில் தனியாக வாழ்கின்ற என்னுடைய ஆண் நண்பர் ஒருவரை நான் பார்க்கப் போனேன். வாழ்வில் உள்ள நல்ல விஷயங்களைப் பெரிதும் விரும்புபவர் அவர். தனக்குக் கிடைத்துள்ள கொஞ்சநஞ்ச ஞானமும், தான் ஒவ்வொரு கணத்தையும் முழுமையாக வாழ்வதிலிருந்துதான் தனக்குக் கிடைத்திருப்பதாக அவர் அடிக்கடிக் கூறுவார். ஆனால் நான் அவரைப் பார்க்கப் போவது தொடக்கத்திலிருந்தே என் கணவருக்குப் பிடிக்கவில்லை. ஏனெனில், என் நண்பர் எப்படிப்பட்டவர் என்பதையும், பறவைகளைச் சுடுவதும் பெண்களை மயக்குவதும்தான் அவருடைய பொழுதுபோக்குகள் என்பதையும் என் கணவர் நன்றாக அறிவார். ஆனாலும் நான் என் நண்பரிடம் பேச வேண்டியிருந்தது. நான் ஒரு மோசமான சூழ்நிலையில் இருந்தேன். அவரால் மட்டுமே எனக்கு உதவ முடியும் என்பதை நான் அறிந்தேன். நான் ஒரு மனநல மருத்துவரிடம் போய் ஆலோசனை பெறலாம் அல்லது எங்கேனும் வெளியூர்ப் பயணம் போய்விட்டு வரலாம் என்று என் கணவர் பரிந்துரைத்தார். அது

குறித்து நாங்கள் இருவரும் சண்டைகூடப் போட்டோம். ஆனால், இவ்வளவு அழுத்தத்தையும் தாண்டி நான் என் நண்பரைப் பார்க்கப் புறப்பட்டேன். என்னைச் சந்திப்பதற்காக என் நண்பர் விமான நிலையத்திற்கு வந்தார். அன்று மதியம் முழுவதும் நாங்கள் பேசினோம். பின்னர், இரவு உணவு உட்கொண்டுவிட்டு, சிறிது ஒயின் பருகிவிட்டு, இன்னும் சிறிது நேரம் பேசினோம். பிறகு நான் படுக்கப் போய்விட்டேன். மறுநாள் காலையில் நான் கண்விழித்தவுடன், அவர் வாழ்ந்து கொண்டிருந்த இடத்திற்கு அருகே நாங்கள் சிறிது தூரம் ஆசுவாசமாக நடந்துவிட்டு வந்தோம். அவர் மீண்டும் என்னை விமான நிலையத்தில் கொண்டுவந்து விட்டார்.

"நான் என் வீட்டை அடைந்த மறுகணம், கேள்விகள் தொடங்கின. 'அவன் தனியாக இருந்தானா?' ஆமாம். 'அவனுடன் எந்தவோர் இளம்பெண்ணும் இருக்கவில்லையா?' இல்லை. 'நீ ஏதேனும் பருகினாயா?' ஆமாம். 'நீ அதைப் பற்றிப் பேசினால் என்ன?' நான் அதைப் பற்றித்தானே பேசிக் கொண்டிருக்கிறேன்! 'மலைப் பகுதியில் தனியாக ஒரு வீட்டில் நீங்கள் இருவரும் சேர்ந்து இருந்திருக்கிறீர்கள். காதல் பரவசமூட்டக்கூடிய ஒரு சூழல், இல்லையா?' அதனால் என்ன? 'நீங்கள் இருவரும் வெறுமனே பேச மட்டும்தான் செய்தீர்கள் என்று நீ கூறுகிறாயா?' ஆமாம், அவ்வளவுதான். 'அதை நான் நம்ப வேண்டும் என்று நீ எதிர்பார்க்கிறாயா?' நீங்கள் ஏன் அதை நம்ப வேண்டும்? 'ஏனெனில், அது மனித இயல்புக்குப் புறம்பானது. ஓர் ஆணும் ஒரு பெண்ணும் சிறிது நேரம் சேர்ந்து இருந்துவிட்டு, சிறிதளவு குடித்துவிட்டுத் தனிப்பட்ட விஷயங்களைப் பற்றிப் பேசினால், அவர்கள் இருவரும் இறுதியில் படுக்கையைப் பகிர்ந்து கொண்டே ஆக வேண்டும்!'

"நான் என் கணவர் சொல்வதை ஒப்புக் கொள்கிறேன். நமக்குச் சொல்லிக் கொடுக்கப்பட்டுள்ள எல்லாவற்றுக்கும் எதிரானது அது. நான் இப்போது உங்களிடம் கூறியுள்ள கதையை அவர் ஒருபோதும் நம்ப மாட்டார், ஆனால் இது முற்றிலும் உண்மை. அக்கணத்திலிருந்து, எங்களுடைய வாழ்க்கை ஒரு சிறிய நரகமாக ஆகியுள்ளது. இது கடந்து போகும், ஆனால் இந்த வேதனைகளை அனுபவிப்பது

அர்த்தமற்றது. இந்த வேதனையெல்லாம், ஓர் ஆணுக்கும் ஒரு பெண்ணுக்கும் ஒருவரையொருவர் பிடித்திருந்து, சூழல்கள் அனுமதித்தால் இறுதியில் அவர்கள் இருவரும் படுக்கையைப் பகிர்ந்து கொண்டே ஆக வேண்டும் என்று நமக்குச் சொல்லிக் கொடுக்கப்பட்டுள்ளதால்தான்."

எல்லோரும் கைதட்டி ஆர்ப்பரித்தனர். சிகரெட்டுகள் பற்ற வைக்கப்பட்டன. மதுக் கோப்பைகளும் பாட்டில்களும் சிணுங்கத் தொடங்கின.

"என்ன நிகழ்ந்து கொண்டிருக்கிறது? தம்பதியருக்கான குழுச் சிகிச்சையா?" என்று மேரி என் காதில் கிசுகிசுத்தாள்.

"இதெல்லாம் 'சந்திப்புக்கூட்டத்தின்' ஒரு பகுதி. அவர்கள் வெறுமனே கதைகளைக் கூறுகின்றனர். அவை சரியா அல்லது தவறா என்று யாரும் கூறுவதில்லை."

"ஆனால் அதை ஏன் இப்படி மதுவருந்திக் கொண்டும் புகைபிடித்துக் கொண்டும் மரியாதையின்றிப் பொது இடத்தில் செய்கின்றனர்?"

"விஷயங்கள் அவர்களைத் திக்குமுக்காடச் செய்வதைத் தடுப்பதற்காக இருக்கலாம். இப்படிச் செய்து விஷயங்களைச் சுலபமாக்குகிறது. அதில் என்ன தவறு?"

"சுலபமாக்குகிறதா? அப்பெண் இப்படித் தன்னுடைய கதையை இத்தனை அந்நியர்களுக்கு முன்னால் கூறியிருக்கிறாள். நாளைக்கு இவர்கள் இக்கதையை அவளுடைய கணவனிடம் போய்க் கூறினால்?"

வேறு யாரோ பேசத் தொடங்கியிருந்தனர். எனவே, "அது ஒரு பொருட்டல்ல. காதல் என்ற மாறுவேடம் புனைந்துள்ள காதலின்மையைப் பற்றிப் பேசத்தான் எல்லோரும் இங்கு வந்துள்ளனர்," என்று மேரியிடம் என்னால் கூற முடியவில்லை.

ஒருவர் எழுந்து நின்று, "அக்கதையைக் கூறிய பெண்ணின் கணவன் நான்தான்," என்று கூறினார். அவருக்கு அந்த அழகான பெண்ணைவிடக் குறைந்தபட்சம் இருபது வயதாவது அதிகமாக இருக்கும்.

"அவள் சொன்ன எல்லாம் உண்மை, ஆனால் அவளுக்குத் தெரியாத ஒரு விஷயம் உள்ளது. அதை அவளிடம் சொல்வதற்கான துணிச்சல் எனக்கு இருக்கவில்லை. அவள் தன்னுடைய நண்பனைப் பார்க்க அந்த மலைக்குச் சென்றபோது, இரவு முழுவதும் என்னால்

தூங்க முடியவில்லை. அங்கே அவர்கள் இருவருக்கும் இடையே என்னவெல்லாம் நடந்து கொண்டிருக்கும் என்று நான் விலாவாரியாகக் கற்பனை செய்யத் தொடங்கினேன். என் கற்பனை தறிகெட்டு ஓடியது.”

நானும் எஸ்தரையும் போர்முனைகளில் அவள் சந்தித்த வீரர்களையும் பற்றி இப்படிக் கற்பனை செய்திருந்தேன், ஆனால் அதை என்னிடம் ஒப்புக் கொள்ளும் துணிச்சல்கூட எனக்கு இருக்கவில்லை.

நான் பேசத் தயார் என்பதை உணர்த்தும் விதமாக என் கையை உயர்த்தினேன்.

மிக்காயில் என்னைப் பார்த்துத் தலையசைத்தான்.

“முந்தைய இரண்டு பேச்சாளர்களைப்போல என்னால் நேரடியாகப் பேச முடியாததற்கு நான் மன்னிப்புக் கேட்டுக் கொள்கிறேன். ஆனாலும், நான் சொல்வதற்கு ஒரு விஷயம் உள்ளது. இன்று நான் ஒரு இரயில் நிலையத்திற்குச் சென்றேன். அப்போது, இரண்டு தண்டவாளங்களுக்கு இடையேயான தூரம் எப்போதுமே 143.5 சென்டிமீட்டர் அல்லது 4 அடி 8½ அங்குலமாக இருப்பதை நான் தெரிந்து கொண்டேன். ஒரு முழு எண்ணாக இல்லாமல் இது என்ன இப்படி ஓர் அபத்தமான அளவீடு? இதற்கான காரணத்தைக் கண்டுபிடிக்கும்படி நான் என் தோழியிடம் கேட்டுக் கொண்டேன். அவள் கண்டுபிடித்துக் கூறிய விளக்கம் இது: முதல் இரயில் பெட்டி உருவாக்கப்பட்டபோது, குதிரைகளால் இழுக்கப்பட்ட வண்டிகளை உருவாக்குவதற்குப் பயன்படுத்தப்பட்டிருந்த அதே கருவிகளைப் பயன்படுத்தினர். அந்தக் குதிரை வண்டிகளில் பொருத்தப்பட்டிருந்த பெட்டிகளுக்கு இடையே ஏன் 143.5 சென்டிமீட்டர் இடைவெளி இருந்தது? ஏனெனில், அந்தக் குதிரை வண்டிகள் பயணிக்க வேண்டியிருந்த பழைய சாலைகள் அந்த அளவு அகலம் கொண்டவையாக இருந்தன. அச்சாலைகளின் அகலம் அவ்வளவு இருக்க வேண்டும் என்று யார் தீர்மானித்தார்கள்? நாம் இப்போது காலத்தில் மிகவும் பின்னோக்கிப் போக வேண்டியுள்ளது. சிறந்த சாலைகளை முதன்முதலாக அமைத்த ரோமர்கள்தாம் தங்களுடைய சாலைகளை அந்த அகலத்தில் அமைக்கத் தீர்மானித்தனர். ஏன்? ஏனெனில், போர்களில் அவர்கள் பயன்படுத்திய

தேர்களை இரண்டு குதிரைகள்தாம் இழுத்துச் சென்றன. அந்தக் காலத்தில் அவர்கள் பயன்படுத்திய குதிரைகளை அடுத்தடுத்து நிறுத்தி வைத்தபோது, அவற்றுக்கிடையே *143.5* சென்டிமீட்டர் இடைவெளி இருந்தது.

"எனவே, இன்று நான் பார்த்த, நம்முடைய அதிநவீன, அதிவேக இரயில்கள் பயன்படுத்துகின்ற தண்டவாளங்களுக்கு இடையேயான தூரத்தை ரோமர்கள் தீர்மானித்திருந்தனர். மக்கள் அமெரிக்காவுக்குச் சென்று, அங்கே இரயில் பாதைகளை உருவாக்கத் தொடங்கியபோது, தண்டவாளங்களின் அகலத்தை மாற்ற வேண்டும் என்று அவர்களுக்குத் தோன்றவில்லை. எனவே, அது அப்படியே நிலைத்துவிட்டது. இது விண்கலங்களை உருவாக்குவதன்மீதும் தாக்கம் ஏற்படுத்தியது. எரிபொருள் கொள்கலன்கள் இன்னும் அகலமாக இருக்க வேண்டும் என்று அமெரிக்கப் பொறியாளர்கள் நினைத்தனர், ஆனால் அந்தக் கொள்கலன்கள் உட்டா மாநிலத்தில் தயாரிக்கப்பட்டு, இரயில் மூலமாக, புளோரிடாவிலுள்ள விண்வெளி மையத்திற்குக் கொண்டுவரப்பட வேண்டியிருந்தது. இரயிலுக்கான குகைப் பாதைகள் வழியாக அதிக அகலமான எதையும் கொண்டுவர முடியவில்லை. எனவே, ரோமர்கள் தீர்மானித்திருந்த அளவை அவர்கள் ஏற்றுக் கொள்ள வேண்டியதாயிற்று. ஆனால் இவற்றுக்கும் திருமணத்திற்கும் என்ன தொடர்பு?"

நான் ஒரு சில கணங்கள் அமைதியாக இருந்தேன். இரயில் பாதைகளில் சிலருக்குத் துளிகூட ஆர்வம் இருக்கவில்லை. அவர்கள் தங்களுக்கிடையே பேசத் தொடங்கியிருந்தனர். மேரி மற்றும் மிக்காயில் உட்பட, மற்றவர்கள் என்னுடைய பேச்சை உன்னிப்பாகக் கேட்டுக் கொண்டிருந்தனர்.

"அவற்றுக்கும், திருமணம் மற்றும் நாம் சற்று முன் செவிமடுத்த இரண்டு கதைகளுக்கும் எல்லாத் தொடர்பும் இருக்கிறது. வரலாற்றில் ஏதோ ஒரு கட்டத்தில், யாரோ ஒருவர் தோன்றி இவ்வாறு கூறினார்: 'இரண்டு பேர் திருமணம் செய்து கொள்ளும்போது, அவர்கள் தங்களுடைய எஞ்சிய வாழ்நாள் முழுவதும் பனிபோல ஒட்டி உறைந்திருக்க வேண்டும்.' இரண்டு தண்டவாளங்களைப்போல அவர்கள் அருகருகே பயணிக்க வேண்டும், அந்த இடைவெளியை

எப்போதும் தக்கவைத்துக் கொள்ள வேண்டும். உங்களில் ஒருவர் சிறிது தள்ளியோ அல்லது சற்று நெருங்கியோ இருக்க வேண்டியது அவசியமாக இருந்தால்கூட, அது விதிமுறைகளுக்கு எதிரானது. அறிவார்ந்த விதத்தில் நடந்து கொள்ளுங்கள், எதிர்காலத்தைப் பற்றிச் சிந்தித்துப் பாருங்கள், உங்களுடைய குழந்தைகளைப் பற்றி யோசித்துப் பாருங்கள் என்று விதிமுறைகள் கூறுகின்றன. உங்களால் மாற முடியாது. பயணம் தொடங்கும் இடத்திலிருந்து, போய்ச் சேர வேண்டிய இடம்வரை அதே இடைவெளியில் நீடிக்கும் இரண்டு தண்டவாளங்களைப்போல நீங்கள் இருக்க வேண்டும். அன்பு மாறுவதையோ, அல்லது தொடக்கத்தில் வளர்ந்து, பாதி வழியில் குறையத் தொடங்குவதையோ விதிமுறைகள் அனுமதிப்பதில்லை. ஏனெனில், அது மிகவும் ஆபத்தானது. எனவே, முதல் சில ஆண்டுகளின் உற்சாகத்திற்குப் பிறகு, நீங்கள் அதே இடைவெளியை, அதே நம்பகத்தன்மையை, அதே நடத்தை இயல்பைத் தக்க வைத்துக் கொள்ள வேண்டும். மனிதகுலத்தின் தொடர்ச்சியைச் சுமந்து செல்கின்ற இரயில், எதிர்காலத்தை நோக்கிச் செல்ல அனுமதிப்பது மட்டுமே உங்களுடைய ஒரே குறிக்கோள். நீங்கள் இருவரும் *143.5* சென்டிமீட்டர் விலகி இருந்தால் மட்டுமே உங்கள் குழந்தைகள் மகிழ்ச்சியாக இருப்பார்கள். ஒருபோதும் மாறாத ஒன்றைக் குறித்து நீங்கள் மகிழ்ச்சியாக இல்லை என்றால், நீங்கள் இந்த உலகத்திற்குள் கொண்டுவந்த குழந்தைகளைப் பற்றி நினைத்துப் பாருங்கள்.

"உங்களுடைய அண்டைவீட்டாரைப் பற்றி நினைத்துப் பாருங்கள். நீங்கள் மகிழ்ச்சியாக இருக்கிறீர்கள் என்பதை அவர்களுக்குக் காட்டுங்கள், ஞாயிற்றுக்கிழமைகளில், வறுத்த மாட்டிறைச்சியைச் சாப்பிடுங்கள், தொலைக்காட்சி நிகழ்ச்சிகளைப் பாருங்கள், சமூகத்திற்கு உதவுங்கள். சமுதாயத்தைப் பற்றிச் சிந்தியுங்கள். நீங்கள் இருவரும் இணக்கமாக இருப்பதை எல்லோரும் அறிந்திருக்கும் விதத்தில் உடையணியுங்கள். ஒருபோதும் ஓரக்கண்ணால் பார்க்காதீர்கள். யாரேனும் உங்களைக் கவனித்துக் கொண்டிருக்கக்கூடும். அது உங்களுக்குச் சபலமூட்டக்கூடும். அது விவாகரத்திலோ, இக்கட்டான சூழ்நிலையிலோ, அல்லது மனத்தளர்ச்சியிலோ போய் முடியும்.

“எல்லாப் புகைப்படங்களிலும் புன்னகைத்தபடி இருங்கள். அப்புகைப்படங்களை எல்லோரும் பார்க்கும் விதமாக உங்கள் வீட்டு வரவேற்பறையில் மாட்டி வையுங்கள். உங்கள் வீட்டு முன்முற்றத்தில் உள்ள புல்லை வெட்டி அப்புல்வெளியைச் சீராக்குங்கள். ஏதேனும் ஒரு விளையாட்டுப் பயிற்சியில் ஈடுபடுங்கள். எப்போதும் இளமையாக இருக்க முயற்சி செய்யுங்கள். விளையாட்டு அதற்குப் போதுமானதாக இல்லாவிட்டால், அழகு அறுவை சிகிச்சை செய்து கொள்ளுங்கள். ஆனால் ஒரு விஷயத்தை ஒருபோதும் மறக்காதீர்கள்: இவ்விதிமுறைகள் நெடுங்காலத்திற்கு முன்பு உருவாக்கப்பட்டவையாகும். அவற்றை நீங்கள் மதித்தாக வேண்டும். யார் இந்த விதிமுறைகளைத் தோற்றுவித்தனர்? அது இங்கு முக்கியமல்ல. அவற்றைக் கேள்வி கேட்காதீர்கள். ஏனெனில், நீங்கள் அவற்றோடு உடன்படாவிட்டால்கூட, அவை எல்லாக் காலத்திலும் பொருந்தும்.”

நான் பேசி முடித்துவிட்டு அமர்ந்தேன். பார்வையாளர்களில் சிலர் உற்சாகமாகக் கைதட்டினர், சிலர் அக்கறையற்றவர்கள்போலக் காணப்பட்டனர். நான் அளவுக்கதிகமாகப் பேசிவிட்டேனோ என்று நான் யோசித்தேன். மேரி என்னைப் பார்த்தப் பார்வையில் பிரமிப்பும் வியப்பும் தென்பட்டன.

மேடையின்மீது நின்ற பெண் சிம்பலை இசைத்தாள்.

“மேரி, நீ இங்கேயே இரு. நான் வெளியே போய் ஒரு சிகரெட் புகைத்துவிட்டு வந்துவிடுகிறேன். அன்பின் பெயரில், அந்த ‘அன்னை தெய்வத்தின்’ பெயரில் இப்போது அவர்கள் நடனமாடுவார்கள்,” என்று நான் கூறினேன்.

“நீங்கள் இங்கேயே புகைபிடிக்கலாம், இல்லையா?”

“ஆமாம், ஆனால் நான் சிறிது நேரம் தனியாக இருக்க விரும்புகிறேன்.”

***

வசந்தகாலம் அப்போதுதான் தொடங்கியிருந்தபோதிலும், மிகவும் குளிராக இருந்தது. ஆனாலும் புத்துணர்ச்சியூட்டும் காற்று எனக்குத் தேவைப்பட்டது. நான் ஏன் அக்கதையைக் கூறினேன்? எஸ்தருடனான என்னுடைய

மணவாழ்க்கை நான் விவரித்த விதத்தில் ஒருபோதும் இருந்ததில்லை. எப்போதும் இரண்டு நேர்க்கோடுகளாக, அருகருகே இருந்த இரண்டு இரயில் தண்டவாளங்களாக நாங்கள் இருக்கவில்லை. எங்கள் வாழ்வில் ஏற்ற இறக்கங்கள் இருந்தன. எங்களில் ஒருவர், எப்போதேனும், அந்த உறவிலிருந்து விலகிச் சென்றுவிடப் போவதாக அச்சுறுத்தினோம்; ஆனாலும் நாங்கள் தொடர்ந்து சேர்ந்து வாழ்ந்தோம்.

இரண்டு ஆண்டுகளுக்கு முன்புவரை!

அல்லது, தான் ஏன் மகிழ்ச்சியற்று இருந்தோம் என்பதை அவள் தெரிந்து கொள்ள விரும்பத் தொடங்கிய கணம்வரை!

'நான் ஏன் மகிழ்ச்சியற்று இருக்கிறேன்?' என்று யாரும் தன்னைத் தானே கேட்டுக் கொள்ளக்கூடாது. எல்லாவற்றையும் அழிக்கக்கூடிய ஒரு நச்சுயிரி அக்கேள்வியில் உள்ளடங்கியுள்ளது. நாம் அக்கேள்வியைக் கேட்டால், எது நம்மை மகிழ்ச்சிப்படுத்துகிறது என்பதை நாம் தெரிந்து கொள்ள விரும்புகிறோம் என்று அர்த்தம். நம்மை மகிழ்ச்சிப்படுத்தக்கூடிய விஷயம் இப்போது நம்மிடம் இருப்பவற்றிலிருந்து வேறுபட்டிருந்தால், ஒன்று, நாம் மொத்தமாக நிரந்தரமாக மாற வேண்டும், அல்லது இப்போது இருப்பதுபோலவே தொடர்ந்து நீடிக்க வேண்டும், ஆனால் அது நம்மை மேலும் அதிக மகிழ்ச்சியற்றவர்களாக ஆக்கும்.

இப்போது என்னுடைய சூழ்நிலை துல்லியமாக அப்படித்தான் இருந்தது: எனக்கு ஒரு சுவாரசியமான, துறுதுறுப்பான காதலி இருந்தாள், என்னுடைய வேலை சிறப்பாகப் போய்க் கொண்டிருந்தது, காலப்போக்கில் விஷயங்கள் சரியாகிவிடும் என்பதற்கான அனைத்துச் சாத்தியக்கூறுகளும் இருந்தன. என் சூழ்நிலையிடம் நான் சரணடைந்துவிட வேண்டும். வாழ்க்கை எனக்கு வழங்கிக் கொண்டிருந்தவற்றை நான் ஏற்றுக் கொள்ள வேண்டும். எஸ்தரின் எடுத்துக்காட்டை நான் பின்பற்றக்கூடாது. நான் வேறு யாரையும் ஏறெடுத்தும் பார்க்காமல், மேரியின் வார்த்தைகளை நினைவில் கொண்டு அவளுடன் ஒரு புதிய வாழ்க்கையைக் கட்டியெழுப்ப வேண்டும்.

இல்லை, என்னால் அப்படிச் சிந்திக்க முடியாது.

நான் எப்படி நடந்து கொள்ள வேண்டும் என்று மக்கள் எதிர்பார்க்கிறார்களோ, அப்படி நான் நடந்து கொண்டால், நான் அவர்களுடைய அடிமையாகிவிடுவேன். அவர்களுக்கு அடிபணியாமல் இருப்பதற்கு ஏராளமான சுயகட்டுப்பாடு தேவை. ஏனெனில், மற்றவர்களைத் திருப்திப்படுத்த விரும்புவதுதான் நம்முடைய இயல்பான போக்கு – நாம் திருப்திப்படுத்த வேண்டிய நபர் நாமாக இருந்தாலும்கூட! நான் அதைச் செய்தால், நான் எஸ்தரை மட்டுமல்லாமல், மேரியையும், என்னுடைய வேலையையும், என்னுடைய எதிர்காலத்தையும், என்மீதும் நான் எழுதியுள்ளவற்றின்மீதும் பேசியுள்ளவற்றின்மீதும் எனக்கு இருக்கின்ற கொஞ்சநஞ்ச மரியாதையையும் நான் இழந்துவிடுவேன்.

***

நான் சிகரெட் புகைத்துவிட்டு அந்த அறைக்குத் திரும்பிச் சென்றபோது, மக்கள் அங்கிருந்து புறப்பட்டுச் செல்லத் தொடங்கியிருந்ததை நான் கண்டேன். ஏற்கெனவே உடை மாற்றியிருந்த மிக்காயில், என்னைப் பார்த்ததும் என்னிடம் வந்தான்.

“அந்தப் பீட்சா கடையில் நிகழ்ந்த சம்பவம்...”

“அதைப் பற்றிக் கவலைப்படாதீர்கள். வாருங்கள், நாம் சீன் நதியோரமாக நடந்துவிட்டு வரலாம்,” என்று நான் கூறினேன்.

மேரி என்னுடைய எண்ணத்தைப் புரிந்து கொண்டவளாக, தான் சீக்கிரம் தூங்க விரும்பியதாகக் கூறினாள். ஐஃபில் கோபுரத்திற்கு எதிரே இருந்த பாலம்வரை எங்களை அவளுடைய டாக்ஸியில் கொண்டு விடும்படி நான் அவளிடம் கேட்டேன். ஏனெனில், பின்னர் அங்கிருந்து நான் நடந்தே வீட்டிற்குப் போய்விடுவேன். மிக்காயில் எங்கே வசித்தான் என்று நான் அவனிடம் கேட்க நினைத்தேன், ஆனால் எஸ்தர் உண்மையிலேயே அவனோடு சேர்ந்து வாழ்ந்து கொண்டிருக்கவில்லை என்பதை நான் என் சொந்தக் கண்களால் பார்த்து உறுதி செய்து கொள்வதற்கான ஒரு முயற்சியாக அக்கேள்வி அர்த்தப்படுத்தப்படக்கூடும் என்று நான் நினைத்தேன்.

நாங்கள் மூவரும் டாக்ஸியில் போய்க்

கொண்டிருந்தபோது, அந்தச் 'சந்திப்புக்கூட்டம்' எதைப் பற்றியது என்று மேரி அவனிடம் தொடர்ந்து கேட்டுக் கொண்டே இருந்தாள். அவன் எப்போதும் ஒரே பதிலைத்தான் கொடுத்தான்: "அன்பை மீட்டெடுப்பதற்கான ஒரு வழி அது." பிறகு அவன் என்னிடம் திரும்பி, இரயில் தண்டவாளங்களைப் பற்றிய என்னுடைய கதை தனக்கு மிகவும் பிடித்திருந்ததாகக் கூறினான்.

"அப்படித்தான் அன்பு காணாமல் போனது. அன்பு எப்போது தோன்ற வேண்டும், எப்போது தோன்றக்கூடாது என்பதற்கு நாம் விதிமுறைகளை நிர்ணயிக்கத் தொடங்கியபோது, அன்பு மாயமாய் மறைந்துவிட்டது," என்று மிக்காயில் கூறினான்.

"அது எப்போது?" என்று மேரி கேட்டாள்.

"எனக்குத் தெரியாது, ஆனால் அந்த சக்தியை மீட்டெடுப்பது சாத்தியம் என்பதை நான் அறிவேன். எனக்கு அது எப்படித் தெரியும் என்று நினைக்கிறீர்களா? ஏனெனில், நான் நடனமாடும்போதோ அல்லது 'அக்குரலை' நான் கேட்கும்போதோ, அன்பு என்னிடம் பேசுகிறது," என்று மிக்காயில் பதிலளித்தான்.

'குரலைக் கேட்டல்' என்பதை அவன் எந்த அர்த்தத்தில் கூறினான் என்பது மேரிக்குப் புரியவில்லை, ஆனால் அதற்குள் நாங்கள் அந்தப் பாலத்தை அடைந்திருந்தோம். மிக்காயிலும் நானும் டாக்ஸியிலிருந்து இறங்கி, அந்தக் குளிரான பாரீஸ் இரவில் நடக்கத் தொடங்கினோம்.

***

"நீங்கள் பார்த்தக் காட்சி உங்களை மிகவும் அச்சுறுத்தியதை நான் அறிவேன். ஒருவருக்கு வலிப்பு வரும்போது ஏற்படக்கூடிய மிகப் பெரிய ஆபத்து, அவருடைய நாக்கு பின்னால் சுழன்று அவருக்கு மூச்சுத்திணறலை ஏற்படுத்துவதுதான். என்ன செய்ய வேண்டும் என்பதை அந்தப் பீட்சா கடை முதலாளி அறிந்திருந்தார். எனவே, அங்கே இது முன்பு நிகழ்ந்திருக்கிறது என்பது வெளிப்படை. இது அவ்வளவு அசாதாரணமானது அல்ல. ஆனால் உங்கள் அனுமானம் தவறு. எனக்கு வலிப்பு நோய் எதுவும் கிடையாது. நான் அந்த 'சக்தியுடன்' தொடர்பு

கொள்கின்ற ஒவ்வொரு முறையும் எனக்கு இது நிகழ்கிறது," என்று மிக்காயில் கூறினான்.

அவன் நிச்சயமாக ஒரு வலிப்புக்காரன்தான், ஆனால் அவனோடு முரண்படுவதில் எந்த அர்த்தமும் இருக்கவில்லை. நான் சாதாரணமாக இருந்ததுபோல நடந்து கொள்ள முயன்றேன். நான் சூழ்நிலையைக் கட்டுப்பாட்டில் வைத்திருக்க வேண்டியிருந்தது. இந்த இரண்டாவது சந்திப்புக்கு அவன் மிகவும் எளிதாக ஒப்புக் கொண்டிருந்ததைக் கண்டு நான் வியந்தேன்.

"எனக்கு நீங்கள் தேவை. காதலின் முக்கியத்துவத்தைப் பற்றி நீங்கள் ஏதேனும் எழுத வேண்டும்," என்று அவன் கூறினான்.

"காதல் முக்கியமானது என்பது எல்லோருக்குமே தெரியும். பெரும்பாலான புத்தகங்கள் காதலைப் பற்றியவைதானே?"

"சரி, என்னுடைய கோரிக்கையை நான் வேறொரு விதமாக முன்வைக்கிறேன். புதிய மறுமலர்ச்சியைப் பற்றி நீங்கள் ஏதேனும் எழுத வேண்டும்."

"அது என்ன புதிய மறுமலர்ச்சி?"

"பதினைந்தாம் மற்றும் பதினாறாம் நூற்றாண்டுகளில் தோன்றிய இத்தாலிய மறுமலர்ச்சியைப் போன்றது அது. எராஸ்மஸ், லியொனார்டோ, மைக்கலாஞ்செலோ போன்ற மேதைகள் தங்களுடைய சொந்தக் காலகட்டத்தில் நிலவிய கடுமையான மற்றும் அடக்குமுறைத்தனமான மரபுகளையும் வழக்கங்களையும் நிராகரித்துவிட்டுக் கடந்தகாலத்திற்குத் திரும்பினர். அதேபோல, நாம் ஒரு மாயாஜாலமான மொழிக்கும், ரசவாதத்திற்கும், அன்னை தெய்வம் என்ற யோசனைக்கும் திரும்பிச் செல்லத் தொடங்கியிருக்கிறோம். தேவாலயமோ அல்லது அரசாங்கமோ நம்மிடமிருந்து எதிர்பார்ப்பதை ஒதுக்கித் தள்ளிவிட்டு, தங்களுக்கு எதில் நம்பிக்கை இருக்கிறதோ அதைச் செய்வதற்கான சுதந்திரத்தை மீட்டெடுத்துக் கொண்டிருக்கின்ற மக்களிடம் நாம் சென்று கொண்டிருக்கிறோம். பதினைந்து மற்றும் பதினாறாம் நூற்றாண்டுகளின் புளோரென்ஸ் நகரில் நிகழ்ந்ததைப்போல, எதிர்காலத்திற்கான விடைகள் கடந்தகாலத்தில் உள்ளடங்கியிருப்பதை நாம் கண்டுபிடித்துக் கொண்டிருக்கிறோம்.

“எடுத்துக்காட்டாக, இரயில் தண்டவாளங்களைப் பற்றிய உங்கள் கதை: நம்முடைய வாழ்வின் இன்னும் வேறு எத்தனைப் பகுதிகளில், நமக்குப் புரியாத விதிமுறைகளுக்கு நாம் கீழ்ப்படிந்து கொண்டிருக்கிறோம்? நீங்கள் எழுதுகின்றவற்றை மக்கள் படிக்கின்றனர். இவ்விஷயத்தை ஏன் நீங்கள் எங்கேனும் அறிமுகப்படுத்தக்கூடாது?”

நான் என்னுடைய சுயமரியாதையைத் தக்கவைத்துக் கொள்ள வேண்டியிருந்ததை எனக்கு நானே மீண்டும் நினைவுபடுத்திக் கொண்டு, “நான் எழுதுகின்றவற்றைக் குறித்து நான் ஒருபோதும் எந்தப் பரிவர்த்தனையும் செய்து கொள்வதில்லை,” என்று நான் பதிலளித்தேன். “அது ஒரு சுவாரசியமான விஷயம் என்றால், என் மனத்திற்கு அது பிடித்திருக்கிறது என்றால், ‘வார்த்தை’ என்ற படகு, குறிப்பிட்ட அந்தத் தீவுக்கு என்னைச் சுமந்து சென்றால், நான் அவ்விஷயத்தைப் பற்றி எழுதக்கூடும். ஆனால், இதற்கும் எஸ்தரைக் குறித்த என்னுடைய தேடலுக்கும் எந்த சம்பந்தமும் இல்லை.”

“அதை நான் அறிவேன். நான் எந்த நிபந்தனையும் விதிக்க முயற்சித்துக் கொண்டிருக்கவில்லை. எனக்கு முக்கியமானதாகத் தோன்றுகின்ற ஒன்றை நான் உங்களிடம் பரிந்துரைத்துக் கொண்டிருக்கிறேன், அவ்வளவுதான்.”

“உதவி வங்கியைப் பற்றி அவள் உங்களிடம் கூறினாளா?” என்று நான் கேட்டேன்.

“ஆமாம். ஆனால் இது உதவி வங்கியைப் பற்றிய ஒரு விவகாரம் அல்ல. என்னால் தனியொருவனாக நிறைவேற்ற முடியாத ஒரு இலட்சியப் பயணத்தைப் பற்றியது இது.”

“அந்த அர்மீனிய உணவகத்தில் நீங்கள் செய்வதுதான் உங்களுடைய இலட்சியப் பயணமா?”

“அது அப்பயணத்தின் ஒரு சிறு பகுதி மட்டுமே. அதே விஷயத்தை நாங்கள் வெள்ளிக்கிழமைகளில் ஒரு பிச்சைக்காரர்கள் குழுவுடன் செய்கிறோம். புதன்கிழமைகளில் புதிய நாடோடிகள் அடங்கிய ஒரு குழுவுடன் இணைந்து நாங்கள் செயல்படுகிறோம்.”

புதிய நாடோடிகளா? அவனுடைய பேச்சில் குறுக்கிடாமல் இருப்பது நல்லதென்று எனக்குத் தோன்றியது. இப்போது என்னிடம் பேசிக் கொண்டிருந்த மிக்காயிலிடம், அந்தப் பீட்சா உணவகத்தில் அவன்

என்னிடம் வெளிப்படுத்தியிருந்த அகங்காரமோ, அந்த நாடக மேடையில் அவன் வெளிப்படுத்தியிருந்த வசீகரமோ, என்னுடைய புத்தகக் கையெழுத்திடல் நிகழ்ச்சியில் அவன் வெளிப்படுத்தியிருந்த அசௌகரியமோ எள்ளளவும் இருக்கவில்லை. இரவு வெகுநேரம் கழித்து உலகப் பிரச்சனைகளைப் பற்றி ஆசுவாசமாக நம்முடன் பேசக்கூடிய ஒரு சகாவைப்போல அவன் ஒரு சாதாரணமான நபராக இருந்தான்.

"என்னுடைய ஆன்மாவை உண்மையிலேயே தொடுகின்ற விஷயங்களைப் பற்றி மட்டுமே என்னால் எழுத முடியும்," என்று நான் வலியுறுத்தினேன்.

"அந்தப் பிச்சைக்காரர்களுடன் பேசுவதற்கு எங்களோடு வர உங்களுக்கு விருப்பம் இருக்கிறதா?"

உலகிலேயே மிகவும் அவலமான நிலையில் உள்ள மனிதர்களின் கண்களில் தென்படுகின்ற போலித்தனமான வருத்தத்தைப் பற்றி எஸ்தர் என்னிடம் குறிப்பிட்டது என் நினைவுக்கு வந்தது.

"நான் அதைப் பற்றி முதலில் யோசிக்க வேண்டும்."

நாங்கள் லூவர் அருங்காட்சியகத்தை நெருங்கிக் கொண்டிருந்தோம், ஆனால் அவன் கைப்பிடிச்சுவர்மீது சாய்ந்து கொள்வதற்காக நின்றான். அருகே சீன் நதியில், தம்முடைய குவிவிளக்குகளால் எங்களை ஒளிவெள்ளத்தில் மூழ்கடித்துக் கொண்டு, சுற்றுலாப் பயணியரைச் சுமந்து கொண்டு எங்களைக் கடந்து சென்று கொண்டிருந்த படகுகளை உற்றுக் கவனித்தபடி நாங்கள் இருவரும் அங்கே நின்றோம்.

"அவர்களைப் பாருங்கள்," என்று நான் கூறினேன். ஏனெனில், நான் எதைப் பற்றியேனும் பேச வேண்டியிருந்தது. இல்லாவிட்டால் அவன் சலிப்படைந்து தன் வீட்டிற்குப் போய்விடக்கூடும் என்று நான் பயந்தேன்.

"அப்படகுகளின் குவிவிளக்குகள் எதைக் காட்டுகின்றனவோ, அதை மட்டுமே அவர்கள் பார்க்கின்றனர். ஆனால் அவர்கள் தங்கள் வீடுகளுக்குத் திரும்பிச் சென்றவுடன், தங்களுக்குப் பாரீஸை நன்றாகத் தெரியும் என்று அவர்கள் கூறுவர். நாளைக்கு அவர்கள் லூவர் அருங்காட்சியகத்தில் மோனாலிசா ஓவியத்தைப் பார்த்துவிட்டு, தாங்கள் அந்த ஒட்டுமொத்த

அருங்காட்சியகத்தையும் பார்வையிட்டுவிட்டதாக முழங்குவர். ஆனால் அவர்களுக்குப் பாரீஸையும் தெரியாது, லூவர் அருங்காட்சியகத்திற்கும் பெயரளவில்தான் அவர்கள் போய்விட்டு வந்திருப்பர். ஒட்டுமொத்தப் பாரீஸையும் சுற்றிப் பார்த்து, அதில் என்ன நிகழ்ந்து கொண்டிருக்கிறது என்பதைக் கண்டுபிடிக்க முயற்சித்து, மதுவிடுதிகளுக்கு விஜயம் செய்து, சுற்றுலாப் பயணியருக்கான கையேடுகளில் இடம்பெறாத தெருக்கள் வழியாக நடந்து சென்று, வழி தவறி மீண்டும் வழியைக் கண்டுபிடிப்பதற்குப் பதிலாக, அவர்கள் செய்ததெல்லாம், ஒரு படகில் சவாரி செய்து, ஒரே ஓர் ஓவியத்தைப் பார்த்தது மட்டும்தான். சாகசப் பயணம் செய்த ஒருவருடைய அனுபவத்தைக் கேட்பதற்கும், அதைச் சொந்தமாக அனுபவித்து உணர்ந்து கொள்வதற்கும் இடையேயான வேறுபாடு அது," என்று நான் கூறினேன்.

"நான் உங்களுடைய சுயகட்டுப்பாட்டைக் கண்டு பிரமிக்கிறேன். எந்தக் கேள்வி உங்களை என்னிடம் அழைத்து வந்ததோ, அதைக் கேட்பதற்கான சரியான தருணத்திற்காகக் காத்திருந்தபடி, சீன் நதியில் போய்க் கொண்டிருக்கும் படகுகளைப் பற்றி நீங்கள் பேசிக் கொண்டிருக்கிறீர்கள். நீங்கள் விரும்புகின்ற எதைப் பற்றி வேண்டுமானாலும் நீங்கள் என்னிடம் வெளிப்படையாகப் பேசலாம். அதற்கு நீங்கள் தயங்க வேண்டியதில்லை," என்று மிக்காயில் கூறினான்.

அவனுடைய குரலில் ஆவேசத்தின் சாயல் எதுவும் இருக்கவில்லை. எனவே, நான் நேராக விஷயத்திற்கு வரத் தீர்மானித்தேன்.

"எஸ்தர் எங்கே இருக்கிறாள்?"

"உடலளவில், அவள் மத்திய ஆசியாவில் வெகுதூரத்தில் எங்கோ இருக்கிறாள். ஆன்மிகரீதியாக, அவள் எனக்கு மிக அருகே இருக்கிறாள். இரவும் பகலும் அவள் தன்னுடைய புன்னகையுடனும் உற்சாகமூட்டும் வார்த்தைகளுடனும் என்னுடன் வந்து கொண்டிருக்கிறாள். எந்த எதிர்காலமும் இல்லாமலும், என்னுடைய கிராமத்து மக்களின் பார்வையில் ஒரு தறுதலையாகவும் இருந்த, இருபத்தொரு வயது நிரம்பிய இந்த ஏழையை அவள்தான் இங்கே அழைத்து வந்தாள். நான் சாத்தானுடன் தொடர்பு கொள்கின்ற ஒரு சூனியக்காரன் என்றும், நான் ஒரு

பைத்தியக்காரன் என்றும்கூட என்னுடைய கிராமத்தினர் என்னை வசைபாடினர். நகரத்து மக்களின் பார்வையில், ஒரு வேலை தேடிக் கொண்டிருந்த ஒரு சாதாரண விவசாயியாக நான் தென்பட்டேன்.

“என்னுடைய கதையை நான் இன்னொரு நாள் உங்களிடம் கூறுகிறேன். இப்போதைக்கு, என்னைப் பற்றிச் சுருக்கமாகச் சொல்ல வேண்டுமென்றால், எனக்கு ஆங்கிலம் தெரியும்; எனவே, நான் எஸ்தரின் மொழிபெயர்ப்பாளராக வேலை செய்யத் தொடங்கினேன். அமெரிக்கர்கள் ஏகப்பட்ட இராணுவத் தளங்களை உருவாக்கிக் கொண்டிருந்த ஒரு நாட்டின் எல்லையருகே நாங்கள் இருந்தோம். அவர்கள் ஆப்கானிஸ்தானில் போரிடத் தயாராகிக் கொண்டிருந்தனர். அந்நாட்டிற்குச் செல்ல ஒரு விசா கிடைப்பது சாத்தியமற்றதாக இருந்தது. அவள் சட்டத்திற்குப் புறம்பாகக் கள்ளத்தனமாக அந்த மலைகளைக் கடக்க நான் அவளுக்கு உதவினேன். நாங்கள் இருவரும் சேர்ந்து செலவிட்ட வாரத்தின்போது, நான் தனியாக இல்லை என்பதையும், அவள் என்னைப் புரிந்து கொண்டிருந்தாள் என்பதையும் அவள் எனக்கு உணர்த்தினாள்.

“சொந்த நாட்டிலிருந்து இவ்வளவு தூரம் பயணித்து வந்து அவள் என்ன செய்து கொண்டிருந்தாள் என்று நான் அவளிடம் கேட்டேன். அவள் மழுப்பலான சில பதில்களைக் கொடுத்துவிட்டு, இறுதியில், அவள் உங்களிடம் சொல்லியிருக்க வேண்டியதை என்னிடம் கூறினாள்: ‘அன்பு எங்கே தன்னை ஒளித்துக் கொண்டுள்ளதோ, அந்த இடத்தை நான் தேடிக் கொண்டிருக்கிறேன்.’ அன்பெனும் [illegible] இவ்வுலகம் நெடுகிலும் மீண்டும் தாராளமாய்ப் வளைய வரும்படி செய்வதுதான் என்னுடைய குறிக்கோள் என்று நான் அவளிடம் கூறினேன். அடிப்படையில், நாங்கள் இருவரும் ஒரே விஷயத்தைத்தான் தேடிக் கொண்டிருந்தோம்.

“எஸ்தர் பிரெஞ்சுத் தூதரகத்திற்குச் சென்று, நான் ஒரு கஜக் மொழிபெயர்ப்பாளர் என்று என்னை அறிமுகப்படுத்தி எனக்கு ஒரு விசாவுக்கு ஏற்பாடு செய்தாள். என்னுடைய நாட்டில் ரஷ்ய மொழியைத் தவிர யாரும் வேறு எதுவும் பேசுவதில்லை என்பது வேறு விஷயம். நான் இங்கே

வாழ வந்தேன். எஸ்தர் வெளிநாடுகளில் தன்னுடைய வேலைகளை முடித்துவிட்டுத் திரும்பியபோதெல்லாம் நாங்கள் எப்போதும் சந்தித்துக் கொண்டோம். நாங்கள் இன்னும் இரண்டு முறை கஜகிஸ்தானுக்குச் சென்றோம். தெங்கிரி கலாச்சாரம் அவளைப் பெரிதும் கவர்ந்துவிட்டது. ஒரு நாடோடியும் அவளைப் பெரிதும் ஈர்த்தார். எல்லாவற்றுக்குமான விடை அவரிடம் இருந்ததாக அவள் நம்பினாள்."

தெங்கிரி என்றால் என்ன என்பதை நான் தெரிந்து கொள்ள விரும்பினேன், ஆனால் அக்கேள்வியைப் பின்னர் கேட்டுக் கொள்ளலாம் என்று விட்டுவிட்டேன். மிக்காயில் தன் பேச்சைத் தொடர்ந்தான். எஸ்தருடன் இருப்பதற்கு நான் எந்த அளவு ஏங்கினேனோ, அதே அளவு ஏக்கத்தை நான் அவனுடைய கண்களில் கண்டேன்.

"நாங்கள் இங்கே பாரீஸில் வேலை செய்யத் தொடங்கினோம். வாரத்திற்கு ஒரு முறை மக்களை ஒன்றுசேர்க்க வேண்டும் என்பது அவளுடைய யோசனைதான். அவள் இவ்வாறு கூறினாள்: 'மனித உறவுகள் அனைத்திலும் மிக முக்கியமான விஷயம் உரையாடல்தான், ஆனால் மக்கள் இனியும் பேசுவதில்லை. அவர்கள் ஆசுவாசமாக உட்கார்ந்து பேசுவதோ அல்லது காது கொடுத்துக் கேட்பதோ இல்லை. அவர்கள் நாடக அரங்கங்களுக்கும் திரையரங்குகளுக்கும் போகின்றனர், தொலைக்காட்சி பார்க்கின்றனர், வானொலி கேட்கின்றனர், புத்தகங்கள் படிக்கின்றனர், ஆனால் அவர்கள் கிட்டத்தட்ட ஒருபோதும் பேசுவதில்லை. நாம் இந்த உலகத்தை மாற்ற விரும்பினால், போர் வீரர்கள் ஒரு நெருப்பு மூட்டி அதைச் சுற்றி அமர்ந்து கொண்டு கதைகள் சொல்கின்ற அந்தக் காலகட்டத்திற்கு நாம் திரும்பிச் சென்றாக வேண்டும்.' "

எங்கள் வாழ்வில் நிகழ்ந்திருந்த முக்கியமான விஷயங்கள் அனைத்தும், நாங்கள் ஏதோ ஒரு மதுவிடுதியில் அமர்ந்தோ, அல்லது ஒரு தெரு வழியாகவோ அல்லது ஒரு பூங்காவிலோ நடந்து சென்று கொண்டோ மேற்கொண்ட நீண்ட உரையாடல்களில் இருந்துதான் முளைத்திருந்ததாக எஸ்தர் கூறியது என் நினைவுக்கு வந்தது.

மிக்காயில் தொடர்ந்தான். "இந்தச் சந்திப்புக்கூட்டங்கள் வியாழக்கிழமைகளில்தாம் நடத்தப்பட வேண்டும்

என்பது என்னுடைய யோசனையாகும். ஏனெனில், நான் வளர்க்கப்பட்டப் பாரம்பரியத்தில் அதுதான் வழக்கம். ஆனால் எப்போதேனும் திடீரென்று இரவில் பாரீஸ் நகர வீதிகளில் சுற்றித் திரிவது அவளுடைய யோசனை. தாங்கள் மகிழ்ச்சியாக இருப்பதாகப் பாசாங்கு செய்யாதவர்கள் பிச்சைக்காரர்கள் மட்டுமே; மாறாக, அவர்கள் வருத்தமாக இருப்பதுபோலப் பாசாங்கு செய்கின்றனர் என்று அவள் கூறுவாள். நான் படிப்பதற்கு உங்களுடைய புத்தகங்களை அவள் எனக்குக் கொடுத்தாள். நீங்களும் உங்களை அறியாமலேயே நாங்கள் கனவு கண்ட அதே உலகத்தைக் கனவு கண்டீர்கள் என்பதை நான் உணர்ந்தேன். 'அந்தக் குரல்' எனக்கு மட்டுமே கேட்கிறது என்றாலும், நான் தனியாக இல்லை என்பதை நான் உணர்ந்தேன். மெல்ல மெல்ல, சந்திப்புக்கூட்டங்களுக்கு மக்கள் அதிக எண்ணிக்கையில் வரத் தொடங்கினர். என்னுடைய இலட்சியத்தை என்னால் நிறைவேற்றிவிட முடியும், அன்பெனும் சக்தி மீண்டும் திரும்பி வருவதற்கு என்னால் உதவ முடியும் என்ற நம்பிக்கை என்னுள் முளைவிடத் தொடங்கியது."

"எஸ்தர் ஏன் என்னைவிட்டு விலகிச் சென்றாள்?"

எனக்கு அதன்மீது மட்டும்தான் அக்கறை இருந்ததா? என்னுடைய கேள்வி மிக்காயிலுக்கு லேசாக எரிச்சலூட்டியது.

"அன்பின் காரணமாகத்தான். இன்று இரயில் தண்டவாள எடுத்துக்காட்டை நீங்கள் பயன்படுத்தினீர்கள். எஸ்தர் உங்களுக்குப் பக்கத்தில் ஓடிக் கொண்டிருக்கின்ற இன்னொரு தண்டவாளம் அல்லள். அவள் விதிமுறைகளைப் பின்பற்றுவதில்லை. நீங்களும் விதிமுறைகளைப் பின்பற்றுவதில்லை என்று எனக்குத் தோன்றுகிறது. நானும் அவளை நினைத்து ஏங்குகிறேன்."

"அதனால்..."

"அதனால், நீங்கள் அவளைக் கண்டுபிடிக்க விரும்பினால், அவள் எங்கே இருக்கிறாள் என்பதை என்னால் கூற முடியும். உங்களிடம் அதைக் கூற வேண்டும் என்ற உந்துதலை நான் ஏற்கெனவே உணர்ந்துள்ளேன், ஆனால் இது சரியான தருணமல்ல என்றும், அன்பெனும் சக்தியுடனான அவளுடைய சந்திப்புக்கு யாரும் இடையூறு

விளைவிக்கக்கூடாது என்றும் 'அந்தக் குரல்' என்னிடம் கூறுகிறது. நான் அக்குரலை மதிக்கிறேன். அது நம்மைக் காப்பாற்றுகிறது. உங்களையும் என்னையும் எஸ்தரையும் அது காப்பாற்றுகிறது."

"எது சரியான கணமாக இருக்கும்?"

"அது நாளைய தினமாக இருக்கலாம், அல்லது இன்றிலிருந்து ஓராண்டாக இருக்கலாம். அல்லது அக்கணம் ஒருபோதும் வராமல்கூடப் போகலாம். ஒருவேளை அக்கணம் வராமல் போனால், அந்தத் தீர்மானத்தை நாம் மதித்தாக வேண்டும். அந்தக் குரல்தான் சக்தி. அதனால்தான், மக்கள் அக்கணத்திற்கு உண்மையிலேயே தயாராக இருக்கும்போது மட்டுமே அந்த சக்தி அவர்களை ஒன்றிணைக்கிறது. நாம் அத்தகைய ஒரு சூழ்நிலையை வலுக்கட்டாயமாக உருவாக்க முயற்சிக்கிறோம் – நாம் கேட்க விரும்பாத, 'போய்விடு' என்ற வார்த்தையை நாம் கேட்க வேண்டியிருக்கும் என்றாலும்கூட! அக்குரலுக்குக் கீழ்ப்படியாமல், உரிய நேரத்திற்கு முன்னதாகவோ அல்லது தாமதமாகவோ வருகின்ற எவனொருவனுக்கும் அவன் விரும்புகின்ற பொருள் ஒருபோதும் கிடைக்காது."

"நான் சஹீருடன் இரவு பகலாக அல்லாடிக் கொண்டிருப்பதைவிட, அவள் 'போய்விடு' என்று கூறுவதைக் கேட்க நான் தயாராக இருக்கிறேன். அவள் அவ்வாறு கூறிவிட்டால், அவள் என் மனத்தை ஆட்டுவித்துக் கொண்டிருப்பதாவது நின்றுவிடும். அவள் இப்போது வேறுபட்ட ஒரு வாழ்க்கையும் வேறுபட்ட எண்ணங்களும் கொண்ட ஒரு பெண்ணாக ஆகிவிடுவாள்."

"அவள் இனியும் அந்த சஹீராக இருக்க மாட்டாள், ஆனால் அது ஒரு பேரிழப்பாக இருக்கும். ஓர் ஆணும் ஒரு பெண்ணும் அந்த சக்தியை உருவாக்க முடிந்தால், அவர்கள் இந்த உலகத்திலுள்ள அனைத்து ஆண்களுக்கும் பெண்களுக்கும் உதவுகின்றனர் என்று பொருள்," என்று மிக்காயில் கூறினான்.

"மிக்காயில், நீங்கள் என்னை பயமுறுத்திக் கொண்டிருக்கிறீர்கள். நான் அவளை நேசிக்கிறேன். அது உங்களுக்கு நன்றாகத் தெரியும். அவள் இன்னும் என்னை நேசிக்கிறாள் என்று நீங்கள் கூறுகிறீர்கள். தயாராக இருப்பது என்று நீங்கள் கூறுவதற்கு என்ன அர்த்தம்

என்பது எனக்குப் புரியவில்லை. மற்றவர்களுடைய எதிர்பார்ப்புகளுக்கு ஏற்ப என்னால் வாழ முடியாது, அது எஸ்தரின் எதிர்பார்ப்புகளாக இருந்தாலும்கூட!"

"ஏதோ ஒரு கட்டத்தில் நீங்கள் உங்கள் வழியைத் தொலைத்துவிட்டீர்கள் என்பதை அவளுடனான என்னுடைய உரையாடல்களிலிருந்து நான் தெரிந்து கொண்டேன். அந்த நேரத்திலிருந்து, உலகம் உங்களைச் சுற்றி மட்டுமே சுழலத் தொடங்கியது."

"அது உண்மையல்ல. தன்னுடைய சொந்தப் பாதையை உருவாக்கிக் கொள்வதற்கான சுதந்திரம் அவளுக்கு இருந்தது. என் விருப்பத்திற்குப் புறம்பாக, ஒரு போர்முனைச் செய்தியாளராக ஆவதென்று அவள் தீர்மானித்தாள். நான் சாத்தியமில்லை என்று கூறியும்கூட, மக்கள் ஏன் மகிழ்ச்சியற்று இருந்தனர் என்பதைக் கண்டுபிடிப்பதில் அவள் வெறியாக இருந்தாள். நான் ஒரு இரயில் தண்டவாளமாக இருக்க வேண்டும் என்று அவள் விரும்புகிறாளா? ரோமர்கள் அந்தக் காலத்தில் மேற்கொண்ட ஒரு தீர்மானத்தால், நான் இன்று அதே இடைவெளி இருக்கும்படி அவளுக்குப் பக்கத்தில் இன்னொரு தண்டவாளமாக ஓடிக் கொண்டிருக்க வேண்டுமா?"

"இல்லை. அதற்கு நேரெதிரானதைத்தான் நீங்கள் செய்ய வேண்டும்."

மிக்காயில் மீண்டும் நடக்கத் தொடங்கினான். நான் அவனைப் பின்தொடர்ந்தேன்.

"எனக்கு ஒரு குரல் கேட்கிறது என்பதை நீங்கள் நம்புகிறீர்களா?" என்று அவன் என்னிடம் கேட்டான்.

"உண்மையைப் சொல்ல வேண்டுமென்றால், எனக்குத் தெரியவில்லை. ஆனால், நாம் இப்போது இங்கு வந்திருப்பதால், நான் உங்களுக்கு ஒன்றைக் காட்டுகிறேன்."

"எனக்கு ஏற்படுவது வெறும் வலிப்பு என்று எல்லோரும் நினைக்கின்றனர். நான் அவர்களுடைய நம்பிக்கையை மறுப்பதில்லை. ஏனெனில், அது சுலபமானதாக இருக்கிறது. ஆனால், நான் ஒரு குழந்தையாக இருந்தபோது, அந்த 'அன்னை தெய்வத்தை' நான் முதன்முதலாகப் பார்த்த நேரத்திலிருந்து அக்குரல் என்னுடன் பேசி வந்துள்ளது."

"எந்த அன்னை தெய்வம்?"

“நான் பின்னர் சொல்கிறேன்.”

“நான் உங்களிடம் என்ன கேட்டாலும், ‘பின்னர் சொல்கிறேன்’ என்பதுதான் உங்கள் பதிலாக இருக்கிறது.”

“அக்குரல் இப்போது என்னிடம் ஏதோ சொல்லிக் கொண்டிருக்கிறது. நீங்கள் கவலையாகவும் பயந்து போயும் இருக்கிறீர்கள் என்பதை நான் அறிவேன். அந்தப் பீட்சா உணவகத்தில், நான் இதமான காற்றை உணர்ந்தபோதும், ஒளிவிளக்குகளைக் கண்டபோதும், அந்த சக்தியுடனான என்னுடைய தொடர்புக்கான அறிகுறிகள் அவை என்பதை நான் அறிந்தேன். நம் இருவருக்கும் உதவுவதற்காகவே அது அங்கு வந்தது. நான் இதுவரை உங்களிடம் சொல்லி வந்துள்ள விஷயங்கள் அனைத்தும், ஒரு பிரபல எழுத்தாளருடைய உணர்வுகளைத் தனக்குச் சாதகமாகப் பயன்படுத்திக் கொள்ள விரும்புகின்ற ஓர் இளம் வலிப்புக்காரனின் பிதற்றல்கள் என்று நீங்கள் நினைத்தால், எஸ்தர் வாழ்ந்து கொண்டிருக்கின்ற இடத்தைக் காட்டுகின்ற ஒரு வரைபடத்தை நாளைக்கு நான் உங்களுக்குக் கொண்டுவருகிறேன். நீங்கள் போய் அவளைத் தேடிக் கண்டுபிடித்துக் கொள்ளலாம். ஆனால் அந்தக் குரல் நம்மிடம் ஏதோ சொல்லிக் கொண்டிருக்கிறது.”

“என்ன சொல்லிக் கொண்டிருக்கிறது என்பதை நீங்கள் என்னிடம் கூறப் போகிறீர்களா, அல்லது அதையும் பின்னர்தான் கூறுவீர்களா?”

“ஒரு கணத்தில் நான் கூறுகிறேன். அக்குரல் கூறும் செய்தியை நான் இன்னும் முழுமையாகப் புரிந்து கொள்ளவில்லை.”

“ஆனால், எஸ்தரின் முகவரியையும் அந்த வரைபடத்தையும் எனக்குக் கொடுப்பதாக எனக்கு வாக்குக் கொடுங்கள்.”

“நிச்சயமாகக் கொண்டுவந்து கொடுக்கிறேன். அன்பெனும் தெய்வீக சக்தியின் பெயரில் நான் உங்களுக்கு வாக்குக் கொடுக்கிறேன். நீங்கள் எனக்கு எதைக் காட்ட விரும்பினீர்கள்?”

ஒரு குதிரையின்மீது அமர்ந்திருந்த ஓர் இளம்பெண்ணின் பொற்சிலை ஒன்றை நான் அவனுக்குச் சுட்டிக்காட்டினேன்.

“அவளுக்குக் குரல்கள் கேட்கும். அவள் கூறியதை

மக்கள் மதித்தவரை, எல்லாம் சரியாகப் போய்க் கொண்டிருந்தது. அவர்கள் அவளைச் சந்தேகிக்கத் தொடங்கியபோது, வெற்றிக் காற்று திசை மாறியது."

'மெய்ட் ஆஃப் ஆர்லியன்ஸ்', 'நூறு வருடப் போரின் கதாநாயகி' என்றெல்லாம் அழைக்கப்பட்ட ஜோன் ஆஃப் ஆர்க், அவளுடைய பதினேழாவது வயதில் பிரெஞ்சுப் படைகளின் தளபதியாக நியமிக்கப்பட்டாள். அவளால் குரல்களைக் கேட்க முடிந்ததாலும், ஆங்கிலேயர்களைத் தோற்கடிப்பதற்கான சிறந்த உத்தியை அக்குரல்கள் அவளிடம் கூறியதாலும் அவளிடம் அப்பொறுப்பு ஒப்படைக்கப்பட்டது. இரண்டு ஆண்டுகளுக்குப் பிறகு, அவள் ஒரு சூனியக்காரி என்று குற்றம் சாட்டப்பட்டு, ஒரு கம்பத்தில் கட்டி வைக்கப்பட்டு உயிரோடு எரித்துக் கொல்லப்பட்டாள். 1431 பிப்ரவரி 24 அன்று நடைபெற்ற அவளுடைய வழக்கு விசாரணையின் ஒரு பகுதியை என்னுடைய புத்தகங்களில் ஒன்றில் நான் பயன்படுத்தியிருந்தேன்.

மேத்ர ஜான் போபெர் என்பவன் அவளிடம் குறுக்கு விசாரணை செய்தான். அவள் கடைசியாக அக்குரலைக் கேட்டு எத்தனைக் காலம் ஆகியிருந்தது என்று அவன் அவளிடம் கேட்டான். அதற்கு அவள் இவ்வாறு பதிலளித்தாள்:

"நேற்றும் இன்றும் அதை மூன்று முறை கேட்டேன். காலையில் வெஸ்பர்சிலும், மீண்டும் மாலையில் ஆவே மரியா பிரார்த்தனை மணி ஒலித்தபோதும்..."

அக்குரல் அந்த அறையில் இருந்ததா என்று அவளிடம் கேட்கப்பட்டபோது, தனக்கு அது தெரியாது என்றும், ஆனால் அக்குரல் கேட்டுத்தான் நான் கண்விழித்திருந்ததாகவும் அவள் பதிலளித்தாள். பிறகு அவள், "அக்குரல் இந்த அறையில் இல்லை, அது கோட்டையில் இருக்கிறது," என்று கூறினாள்.

"நான் என்ன செய்ய வேண்டும் என்று நான் அதனிடம் கேட்டேன். படுக்கையைவிட்டு எழுந்து, கைகளைக் குவிக்கும்படி அது என்னிடம் கூறியது," என்று தெரிவித்த அவள், தன்னை விசாரித்துக் கொண்டிருந்த பிஷப்பிடம் இவ்வாறு கூறினாள்:

"நீங்கள் என்னுடைய நீதிபதி என்று நீங்கள்

கூறுகிறீர்கள். நீங்கள் செய்து கொண்டிருக்கும் வேலையை கவனமாகச் செய்யுங்கள். ஏனெனில், உண்மையில், நான் கடவுளால் இங்கு அனுப்பி வைக்கப்பட்டிருக்கிறேன். உங்களுக்கு நீங்களே பெரும் ஆபத்தை வரவழைத்துக் கொண்டிருக்கிறீர்கள். எனக்குக் கேட்கும் குரல்கள், அரசரிடம் மட்டுமே கூறும்படி சில விஷயங்களை என்னை நம்பி என்னிடம் ஒப்படைத்துள்ளன. அவற்றை உங்களிடம் என்னால் கூற முடியாது. அக்குரல்கள் கடவுளிடமிருந்து எனக்கு வருகின்றன. உங்களுக்குப் பதில் சொல்வதற்கு நான் பயப்படுவதைவிட, அக்குரல்களுக்குக் கோபம் ஏற்படுத்தக்கூடிய விஷயங்களை உங்களிடம் சொல்வதன் மூலம் நான் தவறு செய்துவிடுவேனோ என்று நான் அதிகமாகப் பயப்படுகிறேன்," என்று ஜோன் ஆஃப் ஆர்க் கூறினாள்.

மிக்காயில் என்னிடம், "அப்படியானால், நீங்கள் என்ன சொல்ல வருகிறீர்கள் என்றால்..." என்று ஆரம்பித்தான்.

"இல்லை, நீங்கள் ஜோன் ஆஃப் ஆர்க்கின் மறுபிறவி அல்ல! எனக்கு அப்படித் தோன்றவில்லை. அவள் தனது பத்தொன்பதாவது வயதிலேயே இறந்துவிட்டாள். உங்களுக்கு இருபத்தைந்து வயது ஆகிறது. அவள் பிரெஞ்சுப் படைகளுக்குத் தலைமைப் பொறுப்பேற்றாள், ஆனால் நீங்கள் என்னிடம் கூறியுள்ளதன்படி, நீங்கள் உங்களுடைய சொந்த வாழ்க்கைக்குக்கூடப் பொறுப்பேற்க முடியாமல் இருக்கிறீர்கள்."

நாங்கள் சீன் நதிக்கரைச் சுவர்மீது உட்கார்ந்தோம்.

"சகுனங்களில் நம்பிக்கை உள்ளவன் நான். நான் தலைவிதியை நம்புகிறேன். ஒவ்வொரு நாளும், தாங்கள் செய்கின்ற எல்லாவற்றைக் குறித்தும் தங்களால் முடிந்த அளவு சிறப்பான தீர்மானம் மேற்கொள்வதற்கான வாய்ப்பு மக்களுக்கு வழங்கப்படுகிறது என்று நான் நம்புகிறேன். நான் அதில் தோற்றுப் போய்விட்டதாகவும், நான் நேசித்தப் பெண்ணுடனான தொடர்பை ஏதோ ஒரு கட்டத்தில் நான் இழந்துவிட்டதாகவும் நான் நம்புகிறேன். இப்போது எனக்குத் தேவையெல்லாம், அந்த வட்டத்திற்கு ஒரு முற்றுப்புள்ளி வைப்பது மட்டும்தான். அதனால்தான் எனக்கு அந்த வரைபடம் தேவைப்படுகிறது. அது எனக்குக் கிடைத்துவிட்டால், என்னால் அவளிடம் போய்ச் சேர

முடியும்."

மிக்காயில் என்னை வெறித்துப் பார்த்தான். அவன் மீண்டும், மேடையில் தோன்றிய அந்த மனிதனாக ஆனான். அவன் ஒரு விதமான மயக்க நிலைக்குள் போய்விட்டான். அவனுக்கு மீண்டும் வலிப்பு வந்துவிடுமோ என்று நான் பயந்தேன். நள்ளிரவு தாண்டியிருந்தது. நாங்கள் இருந்த இடம் கிட்டத்தட்ட வெறிச்சோடி இருந்தது.

நல்ல வேளையாக, அவனுக்கு அப்படி எதுவும் நிகழவில்லை. அவன் என்னிடம், "அந்தத் தீர்க்கதரிசனம் எனக்கு அந்த சக்தியைக் கொடுத்தது. அந்த சக்தி, கிட்டத்தட்டப் பார்வைக்குப் புலப்படுவதாகவும் தொட்டுணரப்படக்கூடியதாகவும் இருக்கிறது. என்னால் அதைக் கையாள முடியும், ஆனால் என்னால் அதைக் கட்டுப்படுத்த முடியாது," என்று விளக்கினான்.

"இந்த மாதிரியான உரையாடலுக்கு உகந்த நேரம் இதுவல்ல. இரவு வெகுநேரம் ஆகிவிட்டது. எனக்குக் களைப்பாக இருக்கிறது. நீங்களும் களைத்துப் போயிருக்கிறீர்கள். நீங்கள் எனக்கு அந்த வரைபடத்தையும் முகவரியையும் தருவீர்களா?"

"அந்தக் குரல்...சரி, நாளை மதியம் அந்த வரைபடத்தை நான் உங்களுக்குத் தருகிறேன். உங்கள் வீட்டு முகவரி என்ன?"

நான் என்னுடைய முகவரியை அவனுக்குக் கொடுத்தேன். எஸ்தரும் நானும் சேர்ந்து வாழ்ந்திருந்த இடம் அவனுக்குத் தெரியாததை நான் உணர்ந்தபோது எனக்கு மிகவும் ஆச்சரியமாக இருந்தது.

"நான் உங்கள் மனைவியுடன் படுக்கையைப் பகிர்ந்து கொண்டதாக நீங்கள் நினைக்கிறீர்களா?"

"நான் ஒருபோதும் அக்கேள்வியைக் கேட்க மாட்டேன். அது எனக்குத் தேவையில்லாத விஷயம்."

"ஆனால் நாம் அந்தப் பீட்சா உணவகத்தில் இருந்தபோது நீங்கள் கேட்டீர்களே?"

எனக்கு அது மறந்து போயிருந்தது. ஆமாம், அது நிச்சயமாக எனக்குத் தேவையான விஷயம்தான், ஆனால் அவனுடைய பதிலில் இனியும் எனக்கு ஆர்வம் இருக்கவில்லை.

மிக்காயிலின் கண்கள் மாறின. ஒருவேளை அவனுக்கு

வலிப்பு வந்தால் அவனுடைய வாயில் வைப்பதற்கு ஏதேனும் கிடைக்குமா என்று நான் என் பாக்கெட்டைத் துழாவினேன். ஆனால் அவன் அமைதியாகவும் பிரக்ஞையுடனும் இருந்ததுபோலத் தோன்றினான்.

"எனக்கு இப்போது அக்குரல் கேட்கிறது. நாளைக்கு நான் அந்த வரைபடத்தையும், அந்த இடத்தை அடைவதற்கான வழியைப் பற்றிய விபரங்களையும், விமானங்களின் கால அட்டவணையையும் உங்களிடம் கொண்டுவந்து தருகிறேன். அவள் உங்களுக்காகக் காத்துக் கொண்டிருப்பதாக நான் நம்புகிறேன். இரண்டே இரண்டு பேர் மகிழ்ச்சியாக இருந்தால்கூட, உலகம் அதிக மகிழ்ச்சியான ஓர் இடமாக இருக்கும் என்று நான் நம்புகிறேன். ஆனால், நாளைக்கு நாம் இருவரும் சந்தித்துக் கொள்ள மாட்டோம் என்று அக்குரல் என்னிடம் சொல்லிக் கொண்டிருக்கிறது."

"அமெரிக்காவிலிருந்து வந்துள்ள ஒரு நடிகருடன் நாளைக்கு நான் மதிய உணவருந்தப் போகிறேன். என்னால் அதை ரத்து செய்ய முடியாது, ஆனால் எஞ்சிய மதிய நேரம் முழுவதும் நான் வீட்டில்தான் இருப்பேன்."

"ஆனால் அக்குரல் என்னிடம் அப்படிக் கூறிக் கொண்டிருக்கவில்லை."

"எஸ்தரைக் கண்டுபிடிக்க எனக்கு உதவுவதிலிருந்து அக்குரல் உங்களைத் தடுத்துக் கொண்டிருக்கிறதா?"

"இல்லை, நான் அப்படி நினைக்கவில்லை. உங்களுடைய புத்தகக் கையெழுத்திடல் நிகழ்ச்சிக்குப் போகும்படி அந்தக் குரல்தான் என்னை ஊக்குவித்தது. அப்போதிருந்து, விஷயங்கள் எப்படி அமையும் என்பதைக் கிட்டத்தட்ட நான் அறிந்தேன். ஏனெனில், 'கிழிப்பதற்கான ஒரு காலம், தைப்பதற்கான ஒரு காலம்' புத்தகத்தை நான் படித்திருந்தேன்."

அவன் தன்னுடைய மனத்தை மாற்றிக் கொண்டுவிடுவானோ என்று நான் பீதியடைந்தேன். "சரி, நாம் நம்முடைய ஏற்பாட்டின்படி நடந்து கொள்ளலாம். மதியம் இரண்டு மணியிலிருந்து நான் என் வீட்டில்தான் இருப்பேன்."

"ஆனால் நேரம் சரியில்லை என்று அக்குரல் கூறுகிறது."

"நீங்கள் எனக்கு வாக்குக் கொடுத்திருக்கிறீர்கள்."

"சரி."

அவன் விடைபெற்றுக் கொள்வதற்காகத் தன் கையை என்னிடம் நீட்டினான். பிறகு, மறுநாள் மதியம் சற்றுத் தாமதமாக என்னுடைய வீட்டிற்கு வருவதாக அவன் என்னிடம் கூறினான். அன்றிரவு அவன் என்னிடம் கூறிய கடைசி வார்த்தைகள் பின்வருமாறு:

"நேரம் சரியாக இருக்கும்போது மட்டுமே விஷயங்கள் நிகழத் தான் அனுமதிக்கப் போவதாக அக்குரல் என்னிடம் கூறுகிறது."

நான் என் வீட்டை நோக்கி நடந்து கொண்டிருந்தபோது, எனக்குக் கேட்ட ஒரே குரல் எஸ்தருடையதுதான். அவள் என்னிடம் நேசத்தைப் பற்றிப் பேசினாள். நான் அந்த உரையாடலை நினைவுகூர்ந்தபோது, அவள் எங்களுடைய மணவாழ்க்கையைப் பற்றிப் பேசிக் கொண்டிருந்தாள் என்பதை நான் உணர்ந்தேன்.

“எனக்குப் பதினைந்து வயதாக இருந்தபோது, உடலுறவைப் பற்றித் தெரிந்து கொள்ள நான் ஆர்வமாக இருந்தேன். ஆனால் அது ஒரு பாவச் செயலாகவும் தடை செய்யப்பட்டும் இருந்தது. ஆனால் அது ஏன் பாவம் என்பதை என்னால் புரிந்து கொள்ள முடியவில்லை. உங்களுக்குப் புரிகிறதா? மிகவும் பழமையான மதங்கள் மற்றும் கலாச்சாரங்கள் உட்பட, உலகம் நெடுகிலுமுள்ள அனைத்து மதங்களும் ஏன் உடலுறவை ஒரு பாவச் செயலாகவும் தடை செய்யப்பட வேண்டிய ஒன்றாகவும் கருதுகின்றன என்பதை உங்களால் கூற முடியுமா?” என்று எஸ்தர் என்னிடம் கேட்டாள்.

“நாம் எப்படி இந்த விஷயத்திற்குள் நுழைந்தோம்? அது போகட்டும், உடலுறவு ஏன் தடை செய்யப்பட வேண்டிய ஒன்றாக இருக்கிறது?”

“சாப்பாடுதான் அதற்குக் காரணம்.”

“சாப்பாடா?” என்று நான் கேட்டேன்.

“ஆயிரக்கணக்கான ஆண்டுகளுக்கு முன்பு, பழங்குடியினர் தொடர்ந்து இடம் பெயர்ந்து கொண்டே இருந்தனர். ஆண்களால் தங்கள் விருப்பம்போல எத்தனைப் பெண்களுடன் வேண்டுமானாலும் உறவு வைத்துக் கொள்ளவும், அவர்கள் மூலமாகக் குழந்தைகளைப் பெற்றுக் கொள்ளவும் முடிந்தது. ஆனால், ஒரு குழு எவ்வளவு பெரியதாக இருந்ததோ, ஆண்களுக்கான அந்த வசதி மறைவதற்கான வாய்ப்புகள் அவ்வளவு அதிகரித்தன. குழுக்கள் உணவுக்காகத் தமக்கிடையே சண்டையிட்டுக் கொண்டன. குழந்தைகளும் பெண்களும் பலவீனமானவர்கள் என்பதால், முதலில் குழந்தைகளையும், பிறகு பெண்களையும் அவர்கள் கொன்றனர். மிகவும் வலிமையானவர்கள் மட்டுமே தப்பிப் பிழைத்தனர், ஆனால் அவர்கள் எல்லோருமே ஆண்கள்தாம். ஆனால், பெண்கள் இல்லாமல் மனித இனத்தைத் தொடர முடியாது.

"அப்போது, இன்னொரு பழங்குடிக் குழுவில் நிகழ்ந்து கொண்டிருந்ததை உன்னிப்பாகக் கவனித்த யாரோ ஒருவர், தன்னுடைய குழுவில் அதே விஷயம் நிகழ்வதைத் தடுப்பதென்று தீர்மானித்தார். அதற்காக அவர் கற்பனையாக ஒரு கதையை உருவாக்கினார். அதன்படி, ஒரு குழுவில், ஆண்கள் தாறுமாறாக எந்தவொரு பெண்ணுடன் வேண்டுமானாலும் உறவு வைத்துக் கொள்வதற்குக் கடவுள் தடை விதித்தார். ஒரு பெண்ணோடு, அல்லது, அதிகபட்சமாக இரண்டு பெண்களோடு மட்டுமே அவர்கள் உறவு வைத்துக் கொள்ளலாம். சில ஆண்கள் ஆண்மையற்றவர்களாக இருந்தனர், சில பெண்கள் மலட்டுத்தன்மை உடையவர்களாக இருந்தனர். எனவே, குழுவின் சில உறுப்பினர்களுக்கு, இயற்கையான காரணங்களால் குழந்தைகளே இருக்கவில்லை, ஆனால் யாரும் தங்களுடைய துணைவரை மாற்றிக் கொள்ள அனுமதிக்கப்படவில்லை.

"எல்லோரும் அக்கதையை நம்பினர். ஏனெனில், அதை அவர்களிடம் கூறிய நபர், கடவுளின் பெயரில் பேசிக் கொண்டிருந்தார். அவர் ஏதோ ஒரு விதத்தில் வித்தியாசமானவராக இருந்தார். ஒருவேளை, அவருடைய உடலில் ஏதேனும் ஒரு குறை இருந்திருக்கலாம், ஒரு நோய் அவருக்கு வலிப்புகளை ஏற்படுத்தியிருக்கலாம், அல்லது அவருக்கு ஏதோ ஒரு சிறப்புத் திறமை இருந்திருக்கலாம். அது எதுவாக இருந்தாலும் சரி, அது அவரை மற்றவர்களிடமிருந்து தனித்துவப்படுத்தியது. ஏனெனில், அப்படித்தான் முதல் தலைவர்கள் முளைத்தனர். ஒரு சில ஆண்டுகளில், அக்குழு, எல்லோருக்கும் உணவளிக்கப் போதுமான எண்ணிக்கையில் ஆண்களையும், இன உற்பத்திக்குப் போதுமான எண்ணிக்கையில் பெண்களையும், வேட்டையாடிகளையும் இன உற்பத்தியாளர்களையும் காலப்போக்கில் ஈடுகட்டப் போதுமான எண்ணிக்கையில் குழந்தைகளையும் உள்ளடக்கிய அதிக வலிமையான ஒன்றாக உருவெடுத்தது. ஒரு மணவாழ்க்கையில் ஒரு பெண்ணுக்கு எது அதிக இன்பம் தருகிறது, தெரியுமா?"

"உடலுறவு," என்று நான் பதிலளித்தேன்.

"இல்லை! உணவு தயாரிப்பதும், தன்னுடைய துணைவன் சாப்பிடுவதைப் பார்ப்பதும்தான் ஒரு

பெண்ணுக்கு அதிக இன்பமளிக்கிறது. அதுதான் அவள் மிகவும் பெருமிதம் கொள்ளும் கணம். நாள் முழுவதும் அவள் இரவுநேர உணவைப் பற்றியே சிந்தித்துக் கொண்டிருக்கிறாள். அதற்கான காரணம், நம்முடைய கடந்தகால வரலாற்றில் ஒளிந்துள்ள கதையில் – பசி, ஒட்டுமொத்த இனமே அழிந்து போகக்கூடிய அச்சுறுத்தல், உயிர் பிழைத்திருப்பதற்கான வழி ஆகியவற்றில் – இருந்தாக வேண்டும் என்று நான் நினைக்கிறேன்."

"நமக்குக் குழந்தைகள் இல்லாதது குறித்து நீ வருந்துகிறாயா?" என்று நான் கேட்டேன்.

"அது நிகழவில்லை, இல்லையா? நிகழாத ஒன்றைப் பற்றி என்னால் எப்படி வருத்தம் கொள்ள முடியும்?"

"அது நம்முடைய மணவாழ்க்கையை மாற்றியிருக்கக்கூடும் என்று நீ நினைக்கிறாயா?"

"எனக்கு எப்படித் தெரியும்? நான் என்னுடைய தோழர்களையும் தோழிகளையும் பார்க்கிறேன்: அவர்களுக்குக் குழந்தைகள் இருப்பதால் அவர்கள் அதிக மகிழ்ச்சியாக இருக்கிறார்களா? சிலர் மகிழ்ச்சியாக இருக்கின்றனர், சிலர் அப்படி இல்லை. அவர்கள் தங்களுடைய குழந்தைகளுடன் மகிழ்ச்சியாக இருந்தால், அது அவர்களுடைய உறவை மேம்படுத்துவதோ அல்லது மோசமாக்குவதோ இல்லை. பரஸ்பரம் ஒருவரையொருவர் கட்டுப்படுத்துவதற்கான உரிமை தங்களுக்கு இருப்பதாக அவர்கள் இன்னும் நினைக்கின்றனர். தினமும் மகிழ்ச்சியின்றி இருக்க வேண்டியிருந்தால்கூட, திருமணத்தின்போது தாங்கள் அளித்த 'என்றென்றும் மகிழ்ச்சியாக இருப்போம்' என்ற வாக்குறுதியைத் தாங்கள் நிறைவேற்றியாக வேண்டும் என்று அவர்கள் நினைக்கின்றனர்."

"எஸ்தர், போர் உனக்கு நல்லதல்ல. அது, நாம் இங்கே அனுபவிக்கின்ற எதார்த்தத்திலிருந்து மிகவும் வேறுபட்ட ஒரு எதார்த்தத்தை நீ எதிர்கொள்ளும்படி செய்கிறது. என்றேனும் ஒரு நாள் நான் இறந்துவிடுவேன் என்பதை நான் அறிவேன், ஆனால் ஒவ்வொரு நாளும் ஓர் அதிசயம் என்பதுபோல நான் வாழ்வதற்கு அந்த அறிதல் எனக்கு உதவுகிறது. அன்பு, மகிழ்ச்சி, உடலுறவு, உணவு, மணவாழ்க்கை ஆகியவற்றைப் பற்றி நான் மிதமிஞ்சிச் சிந்திக்காமல் இருக்க அது உதவுகிறது," என்று நான்

கூறினேன்.

"போர் பூமியில், சிந்திப்பதற்கு எனக்கு நேரம் இருப்பதில்லை. ஏதோ ஒரு கணத்தில், எக்குத்தப்பாக ஏதோ ஒரு துப்பாக்கிக் குண்டால் நான் தாக்கப்படக்கூடும் என்ற சிந்தனை எனக்கு எழும்போதெல்லாம், 'என்னுடைய குழந்தைக்கு என்ன ஆகுமோ என்று நான் கவலைப்பட வேண்டியதில்லை,' என்று நான் நினைத்துக் கொள்கிறேன். ஆனால், அதே நேரத்தில், 'நான் சாகப் போகிறேன். என்னவோர் அவலம்! என் பெயர் சொல்வதற்கு எதுவும் மிச்சமிருக்காது. என்னால் ஓர் உயிரை இழக்க மட்டுமே முடியும், ஆனால் ஓர் உயிரை இவ்வுலகிற்குள் கொண்டு வர முடியாது,' என்றும் நான் நினைக்கிறேன்."

"நம்முடைய உறவில் ஏதோ பிரச்சனை இருப்பதாக நீ நினைக்கிறாயா? நான் ஏன் கேட்கிறேன் என்றால், சில சமயங்களில், நீ என்னிடம் ஏதோ சொல்ல விரும்புவதுபோல எனக்குத் தோன்றுகிறது, ஆனால் நீ எதுவும் பேசாமல் எல்லாவற்றையும் உனக்குள் அடக்கி வைத்துக் கொள்கிறாய்," என்று நான் கூறினேன்.

"ஆமாம், நம் உறவில் பிரச்சனை இருக்கிறது. நாம் இருவரும் சேர்ந்து மகிழ்ச்சியாக இருக்க வேண்டும் என்பது நம்முடைய கடமை என்று நாம் நினைக்கிறோம். நீங்கள் இன்று எத்தகையவராக உருவாகியிருக்கிறீர்களோ, அதற்கு நீங்கள் எனக்குக் கடமைப்பட்டிருப்பதாக நீங்கள் நினைக்கிறீர்கள். அதேபோல, உங்களைப் போன்ற ஒருவர் எனக்குப் பக்கத்துணையாக இருப்பதற்கு நான் அதிர்ஷ்டம் செய்திருப்பதாக நான் நினைக்கிறேன்."

"நான் நேசிக்கின்ற ஒரு மனைவி எனக்கு இருக்கிறாள், ஆனால் அது எல்லா நேரத்திலும் எனக்கு நினைவிருப்பதில்லை. எனவே, 'என்னிடம் என்ன தவறு உள்ளது?' என்று என்னை நானே கேட்டுக் கொள்கிறேன்."

"அதை உங்களால் உணர்ந்து கொள்ள முடிகிறது என்பது நல்ல விஷயம், ஆனால் உங்களிடமோ அல்லது என்னிடமோ எந்தத் தவறும் இல்லை என்று நான் நினைக்கிறேன். இப்போதும் நாம் ஒருவர்மீது ஒருவர் அன்பு காட்டும் விதத்தில்தான் தவறு இருக்கிறது. அதுதான் நமக்கிடையே பிரச்சனைகளை உருவாக்குகிறது என்பதை நாம் ஒப்புக் கொண்டால், நம்மால் அப்பிரச்சனைகளோடு

வாழ முடியும், மகிழ்ச்சியாகவும் இருக்க முடியும். அது ஒரு நிரந்தரப் போராட்டமாக இருக்கும், ஆனால் அது நம்மைத் துடிப்பாகவும் மகிழ்ச்சியுடனுமாவது வைத்திருக்கும். ஆனால் பிரச்சனை என்னவென்றால், விஷயங்கள் மிகவும் சௌகரியமாக ஆகிக் கொண்டிருக்கின்ற ஒரு நிலையை நோக்கி நாம் போய்க் கொண்டிருக்கிறோம். அன்பு, பிரச்சனைகளையும் மோதல்களையும் உருவாக்குவதை நிறுத்திவிட்டு, அவற்றுக்கான ஒரு தீர்வாக ஆகிவிடுகிறது."

"அதில் என்ன தவறு?" என்று நான் கேட்டேன்.

"எல்லாமே தவறுதான். ஆழமான காதல் உணர்வை இனியும் என்னால் உணர முடியவில்லை."

"ஆனால் ஏதோ மிச்சமிருக்கிறது, இல்லையா?"

"மிச்சமா? ஒவ்வொரு மணவாழ்க்கையும் இப்படித்தான் முடிய வேண்டுமா? காதல் உணர்வு காணாமல் போய், கடைசியில் 'ஒரு பக்குவமான உறவு' மட்டுமே மிச்சமிருக்க வேண்டுமா? எனக்கு நீங்கள் தேவை. உங்களுடனான காதல் உறவுக்காக நான் ஏங்குகிறேன். சில சமயங்களில் நான் பொறாமை கொள்கிறேன். சில சமயங்களில், நீங்கள் என்ன சாப்பிட்டுக் கொண்டிருக்கிறீர்கள் என்பதை நீங்கள் கவனிப்பதுகூட இல்லை என்றாலும், இரவில் உங்களுக்காக என்ன சமைக்கலாம் என்று யோசிப்பதை நான் விரும்புகிறேன். ஆனால் மகிழ்ச்சி மட்டும் இல்லை."

"அது உண்மையில்லை. நீ உன் வேலை காரணமாக வெகுதொலைவில் இருக்கும்போது, நீ என் அருகில் இருந்தால் எவ்வளவு நன்றாக இருக்கும் என்று நான் ஏங்குகிறேன். நீயோ அல்லது நானோ எங்கோ ஒரு நெடுந்தூரப் பயணம் மேற்கொண்டுவிட்டுத் திரும்பி வரும்போது நாம் என்னவெல்லாம் பேசுவோம், நம்முடைய உரையாடல்கள் எப்படி இருக்கும் என்று நான் கற்பனை செய்கிறேன். நீ நலமாக இருக்கிறாய் என்பதை உறுதி செய்து கொள்வதற்காக நான் உன்னைத் தொலைபேசியில் அழைக்கிறேன். தினமும் நான் உன்னுடைய குரலைக் கேட்க விரும்புகிறேன். நான் இன்றும் உன்மீது ஆழமான காதல் கொண்டுள்ளேன். அதற்கு என்னால் உத்தரவாதம் அளிக்க முடியும்."

"நானும் அப்படித்தான், ஆனால் நாம் இருவரும் சேர்ந்து இருக்கும்போது என்ன நிகழ்கிறது? நாம் வாக்குவாதம்

செய்கிறோம், ஒன்றுமில்லாத விஷயங்கள் குறித்துச் சண்டை போடுகிறோம், நம்மில் ஒருவர் அடுத்தவரை மாற்ற விரும்புகிறோம், எதார்த்தம் பற்றிய நம்முடைய கண்ணோட்டத்தை நாம் பரஸ்பரம் அடுத்தவர்மீது திணிக்க முயற்சிக்கிறோம். அர்த்தமில்லாத பல விஷயங்களை நீங்கள் என்னிடமிருந்து எதிர்பார்க்கிறீர்கள், நானும் அதைத்தான் செய்கிறேன். சில சமயங்களில், 'எந்த நிர்ப்பந்தமும் இல்லாமல் சுதந்திரமாக இருக்க முடிந்தால் எவ்வளவு நன்றாக இருக்கும்!' என்று நாம் நம்முடைய மனத்திற்குள் மௌனமாகச் சொல்லிக் கொள்கிறோம்."

"நீ சொல்வது சரிதான். அப்படிப்பட்டத் தருணங்களில், என்ன செய்வதென்று தெரியாமல் நான் தவிக்கிறேன். ஏனெனில், நான் விரும்புகின்ற பெண்ணுடன்தான் நான் இருக்கிறேன் என்பதை நான் அறிவேன்."

"நானும், என் பக்கத்தில் யார் இருக்க வேண்டும் என்று நான் எப்போதும் விரும்பி வந்திருந்தேனோ, அவருடன்தான் இருக்கிறேன்."

"அது மாறக்கூடும் என்று நீ நினைக்கிறாயா?"

"எனக்கு வயது ஏற ஏற, வெகு சில ஆண்களே என்னைத் திரும்பிப் பார்க்கும்போது, 'உள்ளது உள்ளபடி இருக்கட்டும்,' என்று நான் நினைத்துக் கொள்கிறேன். என்னுடைய எஞ்சிய வாழ்நாள் முழுவதும் என்னை நானே மகிழ்ச்சியாக ஏமாற்றிக் கொள்ள முடியும் என்பது உறுதி. ஆனாலும், நான் ஒரு போர் பற்றிய செய்திகளைச் சேகரிக்கச் செல்லும்போதெல்லாம், ஒருவரையொருவர் கொல்வதற்கு மனிதர்களைத் தூண்டுகின்ற வெறுப்பைவிட மிகப் பெரிய அன்பு – ஒரு பேரன்பு – இருப்பதை நான் காண்கிறேன். அப்போதுதான், விஷயங்களை என்னால் மாற்ற முடியும் என்று நான் நினைக்கிறேன்."

"ஆனால் உன்னால் எல்லா நேரமும் போர்ச் செய்திகளைச் சேகரித்துக் கொண்டிருக்க முடியாதல்லவா?"

"ஆனால் அதேபோல, உங்களோடு சேர்ந்து வாழும்போது எனக்குக் கிடைக்கின்ற மன அமைதியுடனும் என்னால் நிரந்தரமாக வாழ்ந்து கொண்டிருக்க முடியாது. என்னிடம் இருக்கின்ற ஒரு முக்கியமான விஷயத்தை அது அழித்துக் கொண்டிருக்கிறது. உங்களுடனான என்னுடைய உறவை அது அழித்துக் கொண்டிருக்கிறது – உங்கள்மீதான

என்னுடைய காதலின் தீவிரம் சிறிதும் குறையாமல் இருந்தால்கூட!”

“இவ்வுலகம் நெடுகிலும் இலட்சக்கணக்கான மக்கள் இக்கணத்தில் இதே விஷயத்தைத்தான் சிந்தித்துக் கொண்டிருக்கின்றனர். மனச்சோர்வூட்டும் அத்தகைய தருணங்களை அவர்கள் கடுமையாக எதிர்க்கின்றனர், அவை கடந்து போக அனுமதிக்கின்றனர். அவர்கள் ஒரு சில நெருக்கடிகளைச் சமாளிக்கின்றனர், இறுதியில் மன அமைதியைக் கண்டுகொள்கின்றனர்.”

“அது அப்படி இல்லை என்பதை நீங்கள் அறிவீர்கள். இல்லாவிட்டால், நீங்கள் எழுதியுள்ள புத்தகங்களை நீங்கள் எழுதியிருக்க மாட்டீர்கள்.”

ராபெர்ட்டோவின் பீட்சா உணவகத்தில் அந்த அமெரிக்க நடிகரைச் சந்திக்க நான் ஏற்பாடு செய்திருந்தேன். என்னைப் பற்றி அவர் ஏதேனும் மோசமான அபிப்பிராயத்தை உருவாக்கியிருந்தால் அதைத் துடைத்தெறிவதற்கு நான் முடிந்த அளவு வேகமாக அங்கே போயாக வேண்டியிருந்தது. நான் என் வீட்டிலிருந்து புறப்படுவதற்கு முன், நான் திரும்பி வருவதற்குத் தாமதமானால், மங்கோலிய அம்சங்களுடன்கூடிய ஓர் இளைஞன் எனக்கு ஏதேனும் ஒரு பார்சலைக் கொண்டுவந்து கொடுத்தால், அவனை என்னுடைய வீட்டுக்கு அழைத்துச் சென்று, வரவேற்பறையில் காத்திருக்கும்படி அவனிடம் கூறிவிட்டு, அவனுக்குத் தேவையானவற்றைக் கொடுக்குமாறு என்னுடைய வேலைக்காரியிடமும் அந்தக் குடியிருப்பின் மேற்பார்வையாளரிடமும் நான் கூறினேன். ஏதோ காரணத்தால் அந்த இளைஞனால் எனக்காகக் காத்திருக்க முடியாமல் போனால், அவன் அந்தப் பார்சலை அவர்கள் இருவரில் ஒருவரிடம் ஒப்படைக்க வேண்டும் என்று அவனிடம் தெரிவிக்கும்படி நான் அவர்களிடம் கூறினேன்.

எல்லாவற்றையும்விட முக்கியமாக, அவனிடமிருந்து அந்தப் பார்சலை வாங்கிக் கொள்ளாமல் அவன் அங்கிருந்து போக அவனை அனுமதிக்கக்கூடாது என்று நான் அவர்களிடம் கூறினேன்.

நான் ஒரு டாக்ஸி பிடித்து, அந்தப் பீட்சா உணவகம் இருந்த தெருவின் முனையில் இறங்கிக் கொண்டேன். ஒரு லேசான மழை பெய்து கொண்டிருந்தது, ஆனால் அந்த உணவகத்திற்கு இன்னும் ஒரு சில அடிகள் தூரம் மட்டுமே இருந்தது. சில சமயங்களில், ராபெர்ட்டோ ஒரு தாராளப் புன்னகையோடு வெளியே நின்று சிகரெட் பிடித்துக் கொண்டிருப்பார். நான் அந்தக் குறுகலான நடைபாதையில் நடந்து சென்று கொண்டிருந்தபோது, ஒரு பெண்மணி தன்னுடைய குழந்தையை ஒரு தள்ளுவண்டியில் வைத்துத்

தள்ளிக் கொண்டு எனக்கு எதிரே வந்து கொண்டிருந்தாள். நாங்கள் இருவரும் நடப்பதற்கு அங்கு இடம் இல்லாததால், அவளுக்கு வழிவிட்டு நான் அந்த நடைபாதையிலிருந்து கீழே இறங்கினேன்.

அக்கணத்தில்தான், உலகம் திடீரென்று தடம் புரண்டது. பூமி ஆகாயமாக மாறியது, ஆகாயம் பூமியாக மாறியது. அந்தத் தெருமுனையில் இருந்த ஒரு கட்டடத்தின் உச்சியிலிருந்த கட்டடக்கலைச் சிறப்பு அம்சங்களைக் கவனிக்க எனக்கு நேரமிருந்தது. முன்பு நான் அத்தெருவின் வழியாக அடிக்கடி நடந்து சென்றிருந்தேன், ஆனால் ஒருபோதும் ஏறிட்டுப் பார்த்ததில்லை. என்னுள் ஓர் ஆச்சரிய உணர்வு எழுந்ததும், என் காதில் ஒரு மெல்லிய காற்று வீசியதும், தொலைவில் ஒரு நாய் குரைத்துக் கொண்டிருந்த சத்தமும் எனக்கு நினைவிருந்தது, பிறகு எல்லாம் இருட்டாகிப் போனது.

நான் சுருட்டி ஒரு கருங்குழிக்குள் வீசப்பட்டேன். அக்குழியின் மறுமுனையில் வெளிச்சம் இருந்தது. நான் அதை அடைவதற்கு முன், பார்வைக்குப் புலப்படாத கைகள் என்னைக் காட்டுத்தனமாக மேலே இழுத்தன. நான் கண்விழித்துப் பார்த்தபோது, என்னைச் சுற்றி ஏகப்பட்டக் குரல்கள் கேட்டன, பலர் கத்திக் கொண்டிருந்தனர். அது ஒரு சில நொடிகள் மட்டுமே நீடித்திருக்கும் என்று நினைக்கிறேன். என் வாயில் இரத்தச் சுவையை நான் உணர்ந்தேன், ஈரமான தார்ச்சாலையின் வாசனையை என்னால் முகர முடிந்தது. திடீரென்று, நான் ஒரு விபத்துக்கு உள்ளாகியிருந்தேன் என்பதை நான் உணர்ந்தேன். ஒரே நேரத்தில் நான் பிரக்ஞையுடனும் பிரக்ஞையின்றியும் இருந்தேன். நான் அசைய முயன்றேன், ஆனால் அதில் நான் தோற்றுப் போனேன். எனக்குப் பக்கத்தில் இன்னொரு நபரும் கீழே படுத்துக் கிடந்ததை நான் கண்டேன். அவருடைய வாசனையையும் அவர் பூசியிருந்த வாசனைத் திரவியத்தின் வாசனையையும் என்னால் முகர முடிந்தது. நடைபாதையில் எனக்கு எதிரே தன் குழந்தையை ஒரு தள்ளுவண்டியில் வைத்துத் தள்ளிக் கொண்டு வந்திருந்த பெண்ணாக அது இருக்கக்கூடும் என்று நான் நினைத்தேன். அடக் கடவுளே!

யாரோ சிலர் என்னைத் தூக்கிவிட முயற்சி

செய்தனர். என்னைத் தொட வேண்டாம் என்றும், எந்தவொரு லேசான அசைவும்கூட ஆபத்தானதாக அமையக்கூடும் என்றும் நான் அவர்களைப் பார்த்துக் கத்தினேன். என்னுடைய கழுத்தில் ஏதேனும் எலும்பு முறிவு ஏற்பட்டால், எந்தவொரு திடீர் அசைவும் என்னை நிரந்தரமாக முடக்கிப் போட்டுவிடக்கூடும் என்பதை ஏதோ ஓர் இரவில் ஏதோ ஓர் உரையாடலின்போது நான் தெரிந்து கொண்டிருந்தேன்.

நான் தன்னினைவுடன் இருக்கப் போராடினேன். வலி வருவதற்காக நான் காத்திருந்தேன், ஆனால் அது வரவே இல்லை. நான் அசைய முயன்றேன், ஆனால் பிறகு, அசைய வேண்டாம் என்று நான் தீர்மானித்தேன். தசைப்பிடிப்புப் போன்ற ஓர் உணர்வை நான் அனுபவித்தேன். என்னை அசைக்க வேண்டாம் என்று என்னைச் சூழ்ந்திருந்தவர்களிடம் நான் மீண்டும் கேட்டுக் கொண்டேன். தொலைவில் ஏதோ ஒரு சைரன் ஒலி கேட்டது. இனி நான் தூங்கலாம் என்பதையும், என்னுடைய உயிரைக் காக்க நான் இனியும் போராட வேண்டியதில்லை என்பதையும் நான் அறிந்தேன். என் உயிர் பிழைத்தாலும் சரி அல்லது போனாலும் சரி, அது இனியும் என்னுடைய கைகளில் இருக்கவில்லை; மருத்துவர்கள், செவிலியர், தலைவிதி மற்றும் கடவுளின் கைகளில் அது இருந்தது.

எனக்கு ஒரு குழந்தையின் குரல் கேட்டது. அக்குழந்தை என்னிடம் தன் பெயரைக் கூறினாள், ஆனால் அதை என்னால் என் மனத்தில் பதிய வைத்துக் கொள்ள முடியவில்லை. அமைதியாக இருக்கும்படி என்னிடம் கூறிய அவள், நான் இறக்க மாட்டேன் என்று எனக்கு வாக்குக் கொடுத்தாள். அவள் கூறியதை நான் நம்ப விரும்பினேன், என் பக்கத்திலேயே இருக்கும்படி நான் அவளிடம் கெஞ்சினேன், ஆனால் அவள் மாயமாய் மறைந்துவிட்டாள். பிளாஸ்டிக்கால் ஆன ஏதோ ஒரு பொருளை யாரோ என்னுடைய கழுத்தைச் சுற்றி வைத்ததையும், என்னுடைய முகத்தின்மீது ஒரு முகக்கவசத்தை வைத்ததையும் நான் உணர்ந்தேன். பிறகு நான் மீண்டும் தூங்கிவிட்டேன். இம்முறை எனக்கு எந்தக் கனவும் வரவில்லை.

எனக்குத் தன்னினைவு திரும்பியபோது, என்னுடைய காதுகளில் ஏதோ ஒரு கொடூரமான ரீங்காரச் சத்தம் கேட்டது. மற்றபடி எல்லாம் அமைதியாகவும் கும்மிருட்டாகவும் இருந்தது. திடீரென்று, எல்லாமே நகர்ந்து கொண்டிருந்ததை நான் உணர்ந்தேன். என்னை உயிரோடு புதைப்பதற்காக யாரோ சிலர் என்னை ஒரு சவப்பெட்டிக்குள் வைத்துச் சுமந்து சென்று கொண்டிருந்ததாக நான் உறுதியாக நம்பினேன்.

நான் அந்தச் சவப்பெட்டியை பலமாகத் தட்ட முயன்றேன், ஆனால் என்னால் ஒரு தசையைக்கூட அசைக்க முடியவில்லை. யாரோ என்னை முன்னால் இழுத்துக் கொண்டு போனதுபோல நான் உணர்ந்தேன். பிறகு, நான் என்னுடைய எஞ்சிய வலிமை முழுவதையும் ஒன்றுதிரட்டி, உரக்கச் சத்தமிட்டேன். அது, அந்த மூடிய இடத்தினுள் எதிரொலித்து, மீண்டும் என்னுடைய காதுகளுக்கே திரும்பி வந்து கிட்டத்தட்ட என்னைச் செவிடாக்கியது. ஆனால் நான் கத்திவிட்டால் நான் உயிர் பிழைத்துவிடுவேன் என்பதை நான் அறிந்திருந்தேன். ஏனெனில், என்னுடைய பாதங்களுக்கு அருகே ஓர் ஒளி தோன்றியது. நான் சாகவில்லை என்பதை அங்கிருந்தோர் உணர்ந்திருந்தனர்.

சித்திரவதைகளிலேயே மிக மோசமான சித்திரவதையான மூச்சுத்திணறலில் இருந்து என்னைக் காப்பாற்றவிருந்த, ஆசீர்வதிக்கப்பட்ட ஒளி ஒன்று, என் ஒட்டுமொத்த உடலையும் மெல்ல மெல்ல ஒளிமயமாக்கிக் கொண்டிருந்தது. அவர்கள் ஒருவழியாக என்னுடைய சவப்பெட்டியின் மூடியைத் திறந்தனர். நான் வியர்வையில் நனைந்திருந்தேன், மிகக் கடுமையான வலியை உணர்ந்தேன். ஆனால் அதே நேரத்தில், அவர்கள் தங்கள் தவறை உணர்ந்து கொண்டதை நான் உணர்ந்தபோது, நான் மகிழ்ச்சியும் நிம்மதியும் அடைந்தேன்.

அந்த ஒளி இறுதியில் என்னுடைய கண்களை அடைந்தது. ஒரு மென்மையான கை என்னுடைய கையைத் தொட்டது. ஒரு தேவதையின் முகத்தை ஒத்த முகம் கொண்ட யாரோ ஒரு பெண் என்னுடைய நெற்றி வியர்வையைத் துடைத்தாள்.

"கவலைப்படாதீர்கள்," என்று அந்த தேவதை முகத்தினள் கூறினாள். பொன்னிறத் தலைமுடி கொண்ட அவள், வெள்ளை மேலங்கி ஒன்றை அணிந்திருந்தாள். "நான் ஒரு தேவதை அல்லள். நீங்கள் இறக்கவில்லை. இது ஒரு சவப்பெட்டியும் இல்லை. உடலை ஸ்கேன் செய்யும் ஒரு கருவி இது. உங்களுக்கு வேறு ஏதேனும் காயம் ஏற்பட்டுள்ளதா என்பதைப் பார்க்க உங்கள் உடலை நாங்கள் ஸ்கேன் செய்ய வேண்டியதாயிற்று. உங்கள் உடலில் வேறு எந்த மோசமான காயமும் இல்லை. ஆனால் நீங்கள் மருத்துவர்களின் கண்காணிப்பில் இருக்க வேண்டும்."

"எலும்பு எதுவும் உடையவில்லையா?"

"சாதாரணமான சிராய்ப்புகள் மட்டும் ஏற்பட்டுள்ளன. முகம் பார்க்கும் கண்ணாடி ஒன்றை நான் கொண்டுவந்திருக்கிறேன். உங்களைக் கண்டு நீங்கள் பீதியடையக்கூடும், ஆனால் ஒரு சில நாட்களில் இந்த வீக்கம் முற்றிலுமாகப் போய்விடும்."

நான் எழுந்திருக்க முயன்றேன், ஆனால் அவள் மிக மென்மையாக என்னைத் தடுத்தாள். அப்போது திடீரென்று என் தலையில் ஒரு கொடூரமான வலி ஏற்பட்டது. அதனால் நான் முனகினேன்.

"உங்களுக்கு ஒரு விபத்து நிகழ்ந்துள்ளது. எனவே, நீங்கள் வலியை அனுபவிப்பது இயல்பானதுதான்."

நான் மிகுந்த சிரமத்துடன், "நீங்கள் என்னிடம் பொய் சொல்லிக் கொண்டிருப்பதாக நான் நினைக்கிறேன். நான் ஒரு வளர்ந்த மனிதன். நான் ஒரு நல்ல வாழ்க்கையை வாழ்ந்து வந்துள்ளேன். எந்தவொரு மோசமான செய்தியையும் பீதியடையாமல் என்னால் ஏற்றுக் கொள்ள முடியும். என் தலையில் உள்ள இரத்தநாளங்களில் ஒன்று வெடிக்கப் போகிறது, இல்லையா?" என்று கேட்டேன்.

இரண்டு செவிலியர் வந்து என்னை ஒரு

ஸ்டிரெச்சரின்மீது படுக்க வைத்தனர். எலும்பு முறிவைச் சரி செய்வதற்கான கழுத்துப்பட்டி ஒன்று என்னுடைய கழுத்தைச் சுற்றி அணிவிக்கப்பட்டிருந்ததை நான் உணர்ந்தேன்.

"உங்களை யாரும் அசைக்கக்கூடாது என்று நீங்கள் கேட்டுக் கொண்டதாக யாரோ எங்களிடம் கூறினர்," என்று அந்த தேவதை கூறினாள். "நீங்கள் ஒரு சில நாட்கள் இந்தக் கழுத்துப்பட்டியை அணிந்தாக வேண்டும். உங்களுக்கு ஒரு தீவிர அதிர்ச்சி ஏற்பட்டுள்ளது. பின்னாளில் ஏதேனும் எதிர்பாராத பிரச்சனை ஏற்படக்கூடும், யாரறிவார்? ஆனால் இப்போதைக்கு, நீங்கள் ஒரு பெரும் அதிர்ஷ்டசாலி."

"நான் எத்தனை நாட்கள் இங்கே இருக்க வேண்டும்? எனக்கு இங்கே தங்கியிருக்க முடியாது."

யாரும் எதுவும் கூறவில்லை. கதிர்வீச்சியல் பிரிவுக்கு வெளியே மேரி ஒரு புன்னகையுடன் எனக்காகக் காத்துக் கொண்டிருந்தாள். என்னுடைய காயங்கள் அவ்வளவு தீவிரமானவை அல்ல என்று மருத்துவர்கள் அவளிடம் கூறியிருந்தனர் என்பது வெளிப்படை. என்னுடைய தலைமுடியைக் கோதிய மேரி, என்னுடைய தோற்றத்தைக் கண்டு உணர்ந்திருக்கக்கூடிய அதிர்ச்சியைக் கவனமாக மறைத்துக் கொண்டாள்.

என்னுடைய ஸ்டிரெச்சரைத் தள்ளிக் கொண்டு வந்த இரண்டு செவிலியரையும், மேரியையும், வெண்ணிற ஆடையில் இருந்த அந்த தேவதையையும் உள்ளடக்கிய எங்களுடைய சிறிய ஊர்வலம் தாழ்வாரம் வழியாக முன்னேறியது. என் தலையில் ஏற்பட்டிருந்த வலி மோசமாகிக் கொண்டே போனது.

"சிஸ்டர், என் தலை..."

"நான் ஒரு செவிலி அல்லள். இப்போது நான் உங்களுடைய மருத்துவர். உங்களுடைய சொந்த மருத்துவர் வருவதற்காக நாங்கள் காத்துக் கொண்டிருக்கிறோம். உங்களுடைய தலையைப் பற்றி நீங்கள் கவலைப்பட வேண்டாம். உங்களுக்கு ஒரு விபத்து ஏற்படும்போது, உங்கள் உடல் தன்னைத் தற்காத்துக் கொள்ளும் விதமாக அனைத்து இரத்த நாளங்களையும் மூடிவிடும். இரத்த இழப்பு

ஏற்படுவதைத் தவிர்ப்பதற்காக அது அவ்வாறு செய்கிறது. ஆபத்து முடிந்துவிட்டதை அது பார்க்கும்போது, அந்த இரத்த நாளங்கள் மீண்டும் திறந்து கொள்கின்றன, இரத்தம் மீண்டும் பாயத் தொடங்குகிறது. அது வலி ஏற்படுத்தும், அவ்வளவுதான். உங்களுக்கு வேண்டுமானால், நீங்கள் தூங்குவதற்கு ஏதாவது தருகிறேன்."

நான் அதை மறுத்துவிட்டேன். என்னுடைய ஆன்மாவின் ஏதோ ஓர் இருண்ட மூலையிலிருந்து முளைத்ததுபோல, முந்தைய நாளன்று நான் கேட்டிருந்த வார்த்தைகள் என் நினைவுக்கு வந்தன:

"நேரம் சரியாக இருக்கும்போது மட்டுமே விஷயங்கள் நிகழத் தான் அனுமதிக்கப் போவதாக அக்குரல் என்னிடம் கூறுகிறது."

எனக்கு இப்படி ஒரு விபத்து நடக்கும் என்பது அவனுக்கு முன்கூட்டியே தெரிந்திருக்க நிச்சயமாக வாய்ப்பில்லை. அந்த விபத்து ஏதோ பிரபஞ்ச சூழ்ச்சியின் விளைவாக இருப்பதற்கான சாத்தியமில்லை. அழியும் நிலையில் உள்ள இந்த பூமியைப் பாதுகாப்பதில் முழுநேரமும் மும்முரமாக இருக்கின்ற கடவுள், அந்த வேலையை விட்டுவிட்டு, முன்கூட்டியே சதித் திட்டமிட்டு, சஹீரைத் தேடிச் செல்வதிலிருந்து என்னைத் தடுப்பதற்குத் தன்னுடைய அனைத்து சக்திகளையும் ஏவிவிட்டிருக்க மாட்டார். எதிர்காலத்தை நிச்சயமாக மிக்காயிலால் கணித்திருக்க முடியாது – அவன் உண்மையிலேயே ஒரு குரலைக் கேட்டிருந்து, ஒரு பிரபஞ்சத் திட்டமும் இருந்திருந்தாலொழிய!

மேரியின் புன்னகை, ஒருவர் உண்மையிலேயே ஒரு குரலைக் கேட்டிருந்தார் என்ற சாத்தியக்கூறு, என் தலைக்குள் அதிகரித்துக் கொண்டிருந்த வலி – இவை எல்லாமாகச் சேர்ந்து, என்னால் தாங்கிக் கொள்ள முடியாத அளவுக்கு என்னைத் திணறடிக்கத் தொடங்கியிருந்தன.

"டாக்டர், நான் என் மனத்தை மாற்றிக் கொண்டேன். நான் தூங்க விரும்புகிறேன். இந்த வலியை என்னால் பொறுத்துக் கொள்ள முடியவில்லை."

அந்த மருத்துவர் அந்த இரண்டு செவிலியரில் ஒருவரிடம் ஏதோ கூறினார். அதைத் தொடர்ந்து, அச்செவிலி அங்கிருந்து போய் எதையோ எடுத்து வந்தார். நாங்கள்

என்னுடைய அறையைக்கூட அடைந்திருக்கவில்லை. அவர் என் கையில் ஓர் ஊசியைச் செலுத்தினார். நான் உடனடியாகத் தூங்கிப் போனேன்.

***

நான் கண்விழித்தபோது, துல்லியமாக என்ன நிகழ்ந்திருந்தது என்பதை நான் அறிந்து கொள்ள விரும்பினேன். அந்த நடைபாதையில் என்னைக் கடந்து சென்ற பெண் நலமாக இருந்தாரா என்பதையும், அவருடைய குழந்தைக்கு என்ன நிகழ்ந்திருந்தது என்பதையும் நான் தெரிந்து கொள்ள விரும்பினேன். நான் ஓய்வெடுக்க வேண்டும் என்று மேரி கூறினாள், ஆனால் அதற்குள், என்னுடைய மருத்துவரும் என்னுடைய நண்பருமான டாக்டர் லூயிட் என் அறைக்கு வந்திருந்தார். என்னிடம் எதையும் மறைக்க வேண்டியதில்லை என்று அவர் நினைத்தார். எனவே, அவர் எல்லாவற்றையும் விபரமாக என்னிடம் விளக்கினார். ஒரு மோட்டார் பைக் என்மீது மோதியிருந்தது. நான் விழுந்து கிடந்தபோது எனக்குப் பக்கத்தில் விழுந்து கிடந்தவன், அந்த பைக்கை ஓட்டி வந்திருந்த இளைஞன்தான். அவனும் நான் அனுமதிக்கப்பட்டிருந்த அதே மருத்துவமனைக்குக் கொண்டுவரப்பட்டிருந்தான். என்னைப்போலவே, அவனும் லேசான சிராய்ப்புகளுடன் தப்பித்திருந்தான். அந்த விபத்து நடந்த உடனேயே காவல் துறையினர் மேற்கொண்ட விசாரணை, விபத்து நடந்த நேரத்தில் நான் சாலையின் நடுவே நின்று கொண்டிருந்ததாகவும், அந்த இளைஞனின் உயிருக்கு அது ஆபத்து விளைவித்திருந்ததாகவும் தெரிவித்தது.

தவறு என்மீதுதான் என்பது வெளிப்படையாகத் தெரிந்தபோதிலும், என்மீது வழக்குப் பதிவு செய்யப் போவதில்லை என்று அந்த இளைஞன் தீர்மானித்திருந்தான். மேரி அவனைச் சந்தித்து அவனிடம் பேசி, அவனைப் பற்றிய விபரங்களைத் தெரிந்து கொண்டிருந்தாள். அவன் வேறொரு நாட்டிலிருந்து புலம் பெயர்ந்து வந்திருந்தான். அவன் சட்டத்திற்குப் புறம்பாக வேலை செய்து கொண்டிருந்தான். எனவே, காவல் துறையினரை எதிர்கொள்வதற்கு அவன்

அஞ்சினான். அவர்களோடு எந்தத் தொடர்பும் வைத்துக் கொள்ள அவன் விரும்பவில்லை. இருபத்து நான்கு மணிநேரத்திற்குப் பிறகு அவன் மருத்துவமனையிலிருந்து வெளியேற அனுமதிக்கப்பட்டிருந்தான். அவன் ஒரு தலைக்கவசம் அணிந்திருந்ததால், அவனுடைய மூளைக்கு ஏற்பட்டிருக்கக்கூடிய ஆபத்தை அது கணிசமாகக் குறைத்திருந்தது.

"இருபத்து நான்கு மணிநேரத்திற்குப் பிறகு என்றா நீ சொன்னாய்? அப்படியானால், நான் இங்கே ஒரு நாளுக்கு மேல் இருந்திருக்கிறேனா?" என்று நான் என் மருத்துவரிடம் கேட்டேன்.

"நீ இங்கு வந்து மூன்று நாட்கள் ஆகின்றன. நீ அந்த ஸ்கேனரிலிருந்து வெளியே வந்தபோது, இங்குள்ள மருத்துவர் என்னைத் தொலைபேசியில் அழைத்து, உனக்குத் தூக்க மருந்து கொடுக்கலாமா என்று என்னிடம் கேட்டார். சமீப காலமாக நீ மிகவும் பதற்றமாகவும் எரிச்சலாகவும் மனச்சோர்வுடனும் இருந்து வந்துள்ளதால், உனக்குத் தூக்க மருந்து கொடுக்க நான் ஒப்புக் கொண்டேன்."

"அடுத்து உன் திட்டம் என்ன?" என்று நான் கேட்டேன்.

"இன்னும் இரண்டு நாட்கள் நீ இங்கே இருக்க வேண்டும். பிறகு, மூன்று வாரங்களுக்கு நீ இந்தக் கழுத்துப்பட்டியை அணிந்திருக்க வேண்டும். நாற்பத்தெட்டு மணிநேர அபாயக் கட்டத்தை நீ தாண்டிவிட்டாய். உன்னுடைய உடலின் ஏதேனும் ஒரு பகுதி சண்டித்தனம் செய்யக்கூடும். அப்போது அது நமக்குப் பிரச்சனையாகிவிடும். ஆனால், அந்த நெருக்கடி வரும்போது நாம் அதைப் பார்த்துக் கொள்ளலாம். தேவையில்லாமல் இப்போது அதைப் பற்றிக் கவலைப்படுவதில் அர்த்தமில்லை," என்று என்னுடைய மருத்துவ நண்பன் கூறினான்.

"அப்படியானால், நான் இன்னமும் இறக்கக்கூடுமா?"

"நாம் அனைவருமே இறக்கக்கூடும்; அது மட்டுமல்ல, நாம் எல்லோரும் நிச்சயமாக இறப்போம். இது உனக்குத் தெரியாததல்ல."

"அது சரிதான், ஆனால் நான் இந்த விபத்தின் விளைவாக இறப்பதற்கு இன்னும் சாத்தியமுள்ளதா?"

என் நண்பன் ஒரு கணம் மௌனமாக இருந்தான்.

"ஆமாம். இயந்திரங்கள் கண்டுபிடிக்கத் தவறிய ஏதேனும் ஒரு இரத்த உறைகட்டி உருவாகியிருப்பதற்கு எப்போதும் வாய்ப்பு உள்ளது. அது எக்கணத்திலும் உடைந்து ஒரு இரத்தக்குழாய் அடைப்பை உருவாக்கக்கூடும். இன்னொரு சாத்தியக்கூறும் இருக்கிறது. ஏதேனும் ஓர் உயிரணு தறிகெட்டு நடந்து கொண்டு, அதன் விளைவாகப் புற்றுநோய் உருவாகலாம்."

"நீங்கள் இத்தகைய விஷயங்களைச் சொல்லக்கூடாது," என்று மேரி அவனிடம் கூறினாள்.

"நாங்கள் ஐந்து ஆண்டுகளாக நண்பர்களாக இருந்து வந்துள்ளோம். அவன் என்னிடம் ஒரு கேள்வி கேட்டான், அதற்கு நான் பதிலளித்தேன். சரி, எனக்கு வேலை இருக்கிறது. மருத்துவம் நீங்கள் நினைப்பதைப் போன்றது அல்ல. நாம் வாழ்கின்ற இவ்வுலகில், ஒருவன் ஐந்து ஆப்பிள்களை வாங்கி வருவதற்காக வெளியே போய்விட்டு, வெறும் இரண்டு ஆப்பிள்களுடன் வீடு திரும்பினால், மீதி மூன்று ஆப்பிள்களை அவன் தின்றுவிட்டதாக மக்கள் நினைப்பார்கள். ஆனால் என்னுடைய உலகில், வேறு சாத்தியக்கூறுகளும் இருக்கின்றன: அவன் அவற்றைத் தின்றிருக்கலாம், ஆனால் அவனிடமிருந்து அவை திருடப்பட்டும் இருக்கலாம்; அவனுக்குக் கொடுக்கப்பட்டிருந்த பணம் ஐந்து ஆப்பிள்களை வாங்கப் போதுமானதாக இல்லாமல் போயிருக்கலாம்; அவன் திரும்பி வந்து கொண்டிருந்தபோது, வழியில் அவன் அந்த மூன்று ஆப்பிள்களைத் தொலைத்திருக்கலாம்; பசியோடு இருந்த யாரையேனும் வழியில் அவன் எதிர்கொண்டிருக்கலாம், எனவே அந்த ஆப்பிள்களை அவரோடு பகிர்ந்து கொள்வதென்று அவன் தீர்மானித்திருக்கலாம். இன்னும் இப்படிச் சொல்லிக் கொண்டே போகலாம். என்னுடைய உலகில், எல்லாமே சாத்தியம், எல்லாமே ஒன்றைச் சார்ந்துள்ளது."

"காக்கை வலிப்பைப் பற்றி உனக்கு என்ன தெரியும்?" என்று நான் என் நண்பனிடம் கேட்டேன்.

நான் மிக்காயிலைப் பற்றிப் பேசிக் கொண்டிருந்தேன் என்பதை மேரி உடனே புரிந்து கொண்டாள். அவளுக்கு அது பிடிக்கவில்லை என்பதற்கான அறிகுறி ஒரு கணம் அவளுடைய முகத்தின்மீது தோன்றி மறைந்தது. அதை

அவளால் மறைக்க முடியவில்லை. தன்னுடைய படப்பிடிப்புக் குழுவினர் தனக்காகக் காத்துக் கொண்டிருந்ததாகவும், தான் உடனே போயாக வேண்டியிருந்ததாகவும் அவள் கூறினாள். ஆனால், தன்னுடைய பொருட்களை எடுத்துக் கொண்டு புறப்பட ஏற்கனவே தயாராக இருந்த என்னுடைய நண்பன் டாக்டர் லூயிட், பொறுமையாக என்னுடைய கேள்விக்கு விடையளித்தான்.

"மூளையின் ஒரு குறிப்பிட்டப் பகுதியில் ஏற்படுகின்ற அளவுக்கதிகமான மின்தூண்டுதல்கள்தாம் அது. அதுதான் அதிகத் தீவிரமான அல்லது மிதமான வலிப்புகளைத் தூண்டுகிறது. இந்நோய் பற்றிய உறுதியான ஆய்வு எதுவும் இல்லை, ஆனால் ஒருவர் மிதமிஞ்சிய அழுத்தத்திற்கு உள்ளாகும்போது அந்நோய் தாக்கக்கூடும் என்று அவர்கள் நினைக்கின்றனர். ஆனால் நீ கவலைப்பட வேண்டாம். வலிப்புக்கான அறிகுறிகள் எந்த வயதிலும் தோன்றக்கூடும் என்றாலும், ஒரு மோட்டார் சைக்கிள் மோதியதால் வலிப்பு ஏற்படுவதற்கான சாத்தியம் இல்லை."

"அப்படியானால், எது வலிப்பைத் தோற்றுவிக்கிறது?"

"நான் ஒரு நிபுணன் அல்லன். ஆனால், நீ விரும்பினால், நான் கண்டுபிடித்துச் சொல்கிறேன்."

"சரி, கண்டுபிடித்துச் சொல். என்னிடம் இன்னொரு கேள்வியும் உள்ளது, ஆனால் இக்கேள்வியைக் கேட்டுவிட்டு, இந்த விபத்தால் என் மூளை பாதிக்கப்பட்டுள்ளதாக எண்ணிவிடாதே. வலிப்பு நோயால் பாதிக்கப்படுகின்றவர்களால் குரல்களைக் கேட்கவும், பின்னால் நிகழப் போவதை முன்கூட்டியே அறியவும் முடியுமா?"

"இந்த விபத்து நிகழவிருந்ததாக யாரேனும் உன்னிடம் கூறினார்களா?"

"இல்லை, ஆனால் அவர் சொன்னதற்கு அதுதான் அர்த்தம் என்று நான் நினைத்தேன்."

"இனியும் என்னால் இங்கே இருக்க முடியாது. நான் மேரியை என்னுடைய காரில் அழைத்துச் சென்று அவருடைய வீட்டில் விடப் போகிறேன். வலிப்பு நோயைப் பற்றி என்னால் முடிந்ததைக் கண்டுபிடித்து உனக்குக் கொடுக்கிறேன்."

***

மேரி படப்பிடிப்பில் இருந்த இரண்டு நாட்களும், விபத்தால் ஏற்பட்ட அதிர்ச்சி ஒருபுறம் இருந்தாலும், சஹீர் என் வாழ்வில் தன்னுடைய வழக்கமான இடத்தை ஆக்கிரமித்துக் கொண்டது. மிக்காயில் தன்னுடைய வாக்கைக் காப்பாற்றியிருந்திருந்தால், எனக்காக என் வீட்டில் ஒரு கவர் காத்துக் கொண்டிருக்கும். அதில் எஸ்தரின் முகவரி இருக்கும். ஆனால், இப்போது அந்த எண்ணம் என்னை அச்சுறுத்தியது.

ஒருவேளை, அந்தக் குரலைப் பற்றி மிக்காயில் கூறிக் கொண்டிருந்தது உண்மையாக இருந்தால்?

என்னுடைய விபத்தின் விபரங்களை நான் நினைவுபடுத்திப் பார்க்கத் தொடங்கினேன்: நான் நடைபாதையிலிருந்து கீழே இறங்கியிருந்தேன்; வண்டி ஏதேனும் வந்து கொண்டிருந்ததா என்று நான் பார்த்தேன். ஒரு கார் வந்து கொண்டிருந்ததை நான் பார்த்திருந்தேன், ஆனால் அது ஒரு பாதுகாப்பான தூரத்தில் இருந்ததுபோலத் தெரிந்தது. ஆனாலும் நான் விபத்துக்கு உள்ளாகியிருந்தேன். அந்தக் காரை முந்திச் செல்ல முயன்ற, என்னுடைய பார்வைப் புலத்திற்கு வெளியே இருந்திருந்த ஒரு மோட்டார் பைக் என்மீது மோதியிருந்திருக்கலாம்.

சகுனங்களில் எனக்கு நம்பிக்கை உண்டு. நான் சான்டியாகோவுக்கான பாதையில் நடந்துவிட்டு வந்த பிறகு, எல்லாமே முற்றிலுமாக மாறியது. நாம் கற்றுக் கொள்ள வேண்டியது எப்போதும் நமக்கு முன்னால்தான் இருக்கிறது. கடவுள் நம்மை எங்கே வழிநடத்திச் சென்று கொண்டிருக்கிறார், அடுத்து நாம் எடுத்து வைக்க வேண்டிய அடி எது என்பதைக் கண்டுபிடிப்பதற்கு நாம் மரியாதையோடும் கவனமாகவும் நம்மைச் சுற்றிலும் பார்க்க வேண்டும். மர்மத்தின்மீதும் நான் ஒரு மரியாதையை வளர்த்துக் கொண்டேன். ஐன்ஸ்டைன் கூறியதைப்போல, கடவுள் பிரபஞ்சத்துடன் பகடை விளையாட்டில் ஈடுபடுவதில்லை; எல்லாமே ஒன்றுக்கொன்று தொடர்புடையது, அதற்கு ஓர் அர்த்தம் உள்ளது. அந்த அர்த்தம் கிட்டத்தட்ட எல்லா நேரமும் ஒளிந்திருக்கக்கூடும், ஆனால் நாம் செய்கின்ற எதுவொன்றையும் நாம் உற்சாகமெனும் ஆற்றல் கலந்து செய்யும்போது, பூமியில் நம்முடைய உண்மையான நோக்கத்திற்கு வெகு

அருகே நாம் இருக்கிறோம் என்பதை நாம் எப்போதும் அறிந்திருக்கிறோம்.

அது அப்படி இருந்தால், பிறகு எல்லாமே சிறப்பாக அமைந்திருக்கிறது என்று அர்த்தம். ஒருவேளை அப்படி இல்லாவிட்டால், நாம் நம்முடைய பயணத் திசையை மாற்றிக் கொள்வது நல்லது.

நாம் சரியான பாதையில் போய்க் கொண்டு இருக்கும்போது, நாம் சகுனங்களைப் பின்தொடர்கிறோம். நாம் எப்போதேனும் தடுமாறினால், தெய்வீகம் நம்முடைய உதவிக்கு வருகிறது, நாம் ஒரு தவறு செய்வதிலிருந்து அது நம்மைத் தடுக்கிறது. எனக்கு நிகழ்ந்த அந்த விபத்து ஒரு சகுனமா? எனக்காக உருவாக்கப்பட்ட சகுனத்தை மிக்காயில் உள்ளுணர்வுரீதியாக உணர்ந்திருந்தானா?

'ஆமாம்' என்பதுதான் இக்கேள்விகளுக்கான விடை என்று நான் தீர்மானித்தேன்.

ஒருவேளை, நான் என்னுடைய தலைவிதியை ஏற்றுக் கொண்டு, என்னைவிட மிகவும் உயர்ந்த ஏதோ ஒன்று என்னை வழிநடத்துவதற்கு நான் அனுமதித்ததாலோ என்னவோ, பகல் நேரத்தில், சஹீரின் தீவிரம் குறையத் தொடங்கியதை நான் கவனித்தேன். நான் செய்ய வேண்டியிருந்ததெல்லாம், அந்தப் பார்சலைத் திறந்து, எஸ்தரின் முகவரியைப் படித்துத் தெரிந்து கொண்டு, நேராக அவளுடைய வீட்டுக்குச் சென்று கதவைத் தட்டுவது மட்டும்தான், ஆனால் அதற்கான நேரம் அதுவல்ல என்பதை அனைத்து சகுனங்களும் சுட்டிக்காட்டின. நான் நினைத்த அளவுக்கு எஸ்தர் உண்மையிலேயே என் வாழ்வில் அவ்வளவு முக்கியமானவளாக இருந்தால், மிக்காயில் கூறியதைப்போல அவள் என்னை உண்மையிலேயே நேசித்தால், கடந்தகாலத்தில் நான் செய்திருந்த அதே தவறுகளை நான் மீண்டும் செய்ய வழி வகுக்கின்ற ஒரு சூழ்நிலையை நான் ஏன் என்மீது வலுக்கட்டாயமாகத் திணித்துக் கொள்ள வேண்டும்?

அத்தவறுகளை நான் மீண்டும் செய்வதை எவ்வாறு நான் தவிர்ப்பது?

என்னை நானே சிறப்பாக அறிந்து கொள்வதன் மூலமும், எது மாறியிருந்தது என்பதைக் கண்டறிவதன் மூலமும், எப்போதுமே ஆனந்தம் பொங்கி வழிந்திருந்த

ஒரு பாதையில் இந்தத் திடீர்க் குறுக்கீட்டை எது தூண்டியிருந்தது என்பதைக் கண்டறிவதன் மூலமும்தான்!

அது போதுமானதாக இருந்ததா?

இல்லை. எஸ்தர் எங்கே இருந்தாள் என்பதையும், நாங்கள் இருவரும் சேர்ந்து வாழ்ந்த காலத்தில் அவளிடம் என்னென்ன மாற்றங்கள் ஏற்பட்டிருந்தன என்பதையும்கூட நான் கண்டுபிடிக்க வேண்டியிருந்தது.

அந்த இரண்டு கேள்விகளுக்கு மட்டும் விடையளிக்க முடிவது போதுமானதாக இருந்ததா?

ஒரு மூன்றாவது கேள்வியும் இருந்தது: விதி ஏன் எங்கள் இருவரையும் வாழ்வில் ஒன்றிணைத்திருந்தது?

அந்த மருத்துவமனை அறையில் எனக்கு ஏராளமான ஓய்வு நேரம் இருந்தது. எனவே, நான் என்னுடைய வாழ்க்கையைப் பற்றிப் பொதுவாகப் பரிசீலித்தேன். சாகசமும் பாதுகாப்பும் ஒருபோதும் ஒன்றுக்கொன்று ஒத்துப் போகாது என்பதை நன்றாக அறிந்திருந்தும்கூட, நான் எப்போதும் அவை இரண்டையும் நாடி வந்திருந்தேன். எஸ்தர்மீது நான் காதல் கொண்டிருந்தேன் என்பதை நான் உறுதியாக அறிந்திருந்தும்கூட, பிற பெண்களிடத்திலும் நான் எளிதாகக் காதல் வயப்பட்டேன். ஏனெனில், அடுத்தவரை வசீகரித்து மயக்கும் விளையாட்டுத்தான் உலகில் மிகவும் சுவாரசியமான விளையாட்டாகும்.

நான் என் மனைவியை நேசித்தேன் என்பதை நான் அவளிடம் வெளிக்காட்டினேனா? சில காலம் அப்படிச் செய்தேன், ஆனால் எப்போதும் நான் அப்படி நடந்து கொள்ளவில்லை. ஏன்? அது தேவை என்று நான் நினைக்கவில்லை. நான் அவளை நேசித்தேன் என்பதை அவள் அறிந்திருக்க வேண்டும் என்று நான் நினைத்தேன். அவளைக் குறித்து நான் கொண்டிருந்த உணர்வுகளை அவள் சந்தேகிக்கக்கூடாது என்று நான் நினைத்தேன்.

என் வாழ்வில் எனக்கு வாய்த்திருந்த பல்வேறு காதலிகளிடையே ஏதேனும் ஒரு பொதுவான அம்சம் இருந்ததா என்று பல ஆண்டுகளுக்கு முன்பு யாரோ என்னிடம் கேட்டது எனக்கு நினைவிருக்கிறது. அதற்கான பதில் எளிதானது: நான்தான் அது! அதை நான் உணர்ந்தபோது, சரியான நபரைத் தேடுவதில் நான் எவ்வளவு காலத்தை விரயமாக்கியிருந்தேன் என்பதை

நான் கண்டேன். பெண்கள் மாறினர், ஆனால் நான் அப்படியேதான் இருந்தேன். எனவே, அந்தப் பொதுவான அனுபவங்களிலிருந்து எனக்கு எதுவும் கிடைக்கவில்லை. எனக்கு ஏராளமான காதலிகள் இருந்தனர், ஆனால் நான் எப்போதுமே சரியான நபருக்காகக் காத்துக் கொண்டிருந்தேன். நான் அவர்களைக் கட்டுப்படுத்தினேன், நான் அவர்களால் கட்டுப்படுத்தப்பட்டேன், அதைத் தாண்டி எங்கள் உறவு முன்னேறவில்லை – எஸ்தர் வந்து எல்லாவற்றையும் மாற்றும்வரை!

என்னுடைய முன்னாள் மனைவியைப் பற்றி நான் பாசத்தோடு யோசித்துக் கொண்டிருந்தேன். அவளைக் கண்டுபிடிக்க வேண்டும் என்ற வெறியும், அவள் ஏன் என்னிடம் எந்த விளக்கமும் சொல்லாமல் திடீரென்று புறப்பட்டுப் போய்விட்டாள் என்பதைக் கண்டுபிடிக்க வேண்டும் என்ற வெறியும் இனியும் எனக்கு இருக்கவில்லை. ‘கிழிப்பதற்கான ஒரு காலம், தைப்பதற்கான ஒரு காலம்’ புத்தகம் என்னுடைய சொந்த மணவாழ்க்கையைப் பற்றிய உண்மைக் கதையாக இருந்திருந்தது. எல்லாவற்றுக்கும் மேலாக, அது என்னுடைய சொந்த வாக்குமூலமாகும். நான் ஒருவரை நேசிக்கும் திறன் வாய்ந்தவன்; எனக்கு அதற்கு ஒருவர் தேவை என்று நான் அதில் முழங்கினேன். எஸ்தருக்கு வெறும் வார்த்தைகள் போதாது. அவள் அதைவிட மேலான ஒன்றுக்குத் தகுதி வாய்ந்தவள் – குறிப்பாக, அவளும் நானும் சேர்ந்து இருந்த காலத்தில் நான் அந்த வார்த்தைகளை அவளிடம் ஒருபோதும் கூறியதில்லை என்பதால்!

எதுவொன்றும் அதன் முடிவை எட்டியிருக்கும்போது அதை நாம் அறிந்து கொள்ள வேண்டியது எப்போதும் முக்கியமாகும். வட்டங்களை நிறைவு செய்வது, கதவுகளை மூடுவது, அத்தியாயங்களை நிறைவு செய்வது என்று அதை நாம் எந்தப் பெயரில் வேண்டுமானாலும் அழைத்துக் கொள்ளலாம், அது முக்கியமல்ல; ஆனால், வாழ்வில் முடிந்து போன தருணங்களைக் கடந்தகாலத்திலேயே விட்டுவிடுவதுதான் முக்கியம். கடந்தகாலத்திற்குள் திரும்பிச் சென்று, விஷயங்கள் முன்பு ஒரு காலத்தில் எப்படி இருந்தனவோ, அவை மீண்டும் அவ்வாறு ஆவதற்கு அவற்றை என்னால் வற்புறுத்த முடியாது என்பதை நான்

மெல்ல மெல்ல உணரத் தொடங்கினேன். ஒரு முடிவில்லா நரகம்போல இருந்திருந்த அந்த இரண்டு ஆண்டுகள் இப்போது தம்முடைய உண்மையான அர்த்தத்தை எனக்குக் காட்டத் தொடங்கியிருந்தன.

***

அந்த அர்த்தம் என்னுடைய மணவாழ்க்கையையும் கடந்த ஒன்றாக இருந்தது: அனைத்து ஆண்களும் பெண்களும், காதல் என்று பலராலும் அழைக்கப்படுகின்ற ஓர் ஆற்றலால் இணைக்கப்படுகின்றனர். உண்மையில், அந்த ஆற்றல் என்ற கச்சாப் பொருளைக் கொண்டுதான் பிரபஞ்சம் கட்டியெழுப்பப்பட்டுள்ளது. அந்த ஆற்றலை நம்மால் நமக்குச் சாதகமாக வளைக்க முடியாது, அது நம்மை மென்மையாக முன்னோக்கி வழிநடத்துகிறது. இந்த வாழ்க்கையில் நாம் கற்றுக் கொள்ள வேண்டிய எல்லாம் அதில் உள்ளடங்கியுள்ளது. நாம் விரும்புகின்ற திசையில் அதைப் போக வைக்க நாம் முயற்சித்தால், இறுதியில் நாம் விரக்தியும் ஏமாற்றமும் அடைவோம். ஏனெனில், அந்த ஆற்றல் சுதந்திரமானது, எதுவொன்றாலும் கட்டுப்படுத்தப்பட முடியாதது.

நாம் ஒரு குறிப்பிட்ட நபரையோ அல்லது பொருளையோ விரும்புவதாகச் சொல்லிக் கொண்டே நம்முடைய எஞ்சிய வாழ்நாள் முழுவதையும் செலவிடலாம். ஆனால் உண்மையில், நாம் வெறுமனே துன்புற்றுக் கொண்டிருக்கிறோம். ஏனெனில், அன்பின் வலிமையை ஏற்றுக் கொள்வதற்குப் பதிலாக, நாம் எந்த உலகில் வாழ்ந்து கொண்டிருப்பதாக நாம் நினைத்துக் கொண்டிருக்கிறோமோ அந்த உலகிற்கு அது பொருந்தக்கூடிய விதத்தில், அன்பின் வலிமையை நாம் குன்றச் செய்ய முயற்சித்துக் கொண்டிருக்கிறோம்.

நான் இதைப் பற்றி எவ்வளவு அதிகமாகச் சிந்தித்தேனோ, சஹீர் அவ்வளவு அதிக பலவீனமடைந்தது, நானும் அவ்வளவு அதிகமாக என்னை நெருங்கினேன். அமைதி, தியானம், விடாமுயற்சி ஆகியவை தேவைப்படுகின்ற ஏராளமான வேலைகளைச் செய்ய மனத்தளவில் என்னை நான் தயார்படுத்தினேன். 'தைப்பதற்கான காலத்தை'

இன்னும் எட்டியிராத ஒன்றை என்னால் கட்டாயப்படுத்த முடியாது என்பதை நான் புரிந்து கொள்ள அந்த விபத்து எனக்கு உதவியிருந்தது.

என்னுடைய நண்பன் டாக்டர் லூயிட் கூறியிருந்ததை நான் நினைவுபடுத்திப் பார்த்தேன்: "உடலுக்கு அவ்வளவு பெரிய அதிர்ச்சி ஏற்பட்டப் பிறகு, மரணம் எக்கணத்தில் வேண்டுமானாலும் வரக்கூடும்." அது உண்மையாக இருந்தால்? இன்னும் பத்து நிமிடங்களில் என் இதயம் தான் துடிப்பதை நிறுத்திவிட்டால்?

எனக்கான இரவுச் சாப்பாட்டுடன் ஒரு செவிலி என் அறைக்குள் வந்தார். நான் அவரிடம், "உங்களுடைய இறுதிச் சடங்கைப் பற்றி நினைத்துப் பார்த்திருக்கிறீர்களா?" என்று கேட்டேன்.

"கவலைப்படாதீர்கள், நீங்கள் பிழைத்துக் கொள்வீர்கள். நீங்கள் ஏற்கெனவே நன்றாகத் தேறியிருக்கிறீர்கள்."

"நான் கவலைப்படவில்லை. நான் பிழைத்துக் கொள்வேன் என்பதை நான் அறிவேன். நான் பிழைத்துக் கொள்வேன் என்று ஒரு 'குரல்' என்னிடம் கூறியது."

அவரை உசுப்பேற்றுவதற்காக, 'குரல்' என்ற வார்த்தையை நான் வேண்டுமென்றே பயன்படுத்தினேன். அவர் என்னை சந்தேகத்துடன் பார்த்தார். என்னை இன்னொரு முறை பரிசோதித்து, என்னுடைய மூளைக்கு உண்மையிலேயே எந்த பாதிப்பும் ஏற்பட்டிருக்கவில்லை என்பதை உறுதி செய்து கொள்வதற்கான நேரம் வந்துவிட்டிருந்ததாக அவர் நினைத்திருக்கக்கூடும்.

நான் அவரை விடவில்லை. "நான் பிழைத்துக் கொள்வேன் என்பது எனக்குத் தெரியும். ஒரு நாளோ, ஒரு வருடமோ, அல்லது முப்பது அல்லது நாற்பது ஆண்டுகளோ நான் பிழைத்திருக்கக்கூடும். ஆனால் இவ்வளவு அறிவியல் முன்னேற்றங்கள் ஏற்பட்டிருந்தும், என்றேனும் ஒரு நாள் நான் இந்த உலகைவிட்டுப் போகத்தான் போகிறேன், எனக்கு ஓர் இறுதிச் சடங்கு நடைபெறத்தான் போகிறது. நான் சற்று முன் அதைப் பற்றித்தான் நினைத்துக் கொண்டிருந்தேன். நீங்கள் அதைப் பற்றி எப்போதேனும் நினைத்துப் பார்த்திருக்கிறீர்களா என்று நான் யோசித்தேன்."

"ஒருபோதும் இல்லை. நான் அதைப் பற்றி நினைத்துப்

பார்க்க விரும்பவும் இல்லை. மேலும், எல்லாமே முடிவுக்கு வந்துவிடும் என்ற அறிதல்தான் என்னை உண்மையிலேயே பயமுறுத்துகிறது," என்று அந்தச் செவிலி கூறினார்.

"உங்களுக்குப் பிடித்திருக்கிறதோ இல்லையோ, நீங்கள் ஒப்புக் கொள்கிறீர்களோ இல்லையோ, நம் யாராலும் தப்ப முடியாத ஒரு எதார்த்தம் அது. அதைப் பற்றி ஒரு சிறு அரட்டையடிக்க நீங்கள் தயாரா?" என்று நான் கேட்டேன்.

"நான் கவனிக்க வேண்டிய மற்ற நோயாளிகள் இருக்கின்றனர்," என்று கூறிவிட்டு, அவர் என்னுடைய சாப்பாட்டை என்னுடைய மேசையின்மீது வைத்துவிட்டு அங்கிருந்து வேகவேகமாக வெளியேறினார். அவர் என்னிடமிருந்து அல்லாமல், என்னுடைய வார்த்தைகளிடமிருந்து தப்பி ஓடிச் சென்றதுபோல இருந்தது அது.

அச்செவிலி அதைப் பற்றிப் பேச விரும்பாமல் இருக்கக்கூடும், ஆனால் தனியாக அதைப் பற்றிச் சிந்தித்தால் என்ன என்று நான் யோசித்தேன். நான் ஒரு சிறுவனாக இருந்தபோது நான் படித்திருந்த ஒரு கவிதையிலிருந்து சில வரிகளை நான் நினைத்துப் பார்த்தேன்:

அந்த வேண்டாத விருந்தாளி வரும்போது . . .
நான் பயப்படக்கூடும்,
நான் புன்னகைக்காமல் இருக்கக்கூடும்,
அல்லது இப்படிக் கூறக்கூடும்:
என்னுடைய நாள் நன்றாக இருந்தது,
இனி இரவு கவிழட்டும்.
வயல்கள் உழப்பட்டு, வீடு சுத்தப்படுத்தப்பட்டு,
மேசை தயாராக வைக்கப்பட்டு,
ஒவ்வொன்றும் சரியாக அதனதன் இடத்தில்
இருப்பதை நீங்கள் பார்க்கலாம்.

எல்லாம் அதனதன் இடத்தில் இருந்தால் நன்றாகத்தான் இருக்கும். என்னுடைய கல்லறைக்கல் வாசகம் என்னவாக இருக்கும்? எஸ்தரும் நானும் உயில்கள் எழுதி வைத்திருந்தோம். வேறு பிற விஷயங்களுக்கு இடையே, தகனத்தையும் நாங்கள் தேர்ந்தெடுத்திருந்தோம். அதன்படி, என்னுடைய அஸ்தி, சான்டியாகோவுக்குச் செல்லும் வழியில் உள்ள செப்ரைரோ என்ற இடத்தில்

காற்றில் தூவப்பட வேண்டும்; அவளுடைய அஸ்தி, கடலின்மீது தூவப்பட வேண்டும். எனவே, வாசகங்கள் பொறிக்கப்பட்டக் கல்லறைக்கற்கள் எதுவும் எங்களுக்கு இருக்காது.

ஆனால் என்னால் ஒரு கல்லறை வாசகத்தைத் தேர்ந்தெடுக்க முடிந்தால்? அது இப்படி இருக்கும்:

அவன் உயிரோடு இருந்தபோதே இறந்து போனான்.

இது ஒரு நகைமுரணான வாசகம்போலத் தோன்றக்கூடும், ஆனால் தொடர்ந்து வேலை செய்து கொண்டும், சாப்பிட்டுக் கொண்டும், தங்களுடைய வழக்கமான சமூக நடவடிக்கைகளில் ஈடுபட்டுக் கொண்டும் இருந்தாலும் வாழ்வதை நிறுத்திவிட்டப் பலரை நான் அறிவேன். ஒவ்வொரு நாளும் கொண்டுவருகின்ற மாயாஜாலமான கணத்தைப் பற்றிய பிரக்ஞையின்றி, நின்று நிதானித்து வாழ்வின் அதிசயத்தைப் பற்றிச் சிந்திப்பதற்கு ஒருபோதும் நேரமின்றி, மறுநிமிடம்கூட இந்த பூமியில் தங்களுடைய கடைசி நிமிடமாக இருக்கக்கூடும் என்ற புரிதலின்றி அவர்கள் எல்லாவற்றையும் இயந்திரத்தனமாகச் செய்தனர்.

இதை அந்தச் செவிலியிடம் விளக்க முயற்சிப்பதில் எந்த அர்த்தமும் இருக்கவில்லை. ஏனெனில், நான் சாப்பிட்டத் தட்டையும் மற்றவற்றையும் எடுத்துச் செல்வதற்கு வேறொரு செவிலி வந்தார். இப்புதிய செவிலி என்னைக் கேள்விக் கணைகளால் துளைத்தெடுக்கத் தொடங்கினார். அது ஏதோ ஒரு மருத்துவரின் உத்தரவின் பேரில் இருக்கலாம். எனக்கு என்னுடைய பெயர் நினைவிருந்ததா, அது எந்த ஆண்டு என்று எனக்குத் தெரியுமா, அமெரிக்காவின் அதிபரின் பெயர் என்ன என்றெல்லாம் அவர் என்னிடம் கேட்டார். உங்களுடைய மனநிலை எப்படி இருக்கிறது என்பதைக் கண்டுபிடிக்க முயற்சிக்கும்போது மருத்துவர்கள் கேட்கின்ற வகையான கேள்விகள் அவை.

அவர்கள் எதற்காக என்னுடைய மனநிலையைத் தெரிந்து கொள்ள முயன்றனர்? ‘உங்களுடைய இறுதிச் சடங்கைப் பற்றி நீங்கள் யோசித்திருக்கிறீர்களா? இன்று இல்லாவிட்டால் என்றோ ஒரு நாள் நீங்கள் இறக்கப் போகிறீர்கள் என்பதை நீங்கள் உணர்ந்திருக்கிறீர்களா?’ என்று ஒவ்வொரு மனிதனும் கேட்க வேண்டிய கேள்விகளை

நான் கேட்டதால்தான்!

அன்று இரவு, நான் புன்னகைத்தபடியே தூங்கப் போனேன். சஹீர் மறைந்து கொண்டிருந்தது. எஸ்தர் திரும்பி வந்து கொண்டிருந்தாள். ஒருவேளை நான் அக்கணமே இறக்க நேரிட்டால், என் வாழ்வில் நிகழ்ந்திருந்த அனைத்தையும் மீறி, என்னுடைய தோல்விகளையும் மீறி, நான் நேசித்தப் பெண் காணாமல் போனதையும் மீறி, எனக்கு இழைக்கப்பட்டிருந்த அல்லது நான் பிறருக்கு இழைத்திருந்த அநீதிகளையும் மீறி, கடைசிக் கணம்வரை நான் உயிர்த்துடிப்புடன் இருந்திருந்தேன்; எனவே, என்னால் உறுதியாக இவ்வாறு முழங்க முடியும்:

“என்னுடைய நாள் நன்றாக இருந்தது, இனி இரவு கவிழட்டும்.”

இரண்டு நாட்களுக்குப் பிறகு நான் வீடு திரும்பினேன். மேரி எனக்கு மதிய உணவு தயாரிக்கச் சென்றாள். எனக்கு வந்திருந்த கடிதக் குவியல்களை நோக்கி நான் என் பார்வையை ஓடவிட்டேன். அப்போது இன்டர்காம் மணி ஒலித்தது. முந்தைய வாரம் நான் எதிர்பார்த்திருந்த கவர் வந்து சேர்ந்திருந்தது என்றும், அது என்னுடைய மேசைமீது இருந்தது என்றும் தெரிவிப்பதற்காக என்னுடைய குடியிருப்பின் மேற்பார்வையாளர் விடுத்த அழைப்பு அது.

நான் அவருக்கு நன்றி கூறினேன், ஆனால் நான் அந்தக் கவரை எடுத்துத் திறக்க அவசரப்படவில்லை. மாறாக, மேரியும் நானும் சேர்ந்து உணவருந்தினோம். அவளுடைய படப்பிடிப்பு எப்படிப் போய்க் கொண்டிருந்தது என்று நான் அவளிடம் விசாரித்தேன். நான் என் கழுத்துப் பட்டியை அணிந்திருந்ததால் அவ்வளவாக என்னால் வெளியே போய்வர முடியாது என்பதால், என்னுடைய உடனடித் திட்டங்கள் என்ன என்பது பற்றி அவள் என்னிடம் கேட்டாள். தேவையானால் தான் வந்து என் வீட்டில் என்னோடு தங்கத் தயாராக இருந்ததாக அவள் கூறினாள்.

“ஏதோ ஒரு கொரியத் தொலைக்காட்சி நிகழ்ச்சியில் நான் பங்கு கொள்ள வேண்டியிருக்கிறது, ஆனால் அதை என்னால் தள்ளிப்போட முடியும் அல்லது ஒட்டுமொத்தமாக ரத்து செய்துவிட முடியும் – உங்களுக்கு என்னுடைய துணை தேவைப்படும்பட்சத்தில்!” என்று அவள் கூறினாள்.

“நிச்சயமாக எனக்கு உன்னுடைய துணை தேவை. நீ என்னுடன் இருப்பதை நான் பெரிதும் விரும்புவேன்.”

அவள் பெரிதாகப் புன்னகைத்துவிட்டு, தொலைபேசியை எடுத்துத் தன்னுடைய மேலாளரை அழைத்து, தன்னுடைய நிகழ்ச்சிகள் அனைத்தையும் மாற்றியமைக்கும்படி அப்பெண்ணிடம் கூறினாள். “எனக்கு

உடம்பு சரியில்லை என்று அவர்களிடம் சொல்லாதே. எனக்கு மூடநம்பிக்கை உண்டு. எனக்கு உடம்பு சரியில்லை என்ற சாக்குப்போக்கை நான் பயன்படுத்திய ஒவ்வொரு முறையும், ஏதோ மோசமான ஒன்றால் நான் பாதிக்கப்பட்டேன். எனவே, இப்போதைக்கு, நான் நேசிக்கின்ற ஒருவரை நான் கவனித்துக் கொள்ள வேண்டியிருப்பதாக அவர்களிடம் சொல்," என்று மேரி தன்னுடைய மேலாளருக்கு அறிவுறுத்தினாள்.

நான் உடனடியாகப் பல அவசர வேலைகளைச் செய்தாக வேண்டியிருந்தது: தள்ளிப்போடப்பட வேண்டிய பேட்டிகள், பதிலளிக்கப்பட வேண்டியிருந்த அழைப்புகள், நான் மருத்துவமனையில் இருந்தபோது தொலைபேசி வாயிலாக என்னை நலம் விசாரித்தவர்களுக்கும் எனக்குப் பூங்கொத்துகளை அனுப்பி வைத்தவர்களுக்கும் நான் எழுதி அனுப்ப வேண்டியிருந்த நன்றிக் கடிதங்கள், படிக்கப்பட வேண்டியிருந்த விஷயங்கள், எழுதப்பட வேண்டியிருந்த முன்னுரைகள் மற்றும் பரிந்துரைகள். மேரி என்னுடைய மேலாளரிடம் பேசி, என்னுடைய கால அட்டவணையில் குறிக்கப்பட்டிருந்த நிகழ்ச்சிகளை மாற்றியமைப்பதற்கு ஏற்பாடு செய்வதில் அன்றைய நாள் முழுவதையும் செலவிட்டாள். சம்பந்தப்பட்டவர்களுக்குத் தகவல் அனுப்பப்படுவதை அவள் உறுதி செய்தாள். மற்ற எந்தவொரு ஜோடியையும்போலவே, அவளும் நானும், சுவாரசியமற்ற விஷயங்களையும் சுவாரசியமூட்டும் விஷயங்களையும் பேசியபடியே தினமும் இரவில் உணவருந்தினோம். ஒரு முறை, ஒரு சில கோப்பைகள் ஒயின் குடித்தப் பிறகு, நான் மாறியிருந்ததாக அவள் குறிப்பிட்டாள்.

"மரணத்துடனான உரசல் எப்படியோ உங்களை மீண்டும் உயிர்ப்பித்துள்ளதுபோல இருக்கிறது," என்று அவள் கூறினாள்.

"இது எல்லோருக்கும் நிகழ்வதுதான்."

"ஆனால் நான் ஒன்றைச் சொல்லியாக வேண்டும் – கவலைப்படாதீர்கள், நான் ஒரு வாக்குவாதத்தைத் தொடங்க விரும்பவில்லை, எனக்கு எந்தப் பொறாமையும் இல்லை – நீங்கள் வீட்டிற்கு வந்ததிலிருந்து எஸ்தரைப் பற்றி ஒரு முறைகூட நீங்கள் குறிப்பிடவில்லை. 'கிழிப்பதற்கான

ஒரு காலம், தைப்பதற்கான ஒரு காலம்' புத்தகத்தை நீங்கள் எழுதி முடித்தபோதும் இதுதான் நிகழ்ந்தது. அப்புத்தகம் ஒரு சிகிச்சைபோலச் செயல்பட்டது, ஆனால் அதன் விளைவுகள் நெடுங்காலம் நீடிக்கவில்லை."

"அந்த விபத்து என்னுடைய மூளையைப் பாதித்துள்ளதாக நீ கூறுகிறாயா?"

என்னுடைய குரலின் தொனி கடுமையானதாக இருக்கவில்லை, ஆனாலும் அவள் பேச்சை மாற்றிவிட்டு, மொனாக்கோவிலிருந்து கான்ஸுக்குத் தான் மேற்கொண்டிருந்த ஒரு பயங்கரமான ஹெலிகாப்டர் பயணத்தைப் பற்றி என்னிடம் கூறத் தொடங்கினாள். பிறகு நாங்கள் படுக்கச் சென்றோம். என்னுடைய கழுத்துப்பட்டி எனக்கு அசௌகரியமூட்டியபோதிலும்கூட, அவளும் நானும் அன்று கூடிக் குலவினோம். நாங்கள் மிகவும் நெருக்கமாக உணர்ந்தோம்.

நான்கு நாட்களுக்குப் பிறகு, என்னுடைய மேசையின்மீது இருந்த பெரிய காகிதக் குவியல் காணாமல் போயிருந்தது. என்னுடைய பெயரையும் என்னுடைய வீட்டு எண்ணையும் தாங்கிய ஒரே ஒரு பெரிய வெள்ளைக் கவர் மட்டுமே அங்கு இருந்தது. மேரி அதை எடுத்துத் திறக்கச் சென்றாள், ஆனால் அதைப் பிறகு பார்த்துக் கொள்ளலாம் என்று நான் அவளிடம் கூறினேன்.

அவள் அதைப் பற்றி என்னிடம் எதுவும் கேட்கவில்லை. அது என்னுடைய வங்கிக் கணக்குகளைப் பற்றிய தகவலாக இருக்கலாம், அல்லது வேறு ஏதேனும் தனிப்பட்டக் கடிதமாக இருக்கலாம், அல்லது வேறொரு பெண்ணிடமிருந்து அது வந்திருக்கலாம் என்று அவள் நினைத்திருக்கக்கூடும். நானும் எந்த விளக்கமும் அளிக்கவில்லை. நான் வெறுமனே அதை மேசைமீதிருந்து எடுத்து, அலமாரியில் இருந்த புத்தகங்களுக்கு இடையே அதைச் செருகி வைத்தேன். நான் அந்தக் கவரைத் தொடர்ந்து பார்த்துக் கொண்டிருந்தால், சஹீர் மீண்டும் திரும்பி வந்துவிடும்.

எஸ்தர்மீது நான் கொண்டிருந்த காதல் எந்தவொரு கட்டத்திலும் கடுகளவுகூடக் குறையவில்லை. ஆனால், மருத்துவமனையில் நான் செலவிட்ட ஒவ்வொரு தினமும், ஏதோ ஒன்றை என் நினைவுக்குக் கொண்டுவந்து கொண்டே

இருந்தது. நாங்கள் நிகழ்த்தியிருந்த உரையாடல்களைப் பற்றிய நினைவுகள் அல்ல அவை, மாறாக, நாங்கள் சேர்ந்து மௌனமாகக் கழித்திருந்த தருணங்களைப் பற்றிய நினைவுகள் அவை. அவளுடைய கண்களை நான் நினைவுபடுத்திப் பார்த்தேன். அவள் ஏதேனும் ஒரு புதிய சாகசத்திற்குள் அடியெடுத்து வைத்தபோதெல்லாம், ஓர் உற்சாகமான சிறுமியின் கண்களைப்போலவோ, தன்னுடைய கணவனின் வெற்றியைக் குறித்துப் பெருமிதம் கொண்ட ஒரு மனைவியின் கண்களைப்போலவோ, அல்லது தான் எழுதிய ஒவ்வொரு விஷயத்தைக் குறித்தும் வியப்புற்ற ஒரு பத்திரிகை நிருபரின் கண்களைப்போலவோ அவை காட்சியளித்தன. பின்னர், என் வாழ்வில் இனியும் இடம்பெற்றிராத அந்த மனைவியின் கண்களைப்போல அவை மாறின. அந்த சோகப் பார்வை, தான் ஒரு போர்ச் செய்தியாளராக ஆக விரும்பியதாக அவள் என்னிடம் கூறியதற்கு முன்பே தொடங்கியிருந்தது. அவள் தன்னுடைய வெளியூர் வேலை முடிந்து வீடு திரும்பிய ஒவ்வொரு முறையும், அது ஒரு ஆனந்தப் பார்வையாக மாறியது. ஆனால் ஒரு சில நாட்களில், மீண்டும் அந்த சோகப் பார்வை திரும்பிவிடும்.

ஒரு மதிய வேளையில் தொலைபேசி ஒலித்தது:

மேரி அத்தொலைபேசியை என்னிடம் கொடுத்துக் கொண்டே, "அந்த இளைஞன்," என்று கூறினாள்.

மறுமுனையில் மிக்காயிலின் குரல் எனக்குக் கேட்டது. முதலில் அவன் அந்த விபத்துக் குறித்து வருத்தம் தெரிவித்துவிட்டு, தான் அனுப்பியிருந்த கவர் எனக்குக் கிடைத்திருந்ததா என்று வினவினான்.

"ஆமாம், அது இங்கு என்னிடம்தான் இருக்கிறது."

"நீங்கள் அவளைத் தேடப் போகிறீர்களா?"

மேரி எங்களுடைய உரையாடலைக் கவனித்துக் கொண்டிருந்ததால், பேச்சை மாற்றுவது நல்லது என்று நான் நினைத்தேன்.

"நாம் நேரில் சந்திக்கும்போது அதைப் பற்றிப் பேசலாம்," என்று நான் அவனிடம் கூறினேன்.

"நான் உங்களை நச்சரிப்பதாக நீங்கள் நினைக்கக்கூடாது, ஆனால் நீங்கள் எனக்கு உதவுவதாக வாக்குக் கொடுத்தீர்கள்."

“நான் ஒருபோதும் வாக்குத் தவறுவதில்லை. என் உடல்நலம் தேறியவுடன் நாம் சந்திக்கலாம்.”

அவன் தன்னுடைய அலைபேசி எண்ணை என்னுடன் பகிர்ந்து கொண்டான். நான் அவனிடம் பேசி முடித்துவிட்டு மேரியைப் பார்த்தபோது, அவள் ஒரு வித்தியாசமான பெண்போலத் தோன்றினாள்.

“அப்படியானால், எதுவும் மாறியிருக்கவில்லை,” என்று அவள் கூறினாள்.

“உண்மையில், எல்லாமே மாறியுள்ளது.”

நான் என்னை இன்னும் தெளிவாக வெளிப்படுத்தியிருந்திருக்க வேண்டும். “நான் இன்னும் எஸ்தரைப் பார்க்க விரும்புகிறேன். அவள் எங்கே இருக்கிறாள் என்பது எனக்குத் தெரியும். சரியான நேரம் வரும்போது, நான் ஒரு இரயிலோ, டாக்ஸியோ, அல்லது விமானமோ பிடித்து அவளிடம் செல்வேன்,” என்று நான் மேரியிடம் விளக்கியிருந்திருக்க வேண்டும். ஆனால் நான் அப்படி விளக்கியிருந்தால், நான் தனக்கு எவ்வளவு முக்கியமானவன் என்பதை நிரூபிப்பதற்காகத் தன்னால் முடிந்த எல்லாவற்றையும் செய்து கொண்டு அக்கணத்தில் எனக்குப் பக்கத்துணையாக இருந்து கொண்டிருந்த பெண்ணை நான் இழக்கக்கூடும்.

நான் ஒரு கோழையாக இருந்தேன். என்னைக் குறித்து நான் அவமானம் கொண்டேன், ஆனால் வாழ்க்கை அப்படித்தான் இருந்தது. நான் மேரியையும் காதலித்தேன். அதை எப்படி விளக்குவதென்று எனக்குத் தெரியவில்லை.

நான் மேரியிடம் அதிகமாக எந்த விளக்கமும் அளிக்காமல் இருந்ததற்கான இன்னொரு காரணம், நான் எப்போதும் சகுனங்களை நம்பி வந்திருந்ததுதான். எஸ்தருடன் நான் பகிர்ந்து கொண்டிருந்த மௌனமான தருணங்களை நான் நினைவுகூர்ந்தபோது, அவளைக் கண்டுபிடிப்பதற்கான நேரம் இன்னும் வந்திருக்கவில்லை என்பதை நான் அறிந்தேன். எங்களுடைய உரையாடல்கள்மீது கவனம் செலுத்துவதற்குப் பதிலாக, அந்த மௌனக் கணங்கள்மீது நான் அதிகக் கவனம் செலுத்த வேண்டியிருந்தது. ஏனெனில், எஸ்தருக்கும் எனக்கும் இடையே விஷயங்கள் எப்போது சரியாகப் போயிருந்தன, எக்கணத்தில் அவை தவறாகப் போகத்

தொடங்கியிருந்தன என்பதைப் புரிந்து கொள்வதற்கான சுதந்திரத்தை அது எனக்குக் கொடுக்கும்.

மேரி என்னைப் பார்த்துக் கொண்டிருந்தாள். எனக்காக இவ்வளவு மெனக்கெட்டுக் கொண்டிருந்த ஒரு பெண்ணிடம் நான் தொடர்ந்து இப்படி விசுவாசமின்றி நடந்து கொள்ளலாமா? நான் அசௌகரியமாக உணரத் தொடங்கினேன், ஆனால் என்னால் எல்லாவற்றையும் அவளிடம் சொல்ல முடியவில்லை. நான் எத்தகைய உணர்வுகளை அனுபவித்துக் கொண்டிருந்தேன் என்பதை மறைமுகமாக எடுத்துரைப்பதற்கான ஒரு வழியை என்னால் கண்டுபிடிக்க முடிந்தால் நான் அவளிடம் கூறக்கூடும்!

நான் மேரியிடம், "தீயணைப்பு வீரர்கள் இருவர், ஒரு சிறிய நெருப்பை அணைப்பதற்காக ஒரு காட்டுக்குள் செல்வதாக வைத்துக் கொள்வோம். பிறகு அவர்கள் வெளியே வந்து ஒரு நீரோடைக்குப் போகின்றனர். அவர்களில் ஒருவனுடைய முகத்தின்மீது கரி படர்ந்துள்ளது. மற்றொருவனின் முகம் சுத்தமாக இருக்கிறது. என்னுடைய கேள்வி இதுதான்: அவர்களில் யார் தன்னுடைய முகத்தைக் கழுவுவார்கள்?" என்று கேட்டேன்.

"இது ஒரு முட்டாள்தனமான கேள்வி. அழுக்கான முகத்தைக் கொண்டவன்தான் தன்னுடைய முகத்தைக் கழுவுவான்."

"இல்லை. கரி படர்ந்துள்ள முகத்தைக் கொண்டவன், மற்றொருவனின் முகத்தைப் பார்த்துவிட்டு, தன்னுடைய முகமும் சுத்தமாக இருப்பதாக நினைத்துக் கொள்வான். அதே நேரத்தில், சுத்தமான முகத்தைக் கொண்டவன், தன்னுடைய சக வீரனின் முகத்தின்மீது கரி படர்ந்திருப்பதைப் பார்த்துவிட்டு, 'என் முகமும் அழுக்காக இருக்கக்கூடும். நான் என் முகத்தைக் கழுவுவது நல்லது,' என்று நினைப்பான்."

"நீங்கள் என்ன சொல்ல வருகிறீர்கள்?"

"நான் மருத்துவமனையில் இருந்தபோது, ஒரு விஷயத்தை நான் உணர்ந்தேன். நான் நேசித்தப் பெண்களிடத்தில் என்னை நான் எப்போதும் தேடிக் கொண்டிருந்தேன். அவர்களுடைய அழகான, சுத்தமான முகங்களைப் பார்த்துவிட்டு, அவற்றில் என்னுடைய பிரதிபலிப்பை நான் கண்டேன். மறுபுறம், அவர்கள்

எவ்வளவு அறிவார்ந்தவர்களாகவும் தன்னம்பிக்கை கொண்டவர்களாகவும் இருந்தபோதிலும், அவர்கள் என்னைப் பார்த்துவிட்டு, என்னுடைய முகத்தின்மீது படர்ந்திருந்த அழுக்கைப் பார்த்துவிட்டு, தங்களுடைய பிரதிபலிப்பை என்னில் கண்டனர். தாங்கள் இப்போது இருந்ததைவிட இன்னும் மோசமாக இருந்ததாக அவர்கள் நினைத்துக் கொண்டனர். தயவு செய்து நீயும் இதற்குப் பலியாகிவிடாதே."

நான் இதையும் சேர்த்துச் சொல்லியிருந்திருக்க வேண்டும்: எஸ்தருக்கு இதுதான் நிகழ்ந்தது. அவளுடைய கண்களில் தென்பட்டப் பார்வையை நினைவுபடுத்திப் பார்த்ததன் மூலம் இப்போதுதான் அதை நான் உணர்ந்தேன். நான் எப்போதும் அவளுடைய வாழ்க்கையையும் அவளுடைய ஆற்றலையும் உட்கிரகித்துக் கொண்டு முன்னோக்கிச் சென்றேன். ஆனால் அவள், என்னைப் பார்த்துவிட்டு, தான் அசிங்கமாக இருந்ததாகவும், தான் முக்கியமற்றவள் என்றும் உணர்ந்தாள். ஏனெனில், ஆண்டுகள் செல்லச் செல்ல, என்னுடைய தொழில்வாழ்க்கை எங்களுடைய உறவை இரண்டாம் இடத்திற்குத் தள்ளியிருந்தது. என்னுடைய தொழில்வாழ்க்கை ஒரு எதார்த்தமாக ஆவதற்குக் காரணமே அவள்தான். அவள் அதற்காக ஏராளமானவற்றைச் செய்திருந்தாள்.

நான் அவளை மீண்டும் சந்திக்க நேர்ந்தால், என்னுடைய முகம் அவளுடையதைப்போல சுத்தமானதாக இருக்க வேண்டும். நான் அவளைக் கண்டுபிடிப்பதற்கு முன், முதலில் என்னை நான் கண்டுபிடித்தாக வேண்டும்.

அரியாட்னேயின் நூலிழை

“நான் ஒரு சிறிய கிராமத்தில் பிறக்கிறேன். அங்கிருந்து சிறிது தொலைவில் இருக்கின்ற, அதைவிடச் சற்றுப் பெரிய கிராமம் ஒன்றில் ஒரு பள்ளிக்கூடமும் ஓர் அருங்காட்சியகமும் இருக்கின்றன. பல ஆண்டுகளுக்கு முன்பு வாழ்ந்த ஒரு கவிஞருக்கு அவை அர்ப்பணிக்கப்பட்டிருக்கின்றன. என்னுடைய தந்தைக்குக் கிட்டத்தட்ட எழுபது வயது, என் அம்மாவிற்கு இருபத்தைந்து வயது. சமீபத்தில் என்னுடைய தந்தை கம்பளங்கள் விற்றுக் கொண்டிருந்தபோது, அவர்கள் இருவரும் சந்தித்துக் கொண்டனர். அவர் ரஷ்யாவிலிருந்து நெடுந்தூரம் பயணித்து வந்திருந்தார், ஆனால் என் தாயாரைச் சந்தித்தபோது, அவருக்காக எல்லாவற்றையும் துறப்பதென்று அவர் தீர்மானித்தார். என் தாயார் அவருடைய மகளாக இருக்கக்கூடிய அளவு வயது குறைந்தவராக இருக்கிறார், ஆனால் என் தந்தையின் அம்மாவைப்போல அவர் நடந்து கொள்கிறார். என் தந்தை தூங்குவதற்குக்கூட அவர் உதவுகிறார். என்னுடைய தந்தையால் ஒழுங்காகத் தூங்க முடியாது. அவருடைய பதினேழாவது வயதிலிருந்து அவருக்கு அப்பிரச்சனை இருந்து வந்துள்ளது. ஏனெனில், அந்த வயதில், ஸ்டாலின்கிராடில் ஜெர்மானியர்களை எதிர்த்துச் சண்டையிட அவர் அனுப்பி வைக்கப்பட்டார். இரண்டாம் உலகப் போரின்போது நடந்த மிகவும் நீளமான, மிகவும் கொடூரமான சண்டைகளில் ஒன்று அது. மூவாயிரம் பேர் அடங்கிய ஒரு படையில், மூன்று பேர் மட்டுமே தப்பினர்,” என்று மிக்காயில் கூறினான்.

அவன் கிட்டத்தட்ட ஒட்டுமொத்தமாக நிகழ்காலத்தில் பேசியது விநோதமாக இருந்தது. ‘நான் பிறந்தேன்’ என்று அவன் கூறவில்லை, மாறாக, ‘நான் பிறக்கிறேன்’ என்று கூறினான். எல்லாமே இப்போது, இக்கணத்தில் நிகழ்ந்து கொண்டிருந்ததுபோல இருந்தது அவனுடைய பேச்சு.

***

“ஸ்டாலின்கிராடில், உளவு தொடர்பான ரோந்து வேலையை முடித்துவிட்டு என் தந்தையும் அவருடைய சிறந்த நண்பரும் திரும்பி வந்து கொண்டிருக்கும்போது, அவர்கள் ஒரு சண்டைக்கு நடுவே மாட்டிக் கொள்கின்றனர். ஏதோ ஒரு குண்டு வெடித்ததால் ஏற்பட்டிருந்த ஒரு குழிக்குள் அவர்கள் இருவரும் தஞ்சமடைகின்றனர். சகதியிலும் பனியிலும் இரண்டு நாட்களை அவர்கள் அந்தக் குழிக்குள்ளேயே செலவிடுகின்றனர். குளிருக்கு எதிராக அவர்களுக்கு எந்தப் பாதுகாப்பும் இல்லை. அருகிலிருக்கும் ஒரு கட்டடத்தில் பிற ரஷ்யர்கள் பேசிக் கொண்டிருப்பது அவர்களுக்குக் கேட்கிறது. தாங்கள் அவர்களுடன் போய்ச் சேர்ந்து கொள்ள வேண்டும் என்பதை அவர்கள் அறிவர், ஆனால் சண்டை ஓயவே இல்லை. காற்றை இரத்த வாடை நிரப்புகிறது. காயப்பட்டுள்ளவர்கள் உதவி கேட்டு இரவு பகலாக அலறுகின்றனர். திடீரென்று, எல்லாம் அமைதியாகிறது. ஜெர்மானியர்கள் பின்வாங்கிவிட்டதாக நினைத்துக் கொண்டு என் தந்தையின் நண்பர் எழுந்து நிற்கிறார். என் தந்தை அவருடைய கால்களைப் பிடித்து இழுத்தபடி, “கீழே உட்கார்!” என்று கத்துகிறார். ஆனால் அதற்குள் காலம் கடந்துவிடுகிறது. ஒரு துப்பாக்கிக் குண்டு என் தந்தையின் நண்பருடைய தலையைத் துளைத்துவிடுகிறது.

“இன்னும் இரண்டு நாட்கள் கடக்கின்றன. என் தந்தை தனியாக இருக்கிறார். அவருடைய நண்பரின் சடலம் அவருக்குப் பக்கத்தில் கிடக்கிறது. ‘கீழே உட்கார்!’ என்று என் தந்தை தொடர்ந்து கத்துகிறார். கடைசியில், யாரோ அவரை அங்கிருந்து மீட்டு, அருகிலுள்ள கட்டடத்திற்கு அழைத்துச் செல்கின்றனர். அங்கே சாப்பாடு எதுவுமில்லை, பல வகைப்பட்டக் குண்டுகளும் சிகரெட்டுகளும்தாம் இருக்கின்றன. அவர்கள் எல்லோரும் புகையிலையைச் சாப்பிடுகின்றனர். ஒரு வாரத்திற்குப் பிறகு, இறந்து போய் உறை நிலையில் இருக்கின்ற தங்களுடைய சகாக்களின் சதையை அவர்கள் சாப்பிடத் தொடங்குகின்றனர். ஒரு மூன்றாவது படை, சண்டையிட்டுக் கொண்டே அவர்கள் இருக்கும் இடத்தை அடைகிறது. உயிருடன் இருப்பவர்கள் மீட்கப்படுகின்றனர், காயப்பட்டுள்ளவர்களுக்குச் சிகிச்சை அளிக்கப்படுகிறது, பிறகு உடனடியாக அவர்கள்

மீண்டும் போர்முனைக்கு அனுப்பி வைக்கப்படுகின்றனர். ஸ்டாலின்கிராடு வீழ்ந்துவிடக்கூடாது. ரஷ்யாவின் எதிர்காலம் ஆபத்தில் இருக்கிறது. நான்கு மாதகாலம் கடுமையான சண்டை நடைபெறுகிறது. சாப்பாடு கிடைக்காததால் பலர் நரமாமிசம் சாப்பிடுகின்றனர். கடுமையான குளிர் தாக்கியதில் பலருக்குக் கைகால்கள் அறுவை சிகிச்சை மூலம் துண்டிக்கப்படுகின்றன. இறுதியில் ஜெர்மனி சரணடைகிறது. ஹிட்லர் மற்றும் அவருடைய சாம்ராஜ்ஜியத்தின் முடிவு தொடங்குகிறது. என் தந்தை, ஸ்டாலின்கிராடிலிருந்து சுமார் ஓராயிரம் கிலோமீட்டர் தூரத்தில் இருக்கின்ற தன்னுடைய கிராமத்திற்கு நடந்தே வந்து சேர்கிறார். அவரால் இப்போது தூங்க முடிவதில்லை. அவர் தப்பித் தவறிக் கண்ணயர்ந்தால், தன்னுடைய இறந்து போன நண்பனைப் பற்றி ஒவ்வோர் இரவும் அவர் கனவு காண்கிறார். தன்னால் அவனைக் காப்பாற்றியிருக்க முடியும் என்று அவர் புலம்புகிறார்.

"இரண்டு ஆண்டுகளுக்குப் பிறகு போர் முடிகிறது. அவருக்கு ஒரு பதக்கம் வழங்கப்படுகிறது, ஆனால் அவரால் ஒரு வேலை தேடிக் கொள்ள முடியவில்லை. நினைவுகூரும் விழாக்களில் அவர் பங்கேற்கிறார், ஆனால் சாப்பிடுவதற்கு அவருக்கு எதுவும் இல்லை. ஸ்டாலின்கிராடின் கதாநாயகர்களில் ஒருவராக அவர் கருதப்படுகிறார், ஆனால் ஒரு வேளை உணவுக்காக அவர் ஒரு சொற்பக் கூலிக்கு ஏதேதோ வேலைகளைச் செய்ய வேண்டியிருக்கிறது. இறுதியில், கம்பளங்களை விற்பனை செய்யும் வேலையை யாரோ அவருக்குக் கொடுக்கின்றனர். தூக்கமின்மை நோயால் துன்புற்றுக் கொண்டிருக்கின்ற அவர், இரவில் பயணம் செய்வதைத் தேர்ந்தெடுக்கிறார். அவருக்குக் கடத்தல்காரர்களின் அறிமுகம் கிடைக்கிறது. அவர்களுடைய நம்பிக்கைக்குப் பாத்திரமாகி, அவர் சிறிது பணம் சம்பாதிக்கத் தொடங்குகிறார்.

"கம்யூனிச அரசாங்கத்திடம் அவர் பிடிபடுகிறார். அவர் போர்க் கதாநாயகர்களில் ஒருவராக இருந்தும்கூட, அவர் குற்றவாளிகளுக்குத் துணை போவதாக அவர்மீது குற்றம் சாட்டப்படுகிறது. அடுத்தப் பத்து ஆண்டுகளை, 'மக்கள் துரோகி' என்ற முத்திரையுடன் அவர் சைபீரியாவில் கழிக்கிறார். அவர் இறுதியில் விடுதலை

செய்யப்படும்போது, அவருக்கு மிகவும் வயதாகியிருக்கிறது. அவருக்குத் தெரிந்த ஒரே விஷயம் கம்பளங்கள் மட்டும்தாம். அவர் எப்படியோ தன்னுடைய பழைய தொடர்புகளைப் புதுப்பித்துக் கொள்கிறார். விற்பதற்கு யாரோ ஒரு சில கம்பளங்களை அவருக்குக் கொடுக்கின்றனர், ஆனால் அவற்றை வாங்குவதற்குத்தான் யாரும் ஆர்வம் காட்டாமல் இருக்கின்றனர். ஏனெனில், வாழ்க்கை எல்லோருக்கும் மிகவும் கடினமாக இருக்கின்ற ஒரு காலகட்டம் அது. அவர் நெடுந்தூரம் செல்லத் தீர்மானிக்கிறார். வழி நெடுகிலும் பிச்சையெடுத்தபடி, இறுதியில் அவர் கஜகிஸ்தானுக்கு வந்து சேர்கிறார்.

"அவர் வயதானவராகவும் தனியாகவும் இருக்கிறார், ஆனால் பசியைப் போக்கிக் கொள்ள அவருக்கு ஏதேனும் வேலை தேவைப்படுகிறது. பகல் நேரங்களில் அவர் ஏதேதோ எடுபிடி வேலைகளைச் செய்கிறார், இரவில் அரைகுறையாகத் தூங்குகிறார். "கீழே உட்கார்!" என்று கத்திக் கொண்டு இடையிடையே கண்விழிக்கிறார். அவர் இவ்வளவு கஷ்டங்களை அனுபவித்திருந்தும், தூக்கமின்மை, மோசமான உணவு, விரக்தி, சோர்வு, எப்போதேனும் இலவசமாகக் கிடைத்த சிகரெட்டுகள் போன்ற அனைத்தையும் மீறி, அவர் இன்னும் தன்னுடைய உடலை இரும்புபோல வைத்திருக்கிறார்.

"ஒரு சிறிய கிராமத்தில், அவர் ஓர் இளம்பெண்ணைச் சந்திக்கிறார். அவள் தன் பெற்றோருடன் வசிக்கிறாள். அவள் அவரைத் தன்னுடைய வீட்டிற்கு அழைத்துச் செல்கிறாள். ஏனெனில்,அப்பகுதியில்,விருந்தோம்பல் முதன்மையானதாக இருக்கிறது. அவர் அந்த வீட்டின் வரவேற்பறையில் படுத்துத் தூங்க அவர்கள் அனுமதிக்கின்றனர், ஆனால் அவருடைய கொடுங்கனவுகளால் அவர் போடும் அலறல்களைக் கேட்டு அவர்கள் திடுக்கிட்டு எழுந்துவிடுகின்றனர். அந்த இளம்பெண் அவரிடம் சென்று, ஒரு பிரார்த்தனையைக் கூறிவிட்டு, அவருடைய தலையை வருடிக் கொடுக்கிறாள். எத்தனையோ ஆண்டுகளுக்குப் பிறகு முதன்முறையாக அவர் அமைதியாகத் தூங்குகிறார். மறுநாள், தான் ஒரு சிறுமியாக இருந்தபோது, ஒரு முதியவர் தனக்கு ஒரு குழந்தையைக் கொடுப்பார் என்று தான் கனவு கண்டதாக அவள் கூறுகிறாள். அவள் அதற்காகப் பல ஆண்டுகளாகக்

காத்திருந்தாள், பல்வேறு வரன்கள் வந்தன, ஆனால் எப்போதும் ஏமாற்றமே மிஞ்சியது. அவளுடைய பெற்றோர் மிகவும் கவலைப்பட்டனர். தங்களுடைய ஒரே மகள், சமூகத்தால் நிராகரிக்கப்பட்டு, தன் வாழ்நாள் முழுவதும் ஒரு கன்னியாகவே வாழ்வதைப் பார்க்க அவர்கள் விரும்பவில்லை.

" 'நீங்கள் என்னைத் திருமணம் செய்து கொள்வீர்களா?' என்று அவள் அவரிடம் கேட்கிறாள். இதைக் கேட்டு அவர் அதிர்ச்சியடைகிறார். அவள் அவருடைய பேத்தியாக இருக்கக்கூடிய அளவுக்கு வயதில் மிகவும் சிறியவளாக இருந்தாள். எனவே, அவர் பதிலேதும் கூறாமல் இருக்கிறார். இரவில், அந்த வீட்டின் சிறிய வரவேற்பறையில் அவர் தூங்கப் போகும்போது, அப்பெண் அவரிடம் வந்து, 'நான் உங்கள் தலையை வருடிக் கொடுக்கட்டுமா?' என்று கேட்கிறாள். அவர் அன்றிரவும் மன அமைதியுடன் தூங்குகிறார்.

"மறுநாள், மீண்டும் திருமணத்தைப் பற்றிய பேச்சு எழுகிறது. இம்முறை அது அவளுடைய பெற்றோரின் முன்னிலையில் நடைபெறுகிறது. அவர் அப்பெண்ணைத் திருமணம் செய்து கொள்வது ஒரு நல்ல யோசனை என்று அவர்கள் நினைக்கின்றனர். தங்களுடைய மகளுக்கு ஒரு கணவன் கிடைத்தால், அவளால் தங்கள் குடும்பத்திற்கு ஏற்பட்டுள்ள அவமானம் நீங்கும் என்பது அவர்களுடைய எண்ணமாக இருக்கிறது. ஊராருக்காக அவர்கள் ஒரு கதையைப் புனைகின்றனர். ஒரு முதியவர் வெகுதூரத்தில் இருந்து வந்துள்ளதாகவும், அவர் கம்பளங்களை விற்பனை செய்கின்ற ஒரு பணக்கார வணிகர் என்றும், ஆனால் அவர் ஓர் ஆடம்பரமான வாழ்க்கையை வாழ்ந்து களைத்துப் போய், எல்லாவற்றையும் துறந்துவிட்டு சாகசத்தைத் தேடி வந்துள்ளதாகவும் அவர்கள் கூறுகின்றனர். இதைக் கேட்டு ஊர் மக்கள் பிரமிக்கின்றனர். அந்த முதியவர் அப்பெண்ணின் குடும்பத்திற்கு எக்கச்சக்கமாக வரதட்சணை கொடுப்பார் என்று அவர்கள் கற்பனை செய்கின்றனர். இறுதியில் ஒருவர் என் அம்மாவை அந்த கிராமத்திலிருந்து வெகுதூரம் அழைத்துச் செல்ல வந்திருப்பதற்கு என் அம்மா மிகவும் அதிர்ஷ்டம் செய்திருக்க வேண்டும் என்று அவர்கள் பேசிக் கொள்கின்றனர். என் தந்தை

இக்கதைகளை சுவாரசியத்துடனும் ஆச்சரியத்துடனும் கேட்கிறார். தன்னுடைய சொந்தக் குடும்பத்தைக் கண்டுபிடிக்க முடியாமல், இத்தனைக் காலமாகத் தன்னந்தனியாகப் பயணித்துக் கொண்டு, வாழ்க்கையை ஓட்டிக் கொண்டிருக்கும் தனக்கு, தன் வாழ்வில் முதன்முறையாக ஒரு குடும்பம் அமையவிருப்பதைப் பற்றி அவர் நினைத்துப் பார்க்கிறார். அவர் அந்தத் திருமண முன்மொழிவை ஏற்றுக் கொள்கிறார். அவர்கள் இருவரும் இஸ்லாமியப் பாரம்பரியப்படி திருமணம் செய்து கொள்கின்றனர். இரண்டு மாதங்களுக்குப் பிறகு, என் அம்மாவின் வயிற்றில் நான் உருவாகிறேன்.

"என்னுடைய ஏழாவது வயதுவரை நான் என் தந்தையுடன் வாழ்கிறேன். அவர் நன்றாகத் தூங்குகிறார், வயல்களில் வேலை செய்கிறார், வேட்டையாடச் செல்கிறார், தன்னுடைய பணத்தையும் தன்னுடைய நிலங்களையும் பற்றித் தன்னுடைய கிராமத்து மக்களிடம் பேசுகிறார். என் தாயார் மட்டுமே அவருடைய வாழ்வில் அவருக்கு நிகழ்ந்துள்ள ஒரே நல்ல விஷயம் என்பதுபோல அவர் என் தாயாரைப் பார்க்கிறார். நான் ஒரு பணக்காரரின் மகன் என்ற நம்பிக்கையுடன் நான் வளர்கிறேன். ஆனால் ஒரே இரவில், குளிர்காய்வதற்காக மூட்டப்பட்டிருந்த ஒரு நெருப்புக்குப் பக்கத்தில் உட்கார்ந்து கொண்டு, அவர் தன்னுடைய கடந்தகாலத்தைப் பற்றியும், தான் திருமணம் செய்து கொண்டதற்கான காரணத்தையும் என்னிடம் கூறுகிறார். ஆனால் இவ்விஷயங்களை நான் வேறு யாரிடமும் சொல்லக்கூடாது என்று அவர் என்னிடம் மன்றாடுகிறார். 'விரைவில் நான் இறந்துவிடுவேன்,' என்று அவர் கூறுகிறார். சரியாக நான்கு மாதங்களுக்குப் பிறகு அவர் இறந்துவிடுகிறார். என்னுடைய தாயாரின் கைகளில் அவருடைய உயிர் பிரிகிறது. தான் தன் வாழ்வில் ஒரு கணம்கூட வேதனையை அனுபவித்ததில்லை என்பதுபோல, அவர் புன்னகைத்தபடியே ஒரு மகிழ்ச்சியான மனிதராக இறந்து போகிறார்.

***

மிக்காயில் தன்னுடைய கதையை மிகக் குளிரான ஒரு வசந்தகால இரவில் கூறிக் கொண்டிருந்தான். ஆனால்

ஸ்டாலின்கிராடு அளவுக்கு அது அவ்வளவு குளிராக இல்லை. ஸ்டாலின்கிராடில் வெப்பநிலை –35 டிகிரிவரை குறையும். நாங்கள் சில பிச்சைக்காரர்களோடு உட்கார்ந்து கொண்டிருந்தோம். அவர்கள் ஒரு நெருப்பு மூட்டிக் குளிர்காய்ந்து கொண்டிருந்தனர். மிக்காயில் என்னை இரண்டாவது முறையாகத் தொலைபேசியில் அழைத்தப் பிறகு நான் அங்கே போயிருந்தேன். இறுதியில், நான் சகுனங்களைப் பின்தொடர்ந்து, விஷயங்கள் தாமாகத் தம்முடைய சொந்த நேரத்தில் நிகழட்டும் என்று விட்டுவிட்டு, சஹீரின் சக்தியிடமிருந்து என்னை விடுவித்துக் கொள்ளத் தீர்மானித்திருந்ததை ஏற்கெனவே அறிந்திருந்தவன்போல – ஒருவேளை தன்னுடைய அந்தக் 'குரல்' வாயிலாக இருக்கலாம் – என்னுடைய வீட்டில் தான் விட்டுச் சென்ற கவரைப் பற்றி எங்களுடைய உரையாடலின்போது ஒரு முறைகூட அவன் குறிப்பிடவில்லை.

பாரீஸின் மிக ஆபத்தான பகுதிகளில் ஒன்றில் தன்னைச் சந்திக்கும்படி அவன் என்னிடம் கேட்டுக் கொண்டபோது, முதலில் நான் பீதியடைந்தேன். வழக்கமாக, எனக்குப் பல வேலைகள் இருந்ததாகக் கூறிவிட்டு, முக்கியமான விவகாரங்களைப் பற்றிப் பாதுகாப்பாகக் கலந்துரையாடுவதற்கு ஏதேனும் ஒரு வசதியான மதுவிடுதிக்குச் செல்வது பொருத்தமாக இருக்கும் என்று நான் அவனை ஒப்புக் கொள்ள வைத்திருப்பேன். என்ன செய்ய வேண்டும் என்பதை அப்போது நான் அறிந்திருந்தபோதிலும், பொது இடத்தில் அவனுக்கு மீண்டும் வலிப்பு ஏற்படக்கூடும் என்று நான் இன்னமும் பயந்தேன். ஓர் ஆபத்தான பகுதியில் யாரோ ஒரு திருடனால் தாக்கப்படுவதைவிட இது எவ்வளவோ மேல் என்று நான் நினைத்தேன். குறிப்பாக, நான் இப்போது என்னுடைய கழுத்துப்பட்டியை அணிந்து கொண்டு, என்னைத் தற்காத்துக் கொள்ள முடியாத நிலையில் இருந்ததால் நான் பயந்தேன்.

ஆனால், "நீங்கள் அந்தப் பிச்சைக்காரர்களைச் சந்தித்தாக வேண்டும். அவர்கள் என் வாழ்வின் ஓர் அங்கம். அவர்கள் எஸ்தரின் வாழ்வின் ஓர் அங்கமும்கூட," என்று கூறி மிக்காயில் என்னை வற்புறுத்தினான். நான் மருத்துவமனையில் இருந்தபோது, என் சொந்த

வாழ்வில் ஏதோ சரியில்லை என்பதையும், உடனடியாக மாற்றம் தேவைப்பட்டதையும் நான் உணர்ந்தேன். அந்த மாற்றத்தைக் கொண்டுவருவதற்கான சிறந்த வழி எது? முற்றிலும் வித்தியாசமான எதையேனும் செய்வதுதான்! எடுத்துக்காட்டாக, ஆபத்தான இடங்களுக்குச் செல்வதும், சமுதாயத்திலிருந்து ஒதுக்கி வைக்கப்பட்டுள்ளவர்களைச் சந்திப்பதும் ஒரு வழி.

தீசியஸ் என்ற ஒரு கிரேக்கக் கதாநாயகனைப் பற்றிய ஒரு கதை உள்ளது: 'அவன் ஓர் அரக்கனைக் கொல்வதற்காக, சிக்கலான பல வழிகளைக் கொண்ட ஒரு குகைக்குள் செல்கிறான். அவனுடைய அன்புக்குரிய அரீயாட்னே, ஒரு நூற்கண்டிலிருந்து நூலின் ஒரு முனையை அவனிடம் கொடுக்கிறாள். அவன் போகப் போக, அந்த நூற்கண்டு அவிழ்ந்து கொண்டே வரும். அவன் திரும்பி வரும்போது, அந்த நூலைப் பிடித்துக் கொண்டே வழியைக் கண்டுபிடித்து பத்திரமாக வந்து சேர்ந்துவிடலாம் என்பதற்காக அவள் அந்த ஏற்பாட்டைச் செய்கிறாள்.' நான் அந்தப் பிச்சைக்காரர்களுடன் உட்கார்ந்து கொண்டு மிக்காயிலின் கதையைக் கேட்டபோது, நான் இது போன்ற ஒன்றை அனுபவித்து நெடுங்காலம் ஆகியிருந்ததை உணர்ந்தேன். அறிமுகமில்லாத, சாகசத்தின் சுவையைத்தான் நான் சொல்கிறேன். நான் வழக்கமாகப் போகாத, அல்லது என் கதையையும் என் வாழ்க்கையையும் மாற்ற நான் பெரும் முயற்சி மேற்கொள்ள வேண்டியிருக்கும் என்பதை நான் உறுதியாக நம்பினால் மட்டுமே விஜயம் செய்யக்கூடிய வகையான ஓர் இடத்தில் அரீயாட்னேயின் நூல் ஒருவேளை எனக்காகக் காத்துக் கொண்டிருக்கக்கூடும், யாரறிவார்?

மிக்காயில் தன்னுடைய கதையைத் தொடர்ந்தான். அவன் கூறிக் கொண்டிருந்ததை அந்த ஒட்டுமொத்தக் குழுவும் உன்னிப்பாகக் கேட்டுக் கொண்டிருந்தது: மிகுந்த மனநிறைவு தருகின்ற எதிர்பாராத சந்திப்புகள், எப்போதும், அழகான மற்றும் கதகதப்பான உணவகங்களில் உள்ள நேர்த்தியான மேசைகளைச் சுற்றி மட்டுமே நிகழ்வதில்லை.

***

"என்னுடைய பள்ளிக்கூடம் உள்ள கிராமத்திற்கு நான் தினமும் கிட்டத்தட்ட ஒரு மணிநேரம் நடந்து செல்ல

வேண்டும். பெண்கள் தண்ணீர் எடுத்து வருவதற்காகப் போய்க் கொண்டிருப்பதையும், முடிவில்லாத புல்வெளிகளையும், ரஷ்ய வீரர்கள் அடங்கிய வண்டிகள் ஒரு நீண்ட வரிசையில் கடந்து சென்று கொண்டிருப்பதையும், பனி படர்ந்த மலைகளையும் நான் பார்க்கிறேன். அந்தப் பனிமலைகள் சீனா எனும் ஒரு பெரிய நாட்டை மறைத்துக் கொண்டு நிற்பதாக என்னிடம் கூறப்பட்டது. நான் தினமும் நடந்து செல்கின்ற கிராமத்தில், அதன் கவிஞர் ஒருவருக்கு அர்ப்பணிக்கப்பட்டுள்ள ஓர் அருங்காட்சியகமும் இருக்கிறது. ஒரு மசூதி, ஒரு பள்ளிக்கூடம், மற்றும் மூன்று அல்லது நான்கு தெருக்களும் அங்கு உள்ளன. ஒரு கனவு, அதாவது, ஓர் உயர்ந்த நோக்கம் இருப்பதாக எங்களுக்குக் கற்றுக் கொடுக்கப்படுகிறது: 'கம்யூனிசவாதத்தின் வெற்றிக்காகவும் அனைத்து மனிதர்களிடையே சமத்துவத்திற்காகவும் நாங்கள் சண்டையிட வேண்டும்.' ஆனால் எனக்கு அந்தக் கனவில் நம்பிக்கை இல்லை. ஏனெனில், அந்த ஏழ்மையான, அவலமான கிராமத்தில்கூட, குறிப்பிடத்தக்க வேறுபாடுகள் இருக்கின்றன: கட்சிப் பிரதிநிதிகள் மற்ற எல்லோரையும்விட உயர்ந்த நிலைகளில் இருக்கின்றனர்; அவர்கள் அவ்வப்போது அல்மாட்டி என்ற பெருநகரத்திற்குச் செல்கின்றனர். திரும்பி வரும்போது, அந்நிய உணவுப் பதார்த்தங்கள், தங்கள் குழந்தைகளுக்குப் பரிசுப் பொருட்கள், விலையுயர்ந்த ஆடைகள் ஆகியவற்றை அவர்கள் கொண்டுவருவர்.

"ஒரு மதிய வேளையில், நான் வீடு திரும்பிக் கொண்டிருக்கும்போது, ஒரு பலத்தக் காற்று வீசிக் கொண்டிருப்பதை நான் உணர்கிறேன். என்னைச் சுற்றி எல்லா இடங்களிலும் விளக்குகளை நான் காண்கிறேன். ஒரு சில கணங்கள் நான் தன்னினைவு இழக்கிறேன். நான் இயல்பு நிலைக்குத் திரும்பி வரும்போது, நான் நிலத்தின்மீது உட்கார்ந்து கொண்டிருக்கிறேன். வெள்ளைவெளேர் என்று இருக்கும் ஒரு சிறுமி, ஓர் ஊதா பெல்ட்டுடன் ஒரு வெண்ணிற ஆடை அணிந்து, எனக்கு மேலே காற்றில் மிதந்து கொண்டிருக்கிறாள். அவள் புன்னகைக்கிறாள், ஆனால் எதுவும் சொல்லாமல் மறைந்துவிடுகிறாள்.

"நான் வீட்டிற்கு ஓடிச் சென்று, என் தாயாரின் வேலையில் குறுக்கிட்டு, வழியில் நான் பார்த்தவற்றை

அவரிடம் கூறுகிறேன். அதைக் கேட்டு அவர் பயந்து போய், நான் அவரிடம் கூறியதை வேறு யாரிடமும் கூறக்கூடாது என்று என்னிடம் கூறுகிறார். நான் கண்டதெல்லாம் வெறும் மாயை என்று அவர் விளக்குகிறார். அத்தகைய ஒரு சிக்கலான விஷயத்தை ஓர் எட்டு வயதுச் சிறுவனிடம் அவரால் வேறு எப்படி விளக்க முடியும்? ஆனால், நான் உண்மையிலேயே அந்தச் சிறுமியைப் பார்த்தேன் என்றும், அவளை விலாவாரியாக என்னால் விவரிக்க முடியும் என்றும் நான் அவரிடம் கூறுகிறேன். மேலும், எனக்கு எந்த பயமும் இல்லை என்றும், நான் பார்த்திருந்ததை அவர் தெரிந்து கொள்ள வேண்டும் என்று நான் விரும்பியதாலேயே நான் வீட்டிற்கு வந்தேன் என்றும் நான் அவரிடம் கூறுகிறேன்.

“மறுநாள், நான் பள்ளிக்கூடத்திலிருந்து திரும்பி வரும்போது அச்சிறுமியைத் தேடுகிறேன், ஆனால் அவள் அங்கே இல்லை. ஒரு முழு வாரம் எதுவும் நிகழவில்லை. நான் தூக்கத்தில் கண்ட ஒரு கனவு அது என்று என் தாயார் சொன்னது சரிதானோ என்று நான் சிந்திக்கத் தொடங்குகிறேன்.

“பிறகு, ஒரு நாள் அதிகாலையில் நான் என்னுடைய பள்ளிக்கூடத்திற்குப் போகும் வழியில், அச்சிறுமி காற்றில் மிதந்து கொண்டிருப்பதை நான் மீண்டும் பார்க்கிறேன். அவளுக்குப் பின்னால் ஒரு வெண்ணிற ஒளிவட்டம் இருக்கிறது. நாங்கள் இருவரும் ஒருவரையொருவர் பார்த்தபடி நிற்கிறோம். அவள் புன்னகைக்கிறாள், பதிலுக்கு நானும் புன்னகைக்கிறேன். நான் அவளுடைய பெயரைக் கேட்கிறேன், ஆனால் அவள் அதற்குப் பதிலளிக்கவில்லை. பள்ளியில், காற்றில் ஒரு சிறுமி மிதந்து கொண்டிருப்பதை யாரேனும் பார்த்திருக்கிறார்களா என்று நான் என் சக மாணவர்களிடம் கேட்கிறேன். அவர்கள் எல்லோரும் சிரிக்கின்றனர்.

“வகுப்பு நடைபெற்றுக் கொண்டிருக்கும்போது, தலைமையாசிரியரின் அலுவலகத்திலிருந்து எனக்கு அழைப்பு வருகிறது. எனக்கு ஏதோ மனக் கோளாறு இருக்கிறது என்றும், ‘அமானுசக் காட்சிகள்’ என்று எதுவும் கிடையாது என்றும் அவர் எனக்கு விளக்குகிறார். நம்மைச் சுற்றி நாம் பார்க்கின்றவை மட்டுமே ஒரே எதார்த்தம் என்றும்,

மக்களை ஏமாற்றுவதற்காகக் கண்டுபிடிக்கப்பட்டதுதான் மதம் என்றும் அவர் கூறுகிறார். நகரத்தில் உள்ள மசூதியைப் பற்றி நான் அவரிடம் கேட்கிறேன். வயதானவர்களும் மூடநம்பிக்கை கொண்டவர்களும் அறிவிலிகளும் சோசலிச உலகத்தை மீண்டும் கட்டியெழுப்பத் தேவையான ஆற்றல் இல்லாத சோம்பேறிகளும் மட்டுமே அங்கே போவதாக அவர் கூறுகிறார். பிறகு அவர் எனக்கு ஓர் எச்சரிக்கை விடுக்கிறார்: அச்சிறுமியைப் பற்றிய கதையை நான் மீண்டும் யாரிடமாவது கூறினால், பள்ளியைவிட்டு நான் நீக்கப்படுவேன்! நான் பயந்து போய், என் தாயாரிடம் எதுவும் கூற வேண்டாம் என்று அவரிடம் கெஞ்சுகிறேன். நான் அச்சிறுமியைப் பற்றிக் கூறிய எல்லா விஷயங்களும் நான் இட்டுக்கட்டிக் கூறியவை என்று நான் என் சக மாணவர்களிடம் கூறினால், என் தாயாரிடம் தான் எதுவும் கூறப் போவதில்லை என்று அவர் கூறுகிறார்.

“அவர் தன்னுடைய வாக்கைக் காப்பாற்றுகிறார், நான் என்னுடையதைக் காப்பாற்றுகிறேன். என்னுடைய நண்பர்களுக்கு அக்கதையில் எந்த ஆர்வமும் இல்லை. எந்த இடத்தில் நான் அச்சிறுமியைப் பார்த்தேன் என்பதைக்கூட அவர்கள் என்னிடம் கேட்கவில்லை. ஆனாலும், மறு மாதம் முழுவதும் அவள் எனக்குத் தொடர்ந்து தோன்றிக் கொண்டே இருக்கிறாள். சில சமயங்களில் நான் முதலில் மயக்கம் போட்டு விழுகிறேன், சில சமயங்களில் அப்படி நிகழ்வதில்லை. நாங்கள் ஒருபோதும் பேசிக் கொள்வதில்லை. அவள் விரும்பும்வரை நாங்கள் வெறுமனே அங்கே சேர்ந்து இருக்கிறோம், அவ்வளவுதான். என் தாயார் அதிகமாகக் கவலைப்படத் தொடங்குகிறார். ஏனெனில், நான் தினமும் வெவ்வேறு நேரத்தில் வீட்டிற்கு வருகிறேன். ஒரு நாள், நான் பள்ளியைவிட்டுப் புறப்பட்டு வீட்டிற்கு வந்து சேர்வதற்கு இடைப்பட்ட நேரத்தில் நான் என்ன செய்கிறேன் என்பதை விளக்கும்படி அவர் என்னைக் கட்டாயப்படுத்துகிறார். நான் மீண்டும் அச்சிறுமியைப் பற்றிக் கூறுகிறேன்.

“இம்முறை, என்னைத் திட்டுவதற்குப் பதிலாக, அந்த இடத்திற்குத் தானும் என்னுடன் வருவதாக என் தாயார் கூறுவதைக் கேட்டு நான் ஆச்சரியமடைகிறேன். மறுநாள் காலையில் நாங்கள் சீக்கிரமாகவே எழுந்துவிடுகிறோம். நாங்கள் அந்த இடத்தை அடையும்போது, அச்சிறுமி

தோன்றுகிறாள், ஆனால் என் தாயாரால் அவளைப் பார்க்க முடியவில்லை. என்னுடைய தந்தையைப் பற்றி அவளிடம் கேட்கும்படி என் தாயார் என்னிடம் கூறுகிறார். எனக்கு அவருடைய கோரிக்கை புரியவில்லை, ஆனாலும் நான் அவளிடம் கேட்கிறேன். முதன்முறையாக அந்தக் ‘குரல்’ எனக்குக் கேட்கிறது. அச்சிறுமி தன்னுடைய உதடுகளை அசைப்பதில்லை, ஆனால் அவள் என்னிடம் பேசிக் கொண்டிருக்கிறாள் என்பது எனக்குத் தெரிகிறது. என் தந்தை நன்றாக இருக்கிறார் என்றும், அவர் எங்களைப் பாதுகாத்துக் கொண்டிருக்கிறார் என்றும், பூமியில் அவர் அனுபவித்தத் துன்பங்களுக்கெல்லாம் இப்போது அவருக்கு வெகுமதி வழங்கப்பட்டுக் கொண்டிருக்கிறது என்றும் அவள் கூறுகிறாள். ஹீட்டரைப் பற்றி என் தாயாருக்கு நினைவூட்டும்படி அவள் என்னிடம் கூறுகிறாள். நான் அவள் சொன்னபடி செய்கிறேன். என் தாயார் அழத் தொடங்குகிறார். போரின்போது என் தந்தை பல துன்பங்களை அனுபவித்திருந்ததால், அவர் மிகவும் ரசித்தது, ஒரு ஹீட்டருக்கு அருகே உட்கார்ந்து கொண்டிருப்பதைத்தான் என்று என் தாயார் விளக்குகிறார். அடுத்த முறை என் தாயார் அந்த இடத்தின் வழியாகச் செல்லும்போது, அங்கு வளர்ந்து கொண்டிருக்கின்ற ஒரு சிறிய மரத்தில் அவர் ஒரு துணியைக் கட்டி ஒரு சிறு பிரார்த்தனையைக் கூற வேண்டும் என்று அச்சிறுமி என்னிடம் கூறுகிறாள்.

“அந்த அமானுசக் காட்சி ஒரு முழு ஆண்டு தொடர்கிறது. அந்த மரத்தைப் பற்றி என் தாயார் தன்னுடைய நெருங்கிய தோழிகள் சிலரிடம் கூறுகிறார், அவர்கள் மற்றத் தோழியரிடம் கூறுகின்றனர், விரைவில் அந்த மரம் முழுவதும் துண்டுத் துணிகளால் மூடப்படுகிறது. எல்லாமே ரகசியமாகச் செய்யப்படுகிறது. இறந்து போய்விட்டத் தங்களுடைய அன்புக்குரியவர்களைப் பற்றி அப்பெண்கள் கேட்கின்றனர். நான் அக்குரலின் பதில்களை உன்னிப்பாகக் கேட்டு, சம்பந்தப்பட்டவர்களிடம் அச்செய்திகளைத் தெரிவிக்கிறேன். பொதுவாக, அவர்களுடைய அன்புக்குரியவர்கள் நன்றாக இருக்கிறார்கள். ஓரிரு தருணங்களில் மட்டும், அப்பெண்கள் சூரிய உதயத்தின்போது அருகிலுள்ள ஒரு மலைக்குச்

சென்று, இறந்து போனவர்களுடைய ஆன்மாக்களுக்காக மௌனமாகப் பிரார்த்தனை செய்ய வேண்டும் என்று அச்சிறுமி கூறினாள். சில சமயங்களில் நான் தன்னினைவிழந்து கீழே விழுந்துவிடுகிறேன், யாருக்கும் புரியாதபடி ஏதேதோ உளறுகிறேன் என்று என்னிடம் கூறப்படுகிறது, ஆனால் எனக்கு அதைப் பற்றி எதுவும் நினைவிருப்பதில்லை. நான் ஒரு மயக்க நிலைக்குள் போகவிருக்கும்போது, ஓர் இதமான காற்று வீசுவதை நான் உணர்கிறேன், என்னைச் சுற்றிலும் வெளிச்சக் குமிழிகளை நான் பார்க்கிறேன் என்பதை மட்டும் நான் அறிவேன்.

"ஒரு நாள், அச்சிறுமியைப் பார்ப்பதற்குச் சில பெண்களை நான் அழைத்துச் சென்று கொண்டிருக்கும்போது, காவல் துறையினர் எங்களைத் தடுக்கின்றனர், நாங்கள் போகக்கூடாது என்று அவர்கள் கூறுகின்றனர். அப்போது அப்பெண்கள் கத்தி ஆர்ப்பாட்டம் செய்கின்றனர், ஆனால் எங்களால் தொடர்ந்து முன்னே செல்ல முடியாமல் இருக்கிறது. அக்காவலர்கள் என்னை என்னுடைய பள்ளிக்கூடத்திற்கு அழைத்துச் செல்கின்றனர். கிளர்ச்சியைத் தூண்டியதற்காகவும் மூடநம்பிக்கையை ஊக்குவிப்பதற்காகவும் நான் பள்ளியிலிருந்து நீக்கப்பட்டுள்ளதாகத் தலைமையாசிரியர் என்னிடம் கூறுகிறார்.

"திரும்பி வரும் வழியில், அந்த மரம் வெட்டிச் சாய்க்கப்பட்டிருப்பதையும், அதில் கட்டப்பட்டிருந்த துண்டுத் துணிகள் எல்லாம் கீழே சிதறிக் கிடப்பதையும் நான் பார்க்கிறேன். நான் தனியாக உட்கார்ந்து அழுகிறேன். ஏனெனில், அவைதாம் என் வாழ்வின் மகிழ்ச்சியான கணங்களாக இருந்திருந்தன. சரியாக அந்நேரத்தில் அச்சிறுமி தோன்றுகிறாள். 'கவலைப்படாதே. இதெல்லாம் என்னுடைய திட்டத்தின் ஒரு பகுதி. இந்த மரம் வெட்டப்பட்டிருப்பதுகூட என்னுடைய திட்டம்தான். இனி உன்னுடைய எஞ்சிய வாழ்நாள் முழுவதும் நான் உன்னுடன் வருவேன், நீ என்ன செய்ய வேண்டும் என்பதை எப்போதும் நான் உன்னிடம் கூறுவேன்,' என்று அவள் கூறுகிறாள்."

***

“அவள் தன்னுடைய பெயரை எப்போதேனும் உங்களிடம் கூறினாளா?” என்று அந்தப் பிச்சைக்காரர்கள் கேட்டனர்.

“இல்லை. ஆனால் அது ஒரு பொருட்டல்ல. ஏனெனில், அவள் என்னிடம் பேசும்போது, அதை எப்போதும் நான் அறிகிறேன்.”

“இறந்துவிட்ட எங்களுடைய அன்புக்குரியவர்களைப் பற்றி ஏதேனும் கண்டுபிடிக்க முடியுமா?”

“முடியாது. ஒரு குறிப்பிட்டக் காலகட்டத்தில் மட்டுமே அது நிகழ்ந்தது. இப்போது என்னுடைய குறிக்கோள் வேறாக இருக்கிறது. நான் என் கதையைத் தொடரட்டுமா?” என்று மிக்காயில் கேட்டான்.

“நிச்சயமாக,” என்று நான் பதிலளித்தேன். “ஆனால் நான் ஒரே ஒரு விஷயம் கேட்கலாமா? தென்மேற்கு பிரான்ஸில் லூர்து என்ற ஒரு சிறுநகரம் இருக்கிறது. நெடுங்காலத்திற்கு முன்பு, செம்மறியாடுகளை மேய்த்த ஒரு பெண் ஒரு சிறுமியைப் பார்த்தாள். அச்சிறுமி, உன்னுடைய அமானுசக் காட்சியில் வருகின்ற சிறுமியை ஒத்திருப்பதுபோலத் தெரிகிறாள்.”

ஒரு செயற்கைக் கால் பொருத்தப்பட்ட ஒரு பிச்சைக்காரன் குறுக்கிட்டு, “இல்லை, நீங்கள் சொல்வது தவறு. ஏனெனில், அந்த இடைச்சியின் பெயர் பெர்னாடெட். அவள் பார்த்தது கன்னி மேரியை,” என்று கூறினான்.

“நான் அவளுடைய அமானுசக் காட்சிகளைப் பற்றி ஒரு புத்தகம் எழுதியுள்ளேன். அப்புத்தகத்திற்காக நான் அந்த விவகாரத்தைப் பற்றி ஆழமாக ஆய்வு செய்ய வேண்டியிருந்தது. அதைப் பற்றிப் பத்தொன்பதாம் நூற்றாண்டின் இறுதியில் பிரசுரிக்கப்பட்ட எல்லாவற்றையும் நான் படித்தேன். பெர்னாடெட், காவல் துறையினருக்கும் தேவாலயத்திற்கும் அறிஞர்களுக்கும் கொடுத்த வாக்குமூலங்களை நான் பார்த்தேன். தான் ஒரு பெண்ணைப் பார்த்ததாக அவள் அவற்றில் எதிலும் கூறியிருக்கவில்லை. மாறாக, அவள் ஒரு சிறுமி என்றே அவள் வலியுறுத்தியிருக்கிறாள். அவள் அதே கதையைத் தன் வாழ்நாள் முழுவதும் கூறி வந்தாள். குகையில் வைக்கப்பட்டச் சிலை அவளுக்குக் கடுங்கோபம் ஏற்படுத்தியது. அச்சிலைக்கும் தன்னுடைய அமானுசக்

காட்சிக்கும் எந்த ஒற்றுமையும் இல்லை, ஏனெனில், தான் பார்த்திருந்தது ஒரு சிறுமியைத்தானே அன்றி ஒரு பெண்ணை அல்ல என்று அவள் கூறினாள். ஆனாலும், தேவாலயம் அவளுடைய கதையையும் அமானுசக் காட்சிகளையும் இடத்தையும் திரித்து, அந்த அருவத்தை இயேசுவின் தாயாக உருமாற்றியது. இதன் மூலம் உண்மை மறக்கடிக்கப்பட்டது. ஒரு பொய்யைப் போதுமான முறை மீண்டும் மீண்டும் கூறினால், இறுதியில் அதை எல்லோரும் உண்மையென்று ஏற்றுக் கொள்கின்றனர். இதில் ஒரே வித்தியாசம், பெர்னாடெட் குறிப்பிட்ட 'அச்சிறுமிக்கு' ஒரு பெயர் இருந்தது."

"அது என்ன?" என்று மிக்காயில் கேட்டான்.

" 'நான்தான் களங்கமற்றக் கருத்தரிப்பு'. மரியா, இசபெல், பியாட்ரிஸ் ஆகிய பெயர்களைப் போன்ற ஒரு பெயர் அல்ல அது என்பது வெளிப்படை. அச்சிறுமி தன்னை ஓர் உண்மையாக, ஒரு நிகழ்வாக, ஒரு சம்பவமாக விவரிக்கிறாள். சில சமயங்களில், 'புணர்ச்சியற்றப் பிறப்பு நான்' என்று அப்பெயருக்கு விளக்கமளிக்கப்படுகிறது. சரி, மிக்காயில், நீங்கள் இப்போது உங்கள் கதையைத் தொடருங்கள்," என்று நான் கூறினேன்.

"அதற்கு முன், நான் உங்களை ஒன்று கேட்கலாமா?" என்று இன்னொரு பிச்சைக்காரன் கேட்டான். அவனுக்குக் கிட்டத்தட்ட என்னுடைய வயதுதான் இருக்கும். "நீங்கள் ஒரு புத்தகம் எழுதியுள்ளதாகக் கூறினீர்களே; அதன் தலைப்பு என்ன?"

"நான் பல புத்தகங்கள் எழுதியுள்ளேன்."

பிறகு, பெர்னாடெட்டின் கதையையும் அவளுடைய அமானுசக் காட்சியையும் நான் குறிப்பிட்டுள்ள புத்தகத்தின் தலைப்பை நான் அவனிடம் கூறினேன்.

"நீங்கள்தான் அந்தப் பத்திரிகையாளரின் கணவரா?"

"நீங்கள் எஸ்தரின் கணவரா?" என்று ஒரு பிச்சைக்காரி ஆச்சரியத்துடன் கேட்டாள். கண்களைக் கூசச் செய்யக்கூடிய அளவுக்குப் பிரகாசமான பச்சை நிறத் தொப்பி ஒன்றையும், கருஞ்சிவப்பு நிற அங்கி ஒன்றையும் அவள் அணிந்திருந்தாள்.

என்ன சொல்வதென்று தெரியாமல் நான் திகைத்தேன்.

"அவள் ஏன் இங்கே திரும்பி வரவில்லை?"

என்று இன்னொரு பிச்சைக்காரி கேட்டாள். "அவள் இறந்திருக்கக்கூடாது. ஆனால் அவள் எப்போதும் ஆபத்தான இடங்களுக்குத்தான் சென்றாள். அவள் அங்கெல்லாம் போகக்கூடாது என்று நான் அடிக்கடி அவளிடம் கூறினேன். எனக்கு அவள் என்ன கொடுத்தாள் என்று பாருங்கள்!"

அந்தப் பிச்சைக்காரி, இரத்தக் கறை படிந்த ஒரு துண்டுத் துணியை என்னிடம் காட்டினாள். இறந்து போன வீரனின் சட்டையின் ஒரு பகுதி அது.

"இல்லை, அவள் இறக்கவில்லை. ஆனால், அவள் இங்கே அடிக்கடி வந்தாள் என்பதைக் கேட்கும்போது எனக்கு ஆச்சரியமாக இருக்கிறது," என்று நான் கூறினேன்.

"ஏன்? நாங்கள் வித்தியாசமானவர்கள் என்பதாலா?"

"இல்லை, நீங்கள் என்னைத் தவறாகப் புரிந்து கொண்டிருக்கிறீர்கள். நான் உங்களை எடைபோடவில்லை. எஸ்தர் இங்கே வந்தது குறித்து நான் ஆச்சரியமும் மகிழ்ச்சியும் அடைகிறேன்."

ஆனாலும், குளிரை விரட்டுவதற்காக நாங்கள் குடித்துக் கொண்டிருந்த வோட்கா எங்கள் அனைவர்மீதும் ஒரு தாக்கம் ஏற்படுத்திக் கொண்டிருந்தது.

"நீங்கள் நகைமுரணாக நடந்து கொள்கிறீர்கள்," என்று நீளமான தலைமுடியும் கட்டுறுதியான உடலும் கொண்ட ஒருவன் கூறினான். அவன் சவரம் செய்து பல நாட்கள் ஆகியிருந்ததுபோலக் காணப்பட்டான். "நாங்கள் மோசமானவர்கள் என்று உங்களுக்குத் தோன்றினால், இன்னும் ஏன் நீங்கள் இங்கே இருக்கிறீர்கள்?"

நானும் குடித்து வந்திருந்தேன், எனவே அது எனக்குத் துணிச்சலைக் கொடுத்தது.

"நீ யார்? எந்த மாதிரியான வாழ்க்கை இது? நீ ஆரோக்கியமாக இருக்கிறாய். உன்னால் வேலை செய்ய முடியும், ஆனால் எதுவும் செய்யாமல் நீ வெறுமனே சுற்றித் திரிந்து கொண்டிருக்கிறாய்," என்று நான் கூறினேன்.

"சமுதாயத்திடமிருந்து ஒதுங்கி இப்படி வெளியே இருப்பதை நாங்களாகவே விரும்பித் தேர்ந்தெடுத்திருக்கிறோம். வேகமாக நொறுங்கிக் கொண்டிருக்கின்ற ஓர் உலகிற்கு வெளியே, எதையோ இழந்துவிடுவோமோ என்ற நிரந்தர பயத்துடன் வாழ்கின்ற

மக்களுக்கு வெளியே, எல்லாம் மோசமாகப் போய்க் கொண்டிருக்கும்போது, எல்லாமே சிறப்பாகப் போய்க் கொண்டிருப்பதுபோலப் பாசாங்கு செய்து கொண்டு தெரு வழியே நடந்து போகின்றவர்களுக்கு வெளியே நாங்கள் ஒதுங்கி வாழ்கிறோம். நீங்கள் பிச்சையெடுப்பதில்லையா? உங்கள் வீட்டின் சொந்தக்காரருக்கு வாடகை கொடுப்பதற்கு உங்கள் மேலதிகாரியிடம் நீங்கள் பிச்சையெடுப்பதில்லையா?"

"உங்கள் வாழ்க்கையை வீணடித்துக் கொண்டிருப்பது குறித்து உங்களுக்கு அவமானமாக இல்லையா?" என்று அந்தக் கருஞ்சிவப்பு அங்கிக்காரி கேட்டாள்.

"நான் என் வாழ்க்கையை வீணடித்துக் கொண்டிருப்பதாக யார் சொன்னார்கள்? எனக்கு என்ன செய்ய விருப்பமோ, துல்லியமாக அதைத்தான் நான் செய்து கொண்டிருக்கிறேன்," என்று நான் கூறினேன்.

கட்டுறுதியான உடலைக் கொண்டவன் குறுக்கிட்டு இவ்வாறு கூறினான்:

"உங்கள் விருப்பம் என்ன? உலகின் உச்சத்தில் வாழ்வதா? சமவெளியைவிட அந்த மலை சிறந்தது என்று யார் உங்களிடம் கூறினார்கள்? எப்படி வாழ வேண்டும் என்பது எங்களுக்குத் தெரியாது என்று நீங்கள் நினைக்கிறீர்கள், இல்லையா? வாழ்க்கையிடமிருந்து துல்லியமாக நாங்கள் எதைப் பெற விரும்புகிறோம் என்பதை நாங்கள் அறிவோம் என்பதை உங்கள் மனைவி புரிந்திருந்தார். நாங்கள் எதை விரும்புகிறோம் தெரியுமா? அமைதி! சுதந்திரம்! நவீன ஃபேஷன்களைப் பின்பற்ற வேண்டிய கட்டாயம் இல்லாத ஒரு நிலை! இங்கே நாங்கள் எங்களுடைய சொந்த ஃபேஷன்களை உருவாக்குகிறோம். நாங்கள் குடிக்க விரும்பும்போது குடிக்கிறோம், தூங்க விரும்பும்போது தூங்குகிறோம். இங்கு ஒருவர்கூட அடிமைத்தனத்தைத் தேர்ந்தெடுக்கவில்லை. அது குறித்து நாங்கள் பெருமிதம் கொள்கிறோம். ஆனால் அடுத்தவர்களுடைய தாராள மனப்பான்மையை எங்களுக்குச் சாதகமாகப் பயன்படுத்திக் கொண்டு அவர்களிடம் யாசித்து வாழ்க்கை நடத்துகின்ற கேவலமான பிறவிகள் நாங்கள் என்று நீங்களும் உங்களுடைய மக்களும் நினைக்கிறீர்கள், இல்லையா?"

பல குரல்கள் ஆக்ரோஷமாக ஒலிக்கத் தொடங்கின.

அப்போது மிக்காயில் குறுக்கிட்டான்:

“என்னுடைய மீதிக் கதையை நீங்கள் கேட்க விரும்புகிறீர்களா அல்லது நாங்கள் இங்கிருந்து புறப்படட்டுமா?”

“இவர் எங்களை விமர்சித்துக் கொண்டிருக்கிறார். தான் கடவுள் என்பதுபோல எங்களை எடைபோடுவதற்காக இவர் இங்கே வந்திருக்கிறார்,” என்று செயற்கைக் கால் பொருத்தப்பட்டவன் கூறினான்.

இன்னும் ஒரு சில புகார்கள் முன்வைக்கப்பட்டன. யாரோ என் முதுகின்மீது ஓங்கித் தட்டினார்கள். நான் என்னுடைய சிகரெட்டுகளை அங்கிருந்தோருக்கு விநியோகித்தேன். ஒரு வோட்கா பாட்டிலை யாரோ என் கையில் மீண்டும் திணித்தனர். எல்லோரும் மெல்ல மெல்ல அமைதியடைந்தனர். எஸ்தரை நான் புரிந்திருந்ததைவிட இவர்கள் அவளை நன்றாகப் புரிந்து வைத்திருந்தது எனக்கு வியப்பாகவும் அதிர்ச்சியாகவும் இருந்தது. ஏனெனில், இரத்தக் கறை படிந்த அந்தச் சட்டைத் துண்டை அவள் எனக்குக் கொடுக்காமல் அவர்களுக்குக் கொடுத்திருந்தாள்.

மிக்காயில் தன்னுடைய கதையைத் தொடர்ந்தான்:

“போய்ப் படிப்பதற்கு எனக்கு வேறு இடம் இல்லாததாலும், குதிரைகளைப் பராமரிப்பதற்கு எனக்கு வயது போதாது என்பதாலும், நான் ஓர் இடையனாக ஆகிறேன். குதிரைகள் எங்கள் நாட்டின் பெருமையாகும். முதல் வாரத்தின்போது, நான் மேய்க்கின்ற செம்மறியாடுகளில் ஒன்று இறந்துவிடுகிறது. நான் சபிக்கப்பட்டவன் என்றும், பெரும் செல்வத்தைச் சம்பாதித்துக் கொடுப்பதாக என் தாயாருக்கு வாக்குக் கொடுத்து வெகுதூரத்திலிருந்து அவரை அழைத்து வந்து எங்களை ஓட்டாண்டிகளாக விட்டுவிட்டு சென்ற ஒருவருடைய மகன் நான் என்றும் ஒரு வதந்தி எல்லா இடங்களிலும் பரவுகிறது. நிராதரவாக இருப்பவர்களுக்குப் பொய்யான நம்பிக்கைகளைக் கொடுப்பதற்கான ஒரு வழிதான் மதம் என்று கம்யூனிசவாதிகள் அவர்களிடம் கூறியிருக்கக்கூடும். எதார்த்தம் மட்டுமே உண்மை என்றும், நம்முடைய கண்களால் பார்க்க முடியாத எதுவும் மனிதக் கற்பனையின் விளைவு மட்டுமே என்றும் அவர்கள் நம்ப வைக்கப்பட்டிருக்கக்கூடும். ஆனால் ஸ்டெப்பி

புல்வெளியின் பண்டைய பாரம்பரியங்கள் தீண்டப்படாமல் அப்படியே நிலைத்திருக்கின்றன. வாய்மொழியாக அவை தலைமுறை தலைமுறையாகக் கடத்தப்படுகின்றன.

“முன்பு நான் குறிப்பிட்ட அந்த மரம் வெட்டப்பட்டுவிட்டதால், அச்சிறுமியை நான் இனியும் பார்ப்பதில்லை, ஆனால் அவளுடைய குரல் எனக்கு இன்னும் கேட்கிறது. செம்மறியாடுகளைப் பராமரிப்பதில் எனக்கு உதவும்படி நான் அவளிடம் கேட்கிறேன். பொறுமையாக இருக்கும்படியும், கடினமான காலகட்டம் வரவிருக்கிறது என்றும், ஆனால் எனக்கு இருபத்திரண்டு வயது ஆவதற்கு முன் வெகுதூரத்திலிருந்து ஒரு பெண் வந்து நான் இந்த உலகத்தைப் பார்ப்பதற்கு என்னை அழைத்துச் செல்வாள் என்றும் அவள் கூறுகிறாள். மேலும், நான் நிறைவேற்ற வேண்டிய ஒரு குறிக்கோள் இருக்கிறது என்றும், உண்மையான ஆற்றலை நான் இவ்வுலகம் நெடுகிலும் பரப்ப வேண்டும் என்றும் அவள் கூறுகிறாள்.

“அதிகரித்துக் கொண்டிருக்கும் வதந்திகளால் செம்மறியாடுகளின் உரிமையாளர் கவலைப்படுகிறார். இதில் விநோதமான விஷயம் என்னவென்றால், முந்தைய ஆண்டு முழுவதும் அச்சிறுமி யாருக்கெல்லாம் உதவியிருந்தாளோ, அவர்கள்தாம் இந்த வதந்திகளைப் பரப்பி என்னுடைய வாழ்க்கையைச் சீரழிக்க முயற்சித்துக் கொண்டிருக்கின்றனர். ஒரு நாள், அடுத்தக் கிராமத்திலுள்ள கம்யூனிசவாதக் கட்சி அலுவலகத்திற்குப் போக அவர் தீர்மானிக்கிறார். நானும் என்னுடைய தாயாரும் மக்களின் எதிரிகள் என்று கருதப்படுவதை அவர் அங்கே தெரிந்து கொள்கிறார். நான் உடனடியாக என்னுடைய வேலையிலிருந்து நீக்கப்படுகிறேன். இது எங்களுடைய வாழ்க்கையைப் பெரிதாக பாதிக்கவில்லை. ஏனெனில், அப்பகுதியில் உள்ள மிகப் பெரிய நகரத்தில் ஒரு நிறுவனத்தில் என் தாயார் எம்பிராய்டரி வேலை செய்கிறார். நாங்கள் ‘மக்களின் எதிரிகள், பாட்டாளி வர்க்கத்தினரின் எதிரிகள்’ என்பது அங்கே யாருக்கும் தெரியாது. அந்தத் தொழிற்சாலையின் உரிமையாளர்களுக்குத் தேவைப்படுவதெல்லாம், என் தாயார் காலையிலிருந்து மாலைவரை தொடர்ந்து எம்பிராய்டரி வேலை செய்ய வேண்டும் என்பது மட்டும்தான்.

“எனக்கு இப்போது முழு நேரமும் கிடைத்திருப்பதால், வேட்டைக்காரார்களுடன் சேர்ந்து ஸ்டெப்பி புல்வெளிகளில் நான் அலைந்து திரிகிறேன். அவர்கள் என்னுடைய கதையை அறிவர். எனக்கு மந்திர சக்தி இருப்பதாக அவர்கள் நம்புகின்றனர். ஏனெனில், நான் அவர்களோடு இருக்கும்போது, அவர்களுக்கு எப்போதும் நரிகள் தென்படுகின்றன. சில சமயங்களில், நான் ஒட்டுமொத்த நாட்களையும் அக்கவிஞரின் அருங்காட்சியகத்தில் செலவிடுகிறேன், அவருடைய உடைமைகளை ஆய்வு செய்கிறேன், அவருடைய புத்தகங்களைப் படிக்கிறேன், அவருடைய கவிதைகளைச் சொல்வதற்கு அங்கு வருகின்ற மக்கள் வாசிக்கின்ற கவிதைகளை நான் கேட்கிறேன். அவ்வப்போது, அந்தக் கதகதப்பான காற்று வீசுவதை நான் உணர்கிறேன், வெளிச்சத்தைப் பார்த்துவிட்டு நிலத்தில் விழுகிறேன். பிறகு, அடுத்த வறட்சி எப்போது வரும், விலங்குகள் எப்போது நோய்வாய்ப்படும், வணிகர்கள் எப்போது வருவார்கள் போன்ற பல திட்டவட்டமான உண்மைகளை அக்குரல் என்னிடம் சொல்லும். நான் என் அம்மாவைத் தவிர வேறு யாரிடமும் அதைப் பற்றிச் சொல்வதில்லை. என்னைப் பற்றி அவர் மேன்மேலும் கவலைப்பட்டுக் கொண்டிருக்கிறார், அதிக அக்கறை காட்டுகிறார்.

“ஒரு நாள், எங்கள் பகுதிக்கு வருகை தருகின்ற ஒரு மருத்துவரிடம் அவர் என்னை அழைத்துச் செல்கிறார். குறிப்புகள் எடுத்துக் கொண்டே என்னுடைய கதையை உன்னிப்பாகக் கேட்கும் அந்த மருத்துவர், ஏதோ ஒரு விநோதமான கருவியால் என்னுடைய கண்களை ஊடுருவிப் பார்க்கிறார், என்னுடைய இதயத்துடிப்பைக் கேட்கிறார், என்னுடைய கால்மூட்டுகளைத் தட்டுகிறார். பிறகு, எனக்கு ஏதோ ஒரு வகையான காக்கை வலிப்பு நோய் இருப்பதாக அவர் கூறுகிறார். அது ஒரு தொற்றுநோய் அல்ல என்றும், எனக்கு வயது கூடக் கூட, வலிப்புகள் வருவது குறைந்துவிடும் என்றும் அவர் கூறுகிறார்.

“என்னுடையது ஒரு நோய் அல்ல என்பதை நான் அறிவேன், ஆனால் என் அம்மா நிம்மதியாக இருக்க வேண்டும் என்பதற்காக, அந்த மருத்துவர் கூறுவதை நான் நம்புவதுபோல நான் பாசாங்கு செய்கிறேன்.

படிப்பதற்கு நான் சிரமப்படுவதைக் காண்கின்ற அந்த அருங்காட்சியக இயக்குநர் என்மீது பரிதாபம் கொண்டு என்னுடைய ஆசிரியராக ஆகிறார். நான் அவருடன் சேர்ந்து புவியியலும் இலக்கியமும் கற்கிறேன். குறிப்பாக, எதிர்காலத்தில் எனக்கு இன்றியமையாததாக விளங்கவிருந்த ஆங்கிலத்தையும் அவர் எனக்குக் கற்றுக் கொடுத்தார். ஒரு மதிய நேரத்தில், அந்த இயக்குநருக்கு விரைவில் ஒரு முக்கியமான பதவி வழங்கப்படவிருந்ததாக அவரிடம் கூறும்படி அக்குரல் என்னிடம் கூறுகிறது. நான் அவரிடம் இதைத் தெரிவிக்கும்போது, பயம் கலந்த ஒரு சிரிப்பும் ஓர் உறுதியான பதிலும் என் காதில் விழுகின்றன: 'அப்படி ஒன்று நிகழ்வதற்கான லேசான சாத்தியக்கூறுகூட இல்லை. ஏனெனில், நான் ஒருபோதும் ஒரு கட்சி உறுப்பினராக இருந்ததில்லை. அது மட்டுமல்லாமல், நான் ஆழ்ந்த அர்ப்பணிப்புக் கொண்ட ஓர் இஸ்லாமியனும்கூட.'

"எனக்குப் பதினைந்து வயது ஆகிறது. அந்த உரையாடல் நிகழ்ந்து இரண்டு மாதங்களுக்குப் பிறகு, நான் வாழ்கின்ற அப்பகுதியில் ஏதோ மாறிக் கொண்டிருப்பதை நான் உணர்கிறேன். வழக்கமாகத் திமிராக நடந்து கொண்ட அரசு ஊழியர்கள் திடீரென்று அதிகப் பரிவுடன் நடந்து கொள்கின்றனர், நான் மீண்டும் பள்ளிக்குச் செல்ல விரும்புகிறேனா என்று என்னிடம் கேட்கின்றனர். ரஷ்ய வீரர்களைச் சுமந்து கொண்டு ஏகப்பட்ட வண்டிகள் வரிசையாகப் போர்முனைக்குப் போகின்றன. ஒரு மாலை வேளையில், ஒரு காலத்தில் அந்தக் கவிஞருக்குச் சொந்தமாக இருந்த அச்சிறிய அலுவலகத்தில் நான் படித்துக் கொண்டிருக்கும்போது, அந்த அருங்காட்சியக இயக்குநர் ஓடி வந்து, என்னைத் திகைப்போடும் தர்மசங்கடத்தோடும் பார்க்கிறார். தன்னால் ஒருபோதும் கற்பனை செய்ய முடிந்திராத ஒன்று இக்கணத்தில் நிகழ்ந்து கொண்டிருப்பதாக அவர் கூறுகிறார்: நம்புதற்கரிய வேகத்தில் கம்யூனிசவாத ஆட்சி வீழ்ந்து கொண்டிருக்கிறது! முன்னாள் சோவியத் குடியரசுகள் இப்போது தனித்தனி சுதந்திர நாடுகளாக ஆகிக் கொண்டிருக்கின்றன. அல்மாட்டியிலிருந்து வருகின்ற செய்திகள் அனைத்தும் ஒரு புதிய அரசாங்கம் உருவாவதைப் பற்றியே இருக்கின்றன. அந்த இயக்குநர்

அப்பிராந்தியத்தின் தலைவராக நியமிக்கப்பட்டிருக்கிறார்!

"என்னை மகிழ்ச்சியோடு கட்டித் தழுவிக் கொள்வதற்குப் பதிலாக, இது நிகழவிருந்தது எனக்கு எப்படித் தெரியும் என்று அவர் என்னிடம் கேட்கிறார். 'யாரேனும் அதைப் பற்றிப் பேசிக் கொண்டிருந்ததை நான் ஒட்டுக் கேட்டிருந்தேனா? அவர் கட்சி உறுப்பினராக இல்லாததால் அவரை உளவு பார்ப்பதற்காக உளவுத் துறையினரால் நான் அனுப்பி வைக்கப்பட்டிருந்தேனா? எல்லாவற்றையும்விட மிக மோசமாக, நான் என் வாழ்வில் ஏதோ ஒரு கட்டத்தில் சாத்தானுடன் ஓர் உடன்படிக்கை செய்து கொண்டிருந்தேனா?' என்றெல்லாம் அவர் கேட்கிறார்.

"என்னுடைய கதை அவருக்குத் தெரியும் என்பதை நான் அவருக்கு நினைவூட்டுகிறேன்: அச்சிறுமி, அக்குரல், மற்ற யாருக்கும் தெரியாத விஷயங்கள் எனக்கு மட்டும் கேட்க வழி வகுக்கின்ற என்னுடைய 'வலிப்புகள்'. அது என் நோயின் ஒரு பகுதி என்று அவர் கூறுகிறார். மேலும், 'ஒரே ஒரு தீர்க்கதரிசி மட்டுமே இருக்கிறார். முகமது நபிகள்தான் அவர். சொல்லப்பட வேண்டிய அனைத்து விஷயங்களும் ஏற்கெனவே வெளிப்படுத்தப்பட்டுவிட்டன. ஆனால் அதற்காக, உலகில் சாத்தான் இல்லை என்று அர்த்தமில்லை. எதிர்காலத்தை முன்கூட்டியே பார்ப்பதற்கான திறன் இருப்பதாகக் காட்டிக் கொள்வது உட்பட, அது எல்லா வகையான தந்திரங்களையும் பயன்படுத்தி, பலவீனமானவர்களை ஏமாற்றி, மக்களை மயக்கி, உண்மையான மத நம்பிக்கையிலிருந்து அவர்களை விலக்கிக் கூட்டிச் செல்கிறது. நலிந்தவர்களுக்கு உதவ வேண்டும் என்று இஸ்லாம் கூறுவதால், நான் உனக்கு ஒரு வேலை கொடுத்தேன், ஆனால் அதற்காக இப்போது நான் மிகவும் வருந்துகிறேன். ஒன்று, நீ உளவுத் துறையின் ஒரு கருவியாக இருக்க வேண்டும், அல்லது சாத்தானின் தூதனாக இருக்க வேண்டும்,' என்று அவர் கூறுகிறார்.

"அவர் அக்கணமே என்னை வேலையைவிட்டு நீக்கிவிடுகிறார்.

"வாழ்க்கை ஒன்றும் முன்பு எளிதானதாக இருந்திருக்கவில்லை, ஆனால் இப்போது அது அதிகக் கடினமாகிறது. என் தாயார் வேலை பார்க்கின்ற, ஒரு

காலத்தில் அரசாங்கத்திற்குச் சொந்தமாக இருந்த தொழிற்சாலை, இப்போது தனியாரின் கைகளுக்குள் விழுகிறது. அதன் புதிய உரிமையாளர்கள் மிகவும் வித்தியாசமான யோசனைகளைக் கொண்டுள்ளனர். அவர்கள் அந்த ஒட்டுமொத்தத் தொழிலையும் மறுவடிவமைப்பு செய்கின்றனர். அதன் ஒரு பகுதியாக, என் தாயார் அவருடைய வேலையிலிருந்து நீக்கப்படுகிறார். இரண்டு மாதங்களுக்குப் பிறகு, எங்களுக்கு எந்த வாழ்வாதாரமும் இல்லை. எங்களுக்கு எஞ்சியிருக்கின்ற ஒரே வழி, நான் என் ஒட்டுமொத்த வாழ்க்கையையும் கழித்த அந்தக் கிராமத்தைவிட்டு வெளியேறி வேறு எங்கேனும் வேலை தேடிப் போவதுதான்.

"என்னுடைய தாத்தாவும் பாட்டியும் அந்தக் கிராமத்திலிருந்து வெளியேற மறுக்கின்றனர். தாங்கள் பிறந்து வளர்ந்த மண்ணில் பட்டினியால் சாவதே மேல் என்று அவர்கள் நினைக்கின்றனர். என் தாயும் நானும் அல்மாட்டிக்குப் போகிறோம். முதன்முதலாக நான் ஒரு பெரிய நகரத்தைப் பார்க்கிறேன். அங்கு ஓடுகின்ற கார்கள், நிமிர்ந்து நிற்கின்ற பெரிய கட்டடங்கள், நியான் பெயர்ப்பலகைகள், மின்படிக்கட்டுகள், குறிப்பாக மின்தூக்கிகள் ஆகியவற்றைக் கண்டு நான் வியக்கிறேன். என் தாயாருக்கு ஒரு கடையில் ஒரு வேலை கிடைக்கிறது. நான் ஒரு வாகனப் பழுதுநீக்குநரிடம் வேலைக்குச் சேர்ந்து, அவருடைய வாகனப் பணிமனையில் என் பயிற்சியைத் தொடங்குகிறேன். என் அம்மாவும் நானும் சம்பாதிக்கின்ற பணத்தின் பெரும்பகுதியை நாங்கள் என் தாத்தாவுக்கும் பாட்டிக்கும் அனுப்பி வைக்கிறோம். ஆனால், எங்களுடைய சாப்பாட்டிற்கும், திரைப்படங்கள், பொருட்காட்சிகள், கால்பந்துப் போட்டிகள் போன்ற, நான் முன்பு ஒருபோதும் பார்த்திராதவற்றைப் பார்ப்பதற்கும் போதுமான பணம் எங்களிடம் இருக்கிறது.

"நாங்கள் நகரத்திற்கு இடம் பெயர்கின்றபோது, என்னுடைய 'வலிப்புகள்' மறைந்துவிடுகின்றன, கூடவே அக்குரலும் அச்சிறுமி தோன்றுவதும் நின்று போகின்றன. அப்படி இருப்பதே நல்லது என்று நான் நினைக்கிறேன். அல்மாட்டி என்னைப் பெரிதும் கவர்ந்துவிடுகிறது. என்னுடைய எட்டாவது வயதிலிருந்து என்னுடைய

துணையாக இருந்து வந்துள்ள, கண்ணுக்குத் தெரியாத அந்தத் தோழியை நினைக்க நேரமில்லாத அளவுக்கு, பணம் சம்பாதிப்பதில் நான் மும்முரமாக இருக்கிறேன். உலகில் ‘குறிப்பிடத்தக்க’ ஒருவராக ஆவதற்குச் சிறிதளவு அறிவு இருந்தால் போதும் என்பதை நான் உணர்கிறேன். பிறகு, ஒரு ஞாயிறு இரவில், நான் எங்களுடைய சிறிய வீட்டின் ஒரே சன்னலுக்குப் பக்கத்தில் உட்கார்ந்திருக்கிறேன். வெளியே அழுக்கான ஒரு சந்து தெரிகிறது. நான் மிகவும் கவலையாக இருக்கிறேன். ஏனெனில், முந்தைய நாளன்று, நான் என்னுடைய பணிமனையில் ஒரு காரை உள்ளே ஓட்டி வந்தபோது அதை லேசாக எங்கோ இடித்து அதில் ஒரு நெளிசலை ஏற்படுத்திவிட்டேன். அதனால் நான் வேலையிலிருந்து துரத்தப்படுவேனோ என்ற பயத்தில் அன்று முழுவதும் நான் சாப்பிடக்கூட இல்லை.

“திடீரென்று, அந்தக் கதகதப்பான காற்றை நான் உணர்கிறேன், அந்த வெளிச்சத்தையும் நான் பார்க்கிறேன். நான் மயங்கிக் கீழே விழுந்துவிட்டதாகவும், ஒரு விநோதமான மொழியில் பேசியதாகவும் என்னுடைய தாயார் என்னிடம் கூறுகிறார். என்னுடைய மயக்க நிலை, வழக்கத்தைவிட அதிக நேரம் நீடித்தது என்றும் அவர் கூறுகிறார். அப்போதுதான் அக்குரல் என்னுடைய வாழ்க்கைக் குறிக்கோளை எனக்கு நினைவுபடுத்தியது. எனக்கு நினைவு திரும்பும்போது, என்னால் அச்சிறுமியைப் பார்க்க முடியாவிட்டாலும், அவளோடு பேச முடியாவிட்டாலும், அவளுடைய இருத்தலை மீண்டும் என்னால் உணர முடிகிறது.

“நாங்கள் எங்களுடைய கிராமத்தில் இருக்கும் எங்கள் வீட்டிலிருந்து நகரத்தில் ஒரு வீட்டிற்கு இடம் பெயர்ந்தது எங்களுடைய உலகத்தையும் மாற்றிவிடுகிறது. அந்த ‘அமானுசக் காட்சியில்’ இனியும் எனக்கு ஆர்வம் இல்லை. ஆனாலும், என்னுடைய குறிக்கோள் என்ன என்று நான் அவளிடம் கேட்கிறேன். மனிதர்களிடையே உள்ள பொதுவான குறிக்கோள்தான் அது என்று அக்குரல் கூறுகிறது. உலகத்தை முழுமையான அன்பெனும் ஆற்றலால் நிரப்புவதுதான் அது. அக்கணத்தில் என்னை உண்மையிலேயே கவலைப்பட வைத்துக் கொண்டிருக்கின்ற ஒரு விஷயத்தைப் பற்றி நான் அவளிடம் கேட்கிறேன்.

அதாவது, நான் இடித்து நெளித்தக் காரைப் பற்றியும், அதன் உரிமையாளர் என்னிடம் எப்படி நடந்து கொள்வாரோ என்ற என்னுடைய பயத்தைப் பற்றியும் நான் அவளிடம் கூறுகிறேன். 'கவலைப்படாதே. வெறுமனே உண்மையைக் கூறிவிடு. அவர் புரிந்து கொள்வார்,' என்று அவள் பதிலளிக்கிறாள்.

"நான் இன்னும் ஐந்து ஆண்டுகள் அந்த வாகனப் பணிமனையில் வேலை செய்கிறேன். எனக்குப் பல நண்பர்கள் கிடைக்கின்றனர், காதல் அனுபவங்கள் கிடைக்கின்றன, உடலுறவு அனுபவம் கிடைக்கிறது, நான் தெருச் சண்டைகளில் ஈடுபடுகிறேன். சுருக்கமாகச் சொன்னால், ஓர் இயல்பான வாலிபப் பருவத்தை நான் அனுபவிக்கிறேன். ஒரு சில முறை எனக்கு வலிப்பு ஏற்படுகிறது. முதலில் என்னுடைய நண்பர்கள் அதைக் கண்டு ஆச்சரியப்படுகின்றனர். ஆனால் பிறகு, எனக்கு 'அமானுச சக்திகள்' இருப்பதாக நான் அவர்களிடம் கூறுகிறேன். அது எனக்கு அவர்களுடைய மரியாதையைப் பெற்றுக் கொடுக்கிறது. அவர்களுக்குத் தங்களுடைய காதலிகளுடனோ அல்லது குடும்பத்தினருடனோ பிரச்சனைகள் ஏற்படும்போது, அவர்கள் என்னுடைய உதவியை நாடுகின்றனர், என்னுடைய ஆலோசனையைக் கேட்கின்றனர். ஆனால் நான் அக்குரலிடம் ஒருபோதும் அறிவுரை கேட்பதில்லை. பற்பல ஆண்டுகளுக்கு முன்பு அந்த மரம் வெட்டப்பட்டதைக் கண்டபோது எனக்கு ஏற்பட்டத் துயரம், நீங்கள் ஒருவருக்கு உதவும்போது பதிலுக்கு நன்றியின்மை மட்டுமே உங்களுக்குக் கிடைக்கும் என்பதை உணரச் செய்துள்ளது.

"என்னுடைய நண்பர்கள் மேலும் துருவிக் கேட்டால், நான் ஒரு 'ரகசியக் குழு'வைச் சேர்ந்தவன் என்று நான் அவர்களிடம் கூறுகிறேன். கஜகிஸ்தானில் பல பத்தாண்டுகால மதரீதியான அடக்குமுறைக்குப் பிறகு, ரகசியக் குழுக்கள், அமானுச மர்மங்கள் போன்றவை அல்மாட்டியில் இப்போது மிகவும் பிரபலமாக இருக்கின்றன. உயர்ந்த சக்திகள் கொண்ட மக்களையும், இந்தியாவையும் சீனாவையும் சேர்ந்த குருக்களையும் ஆசான்களையும் பற்றிய புத்தகங்கள் வெளியிடப்படுகின்றன. சுயமுன்னேற்றப் பயிலரங்குகள் எக்கச்சக்கமாக இருக்கின்றன. நான் ஒரு

சிலவற்றுக்குப் போகிறேன், ஆனால் கற்றுக் கொள்ள எதுவும் இல்லை என்பதை நான் உணர்கிறேன். நான் உண்மையிலேயே நம்புகின்ற ஒன்றே ஒன்று அந்தக் குரல்தான், ஆனால் அது சொல்லிக் கொண்டிருப்பதைக் கவனமாகக் கேட்க முடியாத அளவுக்கு நான் பல வேலைகளில் மும்முரமாக இருக்கிறேன்.

"ஒரு நாள், ஒரு நான்கு–சக்கர வாகனத்தை ஓட்டி வருகின்ற ஒரு பெண், எங்கள் பணிமனைக்கு வந்து, தன்னுடைய வண்டியில் எரிபொருள் நிரப்பும்படி என்னிடம் கூறுகிறாள். அவள் ரஷ்ய மொழியில் திக்கித் திணறிப் பேசுகிறாள். நான் அவளுக்கு ஆங்கிலத்தில் பதிலளிக்கிறேன். அவள் நிம்மதியடைந்து, தன்னோடு கஜகிஸ்தானுக்குள் வெகுதூரம் செல்ல ஒப்புக் கொள்ளக்கூடிய மொழிபெயர்ப்பாளர் யாரையேனும் எனக்குத் தெரியுமா என்று என்னிடம் கேட்கிறாள்.

"அவள் அதைச் சொன்னவுடன், அச்சிறுமியின் இருத்தல் அந்த ஒட்டுமொத்த இடத்தை நிரப்புகிறது. இந்த நபருக்காகத்தான் நான் என் வாழ்நாள் முழுவதும் காத்திருந்து வந்துள்ளேன் என்பதை நான் புரிந்து கொள்கிறேன். அவள்தான் நான் அங்கிருந்து வெளியேறுவதற்கான வழி, இந்த வாய்ப்பை நான் தவறவிட்டுவிடக்கூடாது என்பதை நான் உணர்கிறேன். அவள் விரும்பினால், என்னால் அவளுடைய மொழிபெயர்ப்பாளராக இருக்க முடியும் என்று நான் அவளிடம் கூறுகிறேன். எனக்கு ஏற்கெனவே ஒரு வேலை இருக்கிறது என்று கூறுகின்ற அவள், என்னைவிட அதிக வயதான, அதிக அனுபவம் வாய்ந்த, பயணம் செய்யத் தயாராக உள்ள ஒருவர் தனக்குத் தேவை என்று கூறுகிறாள். அந்த ஸ்டெப்பி புல்வெளிப் பகுதியிலும் அந்த மலைகளிலும் உள்ள ஒவ்வொரு பாதையும் எனக்கு அத்துப்படி என்றும், என்னுடைய இந்தப் பணிமனை வேலை தற்காலிகமானதுதான் என்றும் நான் அவளிடம் கூறி, எனக்கு ஒரு வாய்ப்புக் கொடுக்கும்படி அவளிடம் கெஞ்சுகிறேன். அன்றைய நாளின் பிற்பகுதியில், அந்நகரின் மிகவும் ஆடம்பரமான ஹோட்டலில் என்னைச் சந்திக்க அவள் ஏற்பாடு செய்து கொள்கிறாள்.

"நாங்கள் அந்த ஹோட்டலின் வரவேற்பறையில் சந்திக்கிறோம். அவள் என்னுடைய ஆங்கில அறிவைச்

சோதிக்கிறாள், மத்திய ஆசியாவின் புவியியலைப் பற்றி ஏராளமான கேள்விகள் கேட்கிறாள், நான் யார் என்பதையும் நான் எங்கிருந்து வருகிறேன் என்பதையும் அவள் தெரிந்து கொள்ள விரும்புகிறாள். அவள் என்னைச் சந்தேகிக்கிறாள். எனவே, தான் செய்கின்ற வேலையையும், தான் போக விரும்புகின்ற இடத்தையும் பற்றி அவள் என்னிடம் எதுவும் சொல்ல மறுக்கிறாள். நான் என்னுடைய பங்கை என்னால் முடிந்த அளவு சிறப்பாகச் செய்கிறேன், ஆனால் அவளுக்குத் திருப்தி ஏற்படவில்லை என்பதை என்னால் பார்க்க முடிகிறது.

“ஒரு சில மணிநேரம் மட்டுமே நான் அறிந்துள்ள இந்தப் பெண்மீது, காரணம் ஏதுமின்றி நான் காதல் வயப்பட்டுள்ளதை உணர்ந்து நான் வியக்கிறேன். நான் என்னுடைய கவலையைக் கட்டுப்படுத்திக் கொண்டு, அக்குரல்மீது மீண்டும் நம்பிக்கை கொள்கிறேன். பார்வைக்குப் புலப்படாத அச்சிறுமியிடம் நான் உதவி கேட்டு மன்றாடுகிறேன், எனக்கு அறிவுத் தெளிவைக் கொடுக்கும்படி நான் அவளிடம் கேட்கிறேன். எனக்கு இந்த வேலை கிடைத்தால், அவள் என்னை நம்பி ஒப்படைத்துள்ள வாழ்க்கைக் குறிக்கோளை நான் செவ்வனே நிறைவேற்றுவேன் என்று நான் அவளுக்கு வாக்குக் கொடுக்கிறேன். வெகுதூரத்திலிருந்து ஒரு பெண் வந்து என்னை அங்கிருந்து அழைத்துச் செல்வாள் என்று முன்பு அச்சிறுமி என்னிடம் கூறியிருந்தாள். அந்தப் பெண் தன்னுடைய வண்டியில் எரிபொருள் நிரப்பிக் கொள்வதற்கு எங்களுடைய பணிமனைக்கு வந்தபோது, அச்சிறுமி அங்கே என்னுடன் இருந்திருந்தாள். எனக்கு ஒரு நேர்மறையான பதில் தேவைப்படுகிறது.

“எஸ்தர் என்னைத் தீவிரமாகக் கேள்வி கேட்டுத் துளைத்தெடுத்தப் பிறகு, அவளுக்கு என்மீது நம்பிக்கை ஏற்படத் தொடங்குவதை நான் உணர்கிறேன். தான் செய்ய விரும்புகின்ற காரியம் சட்டத்திற்கு முற்றிலும் எதிரானது என்று அவள் என்னை எச்சரிக்கிறாள். தான் ஒரு பத்திரிகையாளர் என்றும், விரைவில் தொடங்கவிருக்கின்ற ஒரு போருக்கான முன்னேற்பாடாக அண்டை நாடு ஒன்றில் அமெரிக்க இராணுவத் தளம் ஒன்று கட்டப்பட்டுக் கொண்டிருப்பதைப் பற்றித்

தான் ஒரு கட்டுரை எழுத விரும்புவதாகவும் அவள் விளக்குகிறாள். விசாவுக்கான அவளுடைய விண்ணப்பம் நிராகரிக்கப்பட்டுள்ளதால், நாங்கள் நடந்து பயணிக்க வேண்டியிருக்கும், எல்லைப் பாதுகாப்புக் காவலர்கள் இல்லாத இடங்களில் நாங்கள் எல்லைகளைக் கடந்தாக வேண்டும். அவளுடைய தொடர்புகள் அவளுக்கு ஒரு வரைபடத்தைக் கொடுத்திருக்கின்றனர், எங்கே பாதுகாப்பாக எல்லைகளைக் கடக்கலாம் என்பதை அவளுக்குக் காட்டியுள்ளனர், ஆனால் நாங்கள் அல்மாட்டியிலிருந்து வெகுதூரம் போகும்வரை அவை எதையும் தான் என்னிடம் வெளிப்படுத்தப் போவதில்லை என்று அவள் கூறுகிறாள். நான் அவளுடன் போக விரும்பினால், இன்னும் இரண்டு நாட்களுக்குள் காலை பதினொரு மணிக்கு நான் அந்த ஹோட்டலில் இருந்தாக வேண்டும். ஒரு வாரத்திற்கான கூலி மட்டுமே தன்னால் கொடுக்க முடியும் என்று அவள் கூறுகிறாள். எனக்கு ஒரு நிரந்தர வேலை இருக்கிறது என்பதையும், என்னுடைய தாயாரையும் என்னுடைய பாட்டி மற்றும் தாத்தாவையும் கவனித்துக் கொள்ளப் போதுமான பணத்தை நான் சம்பாதிக்கிறேன் என்பதையும், பார்வைக்குப் புலப்படாத உலகத்துடனான என்னுடைய தொடர்புகளோடு உடன் வருகின்ற என்னுடைய 'வலிப்புகள்' பலவற்றைப் பார்த்திருந்தும் என்னுடைய முதலாளி என்னை நம்புகிறார் என்பதையும் பற்றி அவளுக்கு எதுவும் தெரியாது.

"அவள் என்னிடமிருந்து விடைபெற்றுக் கொள்வதற்கு முன், தன்னுடைய பெயர் எஸ்தர் என்று கூறுகிறாள். தன்னைப் பற்றிப் புகார் கொடுப்பதற்கு நான் காவல் துறையினரை அணுகினால், அவர்கள் தன்னை நாடு செய்து அந்நாட்டிலிருந்து வெளியேற்றிவிடுவர் என்று அவள் என்னை எச்சரிக்கிறாள். மேலும், வாழ்வின் சில தருணங்களில் நாம் கண்மூடித்தனமாக நம்முடைய உள்ளுணர்வை நம்பியாக வேண்டும் என்றும், அதைத்தான் தான் இப்போது செய்து கொண்டிருப்பதாகவும் அவள் கூறுகிறாள். அவள் கவலைப்பட வேண்டியதில்லை என்று நான் கூறுகிறேன். எனக்குக் கேட்கும் குரலைப் பற்றியும் அச்சிறுமியின் இருத்தல் பற்றியும் அவளிடம் ஏதோ கூறுவதற்கான சபலம் என்னுள் எழுகிறது, ஆனால் நான்

அதைக் கட்டுப்படுத்திக் கொள்கிறேன். நான் என்னுடைய வீட்டிற்குச் சென்று, என் தாயாரிடம் பேசிவிட்டு, ஒரு மொழிபெயர்ப்பாளராக எனக்கு ஒரு புதிய வேலை கிடைத்துள்ளதை அவரிடம் சொல்கிறேன். இந்த வேலையில் அதிகச் சம்பளம் கிடைக்கும் என்றும், ஆனால் நான் சில நாட்கள் வெளியூர்ப் பயணம் மேற்கொள்ள வேண்டியிருக்கும் என்றும் நான் அவரிடம் கூறுகிறேன். என் தாயார் அதைப் பற்றிக் கவலைப்பட்டதைப்போலத் தெரியவில்லை. என்னைச் சுற்றி எல்லாமே முன்கூட்டியே திட்டமிடப்பட்ட முறையில் நிகழ்ந்து கொண்டிருக்கிறது. நாங்கள் எல்லோரும் சரியான கணத்திற்காகக் காத்துக் கொண்டிருந்தோம்.

"அன்றிரவு நான் சரியாகத் தூங்கவில்லை. மறுநாள், நான் வழக்கத்தைவிட முன்னதாகவே என்னுடைய பணிமனைக்கு வந்துவிடுகிறேன். நான் ஒரு புதிய வேலையைத் தேடிக் கொண்டதாக நான் என் முதலாளியிடம் கூறுகிறேன். இன்று இல்லாவிட்டாலும் விரைவில் என்றேனும் அவர்கள் என்னுடைய நோயைப் பற்றித் தெரிந்து கொண்டுவிடுவர் என்றும், நிச்சயமில்லாத ஒரு வேலைக்காக நிரந்தரமான வேலையைக் கைவிடுவது ஆபத்தானது என்றும் அவர் என்னிடம் கூறுகிறார். ஆனால் என் தாயாரைப்போலவே, அவரும் பெரிதாக அலட்டிக் கொள்ளாமல் நான் அந்த வேலையிலிருந்து விலக அனுமதிக்கிறார். அன்று நான் பேச வேண்டியிருந்த அனைவருடைய மனங்களையும் மாற்றி, என்னுடைய வழியைச் சீராக்கிக் கொடுத்து, நான் முதலடியை எடுத்து வைக்க அந்தக் குரல் உதவிக் கொண்டிருந்ததுபோலும்!

"எஸ்தரும் நானும் அந்த ஹோட்டலில் சந்தித்துக் கொண்டபோது, நான் அவளிடம், 'நாம் மாட்டிக் கொண்டால், உங்களை உங்கள் நாட்டிற்கு அனுப்பிவிடுவார்கள், ஆனால் என்னைச் சிறையில் அடைத்துவிடுவார்கள். நான் பல ஆண்டுகளை அங்கே கழிக்கக்கூடும். உங்களுடைய இந்த முயற்சியில் உங்களைவிட எனக்கு அதிக ஆபத்து இருப்பதால், நீங்கள் என்னை உண்மையிலேயே நம்பியாக வேண்டும்,' என்று கூறுகிறேன். நான் கூறிக் கொண்டிருப்பதை அவள் புரிந்து கொண்டதுபோலத் தெரிகிறாள். நாங்கள் இரண்டு நாட்கள்

நடக்கிறோம். எல்லையின் மறுபக்கத்தில் சில ஆண்கள் ஒரு குழுவாக அவளுக்காகக் காத்துக் கொண்டிருக்கின்றனர். அவள் அவர்களோடு போகிறாள், ஆனால் விரைவில், அவள் கோபத்தோடும் விரக்தியோடும் திரும்பி வருகிறாள். போர் தொடங்கவிருக்கிறது, அனைத்துச் சாலைகளிலும் பலத்தப் பாதுகாப்பு ஏற்பாடுகள் செய்யப்பட்டுள்ளன, இதற்கு மேலும் தொடர்ந்து பயணித்தால், ஓர் உளவாளி என்று குற்றம் சாட்டப்பட்டுக் கைது செய்யப்படுவதற்கான சாத்தியக்கூறு எக்கச்சக்கமாக இருக்கிறது.

“நாங்கள் வந்த வழியே திரும்பி எங்கள் பயணத்தைத் தொடங்குகிறோம். வழக்கமாக மிகுந்த தன்னம்பிக்கையுடன் காணப்பட்ட எஸ்தர், திடீரென்று வருத்தமாகவும் குழப்பமாகவும் இருப்பதுபோலத் தெரிகிறாள். அவளுடைய கவனத்தைத் திசை திருப்புவதற்காக, என்னுடைய கிராமத்திற்கு அருகே வாழ்ந்த ஒரு கவிஞர் எழுதிய சில வரிகளை நான் அவளுக்குப் படித்துக் காட்டுகிறேன். அதே நேரத்தில், இன்னும் நாற்பத்தெட்டு மணிநேரத்தில் இந்த ஒட்டுமொத்த அனுபவமும் முடிந்துவிடும் என்று நான் நினைத்துக் கொள்கிறேன். ஆனாலும், அந்தக் குரல்மீது நம்பிக்கை வைப்பதை நான் தேர்ந்தெடுக்கிறேன். எஸ்தர் எப்படித் திடீரென்று வந்தாளோ, அதேபோல அவள் திடீரென்று அங்கிருந்து புறப்பட்டுச் செல்வதைத் தடுப்பதற்காக நான் என்னால் முடிந்த எல்லாவற்றையும் செய்தாக வேண்டியுள்ளது. ஒருவேளை, நான் இத்தனைக் காலமும் அவளுக்காகவே காத்திருந்து வந்துள்ளேன் என்பதையும், அவள் எனக்கு மிகவும் முக்கியமானவள் என்பதையும் நான் அவளுக்குக் காட்ட வேண்டியிருக்கலாம்.

“அன்றிரவு, சில பாறைகளுக்கு அருகே நாங்கள் எங்களுடைய ‘உறக்கப் பைகளை’ விரித்தப் பிறகு, நான் அவளுடைய கையைத் தொடுகிறேன். அவள் தன் கையை மென்மையாகப் பின்னால் இழுத்துக் கொண்டு, தான் திருமணமானவள் என்று கூறுகிறாள். நான் ஒரு முட்டாள்தனமான தவறைச் செய்துள்ளதை நான் உணர்கிறேன். பிறகு, நான் இழப்பதற்கு எதுவும் இல்லை என்பதால், நான் ஒரு சிறுவனாக இருந்தபோது எனக்குத் தோன்றிய அமானுசக் காட்சிகளைப் பற்றியும், உலகம் நெடுகிலும் அன்பைப் பரப்புவது குறித்த என்னுடைய

குறிக்கோளைப் பற்றியும், எனக்கு வலிப்பு நோய் இருப்பதாக என்னுடைய மருத்துவர் கணித்ததைப் பற்றியும் நான் அவளிடம் கூறுகிறேன்.

"நான் எதைப் பற்றிப் பேசிக் கொண்டிருக்கிறேன் என்பதை அவள் துல்லியமாகப் புரிந்து கொண்டதைக் கண்டு நான் வியப்புறுகிறேன். அவள் தன்னுடைய வாழ்க்கையைப் பற்றிச் சிறிதளவு என்னிடம் கூறுகிறாள். 'நான் என் கணவரை நேசிக்கிறேன், அவரும் என்னை நேசிக்கிறார். ஆனால், காலப்போக்கில், முக்கியமான ஏதோ தொலைந்துவிட்டது. எங்களுடைய மணவாழ்க்கை மெல்ல மெல்லச் சிதைவதைப் பார்ப்பதற்குப் பதிலாக, இப்போது நான் அவரிடமிருந்து வெகுதூரம் தள்ளி இருக்க விரும்புகிறேன். வாழ்வில் எனக்கு எல்லாம் இருக்கிறது, ஆனால் நான் மகிழ்ச்சியற்று இருக்கிறேன். நான் மகிழ்ச்சியாக இருப்பதுபோலப் பாசாங்கு செய்து கொண்டு என்னுடைய எஞ்சிய வாழ்க்கையை என்னால் சுலபமாக ஓட்டிவிட முடியும் என்றாலும், மனத்தளர்ச்சி என்னை ஆட்கொண்டுவிடுமோ என்று எனக்கு பயமாக இருக்கிறது. அந்த மனத்தளர்ச்சியிலிருந்து என்னால் ஒருபோதும் மீள முடியாது.'

"அவள் மேலும் தொடர்கிறாள்: 'அதனால்தான், நான் எல்லாவற்றையும் கைவிட்டுவிட்டு, சாகசத்தைத் தேடிச் செல்ல முடிவெடுத்தேன். இறந்து கொண்டிருக்கின்ற ஒரு காதலைப் பற்றிச் சிந்திக்க நேரம் கொடுக்காத விஷயங்களைத் தேடிச் செல்ல நான் தீர்மானித்தேன். ஆனால், நான் எவ்வளவு அதிகமாகத் தேடினேனோ, அவ்வளவு அதிகக் குழப்பமடைந்தேன், அவ்வளவு அதிகத் தனிமையை உணர்ந்தேன். நான் என் வழியை முற்றிலுமாகத் தொலைத்துள்ளதுபோல உணர்கிறேன். நமக்கு இப்போது ஏற்பட்ட அனுபவம், நான் தவறான பாதையில் இருக்கிறேன் என்றும், நான் என்னுடைய இயல்பு வாழ்க்கைக்குத் திரும்பியாக வேண்டும் என்றும் என்னிடம் சொல்லிக் கொண்டிருக்கிறது.'

"காவல் அதிகமாக இல்லாத ஒரு பாதையை நான் அவளுக்குப் பரிந்துரைக்கிறேன். அல்மாட்டியில் உள்ள கடத்தல்காரர்களை எனக்குத் தெரியும் என்றும், அவர்களால் எங்களுக்கு உதவ முடியும் என்றும்

நான் அவளிடம் கூறுகிறேன். ஆனால், மேற்கொண்டு முயற்சிப்பதற்கான ஆற்றலோ அல்லது மன உறுதியோ அவளிடம் இல்லாததுபோல அவள் காணப்பட்டாள்.

“அக்கணத்தில், எஸ்தரை ஆசீர்வதித்து, அவளை இந்த பூமிக்குச் சமர்ப்பிக்கும்படி அக்குரல் என்னிடம் கூறுகிறது. நான் என்ன செய்கிறேன் என்பதை அறியாமல், நான் எழுந்து கொண்டு, என்னுடைய பையைத் திறந்து, சமைப்பதற்காக நாங்கள் எடுத்து வந்துள்ள எண்ணெயில் என் விரல்களை நனைத்து, என்னுடைய கையை அவளுடைய தலைமீது வைத்து அமைதியாகப் பிரார்த்தனை செய்கிறேன். இறுதியில், அவள் தன்னுடைய தேடலைத் தொடர வேண்டும் என்றும், அது அனைவருக்கும் நன்மை பயக்கும் என்றும் நான் அவளிடம் கூறுகிறேன். ஒரே ஒரு நபர் மாறினால், ஒட்டுமொத்த மனிதகுலமும் மாறும் என்று அக்குரல் என்னிடம் கூறிக் கொண்டிருப்பதை, வார்த்தை மாறாமல் அப்படியே நான் அவளிடம் கூறுகிறேன். அவள் என் தோளைச் சுற்றி கை போடுகிறாள். பூமி அவளை ஆசீர்வதிப்பதை நான் உணர்கிறேன். நாங்கள் பல மணிநேரம் அதே நிலையில் இருக்கிறோம்.

“பிறகு, அக்குரலைப் பற்றி நான் அவளிடம் கூறியதை அவள் நம்புகிறாளா என்று நான் அவளிடம் கேட்கிறேன். தான் நம்புவதாகவும், தான் நம்பவில்லை என்றும் அவள் கூறுகிறாள். நம் எல்லோரிடமும் ஒரு சக்தி இருக்கிறது, ஆனால் அதை நாம் ஒருபோதும் பயன்படுத்துவதில்லை என்றும், நான் என்னுடைய வலிப்புச் சம்பவங்கள் மூலம் அந்த சக்தியுடன் தொடர்பு ஏற்படுத்திக் கொண்டுள்ளேன் என்றும் நம்புகின்ற அவள், இதை நாங்கள் இருவருமாகச் சேர்ந்து கண்டுபிடிக்கலாம் என்று கூறுகிறாள் அல்மாட்டிக்கு வடக்கே வாழ்கின்ற, மந்திர சக்திகள் கொண்டவர் என்று எல்லோராலும் நம்பப்படுகின்ற ஒரு நாடோடியைப் பேட்டியெடுக்க அவள் யோசித்துக் கொண்டிருக்கிறாள். நானும் அவளோடு வரலாம் என்று அவள் எனக்கு அழைப்பு விடுக்கிறாள். அவள் அந்த நாடோடியின் பெயரை என்னிடம் குறிப்பிடும்போது, அவருடைய பேரனை நான் அறிவேன் என்பதையும், காரியம் கைகூடுவதை அது சுலபமாக்கும் என்பதையும் நான் உணர்கிறேன்.

"நாங்கள் அல்மாட்டி வழியாக எங்கள் வண்டியில் செல்கிறோம். வண்டிக்குப் பெட்ரோல் போடுவதற்கும் எங்களுக்குச் சாப்பாடு வாங்கிக் கொள்வதற்கும் மட்டுமே நாங்கள் நிற்கிறோம். பிறகு, சோவியத் ஆட்சியின்போது உருவாக்கப்பட்ட ஒரு செயற்கை ஏரிக்கு அருகே இருக்கின்ற ஒரு சின்னஞ்சிறிய கிராமத்தின் திசையில் நாங்கள் எங்கள் பயணத்தைத் தொடர்கிறோம். அந்த நாடோடி எங்கே தங்கியிருக்கிறார் என்பதை நான் கண்டுபிடித்துவிடுகிறேன், ஆனால் அவருடைய பேரனை எனக்குத் தெரியும் என்று நான் அவருடைய உதவியாளர்களில் ஒருவரிடம் கூறுகின்றபோதிலும், நாங்கள் பல மணிநேரம் காத்திருக்க வேண்டியிருக்கிறது. ஏனெனில், அவரை ஒரு புனிதராகக் கருதி, அவருடைய ஆலோசனையைப் பெறுவதற்காக அங்கே ஒரு பெரிய கூட்டம் கூடியிருக்கிறது.

"கடைசியில் நாங்கள் உள்ளே அழைத்துச் செல்லப்படுகிறோம். அந்தப் பேட்டியில் நான் ஒரு மொழிபெயர்ப்பாளராகச் செயல்படுவதன் மூலமும், எஸ்தரின் கட்டுரை வெளியிடப்பட்டப் பிறகு அதை மீண்டும் மீண்டும் படிப்பதன் மூலமும், எனக்குத் தெரிய வேண்டிய பல்வேறு விஷயங்களை நான் தெரிந்து கொள்கிறேன்.

" 'மக்கள் ஏன் வருத்தமாக இருக்கிறார்கள்?' என்று எஸ்தர் அந்த நாடோடியிடம் கேட்கிறாள்.

" 'அது எளிது. அவர்கள் தங்களுடைய சொந்தத் தனிப்பட்ட வரலாற்றின் கைதிகளாக இருக்கின்றனர். ஒரு திட்டத்தைப் பின்தொடர்வதுதான் வாழ்வின் முக்கிய இலக்கு என்று எல்லோரும் நம்புகின்றனர். அத்திட்டம் தங்களுடையதா அல்லது அது இன்னொருவரால் உருவாக்கப்பட்டதா என்று அவர்கள் ஒருபோதும் கேட்பதில்லை. அனுபவங்கள், நினைவுகள், பொருட்கள், மற்றவர்களுடைய யோசனைகள் ஆகியவற்றை அவர்கள் சேகரிக்கின்றனர். இவை அவர்களால் சமாளிக்க முடிவதைவிட மிக அதிகமாக இருக்கின்றன. அதனால்தான் அவர்கள் தங்களுடைய கனவுகளை மறந்துவிடுகின்றனர்,' என்று அந்த முதியவர் கூறுகிறார்.

" 'பலர் என்னிடம், "நீ ஓர் அதிர்ஷ்டக்காரி. வாழ்க்கையிலிருந்து என்ன வேண்டும் என்பதை நீ

அறிந்திருக்கிறாய், ஆனால் நானோ, நான் என்ன செய்ய விரும்புகிறேன் என்பதுகூடத் தெரியாமல் இருக்கிறேன்," என்று கூறியுள்ளனர்,' என்று எஸ்தர் அவரிடம் கூறுகிறாள்.

" 'அவர்களுக்கு நிச்சயமாகத் தெரியும். "நான் விரும்பிய எதையும் ஒருபோதும் செய்ததில்லை, ஆனால் அதுதானே வாழ்க்கை?" என்று கூறுகின்ற எத்தனைப் பேரை உனக்குத் தெரியும்? தாங்கள் விரும்பியதைத் தாங்கள் செய்ததில்லை என்று அவர்கள் கூறினால், ஏதோ ஒரு கட்டத்தில், தாங்கள் எதை விரும்பினோம் என்பதை அவர்கள் அறிந்திருக்க வேண்டும். வாழ்க்கையைப் பொறுத்தவரை, உலகத்தைப் பற்றியும், உலகில் நாம் எப்படி நடந்து கொள்ள வேண்டும் என்பதைப் பற்றியும் மற்றவர்கள் நம்மிடம் கூறுகின்ற ஒரு கதைதான் அது,' என்று அந்த நாடோடி கூறுகிறார்.

" 'இவர்களைவிட மோசமானவர்கள் யார் தெரியுமா? தாங்கள் நேசிக்கின்றவர்களுக்காகத் தங்களுடைய வாழ்க்கையைத் தியாகம் செய்து கொண்டிருப்பதால் தாங்கள் மகிழ்ச்சியாக இருப்பதாகக் கூறுகின்ற மக்கள்தாம்,' என்று எஸ்தர் கூறுகிறாள்.

" 'நம்மை நேசிக்கின்றவர்கள், அவர்களுக்காக நாம் துன்புறுவதைப் பார்க்க விரும்புவார்கள் என்று நீ நினைக்கிறாயா? அன்பு என்பது துன்பத்திற்கான ஒரு மூலாதாரம் என்று நீ நினைக்கிறாயா?' என்று அந்த நாடோடி கேட்கிறார்.

" 'உண்மையைச் சொல்ல வேண்டுமென்றால், ஆமாம்!'

" 'அது அப்படி இருக்கக்கூடாது,' என்று அந்த நாடோடி கூறுகிறார்.

" 'மற்றவர்கள் என்னிடம் கூறியுள்ள கதையை நான் மறந்தால், வாழ்க்கை எனக்குக் கற்றுக் கொடுத்துள்ள பல முக்கியமான விஷயங்களையும் நான் மறந்துவிடுவேன். இவ்வளவு விஷயங்களைக் கற்றுக் கொள்வதற்கு இவ்வளவு கஷ்டப்படுவதில் என்ன அர்த்தம் இருக்கிறது? என்னுடைய வேலை, என் கணவர், என்னுடைய பல்வேறு நெருக்கடிகள் ஆகியவற்றைக் கையாள்வதற்கு என்னைத் தயார்படுத்திக் கொள்ளத் தேவையான அனுபவங்களைப் பெறுவதற்குப் போராடுவதில் என்ன அர்த்தம் இருக்கிறது?' என்று எஸ்தர் கேட்கிறாள்.

" 'சமையல் செய்வது, வருமானத்திற்குள் செலவு

செய்து வாழ்க்கை நடத்துவது, குளிர்காலத்தில் ஒரு போர்வையைப் போர்த்திக் கொள்வது, சில வரம்புகளை மதிப்பது, குறிப்பிட்டப் பேருந்தோ அல்லது இரயிலோ எங்கே போகிறது என்பதை அறிந்திருப்பது போன்ற விஷயங்களைப் பொறுத்தவரை, சேகரிக்கப்பட்ட அறிவு பயனுள்ளதாக இருக்கிறது. உன்னுடைய கடந்தகாலக் காதல்கள், நீ உன்னுடைய கணவரை இன்னும் சிறப்பாக நேசிக்க உனக்குக் கற்றுக் கொடுத்துள்ளதாக நீ நினைக்கிறாயா?'

" 'நான் என்ன விரும்புகிறேன் என்பதை நான் அறிந்து கொள்ள அவை எனக்குக் கற்றுக் கொடுத்துள்ளன.'

" 'நான் அதைக் கேட்கவில்லை. உன்னுடைய கடந்தகாலக் காதல்கள், நீ உன்னுடைய கணவரை இன்னும் சிறப்பாக நேசிக்க உனக்குக் கற்றுக் கொடுத்துள்ளனவா?'

" 'இல்லை. மாறாக, என்னை அவருக்காக அர்ப்பணிப்பதற்காக, மற்ற ஆண்கள் ஏற்படுத்திய வடுக்கள் அனைத்தையும் நான் மறக்க வேண்டியிருந்தது. உங்கள் கேள்வியின் அர்த்தம் இதுதானா?'

" 'அன்பின் உண்மையான ஆற்றல் உன்னுடைய ஆன்மாவைத் துளைப்பதற்கு, நீ இப்போதுதான் பிறந்துள்ளதுபோல உன் ஆன்மா இருக்க வேண்டும். மக்கள் ஏன் மகிழ்ச்சியின்றி இருக்கின்றனர்? ஏனெனில், அவர்கள் அந்த ஆற்றலைச் சிறை வைக்க விரும்புகின்றனர். அது சாத்தியமில்லை. உன்னுடைய தனிப்பட்ட வரலாற்றை மறப்பது என்றால், அந்த வழியை முற்றிலுமாகத் திறந்து விட்டுவிட்டு, அந்த ஆற்றல் ஒவ்வொரு நாளும் தான் விரும்பும் விதத்தில் தோன்ற அனுமதிப்பதும், அது உன்னை வழிநடத்த அனுமதிப்பதும் என்று அர்த்தமாகும். இதெல்லாம் கேட்க மிகவும் வசீகரமாகத்தான் இருக்கிறது, ஆனால் மிகவும் கடினமானது. ஏனெனில், கடமைகள், குழந்தைகள், உன்னுடைய சமூகச் சூழ்நிலை போன்ற அனைத்து வகையான விஷயங்களும் அந்த ஆற்றலைத் தடுக்கின்றன.'

"அவர் மேலும் விளக்குகிறார். 'சிறிது காலத்திற்குப் பிறகு, நம்பிக்கையிழப்பு, பயம், தனிமை, கட்டுப்படுத்தப்பட முடியாததைக் கட்டுப்படுத்துவதற்கு மேற்கொள்ளப்படும் முயற்சிகள் ஆகியவை அந்த ஆற்றலைத் தடுக்கின்றன.

தெங்கிரி என்று அழைக்கப்படுகின்ற, ஸ்டெப்பி புல்வெளிப் பகுதியின் பாரம்பரியப்படி, முழுமையாக வாழ்வதற்கு, தொடர்ந்து இயக்கத்தில் இருக்க வேண்டியது இன்றியமையாதது. அப்போதுதான், ஒவ்வொரு நாளும் முந்தைய நாளைவிட வித்தியாசமாக இருக்கும். நாடோடிகள் நகரங்களைக் கடந்து செல்லும்போது, 'இங்கே வாழ்கின்ற பரிதாபத்திற்குரிய மக்களுக்கு எல்லாமே எப்போதும் ஒரே மாதிரிதான் இருக்கிறது,' என்று நினைக்கக்கூடும். நகர மக்கள் நாடோடிகளைப் பார்த்துவிட்டு, 'பாவப்பட்ட ஜீவன்கள், இவர்கள் வாழ்வதற்கு எந்த இடமும் இல்லை,' என்று நினைக்கக்கூடும். நாடோடிகளுக்குக் கடந்தகாலம் எதுவும் கிடையாது, நிகழ்காலம் மட்டுமே உண்டு. எனவேதான் அவர்கள் எப்போதும் மகிழ்ச்சியாக இருந்தனர். ஆனால், கம்யூனிசவாத அரசு அவர்கள் இப்படி ஊர் ஊராகப் பயணிப்பதைத் தடுத்து, கூட்டுப் பண்ணைகளில் வாழ அவர்களைக் கட்டாயப்படுத்திய நேரத்திலிருந்து, சமுதாயம் கூறிய கதை உண்மைதான்போலும் என்று அவர்கள் மெல்ல மெல்ல நம்பத் தொடங்கினர். அதன் விளைவாக, அவர்கள் தங்களுடைய வலிமை முழுவதையும் இழந்தனர்.'

" 'இன்று யாராலும் தங்களுடைய மொத்த வாழ்க்கையைப் பயணித்தே கழிக்க முடியாது,' என்று எஸ்தர் கூறுகிறாள்.'

" 'உடல்ரீதியாகப் பயணிக்க முடியாது, ஆனால் ஓர் ஆன்மிகத் தளத்தில் அவர்களால் பயணிக்க முடியும். உன்னுடைய தனிப்பட்ட வரலாற்றிலிருந்து உன்னை விலக்கிக் கொண்டு, நீ யாராக ஆவதற்குக் கட்டாயப்படுத்தப்பட்டாயோ அதிலிருந்து உன்னை விலக்கிக் கொண்டு வெகுதூரம் செல்வதன் மூலம் உன்னால் பயணிக்க முடியும்.'

" 'தனக்குக் கூறப்பட்டக் கதையை ஒருவர் எப்படிப் புறக்கணிப்பது?'

" 'அதை மிக விபரமாக மீண்டும் மீண்டும் சத்தமாகக் கூறுவதன் மூலம்தான். நாம் நம்முடைய கதையைக் கூறும்போது, நாம் என்னவாக இருந்தோமோ அதற்கு நாம் விடைகொடுக்கிறோம். நீ முயற்சி செய்தால், ஒரு புதிய, பரிச்சயமற்ற உலகிற்கான ஓர் இடத்தை நாம் உருவாக்குவதை நீ காண்பாய். நம்முடைய கதை இனியும்

நமக்கு முக்கியமானதாக இல்லாமல் போகும்வரை நாம் அதை மீண்டும் மீண்டும் சொல்லிக் கொண்டே இருக்கிறோம்.'

" 'அவ்வளவுதானா?' என்று எஸ்தர் கேட்கிறாள்.

" 'இன்னும் ஒரு விஷயம் இருக்கிறது: அந்த இடங்கள் அதிகரிக்கும்போது, அவற்றை விரைவாக நிரப்ப வேண்டியது முக்கியம் – அது தற்காலிகமானதாக இருந்தாலும்கூட. வெறுமையுணர்வு அங்கே தோன்றாமல் பார்த்துக் கொள்ள வேண்டும்.'

" 'எப்படி?'

" 'நாம் உருவாக்கத் துணிந்திராத அல்லது விரும்பியிராத கதைகள் மற்றும் அனுபவங்களால் அந்த இடங்களை நிரப்ப வேண்டும். அப்படித்தான் நாம் மாறுகிறோம். அப்படித்தான் அன்பு வளர்கிறது. அன்பு வளரும்போது, அதனோடு சேர்ந்து நாமும் வளர்கிறோம்.'

" 'அப்படியானால், முக்கியமான விஷயங்களை நாம் இழக்கக்கூடும் என்று அர்த்தமா?'

" 'ஒருபோதும் இல்லை. முக்கியமான விஷயங்கள் எப்போதும் நீடிக்கும். முக்கியமானவை என்று நாம் நினைத்த, ஆனால் உண்மையில் பயனற்ற விஷயங்களைத்தான் நாம் இழக்கிறோம். அன்பின் ஆற்றலைக் கட்டுப்படுத்துவதற்கு நாம் பயன்படுத்துகின்ற பொய்யான அதிகாரம் அத்தகைய ஒரு விஷயமாகும்.'

"அவளுக்கு ஒதுக்கப்பட்ட நேரம் முடிந்துவிட்டதாகவும், தான் மற்றவர்களைச் சந்தித்தாக வேண்டும் என்றும் அவர் கூறுகிறார். எஸ்தர் எவ்வளவோ மன்றாடியும் அவர் வளைந்து கொடுக்க மறுக்கிறார். ஆனால், ஒருவேளை அவள் மீண்டும் வந்தால், இன்னும் அதிகமானவற்றைத் தான் அவளுக்குக் கற்றுக் கொடுப்பதாக அவர் கூறுகிறார்."

***

மிக்காயில் தன்னுடைய கதையைத் தொடர்ந்தான். "எஸ்தர் இன்னும் ஒரு வாரம் மட்டுமே அல்மாட்டியில் தங்குகிறாள், ஆனால் திரும்பி வருவதாக அவள் அந்த முதியவரிடம் வாக்குக் கொடுக்கிறாள். அந்த இடைப்பட்ட ஒரு வாரத்தின்போது, நான் என்னுடைய கதையை அவளிடம்

மீண்டும் மீண்டும் கூறுகிறேன், அவள் தன்னுடைய கதையை என்னிடம் கூறுகிறாள். அந்த முதியவர் கூறியது சரி என்பதை அப்போது நாங்கள் உணர்கிறோம்: ஏதோ ஒன்று நம்மைவிட்டுப் போய்க் கொண்டிருக்கிறது, நாம் லேசானவர்களாக உணர்கிறோம், ஆனால் நாங்கள் முன்பைவிட அதிக மகிழ்ச்சியாக இருந்தோமா என்பதை எங்களால் உறுதியாகக் கூற முடியவில்லை.

"அந்த முதியவர் எங்களுக்கு இன்னோர் அறிவுரையைக் கொடுத்திருந்தார். 'அந்த இடத்தை உடனடியாக நிரப்புங்கள்!' என்பதுதான் அது. எஸ்தர் புறப்படுவதற்கு முன், இந்த மறக்கும் செயல்முறையைத் தொடரக்கூடிய விதமாகத் தன்னோடு பிரான்ஸுக்கு வர எனக்கு விருப்பமா என்று என்னிடம் கேட்கிறாள். இவற்றையெல்லாம் பகிர்ந்து கொள்ள அவளுக்கு வேறு யாரும் இல்லை. அவளால் தன் கணவரிடம் பேச முடியாது; தன்னுடன் வேலை செய்கின்றவர்கள்மீது அவளுக்கு நம்பிக்கை இல்லை; அக்கணம்வரை அவளுடைய தனிப்பட்ட வரலாற்றுடன் எந்தத் தொடர்பும் இல்லாத, வெளியே வெகுதூரத்திலிருந்து வரும் ஒருவர் அவளுக்குத் தேவைப்படுகிறார்.

"அவளோடு பிரான்ஸுக்கு வருவதில் எனக்கு விருப்பம்தான் என்று நான் அவளிடம் கூறுகிறேன். பிறகுதான், 'அக்குரல்' தீர்க்கதரிசனமாகக் கூறியிருந்ததை நான் அவளிடம் குறிப்பிடுகிறேன். மேலும் எனக்குப் பிரெஞ்சு மொழி தெரியாது என்றும், என்னுடைய வேலை அனுபவத்தைப் பொறுத்தவரை, செம்மறியாடுகளை மேய்த்த அனுபவமும் வாகனப் பணிமனை ஒன்றில் வேலை பார்த்த அனுபவமும் மட்டுமே எனக்கு உண்டு என்றும் நான் கூறுகிறேன்.

"பிரெஞ்சு மொழியை விரைவாகக் கற்றுக் கொடுக்கின்ற ஏதேனும் ஒரு பயிற்சி வகுப்பில் கலந்து கொண்டு பயிலுமாறு விமான நிலையத்தில் அவள் என்னிடம் கூறுகிறாள். நான் அவளோடு பிரான்ஸுக்கு வருவதை அவள் ஏன் விரும்புகிறாள் என்று நான் அவளிடம் கேட்கிறேன். அவள் தான் சொன்னதையே மீண்டும் சொல்லிவிட்டு, தன்னைச் சுற்றிலும் திறக்கின்ற இடம் தன்னுடைய தனிப்பட்ட வரலாற்றை அழித்துவிடுமோ என்று தான் பயப்படுவதாக அவள் ஒப்புக் கொள்கிறாள்.

முன்பைவிட அதிகத் தீவிரமாக எல்லாம் தன்னை நோக்கித் திரும்பி வரும் என்றும், அப்போது கடந்தகாலத்திடமிருந்து தன்னை விடுவித்துக் கொள்வதற்குத் தனக்கு எந்த வழியும் இருக்காது என்றும் அவள் பயப்படுகிறாள். பிரான்ஸுக்கான பயணச்சீட்டையோ அல்லது விசாவையோ வாங்குவதைப் பற்றி நான் கவலைப்படத் தேவையில்லை என்றும், அவற்றையெல்லாம் தான் பார்த்துக் கொள்வதாகவும் அவள் கூறுகிறாள். பாஸ்போர்ட் சோதனைக்காக அவள் போகும்போது, அவள் என்னைப் பார்த்துப் புன்னகைத்துவிட்டு, 'எனக்குத் தெரியாமல் இருந்திருக்கலாம் – ஆனால் நானும் உனக்காகக் காத்திருந்து வந்துள்ளேன். உன்னுடன் நான் கழித்துள்ள நாட்கள்தாம், முந்தைய மூன்று ஆண்டுகளில் எனக்குத் தெரிந்து மிகவும் மகிழ்ச்சியான நாட்கள்,' என்று அவள் கூறுகிறாள்.

"நான் இரவில் வேலை செய்யத் தொடங்குகிறேன். ஒரு நடன விடுதியில் ஒரு காவலனாக வேலையில் சேர்கிறேன். பகலில், பிரெஞ்சு கற்றுக் கொள்வதற்கு என்னை நான் அர்ப்பணிக்கிறேன். விநோதமாக, என்னுடைய 'வலிப்புகள்' கணிசமாகக் குறைகின்றன, அச்சிறுமி தோன்றுவதும் நின்றுவிடுகிறது. வெளிநாட்டிற்குப் போக எனக்கு அழைப்பு விடுக்கப்பட்டுள்ளதாக நான் என் தாயாரிடம் கூறுகிறேன். நான் இவ்வளவு அப்பாவியாக இருக்கக்கூடாது என்றும், அப்பெண் இனி என்னை ஒருபோதும் தொடர்பு கொள்ள மாட்டாள் என்றும் அவர் என்னிடம் கூறுகிறார்.

"ஓராண்டுக்குப் பிறகு, எஸ்தர் அல்மாட்டிக்குத் திரும்பி வருகிறாள். எதிர்பார்க்கப்பட்டப் போர் தொடங்கியுள்ளது. ரகசியமான அமெரிக்க இராணுவத் தளங்களைப் பற்றி வேறு யாரோ ஒரு கட்டுரை எழுதியுள்ளனர், ஆனால் அந்த முதிய நாடோடியுடனான எஸ்தரின் பேட்டி ஒரு மகத்தான வெற்றி பெற்றிருந்தது. அதைத் தொடர்ந்து, நாடோடிகள் காணாமல் போய்க் கொண்டிருப்பது பற்றி ஒரு நீண்ட கட்டுரை எழுதும்படி அவளிடம் கேட்டுக் கொள்ளப்படுகிறது. 'அது தவிர, என்னுடைய கதையை நான் இன்னொருவரிடம் சொல்லி வெகுகாலம் ஆகிவிட்டது. நான் மனத்தளர்ச்சி அடையத் தொடங்கியுள்ளேன்,' என்று எஸ்தர் கூறுகிறாள்.

"தெங்கிரி பாரம்பரியத்துடனும், இன்னும் பயணித்துக்

கொண்டிருக்கும் ஒரு சில பழங்குடிக் குழுக்களுடனும், உள்ளூர் ஷாமன்களுடனும் நான் அவளுக்குத் தொடர்பு ஏற்படுத்திக் கொடுக்கிறேன். இப்போது நான் பிரெஞ்சு மொழியில் சரளமாகப் பேசுகிறேன். இரவு உணவின்போது, தூதரகத்திலிருந்து தான் வாங்கி வந்துள்ள பல்வேறு படிவங்களை அவள் என்னிடம் கொடுத்து, அவற்றை நிரப்பும்படி என்னிடம் கேட்டுக் கொள்கிறாள். பிறகு எனக்கு அவள் ஒரு விசா வாங்கிக் கொடுக்கிறாள், ஒரு பயணச்சீட்டும் பெற்றுத் தருகிறாள். நான் அவளோடு பாரீஸுக்கு வந்து சேர்கிறேன். பழைய கதைகளை எங்கள் மனங்களிலிருந்து வெளியே கொட்டியவுடன், ஒரு புதிய இடம் அங்கு திறப்பதை நாங்கள் இருவரும் கவனிக்கிறோம். இனம் புரியாத ஓர் ஆனந்த உணர்வு உள்ளே நுழைகிறது, எங்களுடைய உள்ளுணர்வுகள் கூர்மையடைகின்றன, எங்கள் துணிச்சல் அதிகரிக்கிறது, துணிகர முயற்சிகளில் நாங்கள் அதிகமாக ஈடுபடுகிறோம், பல்வேறு விஷயங்களைச் செய்கிறோம் – அவை சரியானவையா அல்லது தவறானவையா என்பது உறுதியாகத் தெரியாவிட்டாலும்கூட. நாட்கள் நீளமானவையாகவும் அதிகத் தீவிரமானவையாகவும் தோன்றுகின்றன.

“நான் பாரீஸுக்கு வந்து சேரும்போது, நான் எங்கே வேலை செய்யப் போகிறேன் என்று அவளிடம் கேட்கிறேன். ஆனால் அவள் ஏற்கெனவே எல்லாவற்றையும் திட்டமிட்டிருக்கிறாள். ஒரு மதுவிடுதியில் வாரத்திற்கு ஒரு முறை நான் ஒரு நிகழ்ச்சியை நடத்துவதற்கு அதன் உரிமையாளரிடம் பேசி அவள் ஒப்புதல் பெற்றிருக்கிறாள். மக்கள் தங்களுடைய வாழ்க்கையைப் பற்றிப் பேசி, தங்களுடைய மனங்களில் இருப்பவற்றைக் கொட்டித் தீர்ப்பதை ஊக்குவிக்கின்ற, கஜகிஸ்தானின் ஒரு புதுமையான கலை வடிவத்தில் நான் கைதேர்ந்தவன் என்று அவள் அந்த உரிமையாளரிடம் கூறி, அந்த நிகழ்ச்சியை அந்த மதுவிடுதியில் நடத்த அவருடைய சம்மதத்தைப் பெற்றிருக்கிறாள்.

“முதலில், அங்கு வந்திருக்கும் ஒரு சில பார்வையாளர்களை அந்நிகழ்ச்சியில் பங்கு கொள்ள வைப்பது கடினமாக இருக்கிறது, ஆனால் பிறகு, அந்தக் குடிகாரர்கள் அதைப் பெரிதும் ரசிக்கின்றனர்.

விரைவில், வாய்மொழியாகச் செய்தி பரவுகிறது. 'வந்து உங்களுடைய பழைய கதையைக் கூறி, ஒரு புதிய கதையைக் கண்டறியுங்கள்,' என்ற, கைப்பட எழுதப்பட்ட ஒரு சிறிய அறிவிப்பு அந்த மதுவிடுதியின் சன்னல் ஒன்றில் ஒட்டப்படுகிறது. புதுமைக்காக ஏங்குகின்ற மக்கள் வரத் தொடங்குகின்றனர்.

"ஓர் இரவில், நான் விநோதமான எதையோ அனுபவிக்கிறேன்: அந்த மதுவிடுதியின் ஒரு மூலையில் அமைக்கப்பட்டுள்ள ஒரு சிறிய, தற்காலிகமான மேடையின்மீது நின்று கொண்டிருப்பது நான் அல்லன், மாறாக, அச்சிறுமி அங்கே தோன்றுகிறாள். நான் என்னுடைய சொந்த நாட்டைச் சேர்ந்த கதைகளைச் சொல்லி, பிறகு மற்றவர்கள் அவர்களுடைய கதைகளைக் கூறுவதற்கு அவர்களை அழைப்பதற்குப் பதிலாக, அச்சிறுமியின் குரல் என்னிடம் கூறுவதை நான் அப்படியே ஒப்பிக்கிறேன். பிறகு, பார்வையாளர்களில் ஒருவர் அழுது கொண்டே, தன்னுடைய மணவாழ்க்கையைப் பற்றிய எல்லா விஷயங்களையும் அங்கிருக்கும் அந்நியர்களுடன் விலாவாரியாகப் பேசுகிறார்.

"மறுவாரமும் அதே நிகழ்கிறது – அக்குரல் எனக்காகப் பேசுகிறது; அன்பைப் பற்றிப் பேசும்படி மக்களிடம் கேட்டுக் கொள்வதற்குப் பதிலாக, அன்பின்மையைப் பற்றிப் பேசும்படி அது கூறுகிறது. அங்கு நிலவும் ஆற்றல் மிகவும் வித்தியாசமாக இருக்கிறது. பொதுவாகத் தங்களுடைய அந்தரங்கங்களை வெளிப்படையாகப் பேசாத பிரெஞ்சு மக்கள், தங்களுடைய தனிப்பட்ட வாழ்க்கையைப் பற்றிப் பொது இடத்தில் பேசத் தொடங்குகின்றனர். நானும் என்னுடைய வலிப்புகளைச் சிறப்பாகக் கட்டுப்படுத்துகிறேன். நான் மேடையின்மீது நிற்கும்போது, வெளிச்சத்தைப் பார்க்கத் தொடங்கினாலோ அல்லது கதகதப்பான காற்றை உணரத் தொடங்கினாலோ, நான் உடனே ஒரு மயக்க நிலைக்குச் சென்றுவிடுகிறேன், தன்னினைவு இழந்துவிடுகிறேன். அதை யாரும் கவனிப்பதில்லை. நான் மிகவும் பதற்றமாக இருக்கும் தருணங்களில் மட்டுமே எனக்கு 'வலிப்புகள்' ஏற்படுகின்றன.

"மற்றவர்களும் அக்குழுவில் சேர்ந்து கொள்கின்றனர். மூன்று இளைஞர்களுக்குக் கிட்டத்தட்ட என்னுடைய

வயதுதான் இருக்கும். உலகம் நெடுகிலும் சுற்றித் திரிவதைத் தவிர அவர்களுக்கு வேறு எந்த வேலையும் இருக்கவில்லை. அவர்கள் மேற்கத்திய உலகின் நாடோடிகள். தங்கள் நாட்டைச் சேர்ந்த ஒருவனின் 'வெற்றி'யைப் பற்றிக் கேள்விப்படுகின்ற, கஜகிஸ்தானைச் சேர்ந்த ஒரு சில இசைக் கலைஞர்கள், தங்களுக்கு வேறு எங்கும் வேலை கிடைக்காததால் தாங்களும் அந்நிகழ்ச்சியில் கலந்து கொள்ளலாமா என்று கேட்கின்றனர். நாங்கள் எங்களுடைய நிகழ்ச்சியில் தாளக் கருவிகளையும் சேர்த்துக் கொள்கிறோம். மதுவிடுதியில் இப்போது எங்களுக்கு இடம் போதவில்லை. எனவே, அந்த உணவகத்தின் பின்னால் ஓர் அறை இருப்பதை நாங்கள் கண்டுபிடிக்கிறோம். அங்கேதான் இப்போது எங்கள் நிகழ்ச்சி நடைபெறுகிறது. ஆனால் அந்த இடமும் இப்போது எங்களுக்குச் சிறியதாக இருக்கிறது. ஏனெனில், மக்கள் தங்களுடைய கதைகளைக் கூறும்போது, அவர்கள் அதிகத் துணிச்சல் பெற்றவர்களாக உணர்கின்றனர், அன்பெனும் ஆற்றல் அவர்களைத் தொடுகிறது, அது அவர்களை முற்றிலுமாக மாற்றத் தொடங்குகிறது. கோட்பாட்டுரீதியாகப் பார்க்கும்போது, இந்த மாற்றங்களால் அன்பு அச்சுறுத்தலுக்கு உள்ளாகியிருக்க வேண்டும், ஆனால் அது இப்போது அதிக வலிமையடைகிறது. அப்பார்வையாளர்கள் எங்களுடைய சந்திப்புக்கூட்டங்களைத் தங்களுடைய நண்பர்களுக்குப் பரிந்துரைக்கின்றனர்.

"எஸ்தர் தன்னுடைய கட்டுரைகளை எழுதுவதற்காகத் தொடர்ந்து பயணிக்கிறாள், ஆனால் அவள் பாரீஸில் இருக்கும்போதெல்லாம் தவறாமல் எங்களுடைய சந்திப்புக்கூட்டங்களுக்கு வந்துவிடுகிறாள். ஓர் இரவில், அந்த உணவு விடுதியில் நாங்கள் நடத்தும் நிகழ்ச்சி இனியும் போதுமானதாக இல்லை என்றும், அந்த உணவகத்திற்கு வரும் அளவுக்குப் பண வசதி படைத்த மக்களுக்கு மட்டுமே அந்நிகழ்ச்சி போய்ச் சேர்கிறது என்றும் அவள் கூறுகிறாள். நாங்கள் இளைஞர்களோடு சேர்ந்து வேலை செய்ய வேண்டியது இன்றியமையாததாக ஆகிறது. 'அவர்களை எங்கே தேடிக் கண்டுபிடிப்பது? அவர்கள் தங்கள் கால் போன போக்கில் சுற்றித் திரிந்து கொண்டும், எல்லாவற்றையும் துறந்துவிட்டுப்

பிச்சைக்காரர்கள்போலவோ அல்லது அறிவியல் புதினத் திரைப்படங்களில் வருகின்ற கதாபாத்திரங்கள்போலவோ உடையணிந்து கொண்டும் இருக்கின்றனர்,' என்று நான் அவளிடம் கூறுகிறேன்.

" 'பிச்சைக்காரர்களுக்குத் தனிப்பட்ட வரலாறு எதுவும் கிடையாது. எனவே, நாம் அவர்களிடம் சென்று, அவர்களிடமிருந்து நாம் என்ன கற்றுக் கொள்ளலாம் என்று பார்த்தால் என்ன?' என்று அவள் கேட்கிறாள். இப்படித்தான் நான் உங்கள் அனைவரையும் சந்திக்க வந்தேன்.

"இவையெல்லாம்தான் என்னுடைய அனுபவங்கள். நான் யார் என்றோ, நான் என்ன செய்கிறேன் என்றோ நீங்கள் என்னிடம் ஒருபோதும் கேட்டதில்லை. ஏனெனில், அவற்றில் உங்களுக்கு ஆர்வமில்லை. ஆனால் இன்று, ஒரு பிரபல எழுத்தாளர் நம்மிடையே இருக்கிறார் என்பதால், நான் உங்களிடம் என்னைப் பற்றிச் சொல்லத் தீர்மானித்தேன்."

அங்கியும் தொப்பியும் அணிந்திருந்த பெண் இடைமறித்தாள். "ஆனால் நீங்கள் உங்களுடைய கடந்தகாலத்தைப் பற்றிப் பேசிக் கொண்டிருக்கிறீர்கள். அந்த முதிய நாடோடி..."

"நாடோடி என்றால் என்ன?" என்று யாரோ கேட்டார்கள்.

"நம்மைப் போன்றவர்கள்," என்று அந்த அங்கிக்காரி பதிலளித்தாள். அந்த வார்த்தைக்கு அர்த்தம் தெரிந்திருந்த பெருமிதம் அவளிடம் தென்பட்டது. "நாடோடிகள் என்போர் சுதந்திரமான மக்கள். தங்களால் எவற்றைத் தங்களோடு எடுத்துச் செல்ல முடியுமோ, அவற்றைக் கொண்டு மட்டுமே வாழக் கற்றுக் கொண்டுள்ளவர்கள் அவர்கள்."

நான் அவளைத் திருத்தினேன்.

"அது உண்மையல்ல. அவர்கள் வறியவர்கள் அல்லர்," என்று நான் கூறினேன்.

"வறுமையைப் பற்றி உங்களுக்கு என்ன தெரியும்?" என்று அந்த உயரமான மனிதன் கேட்டான். அவனுடைய நாளங்களில் இப்போது அதிக வோட்கா ஓடிக் கொண்டிருந்தது. அவன் என்னை நேருக்கு நேர்

பார்த்தான். "வறுமைக்கும் பணம் இல்லாதிருப்பதற்கும் தொடர்பு இருப்பதாக நீங்கள் உண்மையிலேயே நினைக்கிறீர்களா? பணக்கார எழுத்தாளர்களிடமும், குற்றவுணர்ச்சி கொண்ட தம்பதியரிடமும், பாரீஸ் நகரம் மிகவும் இழிவான நிலையில் இருப்பதாக நினைக்கின்ற சுற்றுலாப் பயணியரிடமும், உலகத்தைத் தங்களால் காப்பாற்ற முடியும் என்று கனவு காண்கின்ற இளம் இலட்சியவாதிகளிடமும் நாங்கள் பிச்சையெடுப்பதால் நாங்கள் பரிதாபகரமான துரதிர்ஷ்டசாலிகள் என்று நீங்கள் நினைக்கிறீர்களா? நீங்கள்தான் வறியவர். உங்களுடைய நேரத்தின்மீது உங்களுக்கு எந்தக் கட்டுப்பாடும் இல்லை, நீங்கள் விரும்புவதை உங்களால் செய்ய முடியாது; யாரோ கண்டுபிடித்த, உங்களுக்குப் புரியாத விதிமுறைகளை நீங்கள் கட்டாயமாகக் கடைபிடிக்க வேண்டியிருக்கிறது..."

மிக்காயில் மீண்டும் அந்த உரையாடலில் குறுக்கிட்டு, அங்கி அணிந்திருந்த பெண்ணிடம் இப்படிக் கேட்டான்:

"நீங்கள் உண்மையிலேயே என்ன தெரிந்து கொள்ள விரும்பினீர்கள்?"

"நீங்கள் உங்களுடைய கதையை மறக்க வேண்டும் என்று அந்த முதிய நாடோடி கூறியிருக்கும்போது, நீங்கள் ஏன் அதை எங்களிடம் சொல்லிக் கொண்டிருக்கிறீர்கள் என்பதை நான் தெரிந்து கொள்ள விரும்பினேன்."

"அது இனியும் என்னுடைய கதை அல்ல. நான் இப்போது கடந்தகாலத்தைப் பற்றிப் பேசும்போதெல்லாம், எனக்குத் தொடர்பில்லாத ஏதோ ஒன்றைப் பற்றி நான் பேசிக் கொண்டிருப்பதுபோல நான் உணர்கிறேன். நிகழ்காலத்தில் இருப்பதெல்லாம் அந்தக் குரலும், அச்சிறுமியின் இருத்தலும், என்னுடைய குறிக்கோளை நிறைவேற்றுவதன் முக்கியத்துவமும் மட்டும்தாம். நான் அனுபவித்தக் கஷ்டங்கள் குறித்து எனக்கு எந்தப் பின்வருத்தமும் இல்லை. நான் இன்று எத்தகையவனாக இருக்கிறேனோ, அத்தகையவனாக நான் ஆவதற்கு அவை எனக்கு உதவியதாக நான் நினைக்கிறேன். பல ஆண்டுகாலப் பயிற்சிக்குப் பிறகு ஒரு வீரன் எப்படி உணர்வானோ, நான் அப்படி உணர்கிறேன்: தான் கற்ற அனைத்தைப் பற்றிய விபரங்களும் அவனுக்கு நினைவிருக்காது, ஆனால் சரியான நேரத்தில், எப்படித் தாக்க வேண்டும் என்பதை

அவன் அறிவான்.”

“நீங்களும் அந்தப் பத்திரிகையாளரும் ஏன் அடிக்கடி எங்களைச் சந்திக்க வந்தீர்கள்?”

“ஊக்கம் பெறுவதற்குத்தான்! அந்த முதிய நாடோடி கூறியதைப்போல, இன்று நாம் அறிகின்ற உலகம், யாரோ நம்மிடம் கூறியுள்ள ஒரு கதைதான், ஆனால் அது உண்மைக் கதை அல்ல. மற்றொரு கதையில், தனித்துவமான சக்திகளும் நமக்குத் தெரிந்தவற்றுக்கு அப்பால் சென்று பார்ப்பதற்கான திறனும் உள்ளடங்கியுள்ளன. நான் ஒரு சிறுவனாக இருந்த காலத்திலிருந்தே அச்சிறுமியின் இருத்தலுடன் நான் வாழ்ந்து வந்துள்ளேன். ஒரு குறிப்பிட்டக் காலத்திற்கு என்னால் அவளைப் பார்க்கவும் முடிந்தது. ஆனால், அதில் நான் மட்டும் தனி அல்லன் என்பதை எஸ்தர் எனக்குக் காட்டினாள். சிறப்பான சக்திகளைக் கொண்ட மக்களையும், வெறுமனே மனத்தின் சக்தியைப் பயன்படுத்தி முட்கரண்டிகளை வளைக்கக்கூடிய திறன் பெற்ற மக்களையும், மயக்க மருந்து எதுவும் கொடுக்காமலும் துருப்பிடித்தக் கத்திகளைக் கொண்டும் அறுவை சிகிச்சைகளை (அறுவைச் சிகிச்சை முடிந்தவுடனேயே நோயாளி எழுந்து வீட்டிற்குப் போவதற்காக) மேற்கொண்டவர்களையும் எஸ்தர் எனக்குக் காட்டினாள். நான் என்னுடைய சொந்த ஆற்றலை வளர்த்தெடுப்பதற்கு இன்னும் கற்றுக் கொண்டிருக்கிறேன்.”

கடந்தகாலத்திடமிருந்து என்னை விடுவித்துக் கொள்ளும் செயல்முறையைத் தொடங்குவதற்காக என்னுடைய கதையையும் அந்த அந்நியர்களிடம் கூற வேண்டும்போல நான் உணர்ந்தேன், ஆனால் இரவு வெகுநேரம் ஆகிவிட்டது. மறுநாள் காலையில் நான் சீக்கிரமாக எழுந்து, என்னுடைய கழுத்துப்பட்டியை நீக்குவதற்காக என்னுடைய மருத்துவரைச் சந்திக்க வேண்டியிருந்தது.

***

“நான் டாக்ஸி பிடிக்கப் போகிறேன். உங்களை வழியில் எங்கேனும் இறக்கிவிடவா?” என்று நான் மிக்காயிலிடம் கேட்டேன். “இல்லை, வேண்டாம். நான் சிறிது நேரம்

நடக்க விரும்புகிறேன். எஸ்தரின் பிரிவு குறிப்பாக இன்று இரவு என்னைப் பெரிதும் வாட்டுகிறது," என்று அவன் பதிலளித்தான். நாங்கள் அங்கிருந்து புறப்பட்டு, டாக்ஸி கிடைக்கக்கூடிய ஒரு தெருவை நோக்கி நடந்தோம்.

"அந்தப் பெண் கூறியது சரிதான் என்று எனக்குத் தோன்றுகிறது. நீங்கள் ஒரு கதையைச் சொன்னால், நீங்கள் இன்னும் அதிலிருந்து உண்மையிலேயே விடுபடவில்லை என்று அர்த்தமாகிறது," என்று நான் கூறினேன்.

"நான் விடுபட்டுத்தான் இருக்கிறேன், ஆனால் அதில்தான் ரகசியம் அடங்கியிருக்கிறது. இது நிச்சயமாக உங்களுக்குப் புரியும் என்று நான் நம்புகிறேன். 'தடையேற்படுத்தப்பட்ட' சில கதைகள் எப்போதும் இருக்கின்றன. அக்கதைகள்தாம் மேல்மட்டத்திற்கு வெகு அருகே தொடர்ந்து நீடிக்கும், அதனால் அவை நிகழ்காலத்தை ஆக்கிரமிக்கும். அக்கதையை அல்லது அந்த அத்தியாயத்தை நாம் மூடினால் மட்டுமே, அடுத்ததை நம்மால் தொடங்க முடியும்," என்று மிக்காயில் கூறினான்.

இதையொத்த எதையோ இணையத்தளத்தில் நான் படித்தது என் நினைவிற்கு வந்தது. அதை நான் எழுதியிருந்ததாக அதில் குறிப்பிடப்பட்டிருந்தது, ஆனால் உண்மையில் அதை எழுதியது நானல்லன்:

அதனால்தான் சில விஷயங்களை விட்டுத்தள்ள வேண்டியது மிக முக்கியமானதாக இருக்கிறது. அவற்றை வெட்டியெறிந்துவிட வேண்டும். அடையாளம் இடப்பட்டச் சீட்டுகளை வைத்துக் கொண்டு யாரும் விளையாடுவதில்லை என்பதை மக்கள் புரிந்து கொள்ள வேண்டும். சில சமயங்களில் நாம் வெற்றி பெறுகிறோம், சில சமயங்களில் நாம் தோற்கிறோம். எந்தக் கைம்மாறும் எதிர்பார்க்காதீர்கள் உங்களுடைய முயற்சிகளுக்கு எந்த அங்கீகாரத்தையும் எதிர்பார்க்காதீர்கள். உங்களுடைய மேதமை கண்டுபிடிக்கப்பட வேண்டும் அல்லது உங்கள் அன்பு புரிந்து கொள்ளப்பட வேண்டும் என்று எதிர்பார்க்காதீர்கள். வட்டத்தை முழுமையாக்குங்கள். அகங்காரத்தாலோ, திறமையின்மையாலோ அல்லது பெருமிதத்தாலோ அல்ல; மாறாக, அது எதுவாக இருந்தாலும் அது இனியும் உங்கள் வாழ்வில் பொருந்தவில்லை என்பதால்தான்! கதவை மூடுங்கள், இசைத்தட்டை மாற்றுங்கள், வீட்டைச் சுத்தப்படுத்துங்கள், தூசியைத் துடைத்தெறியுங்கள். நீங்கள் யாராக இருந்தீர்களோ அப்படி இருப்பதை நிறுத்திவிட்டு, நீங்கள் யாராக இருக்கிறீர்களோ அவராக மாறுங்கள்.

ஆனால் மிக்காயில் சொன்னதற்கு என்ன அர்த்தம் என்பதை நான் கண்டுபிடிக்க விரும்பினேன்.

" 'தடையேற்படுத்தப்பட்டக் கதைகள்' எவை?" என்று நான் கேட்டேன்.

"எஸ்தர் இங்கு இல்லை. அவள் தனக்குள் இருந்த மகிழ்ச்சியின்மையை வெளியே கொட்டிவிட்டு, ஆனந்தம் தனக்குள் பாய்ந்து வர அனுமதிக்கின்ற செயல்முறையில், இனியும் தொடர்ந்து முன்னால் செல்ல முடியாத ஒரு கட்டத்தை எட்டினாள். ஏன்? ஏனெனில், அவளுடைய கதை, இலட்சக்கணக்கான மற்றவர்களின் கதைகளைப்போலவே, அன்பெனும் ஆற்றலுடன் பின்னிப் பிணைந்துள்ளது. அக்கதையால் தானாக உருவாக முடியாது. நேசிப்பதை அவள் நிறுத்த வேண்டும் அல்லது அவளுடைய நேசத்திற்குரியவர் அவளிடம் வந்து சேரும்வரை அவள் காத்திருக்க வேண்டும்.

"தோல்வியில் முடிந்த மணவாழ்க்கையில், இருவரில் ஒருவர் நடப்பதை நிறுத்தும்போது, மற்றவரும் அதைச் செய்யும் கட்டாயத்திற்கு ஆளாகிறார். அவனோ அல்லது அவளோ காத்துக் கொண்டிருக்கும்போது, வேறு காதலர்கள் தோன்றுகின்றனர், அல்லது ஈடுபடுவதற்குப் பல நற்பணிகள் இருக்கின்றன, கவலைப்படுவதற்குக் குழந்தைகள் இருக்கின்றனர், அலுவலகத்தில் நீண்ட நேரம் பணி செய்ய வேண்டியிருக்கிறது. 'சலிப்பு, கவலை, மற்றும் பயத்தால் நாம் செத்துக் கொண்டிருக்கிறோம். மேற்கொண்டு ஆக வேண்டியதைப் பார்க்கலாம்,' என்று கத்துவதைவிட, விஷயங்களைப் பற்றி வெளிப்படையாகப் பேசுவது அதிக சுலபமானதாக இருக்கும்."

"வருத்தத்திலிருந்து தன்னை விடுவித்துக் கொள்கின்ற செயல்முறையை எஸ்தரால் தொடர முடியாமல் இருப்பதற்கு நான்தான் காரணம் என்று நீங்கள் கூறுகிறீர்களா?" என்று நான் கேட்டேன்.

"இல்லை, நான் சொன்னதன் அர்த்தம் அதுவல்ல. எந்தவொரு சூழ்நிலையிலும் ஒருவர் இன்னொருவர்மீது குற்றம் சாட்டுவது சரியல்ல. நான் சொல்ல வருவது இதுதான்: அவள் தேர்ந்தெடுப்பதற்கு இரண்டு விஷயங்கள் உள்ளன; ஒன்று, அவள் உங்களை நேசிப்பதை நிறுத்த வேண்டும். அல்லது, உங்களை அவள் தன்னிடம்

வரவழைக்க வேண்டும்."

"அவள் அதைத்தான் செய்து கொண்டிருக்கிறாள்."

"எனக்குத் தெரியும், ஆனால் உங்கள் நிலையில் நான் இருந்தால், 'அக்குரல்' அனுமதிக்கும்போது மட்டுமே நான் அவளிடம் போவேன்."

“சரி, நீ இந்தக் கழுத்துப்பட்டியைப் பார்ப்பது இதுதான் கடைசி முறையாக இருக்க வேண்டும். அதுதான் என் விருப்பம். ஆனால், தயவு செய்து, கழுத்தைத் திடீரென்று அப்படியும் இப்படியும் அசைப்பதைத் தவிர்த்துவிடு. உன்னுடைய தசைகள் மீண்டும் தாமாக இயங்கப் பழக்கப்பட வேண்டும். அது போகட்டும், பின்னால் நடக்கவிருப்பதை முன்கூட்டியே கணித்த அச்சிறுமிக்கு என்ன நேர்ந்தது?” என்று என்னுடைய மருத்துவ நண்பன் கேட்டான்.

“எந்தச் சிறுமி? என்ன கணிப்புகள்?”

“உனக்கு ஏதோ நிகழவிருந்ததாக எச்சரித்த ஒரு குரலைத் தான் கேட்டதாக ஒருவர் கூறியதாக மருத்துவமனையில் வைத்து நீ என்னிடம் கூறினாயல்லவா?

“ஓ, அவள் ஒரு சிறுமியல்ல. அது போகட்டும், வலிப்பு நோயைப் பற்றிய விஷயங்களை நீ கண்டுபிடிக்கவிருந்ததாக நீ கூறினாயே?”

“ஆமாம், நான் ஒரு வல்லுநரைத் தொடர்பு கொண்டு, அத்தகைய நோயாளிகள் யாரையேனும் அவருக்குத் தெரியுமா என்று அவரிடம் கேட்டேன். அவருடைய பதில் எனக்கு லேசாக வியப்பூட்டியது, ஆனால் ஒரு விஷயத்தை நான் உனக்கு நினைவுபடுத்தியாக வேண்டும். மருத்துவத்திலும் மர்மங்கள் உள்ளன. ஐந்து ஆப்பிள்களை வாங்கப் போகின்ற ஒரு சிறுவன் இரண்டு ஆப்பிள்களோடு திரும்பி வருவதைப் பற்றி நான் உன்னிடம் கூறிய கதை உனக்கு நினைவிருக்கிறதா?”

“ஆமாம். அவன் அவற்றைத் தொலைத்திருக்கலாம் அல்லது யாருக்கேனும் கொடுத்திருக்கலாம், அல்லது அவை அவன் எதிர்பார்த்ததைவிட அதிக விலையுயர்ந்தவையாக இருந்திருக்கலாம் என்றெல்லாம் நீ கூறினாய். கவலைப்படாதே, திட்டவட்டமான பதில்கள் எதுவும் கிடையாது என்பதை நான் அறிவேன். ஆனால், எனக்கு

ஒரே ஒரு விஷயத்தைச் சொல். ஜோன் ஆஃப் ஆர்க் இந்த வலிப்பு நோயால் துன்புற்றாளா?"

"விநோதமாக, என்னுடைய தோழி எங்களுடைய உரையாடலின்போது ஜோன் ஆஃப் ஆர்க்கைப் பற்றிக் குறிப்பிட்டாள். ஜோன் ஆஃப் ஆர்க் தன்னுடைய பதின்மூன்றாவது வயதிலிருந்து குரல்களைக் கேட்கத் தொடங்கினாள். தான் ஒளியைப் பார்த்ததாக அவள் தன்னுடைய வாக்குமூலங்களில் கூறியுள்ளாள். அது அந்தப் பிரத்யேகமான 'வலிப்பிற்கான' அறிகுறிகளில் ஒன்று. டாக்டர் லிடியா பெயின் என்ற நரம்பியல் வல்லுநரின்படி, போர் வீரரான ஒரு புனிதரின் பரவச அனுபவங்களுக்குக் காரணம், இப்போது நாம் 'மியூசிகோஜெனிக் வலிப்பு' என்று அழைக்கின்ற நோய்தான். ஒரு குறிப்பிட்ட வகையான ஒலியோ அல்லது இசையோ அதைத் தூண்டிவிடும். ஜோனின் விஷயத்தில், மணிகளின் சத்தம் அதைத் தூண்டியது. நீ குறிப்பிட்ட இளைஞனுக்கு வலிப்பு வந்தபோது, நீ அவனுடன் இருந்தாயா?"

"ஆமாம்."

"அங்கே ஏதேனும் இசை ஒலித்துக் கொண்டிருந்ததா?"

"எனக்கு அது நினைவில்லை. ஆனால் ஒருவேளை அங்கே இசை ஒலித்துக் கொண்டிருந்திருந்தால், தட்டுகள், கிண்ணங்கள் போன்ற பொருட்கள் ஏற்படுத்திய சத்தத்திலும் உரையாடல்களின் இரைச்சலிலும் அது மூழ்கிப் போயிருக்கும்."

"அவன் பதற்றமாக இருந்தானா?"

"ஆமாம், மிகவும் பதற்றமாக இருந்தான்."

"வலிப்பு நோயை நிரூபிக்கக்கூடிய இன்னொரு விஷயம் அது. வலிப்பு நோய் நீ நினைப்பதைவிட மிக நீண்ட காலமாக இருந்து வந்துள்ளது. மெசொபொட்டேமியாவில் அவர்கள் அதைக் 'கீழே விழும் நோய்' என்று அழைத்தனர். அதைப் பற்றி, குறிப்பிடத்தக்க அளவு துல்லியமான விவரிப்புகள் இருக்கின்றன. பண்டைய மக்கள், ஒருவருடைய உடலுக்குள் பேய் புகுந்து கொள்வதால் அது ஏற்பட்டதாக நம்பினர். வெகுகாலத்திற்குப் பின்னர்தான், மூளையின் ஏதோ செயல்பாட்டுக் கோளாற்றையும் இந்த வலிப்பையும் கிரேக்க மருத்துவரான ஹிப்பாக்ரட்டீஸ் தொடர்புபடுத்தினார். ஆனாலும், வலிப்பு நோய் உள்ளவர்கள் பாரபட்சமாக

நடத்தப்படுகின்றனர்," என்று என் நண்பன் கூறினான்.

"உண்மைதான். அது நிகழ்ந்தபோது நான் மிகவும் பயந்து போனேன்," என்று நான் கூறினேன்.

"தீர்க்கதரிசனம் என்ற வார்த்தையை நீ குறிப்பிட்டாய். எனவே, அது தொடர்பாக ஆய்வு செய்யும்படி நான் என் நண்பரிடம் கேட்டுக் கொண்டேன். பிரபலமான ஏராளமானோர் வலிப்பு நோயால் துன்புற்றுள்ளபோதிலும், அந்த நோய் யாருக்கும் எந்த சக்தியையும் கொடுத்ததில்லை என்று என் நண்பர் கூறினார். ஆனாலும், மிகப் பிரபலமான வலிப்பு நோய்க்காரர்கள், தங்களுடைய வலிப்புக்கு ஏதோ ஒரு 'புதிரான சக்தி' இருப்பதாக மற்றவர்களை நம்ப வைப்பதில் வெற்றி பெற்றனர்."

"பிரபலமான வலிப்பு நோய்க்காரர்களுக்கான எடுத்துக்காட்டுகளைக் கொடு."

"நெப்போலியன், மாவீரன் அலெக்சாண்டர், தாந்தே... நான் ஒரு முழுப் பட்டியலைத் தயாரிக்கவில்லை. ஏனெனில், நீ ஆர்வம் காட்டியது அந்த இளைஞனின் தீர்க்கதரிசனத்தில்தான், இல்லையா? அது சரி, அவனுடைய பெயர் என்ன?"

"உனக்கு அவனைத் தெரியாது. உனக்காக வழக்கம்போலப் பல நோயாளிகள் காத்துக் கொண்டிருக்கக்கூடும். எனவே, உன்னுடைய விளக்கத்தை வேகமாக முடித்துவிடு."

"பைபிளை ஆய்வு செய்கின்ற மருத்துவ அறிவியலறிஞர்கள், இயேசுவின் முக்கியச் சீடர்களில் ஒருவரான பால் ஒரு வலிப்பு நோய்க்காரர் என்று உறுதியாகக் கூறுகின்றனர். அதற்கு ஆதாரமாக அவர்கள் முன்வைக்கும் உண்மை இது: 'டமாஸ்கஸுக்குச் செல்லும் வழியில், அவர் மிகவும் பிரகாசமான ஓர் ஒளியைக் கண்டார். அது அவரைக் கீழே விழ வைத்தது. தற்காலிகமாக அவர் பார்வையிழந்தார். அச்சம்பவத்தைத் தொடர்ந்து சில நாட்கள் அவரால் சாப்பிடவோ அல்லது எதுவும் பருகவோ முடியவில்லை.' மருத்துவ அகராதியில் இது 'டெம்பொரல் லோப் வலிப்பு' என்று அழைக்கப்படுகிறது."

"தேவாலயம் இதை ஒப்புக் கொள்ளும் என்று எனக்குத் தோன்றவில்லை."

"நான் இதை ஒப்புக் கொள்கிறேனா என்பதுகூட

எனக்கு உறுதியாகத் தெரியவில்லை, ஆனால் மருத்துவ இதழ்கள் அப்படித்தான் சொல்கின்றன. வான்கா போன்ற பிற வலிப்பு நோய்க்காரர்கள் சுய அழிவு நடவடிக்கைகளில் ஈடுபட்டனர். வலிப்புகளை அவர் 'உள்ளார்ந்த புயல்' என்று அழைத்தார். செயின்ட் ரெமியில் அவர் ஒரு நோயாளியாக இருந்தபோது, அங்கு வேலை பார்த்தச் செவிலியரில் ஒருவர், வான்காவுக்குக் கடுமையான வலிப்பு ஏற்பட்டதைப் பார்த்தார்."

"வான்கா தன்னுடைய சுய அழிவுப் போக்கைத் தன்னுடைய ஓவியங்கள் மூலம் உலகின் புனர்நிர்மாண முயற்சியாக மாற்றியது குறிப்பிடப்பட வேண்டிய ஒரு விஷயமல்லவா?"

" 'ஆலிஸ் இன் ஒன்டர்லேன்ட்' புத்தகத்தை லூயிஸ் கேரல் எழுதியதுகூட, தன்னுடைய சொந்த வலிப்பு அனுபவங்களை விவரிப்பதற்காகத்தான் என்று சிலர் சந்தேகிக்கின்றனர். அப்புத்தகத்தின் தொடக்கத்தில் ஆலிஸ் ஒரு கருங்குழிக்குள் விழுவது பெரும்பாலான வலிப்புக்காரர்களுக்கு மிகவும் பரிச்சயமான ஓர் அனுபவமாகும். ஆலிஸ் ஒன்டர்லேன்டின் ஊடாகப் பயணிக்கும்போது, பொருட்கள் பறப்பதை அடிக்கடிப் பார்க்கிறாள், தன்னுடைய உடல் லேசாகியிருப்பதுபோல உணர்கிறாள். ஒரு வலிப்பு ஏற்படும்போது விளைகின்றவற்றின் மிகத் துல்லியமான விவரிப்பு அது."

"வலிப்புக்காரர்களுக்குக் கலையின்மீது நாட்டம் இருப்பதுபோலத் தெரிகிறது," என்று நான் கூறினேன்.

"அப்படி எதுவும் இல்லை. கலைஞர்கள் பிரபலமடைவதால், கலையும் வலிப்பு நோயும் தங்களுடைய பயணப்பாதையில் ஒன்றிணைந்துவிடுகின்றன. வலிப்பு நோய் உடையவர்களாக சந்தேகிக்கப்பட்ட அல்லது உறுதி செய்யப்பட்ட எழுத்தாளர்களுக்கான ஏகப்பட்ட எடுத்துக்காட்டுகள் இலக்கியத்தில் உள்ளன: மோலியர், எட்கர் ஆலன் போ, ஃபிளாபெர்ட் மற்றும் பலர். தாஸ்தோவ்ஸ்கி ஓர் ஒன்பது வயதுச் சிறுவனாக இருந்தபோது அவருக்கு முதன்முறையாக வலிப்பு ஏற்பட்டது. வலிப்பு ஏற்பட்டபோது, தான் இவ்வுலகத்துடன் சமாதானமாக உணர்ந்த கணங்களையும், தனக்குக் கொடூரமான மனத்தளர்ச்சியை உண்டாக்கிய

கணங்களையும் அது கொண்டுவந்ததாக அவர் கூறினார். நான் கூறிய இவ்விஷயங்களையெல்லாம் தீவிரமாக எடுத்துக் கொள்ளாதே. உனக்கு நேர்ந்த விபத்தால் உனக்கு வலிப்பு நோய் ஏற்படக்கூடும் என்று சிந்தித்து உன்னைக் குழப்பிக் கொள்ளாதே. ஒரு மோட்டார் பைக் மோதியதால் வலிப்பு ஏற்பட்ட ஒருவரைக்கூட நான் இதுவரை சந்தித்ததில்லை," என்று என் நண்பன் கூறினான்.

"அந்த இளைஞன் எனக்கு உண்மையிலேயே தெரிந்த ஒருவன்."

"விஷயங்களை முன்கூட்டியே கணிக்கக்கூடிய சக்தி கொண்ட அந்த இளைஞன் உண்மையிலேயே இருக்கிறானா, அல்லது நீ அந்த நடைபாதையிலிருந்து கீழே இறங்கியபோது நீ தன்னினைவு இழந்திருக்கக்கூடும் என்று நீ நினைப்பதால் இதையெல்லாம் நீ கற்பனை செய்திருக்கிறாயா?"

"நோய்களைப் பற்றித் தெரிந்து கொள்வதை நான் வெறுக்கிறேன். மருத்துவம் தொடர்பான ஒரு புத்தகத்தை நான் படிக்கும்போதெல்லாம், உடனடியாக அனைத்து அறிகுறிகளும் என் உடலில் தோன்றத் தொடங்கிவிடுகின்றன."

"நான் உனக்கு ஒன்றைச் சொல்கிறேன், ஆனால் அதைத் தவறான விதத்தில் எடுத்துக் கொள்ளாதே. இந்த விபத்து உனக்கு ஏராளமாக நல்லது செய்திருப்பதாக நான் நினைக்கிறேன். நீ முன்பைவிட அதிக அமைதியாக இருக்கிறாய், உன்னுடைய தேடல் வேட்கை குறைந்துள்ளது. மரணத்துடனான ஓர் உரசல், நாம் நம்முடைய வாழ்க்கையை அதிகச் சிறப்பாக வாழ்வதற்கு நமக்கு எப்போதும் உதவுகிறது. இரத்தக் கறை படிந்த ஒரு சின்னத் துண்டுத் துணியை உன் மனைவி என்னிடம் கொடுத்தபோது அவள் அதைத்தான் கூறினாள். ஒரு மருத்துவர் என்ற முறையில் தினமும் மரணத்தை மிக நெருக்கமாக நான் பார்க்கின்றபோதிலும், அத்துணியை நான் எப்போதும் என்னுடன் சுமந்து திரிகிறேன்."

"அவள் அந்தத் துணியை ஏன் உன்னிடம் கொடுத்தாள் என்று கூறினாளா?"

"அவள் என்னுடைய வேலையை விவரிப்பதில் மிகவும் பெருந்தன்மையுடன் நடந்து கொண்டாள்.

உத்தியை உள்நோக்குடனும் ஒழுங்கை அன்புடனும் ஒன்றிணைப்பதற்கான திறன் எனக்கு இருந்ததாக அவள் கூறினாள். யாரோ ஒரு வீரன், தான் இறப்பதற்கு முன்பு, இரத்தம் தோய்ந்த தன்னுடைய சட்டையை எடுத்து, அதைப் பல துண்டுகளாக வெட்டி, உள்ளது உள்ளபடியே உலகை வெளிப்படுத்த உண்மையிலேயே முயற்சித்துக் கொண்டிருந்த மக்களிடையே அந்தத் துண்டுத் துணிகளை விநியோகிக்கும்படி தன்னிடம் கேட்டுக் கொண்டதாக அவள் என்னிடம் கூறினாள். உன்னிடம் அவற்றில் ஒரு துண்டு இருக்கும் என்று நான் நினைக்கிறேன்."

"இல்லை, என்னிடம் எதுவும் இல்லை."

"அதற்கான காரணம் உனக்குத் தெரியுமா?"

"தெரியும் என்றும் சொல்லலாம், அல்லது நான் அதைக் கண்டுபிடிக்கத் தொடங்கியிருக்கிறேன் என்றும் கூறலாம்."

"நான் உன்னுடைய மருத்துவர் மட்டுமல்லாமல், உன்னுடைய நண்பனும்கூட என்பதால், நான் உனக்குச் சிறிது அறிவுரை வழங்கலாமா? தன்னால் எதிர்காலத்தை முன்கூட்டியே பார்க்க முடியும் என்று அந்த வலிப்புக்கார இளைஞன் உன்னிடம் கூறியிருந்தால், மருத்துவத்தைப் பற்றி அவனுக்கு எதுவும் தெரியவில்லை என்று அர்த்தம்."

ஜாக்ரெப், குரோயேசியா
காலை 6:30 மணி

மேரியும் நானும், பனியில் உறைந்து போன ஒரு நீரூற்றுக்குப் பக்கத்தில் உட்கார்ந்து கொண்டிருந்தோம். இந்த ஆண்டு வசந்தகாலம் வரப் போவதில்லை என்று தீர்மானித்திருந்ததுபோலத் தோன்றியது. குளிர்காலத்திலிருந்து நாங்கள் நேராகக் கோடைக்காலத்திற்குள் குதித்துவிடுவோம்போலத் தோன்றியது. அந்த நீரூற்றுக்கு நடுவே, உச்சியில் ஒரு சிலையுடன்கூடிய ஒரு தூண் நெடிதுயர்ந்து நின்றது.

அன்றைய மதியம் முழுவதையும் பேட்டிகள் கொடுப்பதில் நான் செலவிட்டேன். என்னுடைய புதிய புத்தகத்தைப் பற்றி இன்னொரு வார்த்தை பேச முடியாதபடி நான் சலிப்படைந்திருந்தேன். பத்திரிகையாளர்கள் அனைவரும் வழக்கமான கேள்விகளையே கேட்டனர்: என் மனைவி அப்புத்தகத்தைப் படித்திருக்கிறாளா (எனக்குத் தெரியாது); விமர்சகர்கள் என்னை நியாயமின்றி நடத்தியுள்ளதாக நான் நினைக்கிறேனா (என்ன?); 'கிழிப்பதற்கான ஒரு காலம், தைப்பதற்கான ஒரு காலம்' நூலில் நான் என்னுடைய தனிப்பட்ட வாழ்க்கையைப் பற்றி எக்கச்சக்கமாக வெளிப்படுத்தியுள்ளதால், அந்நூல் என்னுடைய வாசகர்களுக்கு அதிர்ச்சியூட்டியுள்ளதா (ஓர் எழுத்தாளரால் தன்னுடைய சொந்த வாழ்க்கையைப் பற்றி மட்டுமே எழுத முடியும்); அப்புத்தகம் ஒரு திரைப்படமாக எடுக்கப்படுமா (இதற்குப் பதில் சொல்லிச் சொல்லி எனக்கு அலுத்துவிட்டது. திரைப்படம் வாசகரின் மனத்தில் நிகழ்கிறது. என்னுடைய எந்தப் புத்தகத்திற்கும் திரைப்பட

உரிமை விற்கப்படுவதை நான் தடை செய்துள்ளேன்); காதலைப் பற்றி நான் என்ன நினைக்கிறேன்; காதலைப் பற்றி எழுதுவதை நான் ஏன் தேர்ந்தெடுத்தேன்; காதலில் ஒருவரால் எப்படி மகிழ்ச்சியாக இருக்க முடியும்; காதல், காதல், காதல்...

பேட்டிகள் முடிந்ததும், பதிப்பாளருடனான இரவு விருந்து நடைபெற்றது. ஒரு புத்தக வெளியீட்டு நிகழ்ச்சியின் ஒரு பகுதி அது. உள்ளூரின் முக்கியப் பிரமுகர்கள் ஏராளமானோர் அந்த விருந்தில் கலந்து கொண்டனர். என்னால் சாப்பிட முடியாதபடி அவர்கள் குறுக்கிட்டுக் கேள்விகள் கேட்டுக் கொண்டே இருந்தனர். வழக்கமாக அவர்கள் ஒரே விஷயத்தைத்தான் கேட்பர்: ‘உங்களுக்கு எங்கிருந்து உத்வேகம் கிடைக்கிறது?’ நான் சாப்பிட முயற்சிக்கிறேன், ஆனால் நான் இனிமையாகவும் நடந்து கொண்டாக வேண்டும், மற்றவர்களோடு உரையாடவும் வேண்டும், ஒரு பிரபலம் என்ற முறையில் என்னுடைய பங்கைச் சிறப்பாக ஆற்ற வேண்டும், ஒரு சில சுவாரசியமான கதைகளைச் சொல்ல வேண்டும், மற்றவர்களிடத்தில் என்னைப் பற்றிய ஒரு நல்ல அபிப்பிராயத்தை ஏற்படுத்த வேண்டும். பதிப்பாளர்தான் உண்மையான கதாநாயகன் என்பதை நான் அறிவேன். ஏனெனில், ஒரு புத்தகம் விற்பனையாகுமா இல்லையா என்பதை அவரால் ஒருபோதும் கூற முடியாது. புத்தகங்களுக்குப் பதிலாக அவர் வாழைப்பழங்களோ அல்லது சோப்புகளோ விற்கலாம். அது நிச்சயமாக அதிக எளிதாக இருக்கும். அவர்களுக்கு கர்வமோ, அகங்காரமோ இல்லை. விளம்பரப் பிரச்சாரம் அவர்களுக்குப் பிடிக்காவிட்டாலோ, அல்லது அவர்களுடைய புத்தகம் ஒரு குறிப்பிட்ட புத்தகக் கடையில் இல்லாவிட்டாலோ அவர்கள் அது குறித்துக் குறை கூறுவதில்லை.

இரவு உணவுக்குப் பிறகு, வழக்கமான கூத்துதான்: தங்களுடைய நகரத்தில் இருந்த நினைவுச்சின்னங்கள், வரலாற்றுச் சிறப்புமிக்க இடங்கள், நவீன பாணி மதுவிடுதிகள் ஆகியவற்றை அவர்கள் எனக்குக் காட்ட விரும்புவர். எல்லா விஷயங்களும் அறிந்த ஒரு வழிகாட்டி எப்போதும் அங்கு இருப்பார், அவர் என்னுடைய தலையைத் தகவல்களால் நிரப்புவார்.

நான் உண்மையிலேயே உன்னிப்பாகக் காது கொடுத்துக் கேட்டுக் கொண்டிருப்பதுபோல நான் பாசாங்கு செய்ய வேண்டியிருக்கும். நான் அந்த உரையாடலில் ஆர்வம் கொண்டிருப்பதுபோலக் காட்டிக் கொள்வதற்கு, அவ்வப்போது நான் சில கேள்விகள் கேட்க வேண்டியிருக்கும். என்னுடைய புத்தகங்களின் விளம்பரத்திற்காக நான் விஜயம் செய்துள்ள பல நகரங்களில் உள்ள நினைவுச்சின்னங்கள், அருங்காட்சியகங்கள், மற்றும் வரலாற்றுச் சிறப்புமிக்க இடங்களில் கிட்டத்தட்ட அனைத்தையும் நான் அறிவேன், ஆனால் அவற்றில் எதையும் என்னால் நினைவுகூர முடியாது. என்னால் நினைவுகூர முடிகின்றவையெல்லாம், எதிர்பாராத விஷயங்களும், வாசகர்களுடனான சந்திப்புகளும், மதுவிடுதிகளும், நான் நடந்து சென்ற ஒரு வீதியும், அந்த வீதியின் முனையில் நான் திரும்பியபோது நான் எதிர்கொண்ட ஏதோ ஓர் அற்புதமான விஷயமும்தாம்.

என்றேனும் ஒரு நாள், வரைபடங்களையும் ஹோட்டல்களின் முகவரிகளையும் மட்டுமே உள்ளடக்கிய ஒரு சுற்றுலாக் கையேட்டை நான் எழுதப் போகிறேன். அதன் எஞ்சிய பக்கங்கள் அனைத்தும் வெறுமையாக இருக்கும். மக்கள் தங்களுடைய நிகழ்ச்சி நிரலைத் தாங்களே திட்டமிட்டு உருவாக்கிக் கொள்ளவும், அந்நகரிலுள்ள உணவகங்களையும் நினைவுச்சின்னங்களையும் பிற அற்புதமான விஷயங்களையும் அவர்களாகவே கண்டுபிடித்துக் கொள்ளவும் அது அவர்களுக்கு வசதியாக இருக்கும். இவற்றில் எதுவும் அந்தச் சுற்றுலாக் கையேட்டில் குறிப்பிடப்பட்டிருக்க மாட்டா. ஏனெனில், நமக்குக் கற்றுக் கொடுக்கப்பட்டுள்ள வரலாறு, அவ்விஷயங்களை, 'நீங்கள் பார்த்தாக வேண்டிய விஷயங்கள்' என்ற தலைப்பின் கீழ் குறிப்பிடுவதில்லை.

நான் இதற்கு முன்பும் ஜாக்ரெபுக்குப் போயிருக்கிறேன். இந்த நீரூற்று எந்தவோர் உள்ளூர் சுற்றுலாக் கையேட்டிலும் இடம்பெறவில்லை. ஆனால் நான் அங்கே பார்த்த மற்ற எதுவொன்றையும்விட அது மிக அதிக முக்கியமானது. ஏனெனில், அது அழகாக இருந்தது, அதை நான் தற்செயலாகக் கண்டுபிடித்தேன், அது என் வாழ்க்கையில் ஒரு கதையோடு தொடர்புடையது. பல ஆண்டுகளுக்கு முன்பு, சாகசத்தைத் தேடி உலகம் நெடுகிலும் சுற்றித் திரிந்து

கொண்டிருந்த ஓர் இளைஞனாக நான் இருந்தபோது, என்னுடைய பயணத்தின் பெரும் பகுதி என்னுடன் சேர்ந்து பயணித்திருந்த ஒரு குரோயேசிய ஓவியருடன் இதே இடத்தில் நான் உட்கார்ந்திருந்தேன். நான் துருக்கிக்குப் போய்க் கொண்டிருந்தேன், அவர் தன்னுடைய வீட்டிற்குப் போய்க் கொண்டிருந்தார். நாங்கள் இருவரும் ஆளுக்கொரு பாட்டில் ஒயின் பருகிவிட்டு, நாங்கள் சேர்ந்து இருந்திருந்த நேரத்தில் நிகழ்ந்திருந்த அனைத்தைப் பற்றியும் பேசினோம். மதம், பெண்கள், இசை, ஹோட்டல் வாடகை, போதைப் பொருட்கள் போன்ற பல விஷயங்கள் குறித்து நாங்கள் உரையாடினோம். காதலைப் பற்றி மட்டும் நாங்கள் பேசவில்லை. ஏனெனில், நாங்கள் காதலித்த நபர்கள் இருந்தபோதிலும், அதைப் பற்றிப் பேச வேண்டிய தேவை இருக்கவில்லை. பிறகு நாங்கள் இருவரும் விடைபெற்றுக் கொண்டோம்.

அந்த ஓவியர் தன்னுடைய வீட்டிற்குத் திரும்பிச் சென்றவுடன், நான் ஓர் இளம்பெண்ணைச் சந்தித்தேன். நாங்கள் இருவரும் சேர்ந்து மூன்று நாட்களைக் கழித்தோம், ஒருவரையொருவர் தீவிரமாக நேசித்தோம். ஏனெனில், அது நெடுங்காலம் நீடிக்காது என்பதை நாங்கள் இருவருமே அறிந்திருந்தோம். அம்மக்களின் ஆன்மாவைப் புரிந்து கொள்ள அவள் எனக்கு உதவினாள். அந்த நீரூற்றையும் என்னுடன் பயணித்த சகாவுக்கு நான் விடைகொடுத்ததையும் எப்படி நான் ஒருபோதும் மறக்கவில்லையோ, அதேபோல அவளையும் நான் ஒருபோதும் மறக்கவில்லை.

அதனால்தான், பேட்டிகள், கையெழுத்திடல் நிகழ்ச்சி, இரவு விருந்து, நினைவுச்சின்னங்கள் மற்றும் வரலாற்றுச் சிறப்புமிக்க இடங்களுக்கு விஜயம் போன்ற அனைத்தும் முடிந்த பிறகு என்னை இந்த நீரூற்றுக்கு அழைத்து வரும்படி நான் என் பதிப்பாளர்களை நச்சரித்தேன். அந்த நீரூற்று எங்கே இருந்தது என்று அவர்கள் என்னிடம் கேட்டனர். எனக்கு அது தெரிந்திருக்கவில்லை. ஜாக்ரெப்பில் பல நீரூற்றுகள் இருந்தது குறித்து முன்பு எனக்கு எந்த யோசனையும் இருக்கவில்லை. நாங்கள் ஒரு மணிநேரம் தேடி, இறுதியில் ஒருவழியாக அதைக் கண்டுபிடித்தோம். நாங்கள் ஒருவரிடமிருந்து ஒருவர் விடைபெற்றுக் கொண்டபோது, எனக்கு ஒரு பாட்டில் ஒயின் வேண்டும்

என்று கேட்டு வாங்கிக் கொண்டேன். மேரியும் நானும் கைகோர்த்து மௌனமாக அமர்ந்து, ஒயினைப் பருகியபடி, சூரியன் மேலெழுவதற்காகக் காத்திருந்தோம்.

மேரி என் தோளின்மீது தலை சாய்த்து, "நீங்கள் நாளுக்கு நாள் அதிக மகிழ்ச்சியானவர்போலத் தெரிகிறீர்கள்," என்று குறிப்பிட்டாள்.

"ஏனெனில், நான் யார் என்பதை உண்மையிலேயே நான் மறக்க முயற்சித்துக் கொண்டிருக்கிறேன். அதை இப்படியும் சொல்லலாம்: என்னுடைய ஒட்டுமொத்த வரலாற்றின் சுமையை நான் என் தோள்கள்மீது சுமக்க வேண்டியதில்லை."

நாடோடிகளுடன் மிக்காயில் நிகழ்த்திய உரையாடலைப் பற்றி நான் மேரியிடம் கூறினேன்.

"இது நடிகர்கள் விஷயத்தில் நிகழ்வதைப்போல இருக்கிறது. ஒவ்வொரு கதாபாத்திரத்தை ஏற்கும்போதும், அந்தக் கதாபாத்திரமாகவே மாறுவதற்கு, நாம் யாராக இருக்கிறோமோ அதை நாம் நிறுத்திவிட வேண்டியிருக்கிறது. நாம் இறுதியில் குழப்பமடைகிறோம். உங்களுடைய தனிப்பட்ட வரலாற்றைக் கைவிடுவது அவ்வளவு நல்ல யோசனையாக உங்களுக்குத் தோன்றுகிறதா?" என்று மேரி கேட்டாள்.

"நான் முன்பைவிடச் சிறப்பாக இருப்பதுபோலத் தெரிவதாக நீதானே கூறினாய்?"

"முன்பைவிடக் குறைவான அகங்காரம் கொண்டவராக ஆகியிருக்கிறீர்கள் என்பது உண்மை. நீங்கள் அந்த நீரூற்றைக் கண்டுபிடிக்கும்வரை நீங்கள் எங்களை விரட்டிக் கொண்டே இருந்தது எனக்கு சுவாரசியமூட்டியது. ஆனால் அது நீங்கள் சற்று முன் சொன்னதற்கு எதிரானதாக இருக்கிறது. ஏனெனில், அந்த நீரூற்று உங்களுடைய கடந்தகாலத்தின் ஒரு பகுதி."

"என்னைப் பொறுத்தவரை, அது ஒரு குறியீடு. ஆனால் நான் அந்த நீரூற்றை எப்போதும் என்னுடன் சுமந்து திரிவதில்லை, எல்லா நேரமும் நான் அதைப் பற்றியே நினைத்துக் கொண்டிருப்பதில்லை, அதைப் புகைப்படங்கள் எடுத்து என்னுடைய நண்பர்களிடம் காட்டுவதில்லை, அந்த ஓவியரைக் குறித்தோ அல்லது நான் எந்தப் பெண்ணிடம் காதல் வயப்பட்டேனோ அவளைக்

குறித்தோ எனக்கு எந்த ஏக்கமும் இல்லை. நான் மீண்டும் இங்கே திரும்பி வந்திருப்பது உண்மையிலேயே நன்றாக இருக்கிறது. ஆனால் நான் இங்கே திரும்பி வராமல் இருந்திருந்தால், அது அந்த முதல் அனுபவத்திற்கு எந்த வேறுபாட்டையும் ஏற்படுத்தியிருக்காது."

"நீங்கள் சொல்வதை என்னால் புரிந்து கொள்ள முடிகிறது."

"எனக்கு மிக்க மகிழ்ச்சி."

"ஆனால் எனக்கு அது வருத்தமளிக்கிறது. ஏனெனில், நீங்கள் இங்கிருந்து புறப்பட்டுச் செல்லப் போகிறீர்கள் என்று எனக்குத் தோன்றுகிறது. உங்களை முதன்முதலாகச் சந்தித்ததிலிருந்தே நான் உங்களை அறிவேன், ஆனாலும் எனக்கு உங்களுடனேயே இருந்து பழகிவிட்டதால், உங்களைவிட்டுப் பிரிந்திருப்பது இன்னும்கூடக் கடினமாக இருக்கிறது," என்று மேரி கூறினாள்.

"அதுதான் பிரச்சனையே. விஷயங்களுக்கு நாம் பழக்கப்பட்டுவிடுகிறோம்."

"அது மனித இயல்பும்கூட."

"அதனால்தான், நான் திருமணம் செய்து கொண்ட பெண் சஹீராக ஆனாள். எனக்கு அந்த விபத்து நிகழ்வதற்கு முன்புவரை, அவளுடன் இருந்தால் மட்டுமே என்னால் மகிழ்ச்சியாக இருக்க முடியும் என்று என்னை நானே நம்ப வைத்திருந்தேன். இவ்வுலகில் வேறு எதுவொன்றையும் அல்லது எவரொருவரையும்விட அவளை நான் மிகவும் நேசித்தேன் என்பது அதற்குக் காரணமல்ல; மாறாக, அவளால் மட்டுமே என்னைப் புரிந்து கொள்ள முடியும் என்று நான் நினைத்ததுதான் காரணம். அவள் என்னுடைய விருப்பங்களையும் பைத்தியக்காரத்தனமான நடத்தைகளையும் அறிந்திருந்தாள், உலகத்தைப் பற்றிய என்னுடைய பார்வையைப் புரிந்திருந்தாள். அவள் எனக்குச் செய்திருந்தவற்றுக்காக நான் நன்றியுடன் இருந்தேன். அவளும் அதேபோல நான் அவளுக்குச் செய்திருந்தவற்றுக்காக நன்றியுடன் இருப்பாள் என்று நான் நினைத்தேன். உலகத்தை அவளுடைய கண்களின் ஊடாகப் பார்த்து எனக்குப் பழக்கமாகிவிட்டது. நெருப்புக்குள்ளிருந்து வெளிவந்த அந்த இரண்டு தீயணைப்பு வீரர்களில் ஒருவருடைய முகம் புகையால் கருப்பாகியிருந்தது பற்றிய

அந்தக் கதை உனக்கு நினைவிருக்கிறதா?”

மேரி நேராக நிமிர்ந்து உட்கார்ந்தாள். அவளுடைய கண்களில் கண்ணீர் நிரம்பியிருந்ததை நான் கவனித்தேன்.

நான் தொடர்ந்தேன். “உலகம் எனக்கு அப்படித்தான் இருந்தது. அது எஸ்தரின் அழகின் பிரதிபலிப்பாக இருந்தது. அது காதலா அல்லது சார்புநிலையா?”

“எனக்குத் தெரியவில்லை. காதலும் சார்புநிலையும் ஒன்றோடொன்று கைகோர்த்துச் செல்வதாக நான் நினைக்கிறேன்,” என்று மேரி கூறினாள்.

“இருக்கலாம். ஆனால், வெகுதூரத்தில் உள்ள ஒரு பெண்ணுக்கு எழுதப்படுகின்ற ஒரு சாதாரணக் கடிதமான, ‘கிழிப்பதற்கு ஒரு காலம், தைப்பதற்கு ஒரு காலம்’ புத்தகத்தை எழுதுவதற்குப் பதிலாக, பத்து ஆண்டுகளாகச் சேர்ந்து இருக்கின்ற ஒரு கணவனையும் மனைவியையும் பற்றிய வேறொரு கதையை நான் தேர்ந்தெடுத்திருந்ததாக வைத்துக் கொள்வோம். அவர்கள் முன்பெல்லாம் தினமும் தாம்பத்திய உறவு கொண்டனர், ஆனால் இப்போது வாரத்திற்கு ஒரு முறை மட்டுமே கூடுகின்றனர். ஆனால் அது அவர்களுக்கு ஒரு பொருட்டாக இல்லை. ஏனெனில், ஒற்றுமை, பரஸ்பர ஆதரவு, தோழமை ஆகியவை அவர்களுக்கிடையே வலிமையாக இருக்கின்றன. தன் மனைவி இரவில் வெகுநேரம் வேலை பார்க்கும்போது தான் தனியாகச் சாப்பிட நேரிடும்போது அவன் வருந்துகிறான். வேலை நிமித்தமாக அவன் வெளியூர் போக வேண்டியிருக்கும்போது, அவள் அதை வெறுக்கிறாள், ஆனால் அது அவனுடைய வேலையின் ஒரு பகுதி என்று அவள் ஏற்றுக் கொள்கிறாள். ஆனால் தங்கள் வாழ்வில் ஏதோ ஒரு குறை இருப்பதாக அவர்கள் உணர்கின்றனர், ஆனால் அவர்கள் இருவரும் வளர்ந்தவர்கள், பக்குவம் கொண்டவர்கள், தங்களுடைய உறவை நிலையாக வைத்திருப்பது ஏன் முக்கியம் என்பதை அவர்கள் அறிந்துள்ளனர் – அது அவர்களுடைய குழந்தைகளின் நலனுக்காக என்றாலும்கூட! வேலைக்கும் தங்களுடைய குழந்தைகளுக்கும் அவர்கள் அதிக நேரத்தை அர்ப்பணிக்கின்றனர், தங்களுடைய மணவாழ்க்கையைப் பற்றி அரிதாகவே சிந்திக்கின்றனர். எல்லாம் ஒழுங்காகப் போய்க் கொண்டிருப்பதுபோலத் தோன்றுகிறது, அவர்களுடைய வாழ்க்கையில் நிச்சயமாக இன்னோர்

ஆணோ அல்லது பெண்ணோ இல்லை.”

நான் தொடர்ந்தேன். “ஆனாலும், ஏதோ சரியில்லை என்ற உணர்வு அவர்களுக்கு ஏற்படுகிறது. துல்லியமாக என்ன பிரச்சனை என்பதை அவர்களால் கண்டுபிடிக்க முடியவில்லை. நாட்கள் செல்லச் செல்ல, அவர்கள் ஒருவரையொருவர் அதிகமாகச் சார்ந்திருக்கத் தொடங்குகின்றனர்; அவர்களுக்கு வயது கூடிக் கொண்டே போகிறது; ஒரு புதிய வாழ்க்கையை உருவாக்குவதற்கான வாய்ப்புகள் வேகமாக மறைந்து கொண்டிருக்கின்றன. புத்தகம் படித்தல், பூத்தையல் போடுதல், தொலைக்காட்சி பார்த்தல், நண்பர்களைச் சந்தித்தல் போன்றவற்றில் அவர்கள் தங்களை மும்முரமாக வைத்துக் கொள்ள முயற்சிக்கின்றனர், ஆனால் இரவு உணவின்போதோ அல்லது அதற்குப் பிறகோ ஏதோ ஓர் உரையாடல் நிச்சயமாக இருக்கிறது. அவன் எளிதில் எரிச்சலடைகிறான், அவள் வழக்கத்தைவிட அதிக அமைதியாக இருக்கிறாள். தாங்கள் ஒருவரிடமிருந்து ஒருவர் விலகிச் சென்று கொண்டிருப்பதை அவர்களால் பார்க்க முடிகிறது, ஆனால் அதற்கான காரணம் அவர்களுக்குப் புரிவதில்லை. மணவாழ்க்கை என்றால் இப்படித்தான் இருக்கும்போலும் என்ற முடிவுக்கு அவர்கள் வருகின்றனர், ஆனால் அது பற்றி அவர்கள் தங்கள் நண்பர்களிடம் பேசுவதில்லை. ஒருவரையொருவர் ஆதரிக்கின்ற, ஒத்த ஆர்வங்களைக் கொண்டுள்ள மகிழ்ச்சியான தம்பதியருக்கான மொத்த உருவம்போல அவர்கள் இருக்கின்றனர். அவள் ஒரு காதலனைத் தேர்ந்தெடுக்கிறாள், அவனும் ஒரு காதலியைத் தேர்ந்தெடுக்கிறான். ஆனால், அது ஒருபோதும் ஒரு தீவிர உறவாக இல்லை. எதுவுமே நிகழாமல் இருப்பதுபோல இயல்பாக நடந்து கொள்வதுதான் முக்கியமானது, இன்றியமையாதது. ஏனெனில், நடந்தது நடந்துவிட்டது, அதை யாராலும் மாற்ற முடியாது.”

“எனக்கு அந்தக் கதை தெரியும், ஆனால் அதை நான் சொந்தமாக ஒருபோதும் அனுபவித்ததில்லை. அத்தகைய சூழ்நிலைகளைப் பொறுத்துக் கொள்வதற்குப் பழகிக் கொள்வதில் நாம் நம்முடைய வாழ்க்கையைச் செலவிடுகிறோம் என்று நான் நினைக்கிறேன்.”

நான் என்னுடைய கோட்டைக் கழற்றிவிட்டு, அந்த

நீரூற்றின் விளிம்பின்மீது ஏறினேன். நான் என்ன செய்து கொண்டிருந்தேன் என்று அவள் கேட்டாள்.

“நான் நீரூற்றின் நடுவிலுள்ள அந்தத் தூண்வரை நடக்கப் போகிறேன்.”

“உங்களுக்குப் பைத்தியம் பிடித்துவிட்டதா? இது வசந்தகாலம். உறைபனி மிகவும் மெல்லியதாக இருக்கும்.”

“நான் அந்தத் தூணுக்குப் போயே ஆக வேண்டும்.”

நான் என்னுடைய ஒரு பாதத்தை மேற்பரப்பின்மீது வைத்தேன். அந்த ஒட்டுமொத்தப் பனித்தகடும் நகர்ந்தது, ஆனால் உடையவில்லை. உதயமாகிக் கொண்டிருந்த சூரியனின்மீது ஒரு கண் வைத்தபடி, கடவுளிடம் நான் ஓர் உடன்படிக்கை செய்து கொண்டேன்: நான் அந்தத் தூண்வரை நடந்து சென்றுவிட்டு, உறைபனியில் கீறல் விழாமல் திரும்பி வந்துவிட்டால், நான் சரியான பாதையில் இருந்தேன் என்பதற்கும், ‘அவருடைய’ கை நான் போக வேண்டிய திசையைக் காட்டிக் கொண்டிருந்தது என்பதற்குமான ஓர் அறிகுறி அது என்று நான் ‘அவரிடம்’ கூறினேன்.

“நீங்கள் தண்ணீருக்குள் விழுந்துவிடுவீர்கள்,” என்று மேரி கூறினாள்.

“அதனால் என்ன? மிஞ்சிப் போனால் எனக்குச் சிறிது குளிரும், ஆனால் நம்முடைய ஹோட்டல் இங்கிருந்து அருகில்தானே இருக்கிறது? நான் நீண்ட நேரம் கஷ்டப்பட வேண்டியிருக்காது.”

நான் என்னுடைய அடுத்தப் பாதத்தை அந்தப் பனித்தகட்டின்மீது வைத்தேன். இப்போது நான் அந்த நீரூற்றில் இருந்தேன். விளிம்புகளிலிருந்து அந்தப் பனித்தகடு விலகியது. சிறிது தண்ணீர் அதன்மீது தெறித்தது, ஆனால் அது உடையவில்லை. நான் அந்தத் தூணை நோக்கி நடந்தேன். போக வர சுமார் நான்கு மீட்டர் தூரமே அது இருந்தது. மிஞ்சிப் போனால் நான் ஒரு குளிர்க் குளியல் போட நேரிடும். ஆனால், என்ன நிகழக்கூடும் என்பதைப் பற்றி நான் சிந்திக்கக்கூடாது. நான் முதலடியை எடுத்து வைத்துவிட்டேன். நான் கடைசிவரை போயாக வேண்டும்.

நான் அந்தத் தூணை அடைந்துவிட்டேன். அதை நான் என் கையால் தொட்டேன். என்னைச் சுற்றி எல்லாம் உடைந்து கொண்டிருந்த சத்தம் எனக்குக் கேட்டது, ஆனால்

நான் இன்னும் அந்தப் பனித்தகட்டின்மீதுதான் இருந்தேன். திரும்பி ஓடிவிடும்படி என்னுடைய உள்ளுணர்வு என்னிடம் கூறியது, ஆனால் நான் அதைச் செய்தால், நான் எடுத்து வைக்கும் ஒவ்வோர் அடியும் கனமாகவும் உறுதியாகவும் ஆகி, நான் தண்ணீருக்குள் விழுந்துவிடுவேன் என்று வேறு ஏதோ ஒன்று என்னிடம் கூறியது. நான் வந்த அதே வேகத்தில் மெதுவாகத் திரும்பி நடக்க வேண்டியிருந்தது.

சூரியன் என்னை முந்திக் கொண்டு மேலெழுந்து கொண்டிருந்தது. அது லேசாக என் கண்களைக் கூசச் செய்தது. மேரியின் உருவமும், அங்கிருந்த கட்டடங்கள் மற்றும் மரங்களின் வடிவங்களும் மட்டுமே என் பார்வைக்குத் தெரிந்தன. பனித்தகடு நகர்ந்து கொண்டும், தண்ணீர் அதன் மேற்பரப்பின்மீது தெறித்துக் கொண்டும் இருந்தது, ஆனால் நான் நிச்சயமாக அந்த நீரூற்றின் விளிம்பை அடைந்துவிடுவேன் என்பதை நான் உறுதியாக அறிந்திருந்தேன். நான் அந்த நாளுடனும், என்னுடைய தேர்ந்தெடுப்புகளுடனும் ஐக்கியமாகி இருந்தேன். உறைந்திருந்த நீரின் வரம்புகளையும், அதை எப்படிக் கையாள வேண்டும் என்பதையும், நான் அதன்மீதிருந்து கீழே விழுந்துவிடாமல் இருக்க அதனிடம் எப்படி உதவி கேட்க வேண்டும் என்பதையும் நான் அறிந்திருந்தேன். நான் ஒரு விதமான மயக்க நிலைக்குள் நுழையத் தொடங்கினேன். அது ஒரு பரவச நிலையாக இருந்தது. நான் மீண்டும் ஒரு குழந்தையாக ஆனேன், தடை செய்யப்பட்ட ஒன்றை நான் செய்து கொண்டிருந்தேன், ஆனால் அது எனக்குப் பேரின்பத்தைக் கொடுத்தது. அற்புதம்! 'நான் இதைச் செய்துவிட்டால், பிறகு அது நிகழும்,' என்பது போன்ற, [illegible] பைத்தியக்காரத்தனமான உடன்படிக்கைகள்; வெளியில் இருந்த ஏதோ ஒன்றால் அன்றி, என்னுடைய உள்ளுணர்வால் தூண்டப்பட்ட சகுனங்கள்; பழைய விதிமுறைகளை மறந்துவிட்டுப் புதிய சூழ்நிலைகளை உருவாக்குவதற்கான என்னுடைய திறனால் தூண்டப்பட்ட சகுனங்கள் அவை.

தன்னால் குரல்களைக் கேட்க முடியும் என்று நினைத்த அந்த வலிப்புக்காரனான மிக்காயிலை நான் சந்தித்திருந்தது குறித்து நான் நன்றியை உணர்ந்தேன். என்னுடைய மனைவியைத் தேடி, அந்த உணவகத்தில் நடைபெற்ற

அவனுடைய ‘சந்திப்புக்கூட்டத்திற்கு’ நான் சென்றேன். ஆனால், நான் என்னுடைய வெளிறிய பிரதிபலிப்பாக மாறிக் கொண்டிருந்ததை நான் கண்டறிந்தேன். எஸ்தர் எனக்கு இன்னும் முக்கியமானவளா? எனக்கு அப்படித்தான் தோன்றியது. ஏனெனில், அவளுடைய அன்புதான் முன்பு ஒரு முறை என்னுடைய வாழ்க்கையை மாற்றியது, இப்போது அது என்னை மாற்றிக் கொண்டிருந்தது. என்னுடைய வரலாறு வளர்ந்து முதுமையடைந்திருந்தது, சுமப்பதற்கு அது மிகவும் கனமாக இருந்தது. உறைபனியின்மீது நடப்பது போன்ற ஆபத்தான காரியங்களைச் செய்வதற்கும், கடவுளுடன் ஓர் ஒப்பந்தம் செய்து கொள்வதற்கும், ஒரு சகுனத்தை வலுக்கட்டாயமாகத் தோன்றச் செய்யவும் என்னைத் தூண்டும் அளவுக்கு அது தீவிரமானதாக இருந்தது. ஒருவர் சான்டியாகோவுக்கான பாதையில் தொடர்ந்து நடக்க வேண்டும், தேவையற்றச் சுமைகளைக் களைந்துவிட வேண்டும், ஒவ்வொரு நாளும் வாழ்வதற்கு என்ன தேவையோ அதை மட்டுமே வைத்துக் கொள்ள வேண்டும், உள்ளிருந்து புறமாகவும் புறமிருந்து உள்ளாகவும் அன்பெனும் ஆற்றல் தடையின்றிப் பாய்ந்து செல்ல அனுமதிக்க வேண்டும் என்பதையும் நான் மறந்து போயிருந்தேன்.

இன்னொரு கீறல் சத்தம் கேட்டது. உறைபனியின் மேற்பரப்பின்மீது ஒரு பெரிய கீறல் தோன்றியது, ஆனால் நான் அந்த நீரூற்றின் விளிம்பை எட்டிவிடுவேன் என்பதை நான் அறிந்திருந்தேன். ஏனெனில், கீழே விழாமல் ஒரு மேகத்தின்மீது நடக்கக்கூடிய அளவுக்கு நான் லேசானவனாக இருந்தேன். புகழ், நான் கூறியிருந்த கதைகள், நான் பின்பற்ற வேண்டியிருந்த அட்டவணைகள் ஆகிய எந்தச் சுமையையும் நான் என்னுடன் சுமந்து கொண்டிருக்கவில்லை. சூரியனின் கதிர்கள் என்னுடைய உடலுக்குள் ஊடுருவி என்னுடைய ஆன்மாவுக்கு ஒளியூட்டக்கூடிய அளவுக்கு நான் தெள்ளத் தெளிவானவனாக இருந்தேன். எனக்குள் இன்னும் பல இருண்ட பகுதிகள் இருந்ததை என்னால் பார்க்க முடிந்தது, ஆனால் என்னுடைய விடாமுயற்சியும் துணிச்சலும் அவற்றை மெல்ல மெல்ல விரட்டிவிடும்.

நான் இன்னோர் அடி எடுத்து வைத்தேன். என் வீட்டில் என்னுடைய மேசையின்மீது இருந்த கவர் அப்போது என்

நினைவுக்கு வந்தது. விரைவில் நான் அதைத் திறப்பேன். உறைபனியின்மீது நடந்து கொண்டிருப்பதற்குப் பதிலாக, எஸ்தரிடம் என்னைக் கொண்டு சேர்க்கக்கூடிய பாதையில் நான் பயணித்துக் கொண்டிருப்பேன். நான் அந்தப் பயணத்தை மேற்கொள்ளவிருந்தது அவள் என் பக்கத்தில் இருக்க வேண்டும் என்பதற்காக அல்ல; ஏனெனில், அவள் இப்போது எங்கே இருந்தாளோ, தொடர்ந்து அங்கே இருப்பதற்கான சுதந்திரம் அவளுக்கு இருந்தது. நான் இரவு பகலாக சஹீரைப் பற்றிக் கனவு கண்டு கொண்டிருந்ததும் காரணமல்ல; ஏனெனில், அழிவுபூர்வமான அந்த வேட்கை மறைந்துவிட்டிருந்தது. என்னுடைய கடந்தகாலம் எனக்குப் பழக்கமாகியிருந்ததால் நான் அதனிடம் திரும்பிச் செல்லத் துடித்தேன் என்பதும் காரணமல்ல.

நான் இன்னோர் அடி எடுத்து வைத்தேன். அதிகமான கீறல் சத்தங்கள் கேட்டன. ஆனால் அந்த நீரூற்றின் விளிம்புக்கு மிக அருகில் நான் வந்துவிட்டிருந்தேன். நான் அந்தக் கவரைத் திறந்து, அந்த வரைபடத்தின் உதவியுடன் எஸ்தரைத் தேடிக் கண்டுபிடிப்பேன். ஏனெனில், அந்த வலிப்புக்கார ஞானி கூறியதுபோல, அந்தக் கதை முடிவடைய வேண்டியிருந்தது. சொல்லப்பட வேண்டியிருந்த எல்லாம் சொல்லப்பட்டு, எண்ணற்ற முறை நினைவுகூரப்பட்டிருந்தபோது, நான் போய் வந்திருந்த இடங்கள், நான் அனுபவித்திருந்த விஷயங்கள், நான் அவளுக்காக மேற்கொண்டிருந்த நடவடிக்கைகள் ஆகிய அனைத்தும் தொலைதூர நினைவுகளாக மாறிவிட்டப் பிறகு, தூய்மையான அன்பைத் தவிர அங்கே வேறு எதுவும் இருக்காது. அங்கே, நான் 'கடமைப்பட்டிருக்கிறேன்' என்ற உணர்வு எனக்கு எழாது. அவளால் மட்டுமே என்னைப் புரிந்து கொள்ள முடியும் என்பதாலும், அவளோடு இருந்து எனக்குப் பழகிவிட்டது என்பதாலும், என்னுடைய நற்பண்புகளும் தீய பழக்கங்களும் அவளுக்குத் தெரியும் என்பதாலும், நான் இரவில் தூங்கப் போவதற்கு முன் ஒரு துண்டு ரொட்டி சாப்பிட விரும்புகிறேன் என்பதும், காலையில் சர்வதேசச் செய்திகளைப் பார்க்க எனக்குப் பிடிக்கும் என்பதும், தினமும் காலையில் சிறிது தூரம் ஆசுவாசமாக நடந்துவிட்டு வர எனக்குப் பிடிக்கும் என்பதும் அவளுக்குத் தெரியும் என்பதாலும், வில்வித்தையைப் பற்றி

நான் சேகரித்து வைத்திருந்த புத்தகங்களையும், கணினியின் முன்னால் அமர்ந்து நான் எவ்வளவு நேரம் செலவிட்டேன் என்பதையும், மேசையில் சாப்பாடு தயாராக இருந்ததென்று என்னுடைய வேலைக்காரி அடிக்கடி என்னிடம் கூறியபோது நான் எவ்வளவு எரிச்சல் கொண்டேன் என்பதையும் அவள் அறிந்திருந்தாள் என்பதாலும் அவள் எனக்குத் தேவை என்ற உணர்வு எனக்கு எழாது.

அதெல்லாம் மறைந்துவிடும். வானம், நட்சத்திரங்கள், மக்கள், மலர்கள், மற்றும் பூச்சிகளை இயக்குகின்ற அன்பு, ஆபத்து என்று தெரிந்தும் உறைபனியின்மீது நடக்க நம்மைத் தூண்டுகின்ற அன்பு, நம்மை மகிழ்ச்சியாலும் பயத்தாலும் நிறைக்கின்ற அன்பு, எல்லாவற்றுக்கும் அர்த்தத்தைக் கொடுக்கின்ற அன்பு ஆகியவை மட்டுமே எஞ்சியிருக்கும்.

நான் அந்த நீரூற்றின் விளிம்பைத் தொட்டேன். மேரியின் கை என் கையைப் பிடித்து நான் மேலே வர உதவியது.

"உங்களைக் குறித்து நான் பெருமிதம் கொள்கிறேன். நான் நிச்சயமாக இப்படி எதுவும் செய்திருக்க மாட்டேன்," என்று அவள் கூறினாள்.

"சில நாட்களுக்கு முன்புவரை நானும் இதைச் செய்திருக்க மாட்டேன். இது சிறுபிள்ளைத்தனமானது, பொறுப்பற்றது, தேவையற்றது, மற்றும் அர்த்தமற்றதுபோலத் தோன்றக்கூடும். ஆனால் நான் மறுபிறவி எடுத்திருக்கிறேன். எனவே, நான் புதிய, ஆபத்தான விஷயங்களை முயற்சித்துப் பார்க்க வேண்டும்."

"காலை நேர ஒளி உங்களுக்கு நன்மை செய்கிறது. நீங்கள் ஒரு ஞானியைப்போலப் பேசுகிறீர்கள்."

"நான் தற்போது செய்துள்ள காரியத்தை எந்த ஞானியும் செய்ய மாட்டான்."

உதவி வங்கியில் நான் மிகவும் கடன்பட்டிருந்த ஓர் இதழுக்காக நான் ஒரு முக்கியமான கட்டுரை எழுத வேண்டியிருந்தது. என் தலைக்குள் நூற்றுக்கணக்கான யோசனைகள் இருந்தன, ஆனால் அவற்றில் எது என்னுடைய முயற்சிக்கும் என்னுடைய ஒருமித்தக் கவனத்திற்கும் என்னுடைய இரத்தத்திற்கும் தகுதி கொண்டது என்பது எனக்குத் தெரியவில்லை.

இவ்வாறு நிகழ்ந்திருந்தது அது முதல் முறை அல்ல, ஆனால் நான் சொல்ல வேண்டியிருந்த முக்கியமான அனைத்து விஷயங்களையும் நான் ஏற்கெனவே சொல்லிவிட்டிருந்ததாக நான் உணர்ந்தேன். நான் என்னுடைய நினைவுகளை இழந்து கொண்டிருந்ததுபோலவும், நான் யார் என்பதை மறந்து கொண்டிருந்ததுபோலவும் நான் உணர்ந்தேன்.

நான் சன்னலுக்கு அருகே சென்று வெளியே தெருவைப் பார்த்தேன். நான் ஓர் எழுத்தாளராக மனநிறைவு அடைந்திருந்தேன் என்றும், இனி யாருக்கும் எதையும் நான் நிரூபிக்க வேண்டியதில்லை என்றும், ஏதேனும் ஒரு மலைப்பகுதியில் ஒரு வீட்டை வாங்கி, படிப்பதிலும் ஆசுவாசமாக நடந்துவிட்டு வருவதிலும் சாப்பாட்டையும் வானிலையையும் பற்றிப் பேசுவதிலும் என்னுடைய எஞ்சிய வாழ்நாள் முழுவதையும் நான் செலவிடுவது நியாயமானதுதான் என்றும் என்னை நானே ஒப்புக் கொள்ள வைக்க முயன்றேன். வேறு எந்த எழுத்தாளரும் சாதித்திராததை நான் சாதித்திருந்தேன் என்று என்னிடம் நானே மீண்டும் மீண்டும் கூறிக் கொண்டேன். என்னுடைய புத்தகங்கள், உலகிலுள்ள எழுத்து மொழிகளில் கிட்டத்தட்ட அனைத்திலும் மொழிபெயர்க்கப்பட்டிருந்தன. அப்படி இருக்கும்போது, ஒரு சாதாரணப் பத்திரிகைக் கட்டுரை குறித்து நான் ஏன் கவலைப்பட வேண்டும் – அது எவ்வளவு முக்கியமான

பத்திரிகையாக இருந்தால்கூட? உதவி வங்கிதான் அதற்குக் காரணம். எனவே, நான் உண்மையிலேயே ஏதேனும் எழுத வேண்டியிருந்தது, ஆனால் மக்களிடம் கூறுவதற்கு என்னிடம் என்ன இருந்தது? அவர்களிடம் அதுவரை கூறப்பட்டிருந்த அனைத்துக் கதைகளையும் அவர்கள் மறந்துவிட வேண்டும் என்றும், அவர்கள் அதிகத் துணிகரச் செயல்களில் இறங்க வேண்டும் என்றும் நான் அவர்களிடம் கூற வேண்டுமா?

நான் அப்படிச் சொன்னால், அவர்கள் அனைவரும், "நான் ஒரு சுதந்திரமான நபர். எனக்கு விருப்பமானதை நான் செய்வேன்," என்று கூறுவர்.

அன்பாற்றல் தடையின்றி அதிக தாராளமாகப் பாய்ந்து செல்ல அவர்கள் அனுமதிக்க வேண்டும் என்று நான் அவர்களிடம் கூற வேண்டுமா?

அதற்கு அவர்கள், "நான் ஏற்கெனவே அன்பை உணர்கிறேன். உண்மையில், நான் மேன்மேலும் அதிக அன்பை உணர்கிறேன்," என்று கூறுவர். இரண்டு தண்டவாளங்களுக்கு இடையேயான தூரத்தை, கட்டடங்களின் உயரத்தை, அல்லது ஒரு ரொட்டியை உருவாக்குவதற்குத் தேவையான ஈஸ்ட்டின் அளவை நாம் அளவிடுவதுபோல அன்பையும் அளவிட முடியும் என்பதுபோல இருக்கும் அவர்களுடைய பேச்சு.

நான் என் மேசைக்குத் திரும்பினேன். மிக்காயில் எனக்காக விட்டுச் சென்றிருந்த அந்தக் கவர் திறந்திருந்தது. எஸ்தர் எங்கே இருந்தாள் என்பதை இப்போது நான் அறிந்திருந்தேன். அங்கே எப்படிப் போக வேண்டும் என்பது மட்டுமே எனக்குத் தெரிய வேண்டியிருந்தது. நான் மிக்காயிலைத் தொலைபேசியில் அழைத்து, அந்த நீரூற்றில் உறைபனியின் குறுக்கே நான் நடந்து சென்றதை அவனிடம் கூறினேன். அவன் பிரமித்தான். அவன் அன்றிரவு என்ன செய்யத் திட்டமிட்டிருந்தான் என்று நான் அவனிடம் கேட்டேன். தன்னுடைய காதலி லுக்ரீசியாவுடன் தான் வெளியே போகத் திட்டமிட்டிருந்ததாக அவன் பதிலளித்தான். அவர்கள் இருவரும் என்னோடு சேர்ந்து உணவருந்த வரும்படி நான் அவர்களுக்கு அழைப்பு விடுத்தேன். "இன்று வேண்டாம். நீங்கள் விரும்பினால், அடுத்த வாரம் நீங்கள் என்னுடனும் என்னுடைய

நண்பர்களுடனும் சேர்ந்து உணவருந்த வரலாம்," என்று அவன் கூறினான்.

"அடுத்த வாரம் நான் அமெரிக்காவில் ஒரு சொற்பொழிவாற்றவிருக்கிறேன்," என்று நான் கூறினேன். "அவசரமில்லை. நாங்கள் இரண்டு வாரங்கள் காத்திருக்கிறோம்," என்று அவன் பதிலளித்தான்.

"உறைபனியின்மீது நடக்கும்படி ஒரு குரல் உங்களிடம் கூறியதை நீங்கள் நிச்சயமாகக் கேட்டிருந்திருக்க வேண்டும்," என்று அவன் கூறினான்.

"இல்லை, எனக்கு எந்தக் குரலும் கேட்கவில்லை."

"பிறகு நீங்கள் ஏன் அதைச் செய்தீர்கள்?"

"நான் அதைச் செய்தாக வேண்டும் என்று நான் உணர்ந்தேன்."

"அக்குரலைக் கேட்பதற்கான இன்னொரு வழி அது."

"நான் ஒரு பந்தயம் கட்டினேன். என்னால் அந்த உறைபனியைக் கடக்க முடிந்தால், நான் தயாராக இருந்ததாக அர்த்தம். அதன்படி, நான் தயார் என்று நான் நினைக்கிறேன்."

"அப்படியானால், உங்களுக்குத் தேவையான சகுனத்தை அக்குரல் உங்களுக்குக் கொடுத்திருக்கிறது."

"அதைப் பற்றி அக்குரல் உங்களிடம் ஏதேனும் கூறியதா?" என்று நான் மிக்காயிலிடம் கேட்டேன்.

"இல்லை, அது அப்படிச் சொல்லவும் தேவையில்லை. நாம் சீன் ஆற்றங்கரையின்மீது இருந்தபோது, சரியான நேரம் வரும்போது அக்குரல் நமக்குத் தெரிவிக்கும் என்று நான் கூறினேன், இல்லையா? அக்குரல் அதை உங்களுக்கும் தெரிவிக்கும் என்பதை நான் அறிந்திருந்தேன்."

"நான் சற்று முன் கூறியதைப்போல, எனக்கு எந்தக் குரலும் கேட்கவில்லை."

"நீங்கள் அப்படி நினைக்கிறீர்கள். எல்லோரும் அப்படித்தான் நினைக்கின்றனர். ஆனாலும், அச்சிறுமியின் இருத்தல் என்னிடம் சொல்வதை வைத்துப் பார்க்கும்போது, எல்லோரும் எல்லா நேரத்திலும் குரல்களைக் கேட்கின்றனர். நாம் ஒரு சகுனத்தை எதிர்கொள்ளும்போது, அதை நாம் அறிந்து கொள்வதற்கு அக்குரல்கள்தாம் உதவுகின்றன."

அவனோடு வாக்குவாதம் செய்ய வேண்டாம் என்று நான் தீர்மானித்தேன். எனக்குச் சில நடைமுறை விபரங்கள்

தேவைப்பட்டன. ஒரு காரை எங்கே வாடகைக்கு அமர்த்துவது, அப்பயணத்திற்கு எவ்வளவு நேரம் ஆகும், அந்த வீட்டை எப்படிக் கண்டுபிடிப்பது போன்ற தகவல்கள் எனக்கு வேண்டியிருந்தன. ஏனெனில், ஒரு வரைபடத்தைத் தவிர என்னிடம் இருந்ததெல்லாம், தெளிவற்றச் சில வழிகாட்டுதல்களே: 'ஏரிக்கரையை ஒட்டிச் செல்லுங்கள்; ஒரு நிறுவனத்தின் பெயர்ப் பலகையைக் கவனியுங்கள்; வலப்பக்கமாகத் திரும்புங்கள்.' எனக்கு உதவக்கூடிய யாரையேனும் மிக்காயிலுக்குத் தெரிந்திருக்கும் என்று நான் நினைத்தேன்.

நாங்கள் எங்களுடைய அடுத்தச் சந்திப்பிற்கு ஏற்பாடு செய்தோம். முடிந்த அளவு யாரும் சந்தேகிக்காத விதத்தில் சாதாரணமாக உடையணிந்து வரும்படி அவன் என்னிடம் கேட்டுக் கொண்டான். ஏனெனில், 'அக்குழுவினர்' பாரீஸில் ஓர் அணிவகுப்பை மேற்கொள்ளவிருந்தனர்.

யார் அந்தக் குழுவினர் என்று நான் அவனிடம் கேட்டேன். "உணவகத்தில் என்னுடன் சேர்ந்து வேலை செய்பவர்கள் அவர்கள்," என்று அவன் பதிலளித்தான். வேறு எந்த விபரத்தையும் அவன் கூறவில்லை. அமெரிக்காவிலிருந்து அவனுக்கு நான் ஏதேனும் கொண்டுவர வேண்டுமா என்று நான் அவனிடம் கேட்டேன். நெஞ்சு எரிச்சலுக்கு ஒரு குறிப்பிட்ட மருந்து வாங்கி வரும்படி அவன் கேட்டான். நான் கொண்டுவரக்கூடிய அதிக சுவாரசியமான விஷயங்கள் இருந்தன, ஆனால் அவனுடைய கோரிக்கையை நான் குறித்து வைத்துக் கொண்டேன்.

***

அந்தக் கட்டுரை?

நான் மீண்டும் என்னுடைய மேசைக்குத் திரும்பிச் சென்று, நான் என்ன எழுதவிருந்தேன் என்பது பற்றிச் சிந்தித்தேன். திறந்திருந்த அந்தக் கவரின் பக்கம் மீண்டும் என் பார்வை சென்றது. அதனுள் நான் கண்ட விஷயம் என்னை ஆச்சரியப்படுத்தவில்லை. மிக்காயிலுடனான ஒரு சில சந்திப்புகளுக்குப் பிறகு, நான் கிட்டத்தட்ட எதிர்பார்த்திருந்ததுதான் அதில் இருந்தது.

மத்திய ஆசியாவில் ஸ்டெப்பி புல்வெளிப் பகுதியில் ஒரு சிறிய கிராமத்தில் எஸ்தர் வாழ்ந்து கொண்டிருந்தாள். துல்லியமாகச் சொல்ல வேண்டுமென்றால், கஜகிஸ்தானில் ஒரு சிறிய கிராமத்தில் அவள் இருந்தாள்.

எனக்கு இனி எந்த அவசரமும் இருக்கவில்லை. நான் என்னுடைய சொந்தக் கதையை அலசுவதைத் தொடர்ந்தேன். அதை நான் விபரமாக மேரியிடம் கூறினேன். மேரியும் அதையே செய்யத் தீர்மானித்தாள். அவள் என்னிடம் கூறிய சில விஷயங்கள் என்னை வியப்புக்குள்ளாக்கின, ஆனால் அச்செயல்முறை பலனளித்ததுபோலத் தெரிந்தது. அவள் அதிகத் தன்னம்பிக்கையுடன் காணப்பட்டாள். அவளுடைய கவலையும் கணிசமாகக் குறைந்திருந்தது.

எஸ்தர்மீதான என்னுடைய காதல் என்னுடைய வாழ்க்கையை ஒளிமயமாக்கியிருந்தது, எனக்குப் புதிய விஷயங்களைக் கற்றுக் கொடுத்திருந்தது என்ற நிலையில், நான் ஏன் எஸ்தரைக் கண்டுபிடிக்க விரும்பினேன் என்பது எனக்குத் தெரியவில்லை. ஆனால் மிக்காயில் கூறியதை நான் நினைத்துப் பார்த்தேன்: "கதை அதன் முடிவை எட்ட வேண்டும்." எனவே, நான் என் தேடலைத் தொடர்வதென்று தீர்மானித்தேன். எங்கள் மணவாழ்க்கை எனும் உறைபனியில் எப்போது கீறல் விழுந்தது என்பதையும், ஆனால் எதுவுமே நடக்காததுபோல நாங்கள் அந்தக் குளிரான நீரின் ஊடாக எப்படித் தொடர்ந்து நடந்தோம் என்பதையும் நான் கண்டறிவேன் என்பதை நான் அறிந்திருந்தேன். வட்டத்தை மூடுவதற்கு அல்லது அதை இன்னும் பெரிதாக்குவதற்கு, அவள் இருந்த கிராமத்தை நான் அடைவதற்கு முன்பே அதை நான் கண்டுபிடிப்பேன் என்பதையும் நான் அறிந்திருந்தேன்

என்னுடைய கட்டுரை? எஸ்தர் மீண்டும் அந்த சஹீராக ஆகியிருந்தாளா? என்னால் எதன்மீதும் கவனம் செலுத்த முடியாதபடி அவள் மீண்டும் என்னைத் தடுத்துக் கொண்டிருந்தாளா?

இல்லை. படைப்பாற்றல் தேவைப்பட்ட ஏதேனும் அவசரமான வேலையை நான் செய்ய வேண்டியிருந்தபோது, என்னுடைய அணுகுமுறை இப்படி இருந்தது: நான் கிட்டத்தட்ட உணர்ச்சிப் பிழம்பாக மாறிவிடுவேன், என்னுடைய வேலையை ஒட்டுமொத்தமாகக்

கைவிடுவதென்று தீர்மானிப்பேன், அப்போது அக்கட்டுரை தானாகத் தோன்றும். எல்லாவற்றையும் முன்கூட்டியே கவனமாகத் தயாரித்துக் கொண்டு, விஷயங்களை வித்தியாசமாகச் செய்ய நான் முயற்சித்திருந்தேன், ஆனால் நான் தீவிர அழுத்தத்திற்கு உட்படும்போதுதான் என்னுடைய கற்பனை சிறப்பாக வேலை செய்கிறது. நான் உதவி வங்கியை மதித்தாக வேண்டியிருந்தது. நான் மூன்று பக்கங்கள் எழுத வேண்டியிருந்தது. எதைப் பற்றித் தெரியுமா? ஆண்—பெண் உறவுகளில் உள்ள பிரச்சனைகள்! எல்லோரையும் விட்டுவிட்டு, அக்கட்டுரையை எழுதும்படி என்னிடம் கேட்டிருந்தனர்! ஆனால், 'கிழிப்பதற்கான ஒரு காலம், தைப்பதற்கான ஒரு காலம்' நூலை எழுதிய ஒருவர் நிச்சயமாக மனித ஆன்மாவை நன்றாக அறிந்தவராகத்தான் இருக்க வேண்டும் என்று அப்பத்திரிகையின் பதிப்பாசிரியர்கள் நம்பினர்.

நான் இணையத்தளத்தைப் பயன்படுத்த முயன்றேன், ஆனால் அது வேலை செய்யவில்லை. நான் அதன் தொடர்பைச் சிதைத்த நேரத்திலிருந்து அது முரண்டு பிடித்துக் கொண்டிருந்தது. நான் பல்வேறு தொழில்நுட்பவியலாளர்களை அழைத்துப் பார்த்தேன். ஒருவழியாக அவர்கள் வந்தபோது, என்னுடைய கணினியில் எந்தப் பிரச்சனையையும் அவர்களால் கண்டுபிடிக்க முடியவில்லை. நான் என்ன புகார் கொடுத்தேன் என்று அவர்கள் என்னிடம் கேட்டுவிட்டு, பிறகு அரை மணி நேரமாகப் பல்வேறு சோதனைகளை மேற்கொண்டனர், கணினியின் உள்கட்டமைப்பை மாற்றினர், பிரச்சனை என்னுடைய கணினியில் இல்லை என்றும், சர்வரில் ஏதேனும் கோளாறு இருக்கக்கூடும் என்றும் உறுதியாகக் கூறினர். எல்லாம் ஒழுங்காக இருந்ததாக என்னை நானே சமாதானப்படுத்திக் கொண்டேன். எனவே, உதவி கேட்டது குறித்து நான் உள்ளூர நகைத்தேன். ஒரு சில மணிநேரத்திற்குப் பிறகு, என்னுடைய கணினியும் இணையத் தொடர்பும் முற்றிலுமாகச் செயலிழந்தன. பல மாதங்களாக என்னுடைய உடலும் மனமும் வதைபட்டு முற்றிலும் தளர்ந்து போயிருந்ததைத் தொடர்ந்து, தொழில்நுட்பம் என்னைவிட அதிக வலிமையும் அதிக சக்தியும் வாய்ந்தது என்பதை நான் இப்போது ஏற்றுக் கொண்டேன்.

ஏனெனில், அது தான் விரும்பியபோது வேலை செய்தது, தனக்குப் பிடிக்காதபோது வேலை செய்யவில்லை. எனவே, எல்லாவற்றையும் ஓர் ஓரமாக ஒதுக்கி வைத்துவிட்டு, உட்கார்ந்து நிதானமாகச் செய்தித்தாள்களைப் படிப்பதோ அல்லது வெளியே ஆசுவாசமாக நடந்துவிட்டு வருவதோ நல்லது என்று எனக்குத் தோன்றியது. கேபிள்களும் தொலைபேசி இணைப்பும் சீரடைந்து, என்னுடைய கணினி மீண்டும் வேலை பார்க்கத் தீர்மானிக்கும்வரை வெறுமனே காத்திருப்பதென்று நான் முடிவு செய்தேன். நான் என் கணினியின் எஜமான் அல்லன்; அதற்கென்று சொந்தமாக ஒரு வாழ்க்கை இருந்தது என்பதை நான் கண்டறிந்தேன்.

நான் இன்னும் ஒரு சில முறை முயன்று பார்த்தேன், ஆனால் முயற்சியைக் கைவிடுவது நல்லது என்பதை என் அனுபவத்திலிருந்து நான் தெரிந்து கொண்டிருந்தேன். உலகின் மிகப் பெரிய நூலகமான இணையத்தளம், அக்கணத்தில் என் விஷயத்தில் தன்னுடைய கதவுகளை மூடியிருந்தது. உத்வேகம் தேடி ஒரு சில பத்திரிகைகளைப் படித்தால் என்ன என்று நான் நினைத்தேன். எனவே, அன்று அஞ்சலில் வந்திருந்தவற்றில் ஒரு பத்திரிகையை எடுத்து, சமீபத்தில் வெளியாகியிருந்த ஒரு புத்தகத்தின் ஆசிரியருடனான ஒரு விநோதமான பேட்டியைப் படித்தேன். அது எதைப் பற்றியது என்று உங்களால் ஊகிக்க முடியுமா? காதல்! அந்த விஷயம் எல்லா இடங்களிலும் என்னைத் துரத்திக் கொண்டிருந்ததுபோலத் தோன்றியது.

"ஓர் ஆணோ அல்லது ஒரு பெண்ணோ தன்னுடைய காதலியை அல்லது காதலனைக் கண்டுபிடிப்பதன் மூலம்தான் மகிழ்ச்சியைக் கண்டுகொள்ள முடியுமா?" என்று அப்பத்திரிகையாளர் அந்தப் பெண் நூலாசிரியரிடம் கேட்டபோது, அதற்கு அவர், "இல்லை," என்று பதிலளித்தார்.

காதலானது மகிழ்ச்சிக்கு இட்டுச் செல்கிறது என்ற யோசனை ஒரு நவீனக் கண்டுபிடிப்பு. அது பதினேழாம் நூற்றாண்டில் தொடங்கியது. அப்போதிருந்து, காதல் என்றென்றும் நிலைத்திருக்க வேண்டும் என்றும், திருமணம்தான் காதலைப் பயிற்சி செய்வதற்கான சிறந்த இடம் என்றும் நம்புவதற்கு மக்களுக்குக் கற்றுக் கொடுக்கப்பட்டு வந்திருந்தது. கடந்தகாலத்தில், ஆசையின் ஆயுள் பற்றி மிகக் குறைவான நம்பிக்கையே நிலவியது.

ரோமியோ—ஜூலியட் கதை ஒரு மகிழ்ச்சியான கதையல்ல, அது ஒரு சோகக் கதை. கடந்த சில பத்தாண்டுகளில், திருமணம்தான் தனிப்பட்ட மனநிறைவுக்கான வழி என்ற எதிர்பார்ப்பு கணிசமாக அதிகரித்து வந்துள்ளது. அதிருப்தியும் ஏமாற்றமும் அதே அளவு அதிகரித்துள்ளன.

அது ஒரு துணிச்சலான முழக்கம்தான், ஆனால் அது என்னுடைய கட்டுரைக்குச் சரிப்பட்டு வரவில்லை. ஏனெனில், எனக்கு அந்த நூலாசிரியருடன் உடன்பாடு இருக்கவில்லை. ஆண்—பெண் உறவைப் பற்றிய எதையும் பேசாத, குறிப்பிட்ட ஒரு புத்தகத்தை நான் என்னுடைய அலமாரிகளில் தேடினேன். 'மேஜிக்கல் பிராக்டிசஸ் இன் நார்த் மெக்சிகோ' என்ற புத்தகம்தான் அது. நான் என்னுடைய கட்டுரையை எழுதுவதற்கு வேட்கை எனக்கு உதவாது என்பதால், நான் என்னுடைய மனத்திற்குப் புத்துணர்வூட்டவும் அதை ஆசுவாசப்படுத்தவும் வேண்டியிருந்தது.

நான் அதைப் புரட்டிப் பார்க்கத் தொடங்கினேன். திடீரென்று, நான் வாசித்த ஏதோ ஒன்று எனக்கு வியப்பூட்டியது:

கைவிடும் கட்டம்: நாம் முன்னேறத் தவறுவதற்குக் காரணமான ஒரு நிகழ்வு நம் வாழ்வில் எப்போதும் இருக்கும். ஒரு சோக நிகழ்வு, மிக மோசமான ஒரு தோல்வி, காதலில் ஏமாற்றம், அல்லது நமக்குப் புரியாத ஒரு வெற்றிகூட நம்மைக் கோழைகளாக்கி, முன்னோக்கிச் செல்வதிலிருந்து நம்மைத் தடுக்கக்கூடும். தனக்குள் ஒளிந்திருக்கின்ற சக்திகளை அதிகரிக்கும் செயல்முறையின் ஒரு பகுதியாக, ஒரு ஷாமன், முயற்சியைக் கைவிடும் கட்டத்திலிருந்து தன்னை முதலில் விடுவித்துக் கொள்ள வேண்டும். அதற்கு, அவன் தன்னுடைய ஒட்டுமொத்த வாழ்க்கையையும் ஆய்வு செய்து, அக்கட்டம் எங்கே நிகழ்ந்தது என்பதைக் கண்டுபிடிக்க வேண்டும்.

கைவிடும் கட்டம்: நான் விரும்பிய ஒரே விளையாட்டான வில்வித்தையைக் கற்பதில் எனக்கு ஏற்பட்ட அனுபவத்துடன் இது கச்சிதமாகப் பொருந்தியது. ஓர் அம்பை ஒரு முறை எய்வதைப்போல இன்னொரு முறை விடுக்க முடியாது; எனவே, நல்ல எய்தல்களானாலும் சரி, மோசமான எய்தல்களானாலும் சரி, அவற்றிலிருந்து எதுவும் கற்றுக் கொள்ள முடியாது என்று எனக்கு வில்வித்தை

கற்றுக் கொடுத்த ஆசிரியர் கூறுவார். இலக்கைத் தாக்குவது குறித்த யோசனையிலிருந்து நம்மை நாம் விடுவித்துக் கொண்டு, நாமே வில்லாகவும் அம்பாகவும் இலக்காகவும் ஆகும்வரை நாம் தொடர்ந்து ஆயிரக்கணக்கான முறை அம்பு எய்து பயிற்சி செய்வதுதான் இங்கு முக்கியம். அக்கணத்தில், 'அப்பொருளின்' ஆற்றல் (நான் பயிற்சி செய்த ஜப்பானிய வில்வித்தையான கியூடோவை எனக்குக் கற்றுக் கொடுத்த ஆசிரியர் 'கடவுள்' என்ற வார்த்தையை ஒருபோதும் பயன்படுத்தியதில்லை) நம்முடைய அசைவுகளை வழிநடத்தும். அப்போது, நாம் விரும்புகின்ற நேரத்தில் அல்லாமல், அக்கணம் வந்துவிட்டதாக 'அப்பொருள்' எப்போது நம்புகிறதோ அப்போது நாம் நம்முடைய அம்பை விடுவிக்கத் தொடங்குவோம்.

கைவிடும் கட்டம்: என்னுடைய தனிப்பட்ட வரலாற்றின் இன்னொரு பகுதி மீண்டும் மேலெழுகிறது. மேரி மட்டும் இங்கே இருந்திருந்தால் நன்றாக இருந்திருக்கும்! என்னைப் பற்றியும், என்னுடைய குழந்தைப்பருவத்தைப் பற்றியும் அவளிடம் நான் பேச வேண்டும். என்னுடைய சிறு வயதில், என்னுடைய வகுப்பில் நான் எல்லோரையும்விட மூத்தவனாக இருந்ததால், நான் எப்போதும் மற்றக் குழந்தைகளை அடித்துக் கொண்டும் அவர்களோடு சண்டையிட்டுக் கொண்டும் இருந்ததை நான் அவளிடம் சொல்ல வேண்டும். ஒரு நாள், என்னுடைய ஒன்றுவிட்டச் சகோதரன் என்னை வெளுத்து வாங்கிவிட்டான். இனி என்னால் எந்தவொரு சண்டையிலும் வெற்றி பெற முடியாது என்ற எண்ணம் அக்கணத்தில் என் மனத்தில் வேரூன்றியது. அன்றிலிருந்து, உடல்ரீதியான மோதலை நான் தவிர்த்து வந்திருந்தேன். இதனால், நான் மற்றவர்களின் பார்வையில் ஒரு கோழையாகத் தெரிந்தேன். என்னுடைய நண்பர்கள் மற்றும் காதலியரின் முன்னால் நான் பல சமயங்களில் அவமானப்படுத்தப்பட்டேன்.

கைவிடும் கட்டம்: இரண்டு ஆண்டுகளாக, நான் கிதார் வாசிக்கக் கற்றுக் கொள்ள முயன்றேன். தொடக்கத்தில் நான் வேகமாக முன்னேற்றம் கண்டேன், ஆனால் ஒரு கட்டத்தில் என்னால் அதற்கு மேல் முன்னேற முடியவில்லை. ஏனெனில், மற்றவர்கள் என்னைவிட அதிக வேகமாகக் கற்றுக் கொண்டிருந்ததை நான் கண்டறிந்தேன். அதனால்

நான் சராசரிக்கும் கீழானவன்போல உணர்ந்தேன். எனவே, அவமானப்படுவதைத் தவிர்ப்பதற்காக, கிதார் கற்றுக் கொள்வதில் இனியும் எனக்கு ஆர்வம் இல்லை என்று நான் தீர்மானித்தேன். ஸ்னூக்கர், கால்பந்து, சைக்கிள் போட்டி ஆகியவற்றுடனும் இதேதான் நிகழ்ந்தது. எல்லாவற்றையும் திருப்தியளிக்கும் விதத்தில் செய்யப் போதுமான அளவு நான் கற்றேன், ஆனால் ஏதோ ஒரு கட்டத்தில் என்னுடைய முன்னேற்றம் எப்போதும் தடைபட்டது.

ஏன்?

ஏனெனில், நமக்குச் சொல்லப்பட்டுள்ள கதைப்படி, நாம் 'நம்முடைய வரம்பை' எட்டிவிடுகின்ற ஒரு கணம் நம் வாழ்வில் எப்போதும் வருகிறது. ஓர் எழுத்தாளராக ஆவது என்ற என்னுடைய தலைவிதியை மறுக்க நான் பட்டக் கஷ்டங்களையும், 'கைவிடும் கட்டம்' என்னுடைய கனவுகளுக்கு விதிமுறைகளை நிர்ணயிக்க அனுமதிக்க எஸ்தர் எப்படி எப்போதும் மறுத்து வந்திருந்தாள் என்பதையும் அடிக்கடி நான் நினைவுகூர்ந்தேன். நான் சற்று முன் படித்தப் பத்தி, ஒருவர் தன்னுடைய தனிப்பட்ட வரலாற்றை மறந்துவிட்டு, தான் அனுபவித்துள்ள பல்வேறு கஷ்டங்கள் மற்றும் சோகங்களிலிருந்து முளைக்கின்ற உள்ளுணர்வுடன் மட்டும் இருப்பது குறித்த யோசனையுடன் கச்சிதமாகப் பொருந்தியது. மெக்சிகோவைச் சேர்ந்த ஷாமன்கள் இதைத்தான் செய்தனர், மத்திய ஆசியாவின் ஸ்டெப்பி புல்வெளியைச் சேர்ந்த நாடோடிகள் இதைத்தான் போதித்தனர்.

கைவிடும் கட்டம்: 'நாம் முன்னேறத் தவறுவதற்குக் காரணமான ஒரு நிகழ்வு நம் வாழ்வில் எப்போதும் இருக்கும்.'

பொதுவாக மணவாழ்வில் நிகழ்வதையும், குறிப்பாக எஸ்தருடனான என்னுடைய உறவில் நிகழ்ந்திருந்ததையும் இது துல்லியமாக விவரித்தது.

அப்பத்திரிகைக்கான என்னுடைய கட்டுரையை இப்போது என்னால் எழுத முடியும். நான் என்னுடைய கணினிக்குச் சென்று, அரை மணிநேரத்திற்குள் அக்கட்டுரையின் முதல் வரைவை எழுதி முடித்தேன். அது எனக்குப் பிடித்திருந்தது. ஓர் உரையாடலின் வடிவில் நான் ஒரு கதையை எழுதினேன். ஆனால் அது ஒரு கற்பனையான

உரையாடல் அல்ல; மாறாக, ஆம்ஸ்டர்டாமில் என்னுடைய புத்தகங்களை விளம்பரப்படுத்தி, ஊர் சுற்றிப் பார்த்து, என்னுடைய பதிப்பாளருடனான விருந்தில் கலந்து கொண்டுவிட்டு ஒரு நாள் முழுவதையும் செலவிட்டப் பிறகு, என்னுடைய ஹோட்டல் அறையில் நான் மேற்கொண்ட ஓர் உண்மையான உரையாடல் அது.

என்னுடைய கட்டுரையில், உண்மையான கதாபாத்திரங்களின் பெயர்களையும் அவர்கள் இருந்த சூழ்நிலையையும் நான் குறிப்பிடாமல் விட்டுவிட்டேன். எஸ்தர் இரவு உடை அணிந்திருந்தாள். எங்கள் அறையின் சன்னல் வழியாக, வெளியே ஓடிக் கொண்டிருந்த கால்வாயை அவள் பார்த்துக் கொண்டிருந்தாள். அவள் இன்னும் ஒரு போர்ச் செய்தியாளராக ஆகியிருக்கவில்லை. அவளுடைய கண்கள் மகிழ்ச்சியால் ஒளிர்ந்தன. அவள் தன் வேலையை நேசித்தாள். தன்னால் முடிந்தபோதெல்லாம் அவள் என்னுடன் பயணம் செய்தாள். வாழ்க்கை இன்னும் ஒரு மிகப் பெரிய சாகசமாக இருந்தது. நான் மௌனமாக என்னுடைய படுக்கையின்மீது படுத்திருந்தேன். என் மனம், மறுநாளின் நிகழ்ச்சிகளைப் பற்றிக் கவலைப்பட்டுக் கொண்டு வெகுதூரத்தில் எங்கோ அலைந்து கொண்டிருந்தது.

“கடந்த வாரம், காவல் துறையில் விசாரணைகளில் வல்லவரான ஒருவரை நான் பேட்டி கண்டேன். ‘குளிர்ச்சி/சூடு’ என்ற ஓர் உத்தியைப் பயன்படுத்திப் பெரும்பாலான தகவல்களைத் தாங்கள் பெறுவோம் என்று அவர் என்னிடம் கூறினார். முதலில் ஆக்ரோஷமான ஒரு காவலர், மேசையை ஓங்கித் தட்டி, விதிமுறைகளைப் பின்பற்றுபவன் தானல்லன் என்று கூறி, விசாரிக்கப்படும் கைதியைப் பார்த்துக் காட்டுத்தனமாகக் கத்தி அவரை பயமுறுத்துவார். அவர் அந்நபரைப் போதுமான அளவு அச்சுறுத்தியவுடன், ‘நல்ல காவலர்’ அந்த அறைக்குள் வந்து, தன்னுடைய சகாவைத் தடுத்து நிறுத்திவிட்டு, அந்தக் கைதிக்கு ஒரு சிகரெட்டைக் கொடுத்துவிட்டு, தான் அவருடைய நண்பர் என்பதுபோலப் பாசாங்கு செய்து தனக்கு வேண்டிய தகவல்களை அவரிடமிருந்து பெற்றுக் கொள்வார்,” என்று எஸ்தர் கூறினாள்.

“நான் அதைப் பற்றிக் கேள்விப்பட்டிருக்கிறேன்,” என்று நான் அதை ஆமோதித்தேன்.

“நான் பேட்டி கண்ட வல்லுநர் என்னிடம் கூறிய ஒரு விஷயம் உண்மையிலேயே எனக்குப் பீதி ஏற்படுத்தியது. *1971* இல், கலிபோர்னியாவிலுள்ள ஸ்டான்போர்டு பல்கலைக்கழகத்தைச் சேர்ந்த ஆய்வாளர்கள் சிலர், விசாரணைகளின் உளவியலை ஆய்வு செய்வதற்காக ஒரு சிறைச்சாலைச் சூழ்நிலையை உருவாக்குவதென்று தீர்மானித்தனர். அவர்கள் இருபத்து நான்கு கல்லூரி மாணவர்களைத் தேர்ந்தெடுத்தனர். அவர்கள் அனைவரும் தன்னார்வலர்கள். அந்த ஆய்வாளர்கள் அவர்களை இரண்டு குழுக்களாகப் பிரித்தனர்: காவலர்கள் மற்றும் குற்றவாளிகள்.

“வெறும் ஒரு வாரத்திற்குப் பிறகு, அவர்கள் அப்பரிசோதனையை நிறுத்த வேண்டியதாயிற்று. காவலாளிகள் பாத்திரம் வகித்த மாணவர்கள் நல்ல

குடும்பங்களைச் சேர்ந்தவர்களாகவும் நல்ல விழுமியங்களைக் கொண்டவர்களாகவும் இருந்தனர். ஆனால் அவர்கள் அந்த ஒரு வாரத்தில் உண்மையான அரக்கர்களாக மாறியிருந்தனர். சித்திரவதை அவர்களுக்கு வழக்கமாகியிருந்தது, 'கைதி'களைப் பாலியல் கொடுமைகளுக்கு உட்படுத்துவது இயல்பானதாகப் பார்க்கப்பட்டது. அப்பரிசோதனையில் பங்கு கொண்ட மாணவர்கள் அனைவரும், அதாவது, 'காவலர்கள்' மற்றும் 'குற்றவாளிகள்' அனைவரும், தீவிர மன அதிர்ச்சிக்கு உள்ளாயினர். அவர்களுக்கு நீண்டகால மருத்துவ உதவி தேவைப்பட்டது. அப்பரிசோதனை அதன் பிறகு ஒருபோதும் நடத்தப்படவில்லை."

"இது சுவாரசியமாக இருக்கிறது," என்று நான் கூறினேன்.

"இதில் சுவாரசியம் என்ன இருக்கிறது? நான் முக்கியமான ஒன்றைப் பற்றிப் பேசிக் கொண்டிருக்கிறேன். வாய்ப்புக் கொடுக்கப்பட்டால் தீமை செய்வதற்கான மனிதத் திறன் பற்றி நான் பேசிக் கொண்டிருக்கிறேன். என்னுடைய வேலையைப் பற்றியும், நான் கற்றுக் கொண்டுள்ள விஷயங்களைப் பற்றியும் நான் பேசிக் கொண்டிருக்கிறேன்."

"அதுதான் எனக்கு சுவாரசியமூட்டுகிறது. நீ ஏன் இவ்வளவு கோபப்படுகிறாய்?"

"கோபமா? நான் சொல்லிக் கொண்டிருப்பவற்றின்மீது எள்ளளவும் கவனம் செலுத்தாத ஒருவர்மீது என்னால் எப்படிக் கோபப்பட முடியும்? என்னை உசுப்பேற்றாமல் வெறுமனே மோட்டுவளையை வெறித்துப் பார்த்துக் கொண்டு படுத்துக் கிடப்பவர்மீது என்னால் எப்படிக் கோபம் கொள்ள முடியும்?"

"இன்றிரவு நீ எவ்வளவு குடித்தாய்?"

"அதற்கான பதில்கூட உங்களுக்குத் தெரியாது, இல்லையா? இன்று மாலை நேரம் முழுவதும் நான் உங்களுக்குப் பக்கத்திலேயே இருந்து வந்திருக்கிறேன். ஆனாலும், நான் ஏதேனும் குடித்தேனா இல்லையா என்பது பற்றி உங்களுக்கு எந்த யோசனையும் இல்லை! நீங்கள் சொன்ன எதையேனும் உறுதிப்படுத்திக் கொள்வதற்காகவோ அல்லது உங்களுடைய பெருமையை எடுத்துரைத்த ஒரு கதையை நான் சொல்ல வேண்டும்

என்று நீங்கள் விரும்பியபோதோ மட்டுமே நீங்கள் என்னிடம் பேசினீர்கள்."

"இதோ பார், நான் நாள் முழுதும் வேலை செய்து வந்துள்ளேன். இப்போது நான் மிகவும் களைத்துப் போயிருக்கிறேன். வந்து படுத்துத் தூங்கு. நாம் காலையில் பேசிக் கொள்ளலாம்."

"கடந்த இரண்டு ஆண்டுகளாக நான் உங்களுடன் உரையாட முயற்சித்து வந்துள்ளேன், ஆனால் நீங்கள் எப்போதும் களைப்பாக இருக்கிறீர்கள், இப்போது தூங்கிவிட்டு நாளை காலையில் பேசலாம் என்று கூறுகிறீர்கள். ஆனால் நாளைக்கு, நீங்கள் செய்ய வேண்டிய ஏராளமான வேலைகள் எப்போதும் இருக்கின்றன. இன்னொரு முழு நாள் வேலை, பதிப்பாளர்களுடனான இரவு நேர விருந்துகள். நாம் மீண்டும், நாளை காலையில் பேசலாம் என்று சொல்லிக் கொண்டு தூங்கப் போய்விடுகிறோம். இப்படித்தான் நான் என் வாழ்க்கையைக் கழித்துக் கொண்டிருக்கிறேன். உங்களை என் பக்கத்தில் வைத்துக் கொண்டு, உங்களோடு மனம்விட்டுப் பேசுவதற்கு எப்போது நேரம் வரும் என்று எதிர்பார்த்துக் காத்திருந்து நான் களைத்துப் போய்விட்டேன். எனக்குத் தேவைப்படும்போது நான் அடைக்கலம் புகுவதற்கு எனக்கு ஓர் உலகம் தேவை. அதை நான் உருவாக்க விரும்புகிறேன். அது ஒன்றை மட்டும்தான் நான் உங்களிடம் கேட்கிறேன்."

"நான் என்ன செய்ய வேண்டும் என்று நீ விரும்புகிறாய்? நாம் போராடிச் சாதித்துள்ள எல்லாவற்றையும் கைவிட்டுவிட்டு, கரீபியத் தீவுக்கு ஓர் உல்லாசக் கப்பல் பயணம் போக விரும்புகிறாயா? நான் செய்து கொண்டிருக்கின்ற வேலையை நான் மிகவும் ரசிக்கிறேன் என்பதும், என்னுடைய வாழ்க்கையை மாற்றிக் கொள்வதில் எனக்கு எந்த விருப்பமும் இல்லை என்பதும் உனக்குப் புரியவில்லையா?" என்று நான் எஸ்தரிடம் கேட்டேன்.

"உங்களுடைய புத்தகங்களில், காதலின் முக்கியத்துவத்தையும், சாகசத்திற்கான தேவையையும், உங்கள் கனவுகளுக்காகப் போராடுவதில் உள்ள மகிழ்ச்சியையும் பற்றி நீங்கள் பேசுகிறீர்கள். இப்போது என் முன்னால் யார் இருக்கிறார்கள்? தான் எழுதுவதைப்

படிக்காத ஒருவர். சௌகரியத்தைக் காதலுடனும், சாகசத்தைத் தேவையற்றத் துணிகரச் செயல்களுடனும், ஆனந்தத்தைக் கடமையுடனும் போட்டுக் குழப்பிக் கொள்கின்ற ஒருவர். நான் திருமணம் செய்து கொண்ட அந்த நபர் எங்கே? நான் சொல்வதைக் காது கொடுத்துக் கேட்ட அந்த நபர் எங்கே?"

"நான் மணமுடித்த அந்தப் பெண் எங்கே?"

"உங்களுக்கு எப்போதும் ஆதரவும் ஊக்கமும் கொடுத்துப் பாசம் காட்டிய அந்தப் பெண்ணைப் பற்றிக் கேட்கிறீர்களா? அவளுடைய உடல் இங்கே ஆம்ஸ்டர்டாமில் சிஞ்செல் கால்வாயைப் பார்த்தபடி நின்று கொண்டிருக்கிறது. அவள் தன்னுடைய எஞ்சிய வாழ்நாள் முழுவதும் உங்களுடனேயே இருப்பாள் என்று நான் நம்புகிறேன். ஆனால் அப்பெண்ணின் ஆன்மா, இங்கிருந்து வெளியேறத் தயாராக வாசலில் நின்று கொண்டிருக்கிறது."

"ஆனால் ஏன்?"

" 'நாம் நாளை பேசலாம்' என்ற பாழாய்ப் போன அந்த மூன்று வார்த்தைகள்தாம் காரணம்! அது போதாதா? போதவில்லை என்றால், இதையும் கேட்டுக் கொள்ளுங்கள். நீங்கள் திருமணம் செய்து கொண்ட பெண், வாழ்க்கையைக் குறித்து உற்சாகம் கொண்டிருந்தாள், யோசனைகள், மகிழ்ச்சி, ஆசைகள் ஆகிய அனைத்தும் நிரம்பப் பெற்றிருந்தாள். ஆனால் இப்போது, அவள் வேகமாக ஒரு சாதாரணக் குடும்பத் தலைவியாக ஆகிக் கொண்டிருக்கிறாள்."

"நீ சொல்வது நகைப்புக்கிடமானது."

"ஆமாம், அது அபத்தம்தான்! அது அபத்தமானதுதான்! நமக்குத் தேவையான மற்றும் நமக்கு விருப்பமான அனைத்தும் நம்மிடம் இருப்பதைக் கருத்தில் கொள்ளும்போது, இது ஓர் அற்பமான விஷயம்தான். நாம் அதிர்ஷ்டசாலிகள். நம்மிடம் பணம் இருக்கிறது. ஒருவேளை நம்முடைய மணவாழ்க்கைக்கு வெளியே நாம் கொண்டிருக்கக்கூடிய சிறு சில்மிஷங்களைப் பற்றி நாம் ஒருபோதும் பேசுவதில்லை. பொறாமையால் நாம் ஒருபோதும் தாம்தூம் என்று குதிப்பதில்லை. மேலும், இவ்வுலகில் இலட்சக்கணக்கான குழந்தைகள் பசியால்

சாகின்றனர், ஒவ்வொரு நொடியும் போர்கள், நோய்கள், சூறாவளிகள், மற்றும் சோகச் சம்பவங்கள் நிகழ்ந்து கொண்டிருக்கின்றன. எனவே, நான் குறை கூறுவதற்கு அப்படி என்ன இருந்துவிட முடியும்?"

"நாம் ஒரு குழந்தை பெற்றுக் கொள்ள வேண்டும் என்று நீ நினைக்கிறாயா?"

"எனக்குத் தெரிந்த எல்லாத் தம்பதியரும் ஒரு குழந்தையைப் பெற்றுக் கொள்வதன் மூலம்தான் தங்களுடைய பிரச்சனைகளைத் தீர்த்துக் கொள்கின்றனர். நீங்கள்தான் எப்போதும் உங்களுடைய சுதந்திரத்திற்கு முன்னுரிமை கொடுத்துவிட்டு, குழந்தைகளைப் பற்றிப் பிறகு பார்த்துக் கொள்ளலாம் என்று தள்ளிப்போட்டு வந்திருக்கிறீர்கள். நீங்கள் உண்மையிலேயே மனம் மாறிவிட்டீர்களா?"

"இது சரியான நேரம் என்று எனக்குத் தோன்றுகிறது."

"அப்படியானால், என்னுடைய அபிப்பிராயப்படி, உங்கள் கணிப்பு மிகவும் தவறு! எனக்கு உங்களுடைய குழந்தை தேவையில்லை. எனக்குத் தெரிந்த, கனவுகளைக் கொண்டிருந்த, எப்போதும் என் பக்கத்தில் இருந்த அந்த ஆண் மூலம்தான் நான் ஒரு குழந்தையை ஈன்றெடுக்க விரும்புகிறேன். ஒருவேளை நான் கருவுற்றால், என்னைப் புரிந்து கொள்கின்ற, எனக்குத் துணையாக இருக்கின்ற, என் பேச்சைக் காது கொடுத்துக் கேட்கின்ற, உண்மையிலேயே என்னை விரும்புகின்ற ஒருவரால் மட்டுமே அது நிகழும்!"

"நீ நிச்சயமாக இன்று குடித்திருக்கிறாய். இதோ பார், நாம் நாளைக்குப் பேசலாம். இது நான் உனக்குக் கொடுக்கும் வாக்குறுதி. தயவு செய்து இப்போது படுக்கைக்கு வா. எனக்கு மிகவும் களைப்பாக இருக்கிறது."

"சரி, நாம் நாளைக்குப் பேசலாம். ஆனால், வாசல் கதவருகே நின்று கொண்டிருக்கின்ற என்னுடைய ஆன்மா இங்கிருந்து வெளியேறத் தீர்மானித்தால், அது நம்முடைய வாழ்க்கையை அவ்வளவாக பாதிக்காது என்று நான் நினைக்கிறேன்."

"உன்னுடைய ஆன்மா இங்கிருந்து வெளியேறாது."

"ஒரு காலத்தில் நீங்கள் என்னுடைய ஆன்மாவை நன்றாக அறிந்திருந்தீர்கள், ஆனால் நீங்கள் அதனோடு பேசி இப்போது பல ஆண்டுகள் ஆகிவிட்டன. அது

எவ்வளவு மாறிப் போயிருக்கிறது, தான் கூறுவதைக் காது கொடுத்துக் கேட்கும்படி அது உங்களிடம் எவ்வளவு பரிதாபமாகக் கெஞ்சிக் கொண்டிருக்கிறது என்பதை நீங்கள் அறிய மாட்டீர்கள். அமெரிக்கப் பல்கலைக்கழகங்களில் நடத்தப்பட்டப் பரிசோதனைகள் போன்ற, கேட்டுக் கேட்டுப் புளித்துப் போன விஷயங்களைப் பற்றிய உரையாடல்களுக்குக்கூட நீங்கள் செவி சாய்ப்பதில்லை."

"உன்னுடைய ஆன்மா அவ்வளவு மாறிப் போயிருக்கிறது என்றால், நீ மட்டும் எப்படி மாறாமல் அப்படியே இருக்கிறாய்?"

"கோழைத்தனத்தால்! நாளைக்கு நாம் 'கண்டிப்பாகப்' பேசுவோம் என்று நான் உண்மையிலேயே நினைப்பதால்! நாம் இருவரும் சேர்ந்து உருவாக்கிய அனைத்தின் காரணமாகவும், அவை அழிந்து போவதை நான் பார்க்க விரும்பாத காரணத்தாலும்தான்! இவை எல்லாவற்றையும்விட மிக மோசமான காரணத்தை நீங்கள் தெரிந்து கொள்ள விரும்புகிறீர்களா? நான் நம்பிக்கையிழந்து என் முயற்சியைக் கைவிட்டுவிட்டேன் என்ற காரணம்தான் அது."

"நான் நம்பிக்கையிழந்து என்னுடைய முயற்சியைக் கைவிட்டுவிடுகிறேன் என்று இதே காரணத்திற்காகத்தானே என்னை நீ இத்தனைக் காலமாகக் குறை கூறி வந்துள்ளாய்?"

"நீங்கள் சொல்வது சரிதான். நான் உங்களைப் பார்த்துக் கொண்டிருந்தேன் என்ற நினைப்புடன் நான் உங்களைப் பார்த்தேன், ஆனால் உண்மை என்னவென்றால், உங்களில் நான் என்னைப் பார்த்துக் கொண்டிருந்தேன். இன்றிரவு, என்னுடைய எஞ்சிய வாழ்நாளை நான் இதுபோலச் செலவிடும் நிலைக்கு என்னை ஆளாக்கிவிடாமல் இருக்கும்படி என் விசுவாசம் முழுவதையும் ஒன்றுதிரட்டி இறைவனிடம் நான் பிரார்த்தனை செய்யப் போகிறேன்."

கைதட்டல் சத்தம் எனக்குக் கேட்டது. அரங்கம் நிரம்பி வழிந்தது. எப்போதும் என்னுடைய தூக்கத்தைப் பறித்து வந்திருந்த அந்த ஒரு விஷயத்தை நான் இப்போது செய்யவிருந்தேன். நான் ஒரு சொற்பொழிவாற்றவிருந்தேன்.

என்னை அறிமுகம் செய்யத் தேவையில்லை என்ற வரியோடு நிகழ்ச்சித் தொகுப்பாளர் தொடங்கினார். அது கொஞ்சம் அதிகப்பிரசங்கித்தனம்தான். ஏனெனில், என்னை அறிமுகப்படுத்துவதற்குத்தான் அவர் அங்கே இருந்தார். பார்வையாளர்களில் பலர் தங்களுடைய நண்பர்களின் அழைப்பின் பேரில் அங்கு வந்திருக்கக்கூடும் என்ற சாத்தியக்கூற்றை அவர் கணக்கில் எடுத்துக் கொண்டிருக்கவில்லை. அவர் அப்படிக் கூறியபோதிலும், இறுதியில் என்னைப் பற்றிய தனிப்பட்ட விபரங்கள் ஒரு சிலவற்றை அவர் எடுத்துரைத்தார். ஓர் எழுத்தாளராக என்னுடைய பண்புநலன்களையும், நான் வாங்கிய பரிசுகளையும், கோடிக்கணக்கில் விற்பனையாகியிருந்த என்னுடைய புத்தகங்களையும் பற்றி அவர் பேசினார். பிறகு, அவர் விளம்பரதாரர்களுக்கு நன்றி கூறிவிட்டு என்னை நோக்கித் திரும்பினார். இப்போது மேடை எனக்குச் சொந்தமாகியது.

நான் அந்த நிகழ்ச்சித் தொகுப்பாளருக்கு நன்றி கூறினேன். “நான் சொல்ல வேண்டிய மிக முக்கியமான விஷயங்கள் என்னுடைய புத்தகங்களில் இடம்பெற்றுள்ளன என்றாலும், அந்த வார்த்தைகளுக்கும் பத்திகளுக்கும் பின்னால் இருக்கும் நபரை வெளிப்படுத்த வேண்டியது பொதுமக்களுக்கு என்னுடைய கடமை என்று நான் உணர்கிறேன்,” என்று பார்வையாளர்களிடம் கூறிய நான், “நம்முடைய மனித நிலை, நம்மைப் பற்றிய சிறந்த விஷயங்களை மட்டுமே மற்றவர்களோடு பகிர்ந்து கொள்வதற்கு நம்மைத் தூண்டுகிறது. ஏனெனில், நாம் எப்போதும் அன்பையும் ஒப்புதலையும் தேடிக்

கொண்டிருக்கிறோம். ஆனால் என்னுடைய புத்தகங்கள், மேகங்களுக்கு இடையே தென்படுகின்ற மலை உச்சியாகவோ அல்லது ஒரு பெருங்கடலில் உள்ள ஒரு தீவாகவோ மட்டுமே இருக்கும்; ஒளி அதன்மீது விழுகிறது, எல்லாம் அதனதன் இடத்தில் இருப்பதுபோலத் தெரிகிறது, ஆனால் மேற்பரப்பின் கீழே, நமக்குப் பரிச்சயமில்லாத விஷயங்களும், இருட்டும், தன்னைக் குறித்த இடைவிடாத தேடலும் உள்ளன," என்று விளக்கினேன்.

'கிழிப்பதற்கான ஒரு காலம், தைப்பதற்கான ஒரு காலம்' நூலை எழுதுவது எனக்கு எவ்வளவு கடினமாக இருந்தது என்பதை விவரித்த நான், "ஒரு படைப்பு அதைப் படைத்தவனைவிட மேன்மையானதாகவும் அதிகப் பெருந்தன்மையானதாகவும் இருப்பதுபோல, அப்புத்தகத்தை நான் இப்போது மீண்டும் வாசிக்கும்போதுதான், அதன் பல பகுதிகளை நான் புரிந்து கொள்ளத் தொடங்கியுள்ளேன்," என்று குறிப்பிட்டேன்.

"நூலாசிரியர்களின் பேட்டிகளைப் படிப்பதையும் அவர்களுடைய சொற்பொழிவுகளைக் கேட்பதையும்விட அதிக அலுப்பூட்டும் விஷயம் வேறு எதுவும் இல்லை. சொற்பொழிவுகளின்போது அவர்கள் தங்களுடைய புத்தகங்களில் உள்ள கதாபாத்திரங்களை விளக்குவர். ஒரு புத்தகத்தைப் படிக்கும்போது வாசகர்கள் தாங்களாகவே புரிந்து கொள்ளும் விதத்தில் அது எழுதப்பட்டிருக்க வேண்டும். அப்புத்தகத்திற்கு விளக்கவுரை கொடுக்கப்பட வேண்டுமென்றால், அது நாம் படிக்கத் தகுதியான புத்தகமல்ல. ஓர் எழுத்தாளர் பொதுமக்களிடையே தோன்றும்போது, பார்வையாளர்களுக்கு அவர் தன்னுடைய உலகத்தைப் படம்பிடித்துக் காட்ட வேண்டுமே அன்றி, தன்னுடைய புத்தகங்களை விளக்கக்கூடாது," என்று கூறிய நான், அதே உணர்வுடன், என்னுடைய அதிக அந்தரங்கமான ஒன்றைப் பற்றிப் பேசத் தொடங்கினேன்.

"சிறிது காலத்திற்கு முன், தொடர்ச்சியான பல பேட்டிகளுக்காக நான் ஜெனீவாவுக்குப் போயிருந்தேன். ஒரு குறிப்பிட்ட நாளின் முடிவில், என்னோடு சேர்ந்து இரவு உணவு உண்ணுவதாக இருந்த ஒரு பெண்மணி கடைசி நேரத்தில் அதை ரத்து செய்துவிட்டதால், நான் அந்நகரைச் சுற்றிப் பார்க்கப் புறப்பட்டேன். அன்றைய

இரவுப் பொழுது இனிமையானதாக இருந்தது. தெருக்கள் வெறிச்சோடி இருந்தன. மதுவிடுதிகளும் உணவகங்களும் உயிர்த்துடிப்புடன் செயல்பட்டுக் கொண்டிருந்தன. எல்லாம் மிகவும் அமைதியாகவும், ஒழுங்குடனும், நேர்த்தியாகவும் இருந்ததுபோலத் தோன்றியது. ஆனால் திடீரென்று... திடீரென்று, நான் மிகவும் தனியாக இருந்ததுபோல உணர்ந்தேன். அந்த ஆண்டில் வேறு பல தருணங்களிலும் நான் தனியாக இருந்திருந்தேன் என்பதைச் சொல்லத் தேவையில்லை. ஒரு விமானத்தில் பயணித்தால் வெறும் இரண்டு மணிநேரத்தில் போய்ச் சேர்ந்துவிடக்கூடிய தூரத்தில்தான் என்னுடைய காதலி இருந்தாள் என்பதையும் நான் சொல்லத் தேவையில்லை.

“நாள் முழுதும் ஓயாமல் வேலை செய்த பிறகு, யாருடனும் பேச வேண்டிய தேவையின்றி, என்னைச் சுற்றிலும் இருந்த அழகை ரசித்தபடி, மாலையில் அந்தப் பழம்பெரும் நகரின் குறுகலான தெருக்கள் மற்றும் சந்துகள் வழியாக ஆசுவாசமாக நடந்துவிட்டு வருவதைவிட மேலானதாக வேறு என்ன இருந்துவிட முடியும்? ஆனால், மனத்தைத் தளரச் செய்கின்ற, திணறடிக்கின்ற அந்தத் தனிமையுணர்வு மீண்டும் மேலெழுந்தது. என்னோடு சேர்ந்து நடப்பதற்கும், நான் சொல்ல விரும்பிய விஷயங்களைக் கேட்பதற்கும், அந்த நகரத்தை என்னோடு பகிர்ந்து கொள்வதற்கும் யாரும் இல்லை என்ற உணர்வு அது.

“நான் என்னுடைய அலைபேசியை வெளியே எடுத்தேன். அந்நகரில் எனக்குக் கணிசமான எண்ணிக்கையில் நண்பர்கள் இருந்தனர், ஆனால் இரவு வெகுநேரம் ஆகிவிட்டதால் நான் அவர்களைத் தொந்தரவு செய்ய விரும்பவில்லை. ஏதேனும் ஒரு மதுவிடுதிக்குச் சென்று மதுவருந்தலாமா என்று நான் யோசித்தேன்; அங்கு யாரேனும் என்னை அடையாளம் கண்டுகொண்டு, தங்களோடு சேர்ந்து கொள்ளும்படி எனக்கு அழைப்பு விடுக்கக்கூடும். ஆனால் நான் அந்த சபலத்தை ஒதுக்கிவிட்டு, அக்கணத்தைச் சமாளிக்க முயன்றேன். அம்முயற்சியில் நான் ஒரு விஷயத்தைக் கண்டறிந்தேன்: நாம் இருக்கிறோமா இல்லையா என்பதைப் பற்றி யாருக்கும் அக்கறையில்லை, வாழ்க்கையைப் பற்றி நாம் கூறுவதைக்

கேட்பதில் யாருக்கும் ஆர்வமில்லை, நாம் இல்லாமலேயே இவ்வுலகம் தொடர்ந்து சுழன்று கொண்டுதான் இருக்கும் என்ற உணர்வைவிட மோசமானது வேறு எதுவும் இல்லை!

"அக்கணத்தில் எத்தனை இலட்சக்கணக்கான மக்கள் – அவர்கள் எவ்வளவு பெரிய செல்வந்தர்களாகவும் வசீகரமானவர்களாகவும் களிப்பூட்டுபவர்களாகவும் இருந்தாலும்கூட – நேற்றைய இரவு இருந்ததைப்போலவும், ஒருவேளை நாளைய இரவு இருக்கப் போவதைப்போலவும், அன்றிரவு தாங்கள் தனியாக இருந்ததால் தாங்கள் பயனற்றவர்கள் என்றும் பரிதாபகரமானவர்கள் என்றும் உணர்ந்து கொண்டிருப்பர் என்று நான் கற்பனை செய்யத் தொடங்கினேன். தங்களோடு வெளியே செல்லத் துணையற்று இருக்கும் மாணவர்கள்; வேறு வழியின்றி, தொலைக்காட்சியிடம் தஞ்சமடைந்திருக்கும் முதியவர்கள்; தாங்கள் செய்து கொண்டிருப்பது உண்மையிலேயே அர்த்தம் வாய்ந்ததுதானா என்று யோசித்தபடி தங்களுடைய ஹோட்டல் அறைகளில் அடைபட்டுக் கிடக்கும் தொழிலதிபர்கள்; மாலையில் மதுவிடுதிக்குச் செல்வதற்காக மதியம் ஓர் அழகு நிலையத்திற்குச் சென்று தங்களை அழகுபடுத்திக் கொண்டு, அந்த மதுவிடுதியை அடைந்ததும் தாங்கள் எந்தத் துணையையும் எதிர்பார்த்து அங்கு வரவில்லை என்பதுபோலப் பாசாங்கு செய்து கொண்டிருக்கும் பெண்கள். அவர்கள் விரும்புவதெல்லாம், தாங்கள் இன்னும் வசீகரமாகத்தான் இருக்கிறோம் என்று மற்றவர்கள் உறுதிப்படுத்த வேண்டும் என்பதுதான். ஆண்கள் அவர்களைப் பார்வையால் விழுங்குகின்றனர், அவர்களோடு போய் அரட்டையடிக்கின்றனர், ஆனால் அப்பெண்கள் அவர்கள் அனைவரையும் அலட்சியத்துடன் நிராகரிக்கின்றனர். ஏனெனில், அவர்கள் தங்களைக் குறித்து ஒரு தாழ்வான உணர்வைக் கொண்டுள்ளனர். தாங்கள் உலக நடப்புகளைத் தெரிந்து கொண்டு அவற்றைப் பற்றிக் கருத்துக் கூற முடியாத விதத்தில் ஒரு செய்தித்தாள் படிக்கக்கூட நேரமில்லாமல் காலையிலிருந்து மாலைவரை வேலை செய்து எப்படியோ வாழ்க்கையை ஓட்டிக் கொண்டிருக்கின்ற சாதாரண எழுத்தர்களாகவோ அல்லது தங்கள் கணவனோடு சேர்ந்து வாழாதவர்களாகவோ தாங்கள் இருப்பதை அந்த ஆண்கள் கண்டுபிடித்துவிடுவார்களோ

என்று அவர்கள் பயப்படுகின்றனர். அழகுதான் முக்கியம் என்ற நம்பிக்கையில், கண்ணாடியில் தங்கள் உருவத்தைப் பார்த்துவிட்டுத் தாங்கள் அவலட்சணமாக இருப்பதாக நினைக்கின்ற மக்கள், அழகானவர்களையும் பணக்காரர்களையும் பிரபலமானவர்களையும் உள்ளடக்கிய பத்திரிகைகளைப் படிப்பதில் தங்களுடைய நேரத்தைச் செலவிடுகின்றனர்; முன்புபோலவே இப்போதும் இரவில் ஒன்றாக உட்கார்ந்து பேசிக் கொண்டே சாப்பிட்டால் எவ்வளவு நன்றாக இருக்கும் என்று ஏங்குகின்ற தம்பதியர். ஆனால் பல முக்கியமான விஷயங்கள் அவர்களுடைய கவனத்தையும் நேரத்தையும் எடுத்துக் கொள்வதால், ஒருபோதும் வராத ஒரு மறுநாளுக்காகக் காத்திருக்கின்ற உரையாடல்கள்.

"அன்று, சமீபத்தில்தான் விவாகரத்தாகியிருந்த ஒரு தோழியுடன் நான் மதிய உணவு சாப்பிட்டுக் கொண்டிருந்தேன். அப்போது அவள் என்னிடம், 'எந்த சுதந்திரத்திற்காக நான் எப்போதும் ஏங்கி வந்திருந்தேனோ, அந்த சுதந்திரத்தை இப்போது என்னால் மகிழ்ச்சியாக அனுபவிக்க முடியும்,' என்று கூறினாள். ஆனால் அது ஒரு பொய். யாருமே அத்தகைய சுதந்திரத்தை விரும்புவதில்லை. நாம் எல்லோருமே அர்ப்பணிப்பை விரும்புகிறோம், ஜெனீவாவின் அழகை ரசிப்பதற்கும், புத்தகங்கள், பேட்டிகள், திரைப்படங்கள் ஆகியவற்றை விவாதிப்பதற்கும், அல்லது இரண்டு சான்ட்விச்சுகளை வாங்கப் பணம் இல்லாததால் ஒன்றை வாங்கிப் பகிர்ந்து கொள்வதற்கும்கூட நமக்குப் பக்கத்தில் ஒரு துணையை நாம் விரும்புகிறோம். ஒரு முழு சான்ட்விச்சைவிடப் பாதி சான்ட்விச்சைச் சாப்பிடுவது மேலானது. ஒட்டுமொத்த ஜெனீவாவையும் எந்த இடையூறும் இல்லாமல் தனியாகவும் நிதானமாகவும் வளைய வருவதைவிட, இன்றிரவு தொலைக்காட்சியில் ஒரு முக்கியமான விளையாட்டுப் போட்டி ஒளிபரப்பாவதால் நேராக வீட்டிற்குப் போக அவசரப்படுகின்ற ஒருவர் உங்கள் பேச்சில் குறுக்கிடுவதும், வெளியே இருந்தபடி கடைகளை வேடிக்கை பார்க்கின்ற ஒரு பெண், நீங்கள் ஒரு தேவாலயத்தின் கோபுரத்தைப் பற்றிச் சிலாகித்துப் பேசிக் கொண்டிருக்கும்போது உங்கள் பேச்சில் குறுக்கிடுவதும் எவ்வளவோ மேல்.

“தனியாக இருப்பதைவிடப் பசியோடு இருப்பது மேல். ஏனெனில், நீங்கள் தனியாக இருக்கும்போது – நான் இங்கு பேசிக் கொண்டிருப்பது நம்மீது வலுக்கட்டாயமாகத் திணிக்கப்படுகின்ற தனிமையே அன்றி, நாமாகத் தேர்ந்தெடுக்கின்ற தனிமை அல்ல – நீங்கள் மனித இனத்தின் ஓர் அங்கமாக இனியும் இல்லாமல் போய்விட்டதுபோல இருக்கும்.

“ஆற்றின் மறுபுறம், தன்னுடைய ஆடம்பரமான அறைகளுடனும், துடிப்பாக வேலை செய்த பணியாளர்களுடனும், தன்னுடைய ஐந்து–நட்சத்திரச் சேவையுடனும் ஓர் அழகான ஹோட்டல் எனக்காகக் காத்திருந்தது. அது என்னை இன்னும் மோசமாக உணரச் செய்தது. ஏனெனில், நான் அதுவரை சாதித்திருந்தவற்றைக் கொண்டு நான் மனநிறைவுடனும் மகிழ்ச்சியுடனும் இருந்திருக்க வேண்டும்.

“நான் என் ஹோட்டலுக்குத் திரும்பி வந்து கொண்டிருந்தபோது, அதே சூழ்நிலையில் இருந்த பலரை நான் கடந்து சென்றேன். அவர்களை இரண்டு வகையினராகப் பிரிக்கலாம் என்பதை நான் கவனித்தேன். ஒரு பிரிவினர், அகங்காரம் கொண்டவர்களாகத் தெரிந்தனர். ஏனெனில், அந்த இனிமையான இரவில் தனியாக இருப்பதைத் தாங்களாகவே தேர்ந்தெடுத்திருந்ததுபோல அவர்கள் பாசாங்கு செய்ய விரும்பினர். இரண்டாவது வகையினர், வருத்தமாகக் காணப்பட்டனர். அவர்கள் தங்களுடைய தனிமை நிலை குறித்து அவமானம் கொண்டிருந்தனர்.

“நான் இதையெல்லாம் உங்களிடம் சொல்லிக் கொண்டிருப்பதற்கு ஒரு சில காரணங்கள் உள்ளன: ஆம்ஸ்டர்டாமில் ஒரு ஹோட்டல் அறையில் தன்னுடைய வாழ்க்கையைப் பற்றி ஒரு பெண் என்னிடம் பேசிக் கொண்டிருந்தது அன்றொரு நாள் என் நினைவுக்கு வந்தது; கிழிப்பதற்கான ஒரு காலமும் தைப்பதற்கான ஒரு காலமும் இருப்பதாக பைபிளில் கூறப்பட்டிருந்தாலும்கூட, சில சமயங்களில், தைப்பதற்கான காலம் ஆழமான வடுக்களை விட்டுச் செல்கிறது. ஒருவருடன் இருப்பதும், அவர்கள் நம்முடைய வாழ்வில் முக்கியமானவர்கள் அல்லர் என்ற உணர்வை அவருக்கு ஏற்படுத்துவதும்,

ஜெனீவாவின் தெருக்களில் தனியாகவும் சோகமாகவும் சுற்றித் திரிவதைவிட அதிக மோசமானது."

நான் பேசி முடித்தபோது, அங்கே ஒரு நீண்ட மௌனம் நிலவியது. பிறகு திடீரென்று கைதட்டல்கள் விண்ணைப் பிளந்தன.

பாரீஸின் ஓர் இருளடைந்த பகுதிக்கு நான் வந்து சேர்ந்தேன். எனினும், அது அந்த ஒட்டுமொத்த நகரத்தின் மிகத் துடிப்பான கலாச்சார வாழ்க்கையைக் கொண்டிருந்ததாகச் சொல்லப்பட்டது. எனக்கு முன்னால் நின்று கொண்டிருந்த அழுக்கான ஒரு கும்பல், வியாழக்கிழமைகளில் அந்த அர்மீனிய உணவகத்தில் வெள்ளை வெளேரென்ற உடைகளில் மிடுக்காகத் தோன்றிய அதே நபர்கள்தாம் என்பதை நான் அடையாளம் கண்டுகொள்வதற்கு எனக்குச் சிறிது நேரம் பிடித்தது.

“நீங்கள் எல்லோரும் ஏன் மாறுவேடப் போட்டிக்குப் போவதுபோல உடையணிந்திருக்கிறீர்கள்? இது ஏதேனும் ஒரு திரைப்படத்திற்கு நீங்கள் வழங்குகின்ற ஒரு விதமான பாராட்டா?” என்று நான் கேட்டேன்.

“இது ஒன்றும் ஒரு மாறுவேடப் போட்டியல்ல,” என்று பதிலளித்த மிக்காயில், “நீங்கள் ஓர் இரவு விருந்துக்குப் போகும்போது உங்கள் உடைகளை மாற்றிக் கொள்வதில்லையா? ஒரு கோட்டும் சூட்டும் அணிந்து கொண்டா நீங்கள் கோல்ஃப் விளையாடுவீர்கள்?” என்று கேட்டான்.

“சரி, இதை நான் வேறு விதமாகக் கேட்கிறேன். நீங்கள் எல்லோரும் ஏன் வீடுவாசலற்ற இளைஞர்களைப்போல உடையணியத் தீர்மானித்திருக்கிறீர்கள்?”

“ஏனெனில், இக்கணத்தில் நாங்கள் வீடுவாசலற்றவர்கள்தாம். சரியாகச் சொன்னால், வீடுவாசலற்ற நான்கு இளைஞர்கள் மற்றும் இரண்டு வளர்ந்தவர்கள்.”

“சரி, நான் இதை ஒரு மூன்றாவது விதமாகக் கேட்கிறேன்: நீங்கள் ஏன் இப்படி உடையணிந்திருக்கிறீர்கள்?”

“அந்த உணவகத்தில், நாங்கள் எங்கள் உடலுக்கு உணவளிக்கிறோம், இழப்பதற்கு ஏதேனும் உள்ள மக்களிடம் ஆற்றலைப் பற்றிப் பேசுகிறோம். பிச்சைக்காரர்களிடையே,

நாங்கள் எங்கள் ஆன்மாவுக்கு உணவளிக்கிறோம், இழப்பதற்கு எதுவுமில்லாதவர்களிடம் பேசுகிறோம். இப்போது, நாங்கள் எங்கள் வேலையின் மிக முக்கியமான பகுதிக்கு வருகிறோம்: உலகத்தைப் புதுப்பித்துக் கொண்டிருக்கின்ற, பார்வைக்குப் புலப்படாத ஓர் இயக்கத்தின் உறுப்பினர்களைச் சந்திப்பது! ஒவ்வொரு நாளையும், அதுதான் தங்களுடைய கடைசி நாள் என்பதுபோல வாழ்கின்ற மக்கள் அவர்கள். அவர்களில் முதியவர்கள், ஒவ்வொரு நாளையும், அதுதான் தங்களுடைய முதல் நாள் என்பதுபோல வாழ்கின்றனர்."

நான் ஏற்கெனவே கவனித்திருந்த ஒன்றைப் பற்றி அவன் பேசிக் கொண்டிருந்தான். அவ்விஷயம் நாளுக்கு நாள் அதிகரித்துக் கொண்டிருந்ததுபோலத் தெரிந்தது. இளைஞர்களும் யுவதிகளும் உடையணிந்த விதம்தான் அது. அவர்களுடைய ஆடைகள் அழுக்காக இருந்தன, ஆனால் இராணுவச் சீருடைகள் அல்லது அறிவியல் புனைகதைத் திரைப்படங்களின் அடிப்படையில், அவை மிகுந்த கற்பனை வளத்துடன் வடிவமைக்கப்பட்டிருந்தன. அவர்கள் தங்கள் உடல்களில் பல இடங்களில் துளையிட்டுக் கொண்டு அவற்றில் எதையெதையோ அணிந்து கொண்டனர். அவர்கள் வெவ்வேறு விதமான சிகையலங்காரமும் செய்து கொண்டனர். பல சமயங்களில், அத்தகைய குழுக்கள், மிகவும் அச்சுறுத்தும் தோற்றம் கொண்ட ஓர் அல்சேஷன் நாயையும் தங்களுடன் அழைத்துச் சென்றனர். அதற்கான காரணத்தை ஒரு முறை நான் என் நண்பர் ஒருவரிடம் கேட்டபோது, "காவல் துறையினரால் அவர்களைக் கைது செய்ய முடியாது. ஏனெனில், அந்த நாயை அடைத்து வைப்பதற்கு அவர்களுக்கு எந்த இடமும் இல்லை," என்று கூறினார். அவர் கூறிய காரணம் உண்மையா அல்லது பொய்யா என்பது எனக்குத் தெரியாது.

ஒரு வோட்கா பாட்டில் திறக்கப்பட்டு, அது எல்லோரிடையேயும் வளைய வந்தது. முன்பு நாங்கள் அந்தப் பிச்சைக்காரர்களுடன் இருந்தபோது நாங்கள் வோட்கா பருகியிருந்தோம். மிக்காயிலின் சொந்த நாட்டிற்கும் இதற்கும் ஏதேனும் தொடர்பு இருந்ததா என்று நான் யோசித்தேன். மக்கள் என்னை அங்கே பார்த்தால் என்ன சொல்வார்களோ என்று கற்பனை செய்தபடியே

நான் ஒரு வாய் பருகினேன்.

நான் என்னுடைய புதிய புத்தகத்திற்கான ஆராய்ச்சி மேற்கொண்டிருந்ததாக அவர்கள் கூறக்கூடும் என்று எனக்கு நானே கூறிக் கொண்டேன். அது எனக்கு ஆசுவாசமளித்தது.

"நான் இப்போது எஸ்தரைத் தேடிக் கண்டுபிடிக்கத் தயாராக இருக்கிறேன், ஆனால் எனக்கு இன்னும் சில தகவல்கள் தேவைப்படுகின்றன. ஏனெனில், எனக்கு உங்களுடைய நாட்டைப் பற்றி எதுவும் தெரியாது," என்று நான் கூறினேன்.

"நானும் உங்களுடன் வருகிறேன்."

"என்ன?"

அது என்னுடைய திட்டத்தில் இருக்கவே இல்லை. என்னில் நான் இழந்திருந்த எல்லாவற்றையும் மீட்டெடுப்பதற்கான ஒன்றாக இருந்த என்னுடைய பயணம், மத்திய ஆசியாவின் புல்வெளிப் பகுதியில் எங்கோ நிறைவடையவிருந்தது. அது சாட்சிகள் எதுவும் தேவைப்படாத, மிகவும் அந்தரங்கமான, ஒரு தனிப்பட்டப் பயணமாகும்.

"என்னுடைய பயணச்சீட்டுக்கான பணத்தை நீங்கள் கொடுப்பதாக இருந்தால், நானும் உங்களோடு வருகிறேன். நான் கஜகிஸ்தானுக்குத் திரும்பப் போயாக வேண்டும். என் நாட்டை எனக்கு மிகவும் தேடுகிறது," என்று மிக்காயில் கூறினான்.

"இங்கே நீங்கள் செய்ய வேண்டிய வேலை இருக்கிறது என்றல்லவா நான் நினைத்தேன்? வியாழக்கிழமைகளில் அந்த உணவகத்தில் நீங்கள் உங்களுடைய நிகழ்ச்சியில் கலந்து கொள்ள வேண்டாமா?"

"நீங்கள் அதை எப்போதும் நிகழ்ச்சி என்றே அழைக்கிறீர்கள். நான் ஏற்கெனவே உங்களிடம் சொல்லியிருப்பதுபோல, அது ஒரு சந்திப்புக்கூட்டம். நாம் இழந்துள்ள உரையாடல் எனும் பாரம்பரியத்தை மீட்டெடுப்பதற்கான ஒரு வழி அது. ஆனால் கவலைப்படாதீர்கள். அனஸ்டாசியா இங்கே இருக்கிறாள்," என்று கூறிவிட்டு, ஒரு மூக்குத்தி அணிந்திருந்த ஓர் இளம்பெண்ணை அவன் சுட்டிக்காட்டினான். "அவள் ஏற்கெனவே தன்னுடைய திறமையை வளர்த்தெடுத்துக்

கொண்டிருக்கிறாள். நான் இங்கு இல்லாமல் இருக்கும்போது, அவளால் எல்லாவற்றையும் பார்த்துக் கொள்ள முடியும்."

"அவருக்குப் பொறாமை," என்று அல்மா கூறினாள். சிம்பல் இசைக்கருவியை வாசித்தவள் அவள். ஒவ்வொரு 'சந்திப்புக்கூட்டத்தின்' முடிவிலும் கதைகளைக் கூறியவளும் அவள்தான்.

"அது புரிந்து கொள்ளப்படக்கூடிய ஒன்றுதான்," என்று இன்னோர் இளைஞன் கூறினான். அவன் தோலால் ஆன ஓர் உடையை அணிந்திருந்தான். உலோகப் பொத்தான்கள், ஊக்குகள், சவர பிளேடுகள்போலத் தோன்றிய வார்ப்பூட்டுகள் ஆகியவை அந்த ஆடையை அலங்கரித்தன. "மிக்காயில் இவரைவிட மிகவும் இளையவன், அதிக வசீகரமானவன், ஆற்றலுடன் அதிகத் தொடர்பு கொண்டிருப்பவன்," என்று அவன் மேலும் விளக்கினான்.

அனஸ்டாசியா குறுக்கிட்டு, "மிக்காயில் அவ்வளவு பிரபலத்துவமும் பணமும் இல்லாதவனும்கூட. அதிகாரத்தில் இருப்பவர்களுடன் அதிகத் தொடர்பு இல்லாதவன். ஒரு பெண்ணின் கண்ணோட்டத்திலிருந்து பார்க்கும்போது, விஷயங்கள் சமநிலையில் இருக்கின்றன. எனவே, இவர்கள் இருவருக்குமே சம அளவு வாய்ப்பிருக்கிறது என்று நான் நினைக்கிறேன்," என்று கூறினாள்.

இதைக் கேட்டு எல்லோரும் சிரித்தனர். அந்த வோட்கா பாட்டில் இன்னொரு முறை வலம் வந்தது. என் ஒருவனுக்குத்தான் அந்த நகைச்சுவை புரியவில்லை. ஆனால் எனக்கு என்மீது ஆச்சரியம் ஏற்பட்டது. பாரீஸில் நான் ஒரு நடைபாதையின்மீது அமர்ந்து பல ஆண்டுகள் ஆகியிருந்தன. இன்று மீண்டும் நான் ஒரு நடைபாதையின்மீது அமர்ந்து இப்படி அரட்டையடித்துக் கொண்டிருந்தது எனக்கு மகிழ்ச்சியளித்தது.

"இக்குழு நீங்கள் நினைப்பதைவிட மிகப் பெரியது. ஐஃபில் கோபுரத்தில் தொடங்கி, நான் சமீபத்தில் தங்கியிருந்த தார்பெஸ் நகரம்வரை எல்லா இடங்களிலும் இவர்கள் இருக்கின்றனர். ஆனால் இதெல்லாம் எதைப் பற்றியது என்பது எனக்கு உண்மையிலேயே புரியவில்லை," என்று நான் கூறினேன்.

"தார்பெஸ்ஸுக்குத் தெற்கேயும் இவர்களைக் காண

முடியும். சான்டியாகோவுக்கான பாதையைப்போலவே சுவாரசியமான பாதைகளை இவர்கள் பின்தொடர்கின்றனர். சமுதாயத்திடமிருந்து ஒதுங்கி அதற்கு வெளியே இருக்கின்ற இன்னொரு சமுதாயத்தின் ஒரு பகுதியாகத் தாங்கள் இருக்கப் போவதாக அவர்கள் சத்தியம் செய்து கொண்டு, பிரான்ஸில் ஏதோ ஓரிடத்திலிருந்து அல்லது ஐரோப்பாவில் வேறு ஏதோ ஓரிடத்திலிருந்து அவர்கள் புறப்படுகின்றனர். அவர்கள் தங்கள் வீட்டிற்குத் திரும்பிச் சென்று, ஒரு வேலை தேடிக் கொண்டு, திருமணம் செய்து கொள்ள பயப்படுகின்றனர். அவர்கள் அவை அனைத்தையும் எதிர்த்துத் தங்களால் எவ்வளவு காலம் முடியுமோ அவ்வளவு காலம் சண்டையிடுவர். அவர்களிடையே பணக்காரர்களும் இருக்கின்றனர், ஏழைகளும் இருக்கின்றனர், ஆனால் அவர்கள் யாருக்கும் பணத்தின்மீது ஆர்வமில்லை. தோற்றத்தில் அவர்கள் முற்றிலும் வித்தியாசமாக இருக்கின்றனர், ஆனாலும் மக்கள் அவர்களைக் கடந்து செல்லும்போது, தாங்கள் அவர்களைப் பார்க்காததுபோலப் பாசாங்கு செய்கின்றனர். ஏனெனில் அவர்கள் அக்குழுவினரைக் கண்டு பயப்படுகின்றனர்," என்று மிக்காயில் விளக்கினான்.

"அவர்கள் இவ்வளவு கடுமையானவர்கள்போலக் காட்சியளிக்க வேண்டுமா?" என்று நான் கேட்டேன்.

"ஆமாம். ஏனெனில், அழிப்பதற்கான ஆழ்விருப்பம், படைப்பாற்றல்மிக்க ஒரு விருப்பமாகும். அவர்கள் கடுமையானவர்களாக இல்லாவிட்டால், துணிக்கடைகள் இத்தகைய ஆடைகளால் நிரம்பி வழியும்; பதிப்பாளர்கள் விரைவில் 'உலகத்தைத் தன்னுடைய புரட்சிகரமான மனப்போக்குகளால் ஆட்கொண்டு கொண்டிருக்கின்ற' புதிய இயக்கத்தைப் பற்றிய பத்திரிகைகளை உருவாக்குவர்; தொலைக்காட்சியில் இக்குழுவினருக்கென்று ஒரு நிகழ்ச்சி அர்ப்பணிக்கப்படும்; சமூகவியலாளர்கள் இவர்களைப் பற்றிய கட்டுரைகளை எழுதுவர்; மனநல வல்லுநர்கள் இக்குழுவினரின் குடும்பத்தினருக்கு ஆலோசனை வழங்குவார்கள்; விரைவில் அது தன்னுடைய தாக்கத்தை இழந்துவிடும். எனவே, அவர்களுக்கு எங்களைப் பற்றி எவ்வளவு குறைவாகத் தெரிந்திருக்கிறதோ, அவ்வளவு நல்லது. எங்களுடைய தாக்குதல் உண்மையிலேயே ஒரு

நல்ல தற்காப்பாகும்," என்று மிக்காயில் கூறினான்.

"உண்மையில், உங்களிடம் சில தகவல்களைக் கேட்டுப் பெற்றுச் செல்வதற்காகவே இன்றிரவு நான் வந்தேன். ஆனால், உங்களுடன் இன்றைய இரவைச் செலவிடுவது ஒரு செழுமையான, புதுமையான அனுபவமாக எனக்கு அமையும் என்று நான் நினைக்கவில்லை. என்னுடைய தனிப்பட்ட வரலாறு புதிய அனுபவங்களை இனியும் அனுமதிப்பதில்லை. கஜகிஸ்தானுக்கான பயணத்தைப் பொறுத்தவரை, யாரையும் என்னுடன் அழைத்துச் செல்லும் திட்டம் எதுவும் எனக்கு இல்லை. எனக்கு உங்களிடமிருந்து உதவி கிடைக்காது என்றால், எனக்குத் தேவையான அனைத்துத் தொடர்புகளையும் உதவி வங்கி எனக்குக் கொடுக்கும். நான் இன்னும் இரண்டு நாட்களில் புறப்படவிருக்கிறேன். நாளை இரவு, நான் ஒரு முக்கியமான விருந்தில் கலந்து கொள்ள வேண்டியிருக்கிறது. ஆனால் அதன் பிறகு, இரண்டு வாரங்களுக்கு எனக்கு வேறு எந்த வேலையும் இல்லை."

மிக்காயில் தயங்கியதுபோலத் தெரிந்தான்.

"அது உங்கள் விருப்பம். உங்களிடம் வரைபடம் இருக்கிறது, அந்த கிராமத்தின் பெயர் உங்களுக்குத் தெரியும். எனவே, அவள் தங்கியிருக்கின்ற வீட்டைக் கண்டுபிடிப்பது கடினமாக இருக்காது. உதவி வங்கி உங்களை அல்மாட்டிவரை அழைத்துச் சென்றுவிடும் என்பதை நான் அறிவேன், ஆனால் அதற்கு மேல் செல்ல அது உங்களுக்கு உதவுமா என்பது சந்தேகம்தான். ஏனெனில், ஸ்டெப்பி புல்வெளிப் பகுதியின் விதிமுறைகள் வித்தியாசமானவை. மேலும், நானும் உதவி வங்கியில் உங்களுடைய கணக்கில் ஒரு சில டெபாசிட்டுகளைப் போட்டு வைத்திருக்கிறேன். இப்போது அவற்றைத் திரும்பப் பெறுவதற்கான நேரம் வந்துவிட்டது. எனக்கு என் தாயாரை மிகவும் தேடுகிறது," என்று மிக்காயில் கூறினான்.

அவன் கூறியது சரிதான்.

"நாம் வேலையைத் தொடங்க வேண்டும்," என்று அல்மாவின் கணவன் கூறினான்.

"மிக்காயில், நீங்கள் ஏன் என்னுடன் வர விரும்புகிறீர்கள்? உங்கள் தாயாரை உங்களுக்குத் தேடுவதுதான் உண்மையான காரணமா?" என்று நான்

கேட்டேன்.

அவன் அதற்குப் பதிலளிக்கவில்லை. அல்மாவின் கணவன் மேளத்தை வாசிக்கத் தொடங்கினான், அல்மா சிம்பலை வாசித்துக் கொண்டிருந்தாள். மற்றவர்கள் தங்களைக் கடந்து போய்க் கொண்டிருந்தவர்களிடம் பணம் யாசித்தனர். 'அவன் ஏன் என்னுடன் வர விரும்புகிறான்? ஸ்டெப்பியில் எனக்கு யாரையுமே தெரியாது எனும்போது, அங்கே உதவி வங்கியிலிருந்து என்னால் எப்படி வெளியே எடுக்க முடியும்? கஜகிஸ்தான் தூதரகத்திலிருந்து ஒரு விசா வாங்கிக் கொண்டு, ஒரு காரை வாடகைக்கு எடுத்துக் கொண்டு, அல்மாட்டியில் இருந்த பிரெஞ்சுத் தூதரகத்திலிருந்து ஒரு சுற்றுலாக் கையேட்டை வாங்கிக் கொள்ள முடியும். எனக்கு வேறு என்ன தேவை?' என்று நான் யோசித்தேன். என்னுடைய பயணத்தைப் பற்றிப் பேசுவதற்கான சரியான தருணம் அதுவல்ல. செய்வதற்கு எனக்கு வேலை இருந்தது. வீட்டில் எனக்காக ஒருத்தி காத்துக் கொண்டிருந்தாள். நான் இப்போதே புறப்பட்டால் என்ன என்று எனக்குத் தோன்றியது.

ஆனால் நான் புறப்படவில்லை, ஏனெனில், நான் சுதந்திரமானவனாக உணர்ந்தேன், பல ஆண்டுகளாக நான் செய்திராத விஷயங்களை நான் செய்து கொண்டிருந்தேன், புதிய அனுபவங்களுக்கு என் ஆன்மாவில் ஓர் இடம் திறந்து கொண்டிருந்தது, கைவிடும் கட்டத்தை என் வாழ்விலிருந்து துரத்தியிருந்தேன், எனக்கு அவ்வளவாக ஆர்வமில்லாத விஷயங்களை அனுபவித்துக் கொண்டிருந்தேன், ஆனால் அவை வித்தியாசமானவையாகவாவது இருந்தன.

வோட்கா தீர்ந்துவிட்டது. அதன் இடத்தை ரம் எடுத்துக் கொண்டது. ரம் எனக்குப் பிடிக்காது, ஆனால் அது மட்டுமே அங்கு இருந்ததால், சூழ்நிலைக்கு ஏற்ப அனுசரித்துக் கொள்வது சிறந்ததாக இருக்கும். அந்த இரண்டு இசைக்கலைஞர்களும் தொடர்ந்து வாசித்தனர். யாரேனும் அவர்களுக்கு அருகே சென்றால், அவர்களில் ஒருத்தி அவரிடம் கை நீட்டிக் காசு கேட்பாள். அந்நபர் அங்கிருந்து வேகமாக நடையைக் கட்டுவார், ஆனால் அப்பெண், "நன்றி, இன்றைய மாலைப் பொழுது உங்களுக்கு இனிமையானதாக அமையட்டும்," என்று கூறுவாள். தன்னைத் திட்டுவதற்குப் பதிலாகத் தனக்கு அவள் நன்றி

கூறியதைக் கண்ட ஒருவர், திரும்பி வந்து எங்களுக்குப் பணம் கொடுத்தார்.

அக்குழுவினர் என்னிடம் ஒரு வார்த்தைகூடப் பேசாமல் பத்து நிமிடங்களுக்கும் மேலாக இக்காட்சியைப் பார்த்துக் கொண்டிருந்ததை அடுத்து, நான் ஒரு மதுவிடுதிக்குச் சென்று இரண்டு வோட்கா பாட்டில்களுடன் திரும்பி வந்து, ரம்மைக் குப்பைத்தொட்டிக்குள் வீசி எறிந்தேன். இது அனஸ்டாசியாவுக்கு மனமகிழ்ச்சியைக் கொடுத்ததுபோலத் தெரிந்தது. எனவே, நான் அவளுடன் ஓர் உரையாடலைத் தொடங்க முயன்றேன்.

"நீங்கள் எல்லோரும் ஏன் உங்கள் உடம்பில் துளையிட்டுக் கொள்கிறீர்கள்?"

"குளிர்காலத்தில்கூட மற்றவர்கள் ஏன் நகைகளும் உயரமான குதிகால் செருப்புகளும் குட்டையான ஆடைகளும் அணிகின்றனர்?"

"அது ஒரு பதில் அல்ல."

"நாங்கள் ரோம் நகரைச் சூறையாட வந்துள்ள புதிய காட்டுமிராண்டிகள் என்பதால் நாங்கள் எங்கள் உடல்களில் துளையிட்டுக் கொள்கிறோம். நாங்கள் சீருடைகள் அணிவதில்லை. எனவே, முற்றுகையிட வந்துள்ள குழுவினர்களில் ஒருவராக எங்களை அடையாளப்படுத்திக் கொள்வதற்காக எங்களுக்கு ஏதேனும் தேவைப்படுகிறது."

தாங்கள் வரலாற்றுச் சிறப்புமிக்க ஒரு முக்கியமான இயக்கத்தின் ஓர் அங்கம் என்பதுபோல அவள் தங்களைக் காட்டிக் கொள்ள முயன்றாள், ஆனால் வேலை முடிந்து மாலையில் வீடு திரும்பிக் கொண்டிருந்த மக்களைப் பொறுத்தவரை, அக்குழுவினர், படுத்துத் தூங்க ஓர் இடம் இல்லாத, பாரீஸ் நகரை அலங்கோலப்படுத்திக் கொண்டிருந்த, உள்ளூர் பொருளாதாரத்திற்கு வலுவூட்டிய சுற்றுலாப் பயணியரைத் தொந்தரவு செய்து கொண்டிருந்த, அவர்களை இவ்வுலகிற்குள் கொண்டுவந்து இப்போது அவர்கள்மீது எந்தக் கட்டுப்பாடும் இல்லாமல் இருந்த தாய்–தந்தையருக்குத் துயரத்தை விளைவித்துக் கொண்டிருந்த, வேலை வெட்டி இல்லாத ஓர் இளைஞர் கூட்டம் மட்டுமே.

நான் முன்பு ஒரு முறை அப்படி இருந்திருந்தேன். ஹிப்பி இயக்கம் அதன் உச்சத்தில் இருந்த ஒரு காலகட்டம் அது. பெரிய ராக் இசைக் கச்சேரிகள், நீளமான தலைமுடி,

கண்களைக் கூசச் செய்த ஆடைகள், வைக்கிங் குறியீடு, அமைதிச் சின்னம் ஆகிய அம்சங்களைக் கொண்ட இயக்கம் அது. மிக்காயில் கூறியதுபோல, அந்த ஒட்டுமொத்த ஹிப்பி இயக்கமும் இன்னொரு நுகர்பொருளாக மாறியிருந்தது. பிறகு, அது தன்னுடைய பிரபலமான பிரதிநிதிகளை அழித்துவிட்டு முற்றிலுமாக மறைந்துவிட்டிருந்தது.

யாரோ ஒருவர் நாங்கள் இருந்த தெரு வழியே நடந்து வந்து கொண்டிருந்தார். தோலால் ஆன ஆடை அணிந்திருந்த இளைஞன் அவரிடம் சென்று கை நீட்டிப் பணம் கேட்டான். ஆனால், "என்னிடம் சில்லறை இல்லை," என்று முணுமுணுத்துவிட்டு அங்கிருந்து வேகமாக நடையைக் கட்டுவதற்குப் பதிலாக, அவர் நின்று எங்களைப் பார்த்துவிட்டு, ஓர் உரத்தக் குரலில் இப்படிக் கூறினார்:

"நான் என்னுடைய வீட்டினாலும், ஐரோப்பாவின் பொருளாதாரச் சூழ்நிலையாலும், என் மனைவியின் ஆடம்பரப் போக்காலும் ஒவ்வொரு நாள் காலையிலும் சுமார் ஒரு இலட்சம் யூரோக்கள் கடனுடன் கண்விழிக்கிறேன். இதை வேறு விதமாகச் சொல்ல வேண்டுமென்றால், நான் உங்களைவிட மிகவும் மோசமான நிலையில் இருக்கிறேன். என் மனத்திற்குள் ஏராளமான விஷயங்கள் என்னை வதைத்துக் கொண்டிருக்கின்றன. என்னுடைய கடனைச் சிறிதளவு குறைப்பதற்கு நீங்கள் எனக்குச் சிறிது சில்லறை கொடுத்து உதவினால் என்ன?"

தன்னுடைய காதலி என்று மிக்காயில் குறிப்பிட்டப் பெண்ணான லுக்ரீசியா, ஓர் ஐம்பது–யூரோ நோட்டை எடுத்து அந்நபரிடம் கொடுத்தாள்.

"உங்களுக்குப் பிடித்த எதையேனும் வாங்கிச் சாப்பிடுங்கள். உங்களுடைய அவலமான வாழ்க்கையில் உங்களுக்குச் சிறிதளவு ஆனந்தம் தேவை," என்று அவள் கூறினாள்.

ஒரு பிச்சைக்காரியிடமிருந்து ஐம்பது யூரோக்களைப் பெறுவது உலகிலேயே மிகவும் இயல்பான விஷயம் என்பதுபோல அந்நபர் அவளுக்கு நன்றி கூறிவிட்டு அங்கிருந்து போய்விட்டார். நாங்கள் இங்கே தெருவில் பிச்சையெடுத்துக் கொண்டிருந்தபோது, அந்த இத்தாலியப் பெண் தன்னுடைய கைப்பையில் ஓர் ஐம்பது–யூரோ

நோட்டை வைத்திருந்திருந்தாள்!

“நாம் வேறு எங்கேனும் போகலாம்,” என்று அந்தத் தோலாடைக்கார இளைஞன் கூறினான்.

“எங்கே?” என்று மிக்காயில் கேட்டான்.

“மற்றவர்களை நம்மால் கண்டுபிடிக்க முடியுமா என்று நாம் போய்ப் பார்க்கலாம். வடக்கா அல்லது தெற்கா?”

மேற்குத் திசையை அனஸ்டாசியா தேர்ந்தெடுத்தாள். அவள் தன்னுடைய திறமையை வளர்த்தெடுத்துக் கொண்டிருந்ததாக மிக்காயில் கூறினான் அல்லவா?

***

பல நூற்றாண்டுகளுக்கு முன்பு, சான்டியாகோவுக்குப் பயணம் மேற்கொண்ட புனிதப் பயணியர் கூடிய ‘டூர் டி செயின்ட் ஜாக்ஸ்’ என்ற இடத்தை நாங்கள் கடந்தோம். அடுத்து நாங்கள் நாட்டர் டேமைக் கடந்தோம். அங்கே இன்னும் ஒரு சில ‘புதிய காட்டுமிராண்டிகள்’ இருந்தனர். வோட்கா காலியாகியிருந்தது. எங்கள் குழுவில் இருந்த எல்லோரும் பதினெட்டு வயதுக்கு மேற்பட்டவர்களா என்பது எனக்கு உறுதியாகத் தெரியாதபோதிலும், இன்னும் இரண்டு பாட்டில்கள் வாங்கி வருவதற்காக நான் போனேன். நான் வோட்காவுடன் திரும்பி வந்தபோது யாரும் எனக்கு நன்றி கூறவில்லை. அது இயல்பான விஷயம் என்பதுபோல அவர்கள் நடந்து கொண்டனர்.

எனக்கு லேசாக போதை ஏறத் தொடங்கியிருந்ததை நான் உணர்ந்தேன். சிறிது நேரத்திற்கு முன்பு எங்களுடன் வந்து இணைந்து கொண்டிருந்த பெண்களில் ஒருத்தியின்மீது என் பார்வை நிலைத்தது. எல்லோரும் மிகவும் சத்தமாகப் பேசினர், ஒரு சில குப்பைத்தொட்டிகளை எட்டி உதைத்தனர். அவர்கள் பேசிய எதுவும் சுவாரசியமூட்டவில்லை.

நாங்கள் சீன் ஆற்றைக் கடந்தோம். திடீரென்று, கட்டுமானப் பணி நடைபெறுகின்ற ஒரு பகுதியைக் குறிப்பதற்காகப் பயன்படுத்தப்படுகின்ற ஆரஞ்சு—வெள்ளை டேப் ஒன்று எங்கள் வழியில் குறுக்கிட்டது. எனவே, மக்கள், நடைபாதையைவிட்டுக் கீழே இறங்கி ஐந்து மீட்டர் தூரம் நடந்து சென்று மீண்டும் நடைபாதையின்மீது ஏறிக் கொள்ள வேண்டியிருந்தது. “அது இன்னும் இங்கே

இருக்கிறது," என்று அப்புதிய வரவுகளில் ஒருவன் கூறினான்.

"எது இன்னும் இங்கே இருக்கிறது?" என்று நான் கேட்டேன்.

"யார் இவர்?" என்று அவன் லுக்ரீசியாவிடம் கேட்டான்.

"எங்களுடைய நண்பர்களில் ஒருவர். நீ இவருடைய புத்தகங்களில் ஒன்றை நிச்சயமாகப் படித்திருப்பாய்," என்று லுக்ரீசியா பதிலளித்தாள்.

அப்புதிய நபர் என்னை அடையாளம் கண்டுகொண்டான், ஆனால் அவன் ஆச்சரியத்தையோ அல்லது மரியாதையையோ வெளிப்படுத்தவில்லை. மாறாக, தனக்குச் சிறிது பணம் தர முடியுமா என்று அவன் என்னிடம் கேட்டான். ஆனால் நான் அந்தக் கோரிக்கையை உடனடியாக மறுத்துவிட்டேன்.

"அந்த டேப் ஏன் அங்கே இருக்கிறது என்பதை நீங்கள் தெரிந்து கொள்ள விரும்பினால், நீங்கள் எனக்கு ஒரு யூரோ தர வேண்டும். வாழ்வில் எல்லாவற்றுக்கும் அதனதன் விலை இருக்கிறது. மற்றவர்களைவிட நீங்கள் அதை நன்றாக அறிவீர்கள். உலகில் மிகவும் விலையுயர்ந்த பொருட்களில் ஒன்று தகவல்," என்று அவன் கூறினான்.

அக்குழுவில் இருந்த யாரும் என் உதவிக்கு வரவில்லை. எனவே, அவனுடைய பதிலுக்காக நான் அவனுக்கு ஒரு யூரோ கட்டணம் செலுத்த வேண்டியதாயிற்று.

"நாங்கள்தான் அந்த டேப்பை அங்கே கட்டினோம். அங்கே எந்தப் பழுதுபார்ப்புப் பணியும் நடைபெற்றுக் கொண்டிருக்கவில்லை என்பது பார்த்தால் உங்களுக்கே தெரியும். ஆனால் அந்த டேப் அங்கே என்ன செய்து கொண்டிருக்கிறது என்று யாருமே கேட்கவில்லை. அவர்கள் வெறுமனே நடைபாதையைவிட்டுக் கீழே இறங்கி, வாகனங்கள் அவர்கள்மீது மோதக்கூடிய ஆபத்து இருந்தும் சாலையோரமாகச் சிறிது தூரம் நடந்து சென்று, பிறகு மீண்டும் நடைபாதையின்மீது ஏறிக் கொள்கின்றனர். அது இருக்கட்டும், நீங்கள் ஏதோ விபத்துக்கு உள்ளானதாக நான் எங்கோ படித்தேன். அது உண்மைதானா?"

"ஆமாம். எல்லாம் நான் நடைபாதையைவிட்டுக் கீழே இறங்கியதால் வந்த வினை!"

"நீங்கள் கவலைப்பட வேண்டாம். மக்கள் இங்கே நடைபாதையைவிட்டு இறங்கும்போது, அவர்கள் எப்போதும் கூடுதல் எச்சரிக்கையுடன் நடந்து கொள்கின்றனர். தங்களைச் சுற்றி என்ன நிகழ்ந்து கொண்டிருக்கிறது என்பது குறித்து அவர்கள் அதிக விழிப்புணர்வுடன் இருக்க வேண்டும் என்பது நாங்கள் இந்த டேப்பை இங்கே கட்டியதற்கான காரணங்களில் ஒன்று."

என்னை ஈர்த்தப் பெண் இப்படிக் கூறினாள்: "இல்லை, அது உண்மையில்லை. நாங்கள் வெறும் வேடிக்கைக்காக அப்படிச் செய்தோம். தாங்கள் எதற்குக் கீழ்ப்படிந்து கொண்டிருக்கிறோம் என்பது பற்றிச் சிந்திக்காமலேயே மக்கள் இயந்திரத்தனமாகக் கீழ்ப்படிந்து கொண்டிருப்பதைக் கண்டு சிரிப்பதற்காக நாங்கள் அப்படிச் செய்தோம்."

அதிகமான நபர்கள் அக்குழுவில் சேர்ந்தனர். இப்போது நாங்கள் பதினொரு பேர் இருந்தோம். எங்களுடன் இரண்டு அல்சேஷன் நாய்கள் இருந்தன. நாங்கள் இனியும் பிச்சையெடுத்துக் கொண்டிருக்கவில்லை. ஏனெனில், மக்களிடம் தாங்கள் தோற்றுவித்துக் கொண்டிருந்த பயத்தைப் பெரிதும் ரசித்துக் கொண்டிருந்ததுபோலத் தோன்றிய இந்தக் காட்டுமிராண்டிக் கும்பலுக்கு அருகே வர யாரும் துணியவில்லை. வோட்கா மீண்டும் தீர்ந்து போயிருந்தது. எல்லோரும் என்னைப் பார்த்தனர். அவர்கள் எப்போதும் போதையில் இருக்கும்படி பார்த்துக் கொள்வது என்னுடைய கடமை என்பதுபோல, இன்னொரு பாட்டில் வாங்கி வருமாறு அவர்கள் என்னிடம் கூறினர். புனிதப் பயணத்திற்கான என்னுடைய 'பாஸ்போர்ட்' இதுதான் என்பதை நான் உணர்ந்தேன். எனவே, நான் ஒரு மதுக்கடையைத் தேடிச் சென்றேன்.

என்னை ஈர்த்தவள் – அவள் என் மகளாக இருக்கக்கூடிய அளவு இளம் வயதினள் – நான் அவளைப் பார்த்துக் கொண்டிருந்ததைக் கவனித்துவிட்டு என்னிடம் பேசத் தொடங்கினாள். என்னை உசுப்பேற்றுவதற்கான ஒரு வழி அது என்பதை நான் அறிந்திருந்தும், நான் அவளுடைய விளையாட்டில் சேர்ந்து கொண்டேன். அவள் தன்னுடைய தனிப்பட்ட வாழ்க்கையைப் பற்றி என்னிடம் எதுவும் சொல்லவில்லை. மாறாக, ஒரு பத்து–

டாலர் நோட்டின் பின்பக்கத்தில் எத்தனைப் பூனைகளும் எத்தனை விளக்குக் கம்பங்களும் இருந்தன என்று அவள் கேட்டாள்.

"பூனைகளும் விளக்குக் கம்பங்களுமா?" என்று நான் அவளிடம் கேட்டேன்.

"உங்களுக்குத் தெரியாது, இல்லையா? பணத்திற்கு நீங்கள் உண்மையான மதிப்புக் கொடுப்பதில்லை. ஒரு பத்து–டாலர் நோட்டுக்குப் பின்பக்கத்தில் நான்கு பூனைகளும் பதினொரு விளக்குக் கம்பங்களும் இருக்கின்றன."

நான்கு பூனைகளும் பதினொரு விளக்குக் கம்பங்களும்! அடுத்த முறை நான் ஒரு பத்து–டாலர் நோட்டைப் பார்க்கும்போது இந்தத் தகவலைச் சரிபார்ப்பேன் என்று எனக்கு நானே உறுதி கூறிக் கொண்டேன்.

"உங்களில் யாரேனும் போதைப் பொருட்கள் ஏதேனும் பயன்படுத்துகிறீர்களா?" என்று நான் கேட்டேன்.

"சிலர் பயன்படுத்துகிறோம், ஆனால் முக்கியமாக மதுபானங்கள் மட்டும்தான். அதுவும் அதிகமில்லை. உண்மையில், அது எங்கள் போக்கு அல்ல. போதைப் பொருட்கள் உங்கள் தலைமுறைக்கானவை, சரிதானே? எடுத்துக்காட்டாக, எங்கள் குடும்பத்திற்குச் சமைப்பது, வீட்டைச் சுத்தப்படுத்துவது, எனக்காகத் தன்னை வருத்திக் கொள்வது போன்றவற்றின் மூலம் என் தாயார் தனக்குப் போதையேற்றிக் கொள்கிறார். என் அப்பாவின் தொழிலில் ஏதேனும் பிரச்சனை ஏற்பட்டால், என் அம்மா துன்புறுவார். இதை உங்களால் நம்ப முடிகிறதா? அவர் எனக்காகவும், என் தந்தைக்காகவும், என்னுடைய சகோதர சகோதரிகளுக்காகவும், எல்லாவற்றுக்காகவும் தன்னை வருத்திக் கொள்வார். நான் எப்போ நேரமும் மகிழ்ச்சியாக இருந்ததாகப் பாசாங்கு செய்வதில் ஏராளமான ஆற்றலைச் செலவிட்டுக் கொண்டிருந்தேன். எனவே, வீட்டிலிருந்து வெளியேறிவிடுவது சிறந்ததாக இருக்கும் என்று நான் நினைத்தேன்."

இன்னொரு தனிப்பட்டக் கதை.

ஒரு புருவத்தில் ஒரு வளையத்துடன் இருந்த ஓர் இளைஞன் என்னைப் பார்த்து,"உங்கள் மனைவியைப்போல! அவரும் வீட்டைவிட்டுப் போய்விட்டாரல்லவா? அவர் எல்லா நேரமும் மகிழ்ச்சியாக இருந்ததுபோலப் பாசாங்கு

செய்ய வேண்டியிருந்தது அதற்குக் காரணமா?" என்று கேட்டான்.

அப்படியானால், அவள் இங்கும் வந்திருந்திருந்தாள். இந்த இளைஞர்களுக்கும் அவள் அந்த இரத்தம் தோய்ந்த சட்டையின் ஒரு துண்டைக் கொடுத்திருந்தாளா?

"அவளும் துன்புற்றாள்," என்று கூறிவிட்டு லுக்ரீசியா சிரித்தாள். "எனக்குத் தெரிந்தவரை, அவள் இனியும் துன்புற்றுக் கொண்டிருக்கவில்லை. அதைத்தான் நான் துணிச்சல் என்று அழைக்கிறேன்!"

"என்னுடைய மனைவி இங்கே என்ன செய்து கொண்டிருந்தாள்?"

"அன்பைப் பற்றிய விநோதமான கருத்துகளைக் கொண்டிருந்த அந்த மங்கோலியனுடன் அவள் வந்தாள். அன்பைப் பற்றி நாங்கள் இப்போதுதான் புரிந்து கொள்ளத் தொடங்கியிருக்கிறோம். அவள் எங்களிடம் கேள்விகள் கேட்பது வழக்கம். பிறகு அவள் தன்னுடைய கதையை எங்களிடம் பகிர்ந்து கொள்வாள். ஒரு நாள், அவ்விரண்டையும் செய்வதை அவள் நிறுத்திவிட்டாள். குறை கூறுவது தனக்கு அலுத்துவிட்டதாக அவள் கூறினாள். எல்லாவற்றையும் விட்டுவிட்டு எங்களோடு வந்துவிடும்படி நாங்கள் அவளுக்குப் பரிந்துரைத்தோம். ஏனெனில், நாங்கள் வட ஆப்பிரிக்காவுக்கு ஒரு பயணம் மேற்கொள்ளத் திட்டமிட்டுக் கொண்டிருந்தோம். அவள் எங்களுக்கு நன்றி கூறிவிட்டு, தனக்கு வேறு திட்டங்கள் இருந்ததாகவும், தான் நேரெதிர்த் திசையில் பயணிக்கவிருந்ததாகவும் கூறினாள்," என்று லுக்ரீசியா கூறினாள்.

"இவருடைய சமீபத்திய நூலை நீ படிக்கவில்லையா?" என்று அனஸ்டாசியா கேட்டாள்.

"இல்லை, எனக்கு அதில் விருப்பமிருக்கவில்லை. அது அளவுக்கதிகமாகக் காதல் மயக்கம் இழையோடும் நூல் என்று மக்கள் என்னிடம் கூறினர். அது போகட்டும், எப்போது இன்னும் கொஞ்சம் வோட்கா வரும்?"

***

மக்கள் எங்களைக் குதிரைகள்மீது அமர்ந்து ஒரு கிராமத்திற்குள் நுழைந்து கொண்டிருந்த

சாமுராய் வீரர்கள்போலவும், ஓர் எல்லையோர நகருக்குள் நுழைந்து கொண்டிருந்த கொள்ளைக்காரர்கள்போலவும், ரோம் நகருக்குள் நுழைந்து கொண்டிருந்த காட்டுமிராண்டிகள்போலவும் நினைத்துவிட்டார்கள்போலும்! ஏனெனில், அவர்கள் விலகி எங்களுக்கு வழிவிட்டனர். அக்குழுவினர் மூர்க்கத்தனமான நடத்தை எதையும் வெளிப்படுத்தவில்லை. மாறாக, அவர்களுடைய உடைகளிலும், அவர்களுடைய உடற்துளைகளிலும், உரத்த உரையாடல்களிலும், ஒட்டுமொத்த விசித்திரத்திலும் மூர்க்கத்தனம் அப்பட்டமாக வெளிப்பட்டது. நாங்கள் இறுதியில் ஒரு குட்டிக் கடையைக் கண்டுபிடித்தோம். மறுகணம், அவர்கள் அனைவரும் அக்கடைக்குள் நுழைந்து, அங்கே இருந்த அடுக்குகளைக் காட்டுத்தனமாகத் துழாவத் தொடங்கினர். அது எனக்கு அசௌகரியத்தையும் பயத்தையும் ஏற்படுத்தியது.

அக்குழுவில் இருந்தவர்களில் மிக்காயிலைத் தவிர வேறு யாரையும் எனக்குத் தெரியாது. தன்னைப் பற்றி அவன் என்னிடம் கூறியிருந்தது உண்மையா என்பதுகூட அப்போது எனக்குத் தெரியாது. ‘அவர்கள் அந்தக் கடையில் எதையேனும் திருடிவிட்டால் என்ன செய்வது? அவர்களில் யாரிடமேனும் ஏதேனும் ஆயுதம் இருந்தால் என்ன செய்வது? அக்குழுவில் அப்போது நான்தான் மிகவும் வயது முதிர்ந்தவன் என்பதால், அவர்களுடைய செயல்களுக்கு நான் பொறுப்பாளியா?’ என்றெல்லாம் நினைத்து நான் கவலைப்பட்டேன். கல்லாவில் உட்கார்ந்திருந்தவர், கூரையிலிருந்து தொங்கிக் கொண்டிருந்த பாதுகாப்புக் கண்ணாடியை அடிக்கடி ஏறிட்டுப் பார்த்து அவர்களுடைய நடவடிக்கைகளைக் கண்காணித்துக் கொண்டிருந்தார். அவருடைய கவலையை உணர்ந்து கொண்ட அக்குழுவினர், ஆளுக்கொரு பக்கமாகப் பிரிந்து சென்று, ஒருவருக்கொருவர் ஏதேதோ சைகைகள் காட்டினர். இதைத் தொடர்ந்து அங்கே பதற்றம் அதிகரித்தது. சுருக்கமாகச் சொன்னால், நான் மூன்று வோட்கா பாட்டில்களை எடுத்துக் கொண்டு வேகமாகக் கல்லாவை நோக்கி நடந்தேன்.

சிகரெட் வாங்கிக் கொண்டிருந்த யாரோ ஒரு பெண்மணி, கல்லாவில் உட்கார்ந்திருந்தவரைப் பார்த்து,

"என்னுடைய நாட்களில் பாரீஸ் நகரில் பொஹீமியர்களும் ஓவியர்களும் நிறைந்திருந்தனரே அன்றி, வீடுவாசலற்ற, மற்றவர்களை அச்சுறுத்துகின்ற கூட்டங்கள் அல்ல. நீங்கள் காவல் துறையினரை அழைப்பது நல்லது. எக்கணத்திலும் ஏதோ மோசமானது நிகழவிருக்கிறது என்ற உணர்வு எனக்கு ஏற்படுகிறது," என்று கூறினார்.

பலரிடம் கடன் வாங்கி, பல ஆண்டுகள் கடுமையாக உழைத்ததன் மூலம் தான் உருவாக்கியிருந்த தன்னுடைய அந்தச் சின்னஞ்சிறு உலகம் அக்கூட்டத்தினரால் ஆக்கிரமிக்கப்பட்டிருந்ததைக் கண்டு பீதியடைந்த அந்தக் கல்லாக்காரர், அந்தப் பெண் கூறியதை ஆமோதித்துத் தலையசைத்தார். அவர் ஏற்கெனவே காவல் துறையினரை அழைத்திருந்ததை நான் உணர்ந்தேன்.

எனக்குத் தொடர்பில்லாத விஷயங்களில் ஈடுபடுவதை நான் வெறுக்கிறேன், ஆனால் ஒரு கோழையாக இருப்பதையும் நான் வெறுக்கிறேன். அவ்வாறு நிகழ்கின்ற ஒவ்வொரு முறையும், ஒரு வாரத்திற்கு நான் என்னுடைய சுயமரியாதை முழுவதையும் இழந்துவிடுகிறேன்.

"கவலைப்படாதீர்கள்..." என்று நான் தொடங்கினேன்.

ஆனால் காலம் கடந்திருந்தது.

இரண்டு காவலர்கள் உள்ளே வந்தனர். அந்தக் கல்லாக்காரர் அவர்களைப் பார்த்துக் கையசைத்துத் தன்னை நோக்கி அழைத்தார். ஆனால் வேற்றுக் கிரகவாசிகளைப்போலத் தோற்றமளித்த அந்த இளைஞர்களும் யுவதிகளும் அக்காவலர்களைக் கண்டுகொள்ளவில்லை. சட்டப்படியான ஓர் அமைப்புமுறையின் பிரதிநிதிகளுக்கு எதிர்ப்புக் காட்டுவதன் ஒரு பகுதி அது. இதற்கு முன்பு இது அவர்களுக்குப் பல முறை நிகழ்ந்திருந்திருக்க வேண்டும். தாங்கள் எந்தக் குற்றமும் செய்திருக்கவில்லை என்பதை அவர்கள் அறிந்திருந்தனர் (ஃபேஷனுக்கு எதிரான குற்றத்தைத் தவிர, ஆனால் அதுகூட அடுத்த ஃபேஷன் வரும்போது மாறிவிடும்). அவர்கள் அக்காவலர்களைக் கண்டு பயந்திருக்கக்கூடும், ஆனால் அதை அவர்கள் வெளிக்காட்டிக் கொள்ளாமல் தொடர்ந்து சத்தமாகப் பேசிக் கொண்டிருந்தனர்.

"நான் அன்று ஒரு நகைச்சுவையாளரைப் பார்த்தேன். முட்டாள்களின் அடையாள அட்டையில் 'முட்டாள்' என்று

எழுதப்பட்டிருக்க வேண்டும், ஏனெனில், நாம் யாருடன் பேசிக் கொண்டிருக்கிறோம் என்பது அப்போது நமக்குத் தெரியும் என்று அவர் கூறினார்," என்று அனஸ்டாசியா குறிப்பாக யாரையும் பார்க்காமல் சொன்னாள்.

"ஆமாம், முட்டாள்கள் இச்சமுதாயத்திற்கு உண்மையிலேயே மிகவும் ஆபத்தானவர்கள். வாகன ஓட்டுநர்கள் சோதிக்கப்படுவதைப்போலவே, ஆண்டுக்கு ஒரு முறை அவர்கள் சோதிக்கப்பட்டு, தெருவில் நடந்து செல்ல அவர்களுக்கு ஓர் உரிமம் வழங்கப்பட வேண்டும்," என்று ஒரு பத்து—டாலர் நோட்டின் பின்பக்கத்தில் இடம்பெற்றிருந்த பூனைகள் மற்றும் விளக்குக் கம்பங்களின் எண்ணிக்கையைப் பற்றி முன்பு என்னிடம் பேசிக் கொண்டிருந்தவள் கூறினாள்.

கிட்டத்தட்ட அக்குழுவினரின் வயதை ஒத்திருந்ததுபோலத் தோன்றிய அக்காவலர்கள், அக்குழுவினரிடம் எதுவும் கூறவில்லை.

"நான் என்ன செய்ய விரும்புகிறேன் தெரியுமா?" அது மிக்காயிலின் குரல், ஆனால் அவன் ஏதோ ஓர் அடுக்குக்குப் பின்னால் மறைந்து நின்று கொண்டிருந்ததால் என்னால் அவனைப் பார்க்க முடியவில்லை. "இக்கடையில் உள்ள அனைத்துப் பொருட்களின் லேபிள்களை நான் மாற்ற விரும்புவேன். இங்கு வருபவர்கள் முற்றிலுமாகக் குழம்பிப் போவார்கள். ஒரு குறிப்பிட்டப் பொருள் குளிராகச் சாப்பிடப்பட வேண்டுமா அல்லது சூடாக்கிச் சாப்பிடப்பட வேண்டுமா, வேக வைக்கப்பட வேண்டுமா அல்லது பொறிக்கப்பட வேண்டுமா என்று தெரியாமல் அவர்கள் தடுமாறுவர். பாக்கெட்டுகளில் கொடுக்கப்பட்டுள்ள அறிவுறுத்தல்களை அவர்கள் படிக்காவிட்டால், அந்த உணவை எவ்வாறு சமைக்க வேண்டும் என்பது அவர்களுக்குத் தெரியாது. உள்ளுணர்வுபூர்வமாகச் சமைப்பதை அவர்கள் மறந்து போய் வெகுகாலம் ஆகிவிட்டது."

அதுவரை பேசியிருந்த அனைவரும் கச்சிதமான பாரீஸிய பிரெஞ்சில் பேசினர். மிக்காயிலுக்கு மட்டுமே ஓர் அந்நிய உச்சரிப்பு இருந்தது.

அக்காவலர்களில் ஒருவர் அவனிடம் வந்து, "உன்னுடைய பாஸ்போர்ட்டை நான் பார்க்கலாமா?"

என்று கேட்டார்.

"அவன் என்னுடன் வந்திருக்கிறான்," என்று நான் கூறினேன்.

அந்த வார்த்தைகள் தாமாக என் வாயிலிருந்து வெளிவந்துவிட்டன — அது எனக்கு இன்னோர் அவதூறு ஏற்பட வழிவகுக்கக்கூடும் என்பதை நான் அறிந்திருந்தபோதிலும்! அக்காவலர் என்னைப் பார்த்தார்.

"நான் உங்களிடம் பேசிக் கொண்டிருக்கவில்லை, ஆனால் நீங்கள் இக்கூட்டத்தைச் சேர்ந்தவர் என்பது வெளிப்படையாகத் தெரிவதால், நீங்கள் யார் என்பதை நிரூபிப்பதற்கான ஏதோ ஒரு வகையான ஆவணமும், உங்கள் வயதில் பாதி வயது இருக்கும் இந்த இளைஞர்கள் உங்களைச் சூழ்ந்திருப்பதற்கும் நீங்கள் வோட்கா வாங்கிக் கொண்டிருப்பதற்கும் ஒரு தகுந்த காரணமும் உங்களிடம் இருக்கும் என்று நான் நினைக்கிறேன்."

என்னுடைய ஆவணங்களை அவரிடம் காட்ட என்னால் மறுக்க முடியும். அவற்றை என்னுடன் எப்போதும் சுமந்து திரிவதற்குச் சட்டரீதியான கட்டாயம் எதுவும் எனக்கு இருக்கவில்லை. ஆனால் நான் மிக்காயிலைப் பற்றிச் சிந்தித்துக் கொண்டிருந்தேன். அக்காவலர்களில் ஒருவர் இப்போது அவனுக்குப் பக்கத்தில் நின்று கொண்டிருந்தார். 'அவன் பிரான்ஸில் தங்கியிருப்பதற்கு உண்மையிலேயே அனுமதி பெற்றிருந்தானா? தன்னுடைய அமானுசக் காட்சிகளையும் தன்னுடைய வலிப்பு நோயையும் பற்றி அவன் என்னிடம் கூறியிருந்த கதைகளைத் தவிர எனக்கு அவனைப் பற்றி வேறு என்ன தெரியும்? இந்தப் பதற்றமான சூழல் அவனுக்கு ஒரு வலிப்பைத் தூண்டினால் என்னவாகும்?'

நான் என்னுடைய பாக்கெட்டுக்குள் கையைவிட்டு என்னுடைய ஓட்டுநர் உரிமத்தை வெளியே எடுத்தேன்.

"அப்படியானால் நீங்கள்..."

"ஆமாம், நான்தான்."

"நீங்களாகத்தான் இருக்க வேண்டும் என்று நான் நினைத்தேன். நான் உங்களுடைய புத்தகங்களில் ஒன்றைப் படித்திருக்கிறேன். ஆனால் அது உங்களைச் சட்டத்திற்கு மேலானவராக ஆக்கிவிடாது."

அவர் என்னுடைய புத்தகங்களில் ஒன்றைப்

படித்திருந்தார் என்ற செய்தி என்னைத் தூக்கி வாரிப்போட்டது. மொட்டைத் தலையுடன் இருந்த அந்த இளைஞரை எங்கள் குழுவில் இருந்தவர்களிடமிருந்து வேறுபடுத்திக் காட்டியது அவருடைய சீருடை மட்டுமே. வித்தியாசமான ஒருவராக இருப்பதற்கும், சிறையில் அடைக்கப்படும் அளவுக்கு எல்லை மீறிப் போகாமல் அதிகாரத்திற்குச் சவால்விடுவதற்குமான சுதந்திரம் வேண்டும் என்று அவரும் கனவு கண்டிருந்திருக்கக்கூடும். ஆனால் அவருடைய தந்தை அவருக்கு வேறு எந்த மாற்றையும் வழங்கியிருக்காமல் இருந்திருக்கலாம், அல்லது பொருளாதாரரீதியாக அவரைச் சார்ந்திருந்த ஒரு குடும்பம் அவருக்கு இருந்திருக்கலாம், அல்லது தனக்குப் பரிச்சயமான உலகத்திற்கு அப்பால் செல்ல அவர் பயந்திருக்கலாம்.

நான் அவரிடம் மென்மையாக இவ்வாறு கூறினேன்:

“இல்லை, நான் சட்டத்திற்கு மேலானவன் அல்லன். உண்மையில், இங்கு யாரும் சட்டத்தை மீறவில்லை – அந்தக் கல்லாக்காரரோ அல்லது சிகரெட் வாங்கிக் கொண்டிருக்கும் அந்தப் பெண்மணியோ குறிப்பாக ஏதேனும் புகார் கொடுக்க விரும்பினாலொழிய!”

நான் திரும்பியபோது, தன்னுடைய நாட்களில் தான் கண்ட ஓவியர்களையும் பொஹீமியர்களையும் பற்றிக் குறிப்பிட்டிருந்த, எக்கணத்திலும் நிகழவிருந்த ஆபத்தை முன்னறிவித்தத் தீர்க்கதரிசியான, உண்மை மற்றும் நல்ல இங்கிதங்களின் மொத்த உருவமான அந்தப் பெண்மணி காணாமல் போயிருந்தார். தன்னுடைய முயற்சியால் ஒரு கொள்ளை தடுக்கப்பட்டதாக மறுநாள் அவர் தன்னுடைய அண்டைவீட்டாரிடம் சொல்லி மார்தட்டிக் கொண்டிருப்பார் என்பதில் சந்தேகமில்லை.

“நான் புகார் எதுவும் கொடுக்க விரும்பவில்லை,” என்று அந்தக் கல்லாக்காரர் கூறினார். “இவர்கள் எல்லோரும் மிகவும் சத்தமாகப் பேசிக் கொண்டிருந்ததால் நான் கவலையடைந்தேன், ஆனால் இவர்கள் உண்மையில் எந்தத் தீங்கும் செய்து கொண்டிருக்கவில்லை என்பதுபோலத் தெரிகிறது.”

“ஐயா, இந்த வோட்கா உங்களுக்கா?” என்று அவர் கேட்டார்.

நான் ஆமோதித்துத் தலையசைத்தேன். அங்கிருந்த

எல்லோரும் குடித்திருந்தார்கள் என்பதை அவர்கள் அறிந்திருந்தனர், ஆனால் பிரச்சனையற்ற ஒரு சூழ்நிலையை அவர்கள் பெரிதுபடுத்த விரும்பவில்லை.

"முட்டாள்கள் இல்லாத ஓர் உலகம் முற்றிலும் குழப்பமானதாக இருக்கும்!" என்று தோலாடை அணிந்திருந்தவன் கூறினான். "இன்று வேலையின்றி இருக்கும் மக்களுக்குப் பதிலாக, ஏகப்பட்ட வேலைகளும், அவற்றைச் செய்வதற்கு ஆள் யாரும் இல்லாமலும் இருக்கும்."

"வாயை மூடு!"

என்னுடைய குரலில் அதிகாரமும் உறுதியும் தொனித்தன.

"எல்லோரும் பேசுவதை நிறுத்துங்கள்!"

ஆச்சரியகரமாக, அங்கே உடனடியாக மௌனம் நிலவியது. என் இதயம் வேகமாகத் துடித்துக் கொண்டிருந்தது, ஆனால் உலகிலேயே மிகவும் அமைதியானவன் நான்தான் என்பதுபோல நான் அந்தக் காவலருடன் பேச்சைத் தொடர்ந்தேன்.

"இவர்கள் உண்மையிலேயே ஆபத்தானவர்களாக இருந்திருந்தால், இவர்கள் இப்படிப் பேசிக் கொண்டிருக்க மாட்டார்கள்."

அக்காவலர் அந்தக் கல்லாக்காரரிடம் திரும்பி, "உங்களுக்கு எங்கள் தேவை எழுந்தால், நாங்கள் இங்கேதான் சுற்றிக் கொண்டிருப்போம்," என்று கூறினார்.

அங்கிருந்து வெளியேறுவதற்கு முன், அவர் தன்னுடைய சகாவிடம், "எனக்கு முட்டாள்களைப் பிடிக்கும். அவர்கள் மட்டும் இல்லாவிட்டால், நாம் சில உண்மையான குற்றவாளிகளைச் சமாளிக்க வேண்டியிருக்கும்," என்று கூறியது அந்த ஒட்டுமொத்தக் கடையிலும் எதிரொலித்தது.

"நீ சொல்வது சரிதான்," என்று ஆமோதித்த மற்றொரு காவலர், "முட்டாள்கள் நமக்கு ஒரு நல்ல, பாதுகாப்பான பொழுதுபோக்காக இருக்கின்றனர்," என்று கூறினார்.

பிறகு அவர்கள் அங்கிருந்து போய்விட்டனர்.

நாங்கள் எல்லோரும் அக்கடையைவிட்டு வெளியே வந்தவுடன் என் மனத்தில் தோன்றிய ஒரே விஷயம், அந்த வோட்கா பாட்டில்களை உடைக்க வேண்டும் என்பதுதான். ஆனால் ஒரே ஒரு பாட்டிலை நான் பாதுகாத்தேன். அது

அவர்களிடையே ஒரு சுற்று வந்தது. அவர்கள் குடித்துக் கொண்டிருந்த விதத்தை வைத்துப் பார்த்தபோது, நான் பயந்திருந்த அதே அளவு அவர்களும் பயந்திருந்ததை என்னால் கண்டுகொள்ள முடிந்தது. இதில் ஒரே வித்தியாசம் என்னவென்றால், அவர்கள் அச்சுறுத்தலுக்கு ஆளானபோது, அவர்கள் எதிர்க்கத் தயாராகியிருந்தனர், அவ்வளவுதான்.

மிக்காயில் அவர்களில் ஒருவரிடம், "எனக்கு என்னவோ செய்கிறது. நாம் போகலாம்," என்று கூறினான். அவன் எங்கே போகலாம் என்று கூறினான் என்பது எனக்குப் புரியவில்லை. ஒவ்வொருவரும் அவரவருடைய வீட்டிற்குப் போக வேண்டும் என்றானா அல்லது நகருக்குள் போகலாம் என்றானா அல்லது பாலத்திற்குப் போகலாம் என்றானா? எனக்குத் தங்களோடு வர விருப்பமா என்று யாரும் என்னிடம் கேட்காததால், நான் வெறுமனே அவர்களைப் பின்தொடர்ந்தேன். 'எனக்கு என்னவோ செய்கிறது' என்று மிக்காயில் கூறியது என்னைக் கொஞ்சம் உலுக்கியது. அவனுக்கு உடம்பு சரியில்லை என்றால், மத்திய ஆசியாவுக்கான பயணத்தைப் பற்றிப் பேசுவதற்கு அன்றிரவு இன்னொரு வாய்ப்பு எங்களுக்குக் கிடைக்காது என்று அர்த்தமா? நான் பேசாமல் அங்கிருந்து புறப்பட்டுவிட வேண்டுமா? அல்லது, 'நாம் போகலாம்' என்பதற்கு என்ன அர்த்தம் என்று பொறுத்திருந்து பார்க்க வேண்டுமா? நான் மிகவும் குதூகலமாக இருந்ததை நான் உணர்ந்தேன். அக்குழுவில் ஒரு இரத்தக்காட்டேரிபோல உடையணிந்திருந்த பெண்ணை நான் அன்றிரவு என் வசப்படுத்திக் கொள்ள விரும்பினேன்.

எனவே, நான் அவர்களைப் பின்தொடர்ந்தேன்.

ஆபத்திற்கான முதல் அறிகுறி தென்பட்டால் உடனடியாக அங்கிருந்து ஓடிவிடலாம் என்று நான் நினைத்துக் கொண்டேன்.

நாங்கள் அங்கிருந்து புறப்பட்டோம் – எங்கே என்று எனக்குத் தெரியவில்லை. ஆனால், வழி நெடுகிலும் நான் அந்த ஒட்டுமொத்த அனுபவத்தைப் பற்றிச் சிந்தித்துக் கொண்டிருந்தேன். நாங்கள் ஒரு குழுவாக இருந்தோம். மனிதர்கள் பாதுகாப்பான குழுக்களில் வாழ்ந்த, உயிர் பிழைத்திருப்பதற்கு மிகக் குறைவான விஷயங்களே

தேவைப்பட்ட ஒரு காலகட்டத்திற்குத் திரும்பிச் செல்வதற்கான ஒரு குறியீடாக அது இருந்தது. சமுதாயம் என்ற ஒரு கடுமையான குழுவுக்கு நடுவே இன்னொரு குழு! ஒரு கச்சிதமான சமுதாயத்தை உருவாக்க ஒன்றுசேர்ந்திருந்த ஒரு குழு! அவர்கள் அணிந்திருந்த ஆடையையும் உடலில் துளையிடுதலையும் தாண்டி அவர்களைப் பற்றி எனக்கு எதுவும் தெரியாது. அவர்களுடைய விழுமியங்கள் என்ன? வாழ்க்கையைப் பற்றி அவர்கள் என்ன நினைத்தனர்? அவர்கள் எவ்வாறு தங்கள் பணத்தைச் சம்பாதித்தனர்? அவர்களுக்குக் கனவுகள் இருந்தனவா அல்லது வெறுமனே உலகத்தைச் சுற்றித் திரிவது அவர்களுக்குப் போதுமானதாக இருந்ததா? மறுநாள் மாலையில் நான் கலந்து கொள்ள வேண்டியிருந்த விருந்தைவிட இவையெல்லாம் அதிக சுவாரசியமூட்டுபவையாக இருந்தன. ஏனெனில், அந்த விருந்தில் துல்லியமாக என்ன நிகழும் என்பது எனக்குத் தெரியும். என்னுடைய இந்த மனநிலைக்குக் காரணம் அந்த வோட்காதான் என்று நான் உறுதியாக நம்பினேன், ஆனால் நான் சுதந்திரமானவனாக உணர்ந்தேன், என்னுடைய கடந்தகாலம் என்னைவிட்டு மேன்மேலும் விலகிப் போய்க் கொண்டே இருந்தது, நிகழ்கணம் மட்டுமே இருந்தது; உள்ளுணர்வு மட்டுமே இருந்தது. அந்த சஹீர் மறைந்துவிட்டிருந்தது...

சஹீர்?

ஆமாம், அது மறைந்துவிட்டிருந்தது, ஆனால் ஒரு விஷயத்தை நான் உணர்ந்தேன்: சஹீர், ஒருவன் ஒரு பொருள்மீது வைத்துள்ள அதீத விருப்பத்தைத் தாண்டிய ஒன்று; போர்ஜெஸ் கூறியதுபோல, கொர்டோபாவில் உள்ள மசூதியில் உள்ள ஆயிரத்து இருநூறு பளிங்குத் தூண்களில் ஒன்றின் நாளத்தின்மீது ஒருவன் வைத்திருக்கும் அதீத மோகத்தைவிட அதிகமானது அது; அல்லது, கடந்த இரண்டு ஆண்டுகளாக என்னுடைய வேதனைகரமான வாழ்க்கையில் நிகழ்ந்துள்ளதைப்போல, மத்திய ஆசியாவில் உள்ள ஒரு பெண்ணின்மீதான காதலைவிட அதிகமானது அது. சஹீர் என்பது தலைமுறை தலைமுறையாகக் கடத்தப்பட்டு வந்திருந்த எல்லாவற்றின்மீதான அதீதக் கவனமாகும். அது எல்லாக் கேள்விகளுக்கும் விடையளித்தது, எல்லா இடங்களையும் ஆக்கிரமித்துக்

கொண்டது, விஷயங்களால் மாற முடியும் என்ற சாத்தியக்கூற்றைக் கருத்தில் கொள்ளக்கூட அது நம்மை ஒருபோதும் அனுமதிக்கவில்லை.

சர்வ சக்தி வாய்ந்த அந்த சஹீர், ஒவ்வொரு மனிதனுடனும் பிறந்துள்ளதுபோலவும், குழந்தைப் பருவத்தில் முழு வலிமை பெற்றதுபோலவும், பின்னாளில் எப்போதும் மதிக்கப்படவிருந்த பின்வரும் விதிமுறைகளை நம்மீது வலுக்கட்டாயமாகத் திணித்ததுபோலவும் தோன்றியது:

வித்தியாசமான மக்கள் ஆபத்தானவர்கள். அவர்கள் இன்னொரு குழுவைச் சேர்ந்தவர்கள். அவர்கள் நம்முடைய நிலங்கள்மீதும் நம்முடைய பெண்கள்மீதும் ஆசை கொண்டுள்ளனர்.

நாம் திருமணம் செய்து கொண்டு, குழந்தைகளைப் பெற்று, நம்முடைய இனத்தைப் பெருக்க வேண்டும்.

அன்பு என்பது ஒரு சிறிய விஷயம் மட்டுமே. அது ஒரு நபருக்குப் போதுமானதாக இருக்கிறது. இதயம் பெரியது என்று யாரேனும் கருத்துத் தெரிவித்தால், அது வக்கிரமான யோசனையாகப் பார்க்கப்படுகிறது.

நாம் திருமணம் செய்து கொள்ளும்போது, அடுத்தவரையும் அவருடைய உடலையும் அவருடைய ஆன்மாவையும் கைவசப்படுத்திக் கொள்வதற்கு நமக்கு அதிகாரம் வழங்கப்பட்டுள்ளது.

நாம் வெறுக்கின்ற வேலைகளை நாம் செய்தாக வேண்டும். ஏனெனில், ஒழுங்கமைக்கப்பட்ட ஒரு சமுதாயத்தின் ஒரு பகுதியாக நாம் இருக்கிறோம். மேலும், ஒவ்வொருவரும் தாங்கள் விரும்புவதை மட்டுமே செய்தால், உலகம் தன் இயக்கத்தை நிறுத்திவிடும்.

நாம் நகைகள் வாங்க வேண்டும்; உடலில் துளையிடுதல் வேறொரு வித்தியாசமான குழுவில் உள்ளோரை அடையாளம் காண்பதைப்போல, நகைகள் நம்முடைய குழுவுடன் நம்மை அடையாளம் காண்கின்றன.

நாம் எல்லா நேரமும் சுவாரசியமூட்டுபவர்களாக இருக்க வேண்டும். தங்களுடைய உண்மையான உணர்வுகளை வெளிப்படுத்துவோரை நாம் எள்ளி நகையாட வேண்டும். ஒரு குழு தன்னுடைய உறுப்பினர்கள் அவர்களுடைய உணர்வுகளை வெளிப்படுத்த அனுமதிப்பது

ஆபத்தானதாக அமையும்.

'முடியாது' என்று சொல்வதை எந்த விலை கொடுத்தேனும் நாம் தவிர்க்க வேண்டும். ஏனெனில், எப்போதும் 'சரி' என்று சொல்கின்றவர்களையே எல்லோரும் விரும்புகின்றனர். பகையுணர்வு நிரம்பிய ஒரு பகுதியில் உயிர் பிழைத்திருப்பதற்கு இது நமக்கு உதவும்.

நம்முடைய உணர்வுகளைவிட மற்றவர்கள் என்ன நினைக்கிறார்கள் என்பது அதிக முக்கியமானது.

விஷயங்களை ஒருபோதும் பெரிதுபடுத்தாதீர்கள், அது ஓர் எதிரிக் குழுவின் கவனத்தைக் கவரக்கூடும்.

நீங்கள் வித்தியாசமாக நடந்து கொண்டால், உங்கள் குழுவிலிருந்து நீங்கள் வெளியேற்றப்படுவீர்கள். ஏனெனில், நீங்கள் மற்றவர்களை பாதிக்கக்கூடும், மிகவும் கஷ்டப்பட்டு ஒழுங்கமைத்த ஒன்றை நீங்கள் அழித்துவிடக்கூடும்.

நம்முடைய புதிய குகை வசீகரமாக இருக்க வேண்டும் என்பதை நாம் எப்போதும் கருத்தில் கொள்ள வேண்டும். நம்முடைய குகை எப்படி இருக்கிறது என்பது பற்றிய ஒரு தெளிவான யோசனை நமக்கு இல்லாதபோது, நமக்கு எவ்வளவு நல்ல ரசனை இருக்கிறது என்பதை மற்றவர்களுக்குக் காட்டும் விதத்தில் நம்முடைய குகையை அலங்கரிக்கக்கூடிய ஒரு திறமையான வீட்டு அலங்கரிப்பாளரை நாம் வரவழைக்க வேண்டும்.

நமக்குப் பசி இல்லாவிட்டால்கூட, நாம் தினமும் மூன்று வேளைகள் சாப்பிட வேண்டும். அழகின் தற்போதைய இலக்கணத்திற்கு நாம் பொருந்தாமல் இருந்தால், நாம் நம் வயிற்றைக் காயப்போட வேண்டும்.

ஃபேஷனுக்கு ஏற்றபடி நாம் உடையணிய வேண்டும், நாம் விரும்பினாலும் இல்லாவிட்டாலும் உடலுறவில் ஈடுபட வேண்டும்; நம்முடைய நாட்டின் எல்லைகளின் பெயரில் நாம் கொலை செய்ய வேண்டும்; வேலையிலிருந்து சீக்கிரம் ஓய்வு பெறுவதற்காக நேரம் வேகமாகக் கரைய வேண்டும் என்று நாம் வேண்டிக் கொள்ள வேண்டும்; அரசியல்வாதிகளைத் தேர்ந்தெடுக்க வேண்டும்; விலைவாசியைப் பற்றிக் குறை கூற வேண்டும்; நம்முடைய சிகையலங்காரத்தை மாற்றிக் கொள்ள வேண்டும்; நம்மிடமிருந்து வேறுபட்டிருப்பவர்களை நாம் விமர்சிக்க வேண்டும்; நம்முடைய சொந்த மதத்தின் அடிப்படையில்

மத வழிபாடுகளுக்குச் செல்ல வேண்டும்; அங்கே நாம் நம்முடைய பாவங்களுக்காக மன்னிப்புக் கேட்க வேண்டும்; உண்மை நமக்கு மட்டுமே தெரியும் என்பதிலும், ஒரு பொய்யான கடவுளை வழிபடுகின்ற அந்த மற்றக் குழுவை நாம் வெறுப்பதிலும் நாம் பெருமிதம் கொள்ள வேண்டும்.

நம்முடைய குழந்தைகள் நம்முடைய அடியொற்றி நடக்க வேண்டும். ஏனெனில், நாம் பெரியவர்கள், உலகத்தைப் பற்றி நமக்குத் தெரியும்.

நாம் ஒரு பல்கலைக்கழகத்தில் சேர்ந்து ஒரு பட்டப்படிப்பை முடிக்க வேண்டும் — பிறருடைய கட்டாயத்தின் பெயரில் நாம் படித்தப் படிப்புத் தொடர்பான வேலை எதுவும் நமக்குக் கிடைக்காவிட்டால்கூட!

நாம் ஒருபோதும் பயன்படுத்தப் போகாத, ஆனால் தெரிந்து கொள்ள வேண்டியது அவசியம் என்று யாரோ நம்மிடம் கூறிய, அல்ஜீப்ரா, முக்கோணவியல், ஹமுராபி சட்டவிதிகள் போன்ற விஷயங்களை நாம் படிக்க வேண்டும்.

நாம் நம்முடைய பெற்றோருக்கு ஒருபோதும் வருத்தம் ஏற்படுத்தக்கூடாது — நமக்கு மகிழ்ச்சியளிக்கின்ற விஷயங்களை அதற்காக நாம் விட்டுக்கொடுக்க வேண்டியிருந்தாலும்கூட!

நாம் அமைதியாகப் பேச வேண்டும், இசையை அமைதியாக ஒலிக்கவிட வேண்டும், தனிமையில் அழ வேண்டும். ஏனெனில், விதிகளை நிர்ணயித்து, இரயில் தண்டவாளங்களுக்கு இடையேயான தூரத்தையும், வெற்றியின் அர்த்தத்தையும், அன்பு செலுத்துவதற்கான சிறந்த வழியையும், வெகுமதிகளின் முக்கியத்துவத்தையும் தீர்மானிக்கின்ற அந்த சஹீர் நான்தான்!

***

ஓர் ஆடம்பரமான பகுதியில் ஓர் அழகான கட்டடத்திற்கு வெளியே நாங்கள் நின்றோம். எங்கள் குழுவில் இருந்தவர்களில் ஒருவன் வாசற்கதவில் கடவு எண்களை அழுத்தியதும் அக்கட்டடத்தின் கதவு திறந்தது. நாங்கள் எல்லோரும் மூன்றாவது மாடிக்குச் சென்றோம். தன்னுடைய மகனைத் தங்கள் அருகே வைத்துக்

கொள்வதற்கும் அவன்மீது ஒரு கண் வைத்திருப்பதற்கும் அவனுடைய நண்பர்களைப் பொறுத்துக் கொள்கின்ற பெற்றோர்களை நாங்கள் அந்த வீட்டில் காண்போம் என்று நான் நினைத்தேன். ஆனால் லுக்ரீசியா அவ்வீட்டின் கதவைத் திறந்தபோது, உள்ளே இருட்டாக இருந்தது. தெருவிளக்கின் ஒளி மட்டும் லேசாக அவ்வீட்டின் சன்னலின் ஊடாக உள்ளே வந்து கொண்டிருந்தது. அந்த ஒளிக்கு என் கண்கள் பழக்கப்பட்டபோது, ஒரு பெரிய, காலியான வரவேற்பறையை நான் கண்டேன். அங்கிருந்த ஒரே அலங்காரப் பொருள், பல ஆண்டுகளாகப் பயன்படுத்தப்பட்டிருக்காத, குளிர்காய்வதற்கு நெருப்பு மூட்டுவதற்கான ஓர் இடம் மட்டுமே.

சுமார் ஆறடி உயரம் கொண்ட, ஒரு நீளமான மழைக்கோட்டு அணிந்திருந்த, 'சூ இந்தியர்களின்' பாணியில் முடி வெட்டியிருந்த ஓர் இளைஞன், சமையலறைக்குச் சென்று சில மெழுகுவர்த்திகளை ஏற்றி எடுத்து வந்தான். நாங்கள் அனைவரும் தரையின்மீது ஒரு வட்டமாக அமர்ந்தோம். முதன்முறையாக அன்றிரவு பயம் என்னைக் கவ்வியது. ஒரு சூனியச் சடங்கு தொடங்கவிருந்த ஒரு திகில் படம்போல அது இருந்தது. அதில் பலியிடப்பட இருந்தவன், முட்டாள்தனமாக அவர்களோடு சேர்ந்து அவர்களைப் பின்தொடர்ந்து வந்திருந்த ஓர் அந்நியன்.

மிக்காயிலின் முகம் வெளிறிப் போயிருந்தது, அவனுடைய கண்கள் அங்குமிங்கும் அலைபாய்ந்து கொண்டிருந்தன. அவனுடைய நடத்தை எனக்கு மேலும் அசௌகரியமூட்டியது. அவனுக்கு வலிப்பு ஏற்படவிருந்ததுபோலத் தோன்றியது. 'அவனுக்கு வலிப்பு வந்தால் என்ன செய்ய வேண்டும் என்பது அங்கிருந்தவர்களுக்குத் தெரியுமா? பேசாமல் இப்போதே இங்கிருந்து புறப்பட்டுச் சென்றுவிட்டால், பின்னர் ஏற்படக்கூடிய சாத்தியமுள்ள துயர நிகழ்வில் நான் ஈடுபடாமல் தப்பித்துவிடலாமல்லவா?' என்று நான் யோசித்தேன்.

நான் ஆன்மிகத்தைப் பற்றி எழுதிய ஒரு பிரபலமான நூலாசிரியராக இருந்ததையும், எனவே நான் ஓர் எடுத்துக்காட்டாக இருக்க வேண்டும் என்பதையும் கருத்தில் கொண்டபோது, உடனடியாக அக்கூட்டத்தினரிடமிருந்து

விலகிப் போவதுதான் மிகவும் அறிவார்ந்த செயலாக இருக்கும் என்று நான் நினைத்தேன். எனக்கு அறிவு இருந்திருந்தால், நான் லுக்ரீசியாவிடம், "உன் காதலனுக்கு வலிப்பு ஏதேனும் ஏற்பட்டால், நீ அவனுடைய வாயில் எதையேனும் வைத்து, அவனுடைய நாக்கு பின்னுக்கு மடங்கிவிடாதபடி பார்த்துக் கொள். இல்லாவிட்டால் அவன் மூச்சுத் திணறி இறந்துவிடுவான்," என்று கூறியிருந்திருப்பேன். என்ன செய்யப்பட வேண்டும் என்பது அவளுக்கு ஏற்கெனவே தெரிந்திருக்கும், ஆனால் சமுதாய சஹீரைப் பின்பற்றுபவர்களின் உலகில், எல்லாம் ஒழுங்காகத் திட்டமிடப்பட்டாக வேண்டும், எதுவொன்றுக்கும் தயாராக இருக்க வேண்டும், நம்முடைய மனசாட்சி நம்மை உறுத்தாமல் இருக்கும் விதத்தில் நாம் நடந்து கொள்ள வேண்டும்.

என்னுடைய விபத்துக்கு முன்னால் நான் அப்படித்தான் நடந்து கொண்டிருந்திருப்பேன், ஆனால் என்னுடைய தனிப்பட்ட வரலாறு முக்கியத்துவமற்றதாக ஆகியிருந்தது. தான் ஒரு வரலாறாக இருப்பதை அது நிறுத்திவிட்டது. அது மீண்டும் ஒரு சாகசமாக, ஒரு தேடலாக, எனக்குள்ளேயான ஒரு பயணமாக, மற்றும் எனக்கு வெளியேயான ஒரு பயணமாக ஆகிக் கொண்டிருந்தது. என்னைச் சுற்றிலும் விஷயங்கள் மீண்டும் மாறிக் கொண்டிருந்த ஒரு காலகட்டம் அது. என்னுடைய எஞ்சிய வாழ்நாள் முழுவதும் அது அப்படியே இருக்க வேண்டும் என்று நான் விரும்பினேன் (என்னுடைய கல்லறை வாசகத்திற்கான யோசனைகளில் ஒன்று என் நினைவுக்கு வந்தது: 'அவன் உயிர்த்துடிப்புடன் இருந்தபோதே இறந்துவிட்டான்'). நான் என்னுடைய கடந்தகால அனுபவங்களை என்னுடன் சுமந்து கொண்டிருந்தேன். நான் வேகமாகவும் துல்லியமாகவும் எதிர்வினையாற்ற அது எனக்கு உதவியது, ஆனால் நான் கற்றிருந்த படிப்பினைகள் குறித்து நான் கவலைப்படவில்லை. ஒரு சண்டையின் நடுவே, அடுத்து தான் எந்த விதத்தில் தாக்க வேண்டும் என்று தீர்மானிப்பதற்கு நிதானிக்கும் ஒரு வீரனைக் கற்பனை செய்து பாருங்கள். அவன் ஒரு கணத்தில் கொல்லப்பட்டுவிடுவான்.

எனக்குள் இருந்த வீரன், என் உள்ளுணர்வையும் உத்திகளையும் பயன்படுத்தி, பின்வரும் முடிவுக்கு வந்தான்:

'இரவு வெகுநேரம் ஆனாலும் சரி, நான் நன்றாகக் குடித்தும் களைத்தும் இருந்தாலும் சரி, மேரி கோபத்துடன் எனக்காகக் காத்திருக்கக்கூடும் என்ற பயம் இருந்தாலும் சரி, நான் அக்கூட்டத்தினருடன் தொடர்ந்து இருக்க வேண்டும், அன்றைய இரவின் அனுபவங்களைத் தொடர வேண்டும்.' நான் மிக்காயிலுக்குப் பக்கத்தில் உட்கார்ந்தேன். அவனுக்கு வலிப்பு ஏற்பட்டால் உடனடியாகச் செயலில் இறங்குவதற்காக நான் அப்படிச் செய்தேன்.

அவனுடைய வலிப்பு நோய் அவனுடைய கட்டுப்பாட்டுக்குள் இருந்ததுபோல அவன் காணப்பட்டதை நான் கவனித்தேன். அவன் படிப்படியாக அமைதியடைந்தான். அவனுடைய பார்வை, அவன் அந்த அர்மீனிய உணவகத்தில் வெண்ணிற ஆடையில் அந்த மேடையின்மீது நின்று கொண்டிருந்தபோது எவ்வளவு தீவிரமாக இருந்ததோ, இப்போதும் அதே தீவிரத்தை வெளிப்படுத்தியது.

"நாம் வழக்கமான பிரார்த்தனையுடன் தொடங்கலாம்," என்று அவன் கூறினான்.

அதுவரை மூர்க்கத்தனமாகவும் போதையேறிய தறுதலைகளாகவும் நடந்து கொண்டிருந்த அந்த இளைஞர்களும் யுவதிகளும் தங்களுடைய கண்களை மூடிக் கொண்டு, ஒருவரோடு ஒருவர் கைகோர்த்துக் கொண்டு ஒரு பெரிய வட்டத்தில் அமர்ந்தனர். அந்த அறையின் ஒரு மூலையில் உட்கார்ந்திருந்த அந்த இரண்டு அல்சேஷன் நாய்கள்கூட அமைதியாகக் காணப்பட்டன.

"அன்பே உருவான அன்னை தெய்வமே! கார்களையும், கடைகளையும், மற்ற யாரையும் கண்டுகொள்ளாத மக்களையும் நான் பார்க்கும்போது, கட்டடங்களையும் நினைவுச்சின்னங்களையும் நான் பார்க்கும்போது, நீ அவற்றில் இல்லாததை நான் பார்க்கிறேன். உன்னைத் திரும்ப வரவழைக்கும் சக்தியை எங்களுக்குக் கொடு,"

அக்குழுவினர் அனைவரும் சேர்ந்து ஒரே குரலில் பிரார்த்தனையைத் தொடர்ந்தனர்:

"அன்பே உருவான அன்னை தெய்வமே! நாங்கள் அனுபவித்துக் கொண்டிருக்கின்ற துன்பங்களில் உன்னுடைய இருத்தலை நாங்கள் உணர்கிறோம். நாங்கள் உன்னை நேசிக்கிறோம் என்பதை ஏற்றுக் கொள்வது

உனக்குக் கடினமாக இருந்தாலும், நாங்கள் எங்கள் முயற்சியைக் கைவிடாமல் இருப்பதற்கு எங்களுக்கு உதவு. உன்னைச் சலனமின்றியும் உறுதியுடனும் நினைக்க எங்களுக்கு உதவு."

எல்லோரும் தங்களுடைய ஆடைகள்மீது ஒரே குறியீட்டை அணிந்திருந்ததை நான் கவனித்தேன். சில சமயங்களில் அது ஓர் அலங்கார ஊக்கின் வடிவிலோ அல்லது ஓர் உலோகப் பட்டையின் வடிவிலோ, அல்லது ஏதோ ஒரு பூத்தையலின் வடிவிலோ இருந்தது. சில சமயங்களில், வெறுமனே ஒரு பேனாவால் அது வரையப்பட்டிருந்தது. "என்னுடைய வலப்பக்கத்தில் அமர்ந்திருக்கின்ற இந்நபருக்கு இன்றைய இரவை நான் அர்ப்பணிக்க விரும்புகிறேன். இவர் என்னைப் பாதுகாப்பதற்காக எனக்குப் பக்கத்தில் உட்கார்ந்தார்," என்று மிக்காயில் கூறினான்.

அது அவனுக்கு எப்படித் தெரிந்தது?

"இவர் ஒரு நல்ல மனிதர். அன்பு ஒருவரைப் பரிபூரணமாக மாற்றுகிறது என்பதை இவர் அறிவார். தான் அன்பால் மாற்றப்பட இவர் அனுமதித்துள்ளார். இவர் தன்னுடைய தனிப்பட்ட வரலாற்றின் பெரும்பகுதியைத் தன்னுடைய ஆன்மாவில் இன்னும் சுமந்து கொண்டிருக்கிறார், ஆனால் அதிலிருந்து விடுபட இவர் தொடர்ந்து முயற்சித்துக் கொண்டிருக்கிறார். அதனால்தான் இன்றிரவு இவர் நம்முடன் இணைந்திருக்கிறார். தன்னுடைய நட்பிற்கான ஆதாரமாகவும் ஒரு தாயத்தாகவும் ஒரு நினைவுச்சின்னத்தை எனக்கு விட்டுச் சென்ற, நம் எல்லோருக்கும் தெரிந்த பெண்ணின் கணவர் இவர்," என்று மிக்காயில் கூறினான்.

பிறகு, அவன் இரத்தம் தோய்ந்த ஒரு துணியை வெளியே எடுத்துத் தனக்கு முன்னால் கீழே வைத்தான்.

"நமக்குத் தெரியாத ஒரு வீரனுடைய சட்டையின் ஒரு துண்டு இது. அவன் இறப்பதற்கு முன், அப்பெண்ணிடம், 'என்னுடைய சட்டையைச் சின்னச் சின்னத் துண்டுகளாக வெட்டி, மரணத்தில் நம்பிக்கை கொண்டுள்ள, அதே

காரணத்தால், பூமியில் இன்றுதான் தங்களுடைய கடைசி நாள் என்பதுபோல வாழும் திறன் படைத்த மக்களிடையே அவற்றை விநியோகம் செய்யுங்கள். நான் கடவுளின் முகத்தை இப்போதுதான் பார்த்துள்ளேன் என்றும், அவர்கள் எதற்கும் பயப்பட வேண்டாம் என்றும், ஆனால் அதே நேரத்தில் மெத்தனமாக இருந்துவிட வேண்டாம் என்றும் அவர்களிடம் கூறுங்கள். அன்பு என்ற அந்த ஒரே உண்மையை நாடிச் செல்லுங்கள். அதன் விதிமுறைகளின்படி வாழுங்கள்,' என்று கூறினான்."

எல்லோரும் அத்துணியை மரியாதையோடு பார்த்தனர்.

"நாம் ஒரு புரட்சிக் காலகட்டத்தில் பிறந்திருக்கிறோம். நம்முடைய உற்சாகம் முழுவதையும் நாம் அதற்குள் கொட்டுகிறோம், நம்முடைய உயிரையும் இளமையையும் நாம் பணயம் வைக்கிறோம். திடீரென்று, நமக்கு பயம் ஏற்படுகிறது. தொடக்கத்தில் நாம் அனுபவித்த ஆனந்தமானது, களைப்பு, சலிப்பு, நம்முடைய சொந்தத் திறன்கள் குறித்த சந்தேகங்கள் ஆகிய உண்மையான சவால்களுக்கு வழி வகுக்கிறது. நம்முடைய நண்பர்களில் சிலர் ஏற்கெனவே தங்களுடைய முயற்சிகளைக் கைவிட்டுள்ளதை நாம் காண்கிறோம். நாம் தனிமையை எதிர்கொள்ளவும், சாலையில் உள்ள குறுகலான வளைவுகளைச் சமாளிக்கவும், யாரும் உதவிக்கு இல்லாத நிலையில் ஒரு சில சறுக்கல்களால் துன்புறவும் நாம் கடமைப்பட்டுள்ளோம். இறுதியில், நாம் எதுவொன்றுக்காக இவ்வளவு சிரமங்களை அனுபவிக்கிறோமோ, அது இந்த முயற்சிக்கு உண்மையிலேயே தகுதி வாய்ந்ததுதானா என்று நம்மை நாமே கேட்டுக் கொள்கிறோம்."

மிக்காயில் ஓரிரு நொடிகள் மௌனம் காத்துவிட்டுத் தொடர்ந்தான்.

"ஆமாம், அது தகுதியானதுதான். நம்முடைய ஆன்மா அழிவற்றது என்றாலும், இக்கணத்தில், பல வாய்ப்புகளையும் வரம்புகளையும் உள்ளடக்கிய காலமெனும் வலைக்குள் அது சிக்கியுள்ளது என்ற அறிதலோடு நாம் நம் முயற்சியைத் தொடர்வோம். நம்மால் முடிந்த அளவு விரைவாக இந்த வலையிலிருந்து நம்மை விடுவித்துக் கொள்வோம். அது சாத்தியமில்லாமல் போய், நமக்குக் கூறப்பட்டக் கதையிடம் நாம் மீண்டும் தஞ்சமடையும்போது, நம்முடைய

போராட்டங்களை நமக்கு நாமே நினைவுபடுத்திக் கொண்டு, சூழ்நிலை சரியானவுடன் மீண்டும் போராட்டத்தைத் தொடர நாம் தயாராக இருப்போம். ஆமென்."

"ஆமென்," என்று மற்றவர்களும் எதிரொலித்தனர்.

சூ இந்தியச் சிகையலங்காரத்துடன் இருந்த இளைஞன் குறுக்கிட்டு, "நான் அந்த அன்னை தெய்வத்துடன் பேசியாக வேண்டும்," என்று கூறினான்.

"இன்றிரவு முடியாது. எனக்கு மிகவும் களைப்பாக இருக்கிறது," என்று மிக்காயில் கூறினான்.

ஏமாற்றத்தின் பிரதிபலிப்பாக அங்கே ஒரு லேசான முணுமுணுப்பு எழுந்தது. அந்த அர்மீனிய உணவகத்தில் இருந்த மக்களைப்போலன்றி, இவர்களுக்கு மிக்காயிலின் கதை தெரிந்திருந்தது, அவன் தன் பக்கத்தில் உணர்ந்த 'இருத்தலைப்' பற்றியும் அவர்கள் அறிந்திருந்தனர். அவன் எழுந்து, தண்ணீர் பருகுவதற்காகச் சமையலறைக்குச் சென்றான். நானும் அவனுடன் சென்றேன்.

அவர்கள் எப்படி அந்த வீட்டிற்கு வந்தனர் என்று நான் அவனிடம் கேட்டபோது, பிரெஞ்சு சட்டப்படி, ஓர் உரிமையாளர் அவருடைய வீட்டைப் பயன்படுத்திக் கொண்டிருக்கவில்லை என்றால், யார் வேண்டுமானாலும் சட்டப்படி அதில் குடியேறலாம் என்று அவன் விளக்கினான். சுருக்கமாகச் சொன்னால், அது சட்டத்திற்குப் புறம்பான ஆக்கிரமிப்பு. மேரி எனக்காகக் காத்துக் கொண்டிருப்பாள் என்ற எண்ணம் என்னைத் தொந்தரவு செய்யத் தொடங்கியது. மிக்காயில் என் கையைப் பற்றினான்.

"நீங்கள் ஸ்டெப்பி புல்வெளிப் பகுதிக்குப் போய்க் கொண்டிருந்ததாக இன்று நீங்கள் கூறினீர்கள். நான் இதை இன்னும் ஒரு முறை உங்களிடம் கூறுகிறேன்: தயவு செய்து என்னையும் உங்களுடன் அழைத்துச் செல்லுங்கள். ஒரு குறுகிய காலத்திற்காக மட்டுமே என்றாலும்கூட, நான் என் நாட்டிற்குத் திரும்பிச் சென்றாக வேண்டும், ஆனால் என்னிடம் பணமில்லை. என் மக்களையும் என் அம்மாவையும் என் நண்பர்களையும் காண நான் துடித்துக் கொண்டிருக்கிறேன். நான் உங்களுக்குத் தேவைப்படுவேன் என்று அக்குரல் என்னிடம் கூறுவதாக என்னால் உங்களிடம் கூற முடியும், ஆனால் அது உண்மையல்ல. எஸ்தரை உங்களால் சுலபமாகக் கண்டுபிடித்துவிட முடியும்.

உங்களுக்கு யாருடைய உதவியும் தேவையில்லை. ஆனால் நான் என் தாய்நாட்டின் சக்தியை என் உடலுக்குள் ஏற்றிக் கொண்டாக வேண்டும்," என்று மிக்காயில் மன்றாடினான்.

"நீங்கள் உங்களுடைய நாட்டிற்குப் போய்விட்டுத் திரும்பி வருவதற்கான பயணக் கட்டணத்தை என்னால் உங்களுக்குக் கொடுக்க முடியும்," என்று நான் கூறினேன்.

"அது எனக்குத் தெரியும், ஆனால் நான் அங்கு உங்களோடு இருக்க விரும்புகிறேன், அவள் வாழ்ந்து கொண்டிருக்கின்ற கிராமத்திற்கு உங்களோடு போகவும், அங்கிருக்கும் காற்றை என் முகத்தின்மீது உணரவும், நீங்கள் நேசிக்கின்ற பெண்ணிடம் உங்களை இட்டுச் செல்லக்கூடிய பாதையில் உங்களுக்கு உதவவும் நான் விரும்புகிறேன். அவள் எனக்கு மிகவும் முக்கியமானவளாக இருந்தாள், இப்போதும் முக்கியமானவளாக இருக்கிறாள். அவள் உட்பட்ட மாற்றங்களிலிருந்தும், அவளுடைய மன உறுதியிடமிருந்தும் நான் ஏராளமான விஷயங்களைக் கற்றுக் கொண்டேன். நான் தொடர்ந்து கற்றுக் கொள்ள விரும்புகிறேன். 'தடையேற்படுத்தப்பட்டக் கதைகள்' பற்றி நீங்கள் என்னுடன் ஒரு முறை பேசியது உங்களுக்கு நினைவிருக்கிறதா? நாம் அவளுடைய வீட்டை அடையும்வரை நான் உங்கள் பக்கம் இருக்க விரும்புகிறேன். அதன் மூலம், உங்களுடைய மற்றும் என்னுடைய வாழ்க்கையின் இந்தக் காலகட்டத்தின் இறுதிவரை நான் முழுமையாக வாழ்ந்திருப்பேன். நாம் அவளுடைய வீட்டை அடைந்தவுடன், நான் உங்களைத் தனியாக விட்டுவிடுகிறேன்."

என்ன சொல்வதென்று எனக்குத் தெரியவில்லை. நான் வேறு எதைப் பற்றியோ பேச முயற்சித்தேன், அந்த வீட்டின் வரவேற்பறையில் இருந்த மக்களைப் பற்றி அவனிடம் கேட்டேன்.

"தங்களால் இவ்வுலகத்தில் புரட்சிகரமான மாற்றங்களை ஏற்படுத்த முடியும் என்று கனவு கண்டுவிட்டு, ஆனால் இறுதியில் 'எதார்த்தத்தை' ஏற்றுக் கொண்டுள்ள உங்கள் தலைமுறையைப்போல ஆகிவிடக்கூடாது என்று பயப்படுகின்ற ஒரு தலைமுறையைச் சேர்ந்தவர்கள் அவர்கள். நாங்கள் பலவீனமாக இருப்பதால் வலிமையாக இருப்பதுபோலப் பாசாங்கு செய்கிறோம். நாங்கள்

இன்னும் ஒரு சிலரே இருக்கிறோம், ஆனால் அது ஒரு தற்காலிகமான கட்டம்தான் என்று நான் நினைக்கிறேன். மக்களால் என்றென்றும் தங்களைத் தாங்களே ஏமாற்றிக் கொண்டிருக்க முடியாது. அது இருக்கட்டும், என் கேள்விக்கு உங்கள் பதில் என்ன?"

"மிக்காயில், நான் என்னுடைய தனிப்பட்ட வரலாற்றிலிருந்து விடுபட எந்த அளவு விரும்புகிறேன் என்பதை நீங்கள் அறிவீர்கள். சிறிது காலத்திற்கு முன்பு நீங்கள் என்னிடம் கேட்டிருந்தால், உங்களோடு சேர்ந்து பயணம் செய்வது எனக்கு அதிக சௌகரியமானதாக இருந்திருக்கும். ஏனெனில், உங்களுடைய நாட்டையும், அதன் வழக்கங்களையும், சாத்தியமுள்ள ஆபத்துகளையும் பற்றி நீங்கள் நன்றாக அறிவீர்கள். ஆனால் இப்போது, அரீயாட்னேயின் நூலிழையை ஒரு பந்தாகச் சுருட்டி, நானாகவே மாட்டிக் கொண்ட சிக்கலுக்குள் இருந்து நான் தப்பிக்க வேண்டும். நான் இதைத் தனியாகச் செய்ய வேண்டும். என் வாழ்க்கை மாறியுள்ளது. எனக்குப் பத்து அல்லது இருபது வயது குறைந்திருப்பதுபோல நான் உணர்கிறேன். நான் சாகசத்தை நாடிச் செல்ல விரும்புவதற்கு அது மட்டுமே எனக்குப் போதும்."

"நீங்கள் எப்போது புறப்படுவீர்கள்?"

"என் விசா என் கைக்கு வந்தவுடன் புறப்பட்டுவிடுவேன். அதிகபட்சமாக, இரண்டு அல்லது மூன்று நாட்களில் நான் புறப்பட்டுவிடுவேன்."

"அன்னை தெய்வம் உங்களுக்குத் துணை வரட்டும். இதுதான் சரியான கணம் என்று அக்குரல் கூறுகிறது. நீங்கள் உங்கள் மனத்தை மாற்றிக் கொண்டால், எனக்குத் தெரியப்படுத்துங்கள்."

தூங்குவதற்குத் தயாராகத் தரையின்மீது படுத்துக் கிடந்த அக்குழுவினரை நான் தாண்டிச் சென்றேன். நான் என் வீட்டிற்குத் திரும்பிச் சென்ற வழியில், என்னுடைய வயதில், வாழ்க்கை நான் நினைத்திருந்ததைவிட அதிக ஆனந்தமயமாக இருந்ததை நான் உணர்ந்தேன். மீண்டும் இளமையாகவும் குதூகலமாகவும் இருப்பது எப்போதும் சாத்தியம்தான் என்பதை நான் உணர்ந்தேன். நான் கடந்து சென்றபோது மக்கள் என்னிடமிருந்து விலகிச் செல்லாததையும், பயத்தில் தங்களுடைய பார்வையைத்

தாழ்த்திக் கொள்ளாததையும் கண்டபோது நான் ஆச்சரியப்படும் அளவுக்கு நிகழ்கணத்தின்மீது நான் என் கவனத்தைக் குவித்திருந்தேன். யாரும் என்னைக் கவனிக்கவில்லை, ஆனால் அந்த யோசனை எனக்குப் பிடித்திருந்தது. நான்காம் ஹென்றி ஒரு கத்தோலிக்கப் பெண்ணைத் திருமணம் செய்து கொண்டதன் மூலம் தன்னுடைய புராட்டஸ்டன்ட் மதத்திற்குத் துரோகம் இழைத்துவிட்டதாக அவர்மீது குற்றம் சாட்டப்பட்டபோது, "பாரீஸை என்னுடைய கட்டுப்பாட்டின்கீழ் கொண்டுவந்து, மக்களை என்னுடைய ஆட்சியின்கீழ் ஒன்றிணைக்க முடியும் என்றால், நான் மதம் மாறியது மதிப்பு வாய்ந்ததுதான்," என்று அவர் முழங்கியபோது பாரீஸ் நகரம் எப்படி இருந்ததோ, இப்போது அதேபோல ஆகியது.

அது அதைவிட அதிக மதிப்பு வாய்ந்ததாக இருந்தது. மதப் படுகொலைகள், இரத்தக்களரிகள், அரசர்கள், அரசியர், அருங்காட்சியகங்கள், கோட்டைகள், சித்திரவதை செய்யப்பட்டக் கலைஞர்கள், குடிகார எழுத்தாளர்கள், தற்கொலை செய்து கொண்ட தத்துவவியலாளர்கள், உலகத்தை வெற்றி கொள்வதற்குச் சதித் திட்டம் தீட்டிய இராணுவ வீரர்கள், ஓர் ஒட்டுமொத்த அரசப் பரம்பரையை அழித்த நம்பிக்கைத் துரோகிகள், ஒரு காலத்தில் மறக்கப்பட்டு, இப்போது மீண்டும் நினைவுகூரப்பட்டுப் பகிர்ந்து கொள்ளப்பட்டக் கதைகள் ஆகியவற்றை என்னால் பார்க்க முடிந்தது.

***

நெடுங்காலத்திற்குப் பிறகு முதல் முறையாக, நான் என் வீட்டிற்கு வந்து உடனடியாக என்னுடைய மின்னஞ்சல்களைப் பார்ப்பதற்காக என் கணினியை நோக்கி ஓடவில்லை, அவசரமாக நடவடிக்கை எடுக்கப்பட வேண்டிய ஏதேனும் விஷயம் இருந்ததா என்று பார்க்க நான் முற்படவில்லை. எதுவுமே அவ்வளவு அவசரமாகக் கையாளப்பட வேண்டியதில்லை. நான் எங்கள் படுக்கையறைக்குப் போய், மேரி தூங்கிக் கொண்டிருந்தாளா என்று பார்க்கவும் இல்லை. ஏனெனில், அவள் தூங்கிக் கொண்டிருந்ததுபோலப் பாசாங்கு செய்து

கொண்டிருப்பாள் என்பதை நான் அறிவேன்.

நள்ளிரவுச் செய்திகளைப் பார்ப்பதற்கு நான் தொலைக்காட்சியின் பக்கம் போகவில்லை. ஏனெனில், நான் ஒரு குழந்தையாக இருந்தபோது எந்தச் செய்திகளைக் கேட்டேனோ, அதே செய்திகள்தாம் இப்போதும் ஒளிபரப்பாகிக் கொண்டிருந்தன: ஒரு நாடு இன்னொரு நாட்டை அச்சுறுத்திக் கொண்டிருந்தது, ஒருவர் இன்னொருவருக்கு நம்பிக்கைத் துரோகம் இழைத்திருந்தார், பொருளாதாரம் மோசமடைந்து கொண்டிருந்தது, ஒரு மாபெரும் காதல் முடிவுக்கு வந்திருந்தது, இஸ்ரேலும் பாலஸ்தீனமும் ஐம்பது ஆண்டுகளுக்குப் பிறகும் ஒரு சமாதான உடன்படிக்கை ஏற்படுத்திக் கொள்வதில் தோற்றுப் போயிருந்தன, இன்னொரு குண்டு வெடித்திருந்தது, ஒரு கடுமையான சூறாவளி ஆயிரக்கணக்கான மக்களை வீடுவாசலற்றவர்களாக ஆக்கியிருந்தது.

அன்று காலையில், ஒளிபரப்புவதற்குத் தீவிரவாதத் தாக்குதல்கள் எதுவும் இல்லாததால், முக்கியத் தொலைக்காட்சி அலைவரிசைகள் அனைத்தும், ஹெயிட்டியில் நிகழ்ந்த ஒரு கிளர்ச்சியைத் தம்முடைய முக்கியச் செய்தியாகத் தேர்ந்தெடுத்திருந்தன. ஹெயிட்டியைப் பற்றி எனக்கு என்ன அக்கறை? என் வாழ்க்கைக்கோ அல்லது என் மனைவியின் வாழ்க்கைக்கோ, பாரீஸில் ரொட்டியின் விலைக்கோ, மிக்காயிலின் குழுவுக்கோ அது என்ன வித்தியாசத்தை ஏற்படுத்தும்? ஹெயிட்டியின் கிளர்ச்சியாளர்களையும் அதன் அதிபரையும் பற்றி யாரோ பேசுவதைக் கேட்பதில் என் வாழ்வின் பொன்னான ஐந்து நிமிடங்களை நான் ஏன் செலவிட வேண்டும்? தெருக்களில் ஆர்ப்பாட்டங்கள் நிகழ்வது போன்ற வழக்கமான காட்சிகள் மீண்டும் மீண்டும் ஒளிபரப்பப்படும். மனிதகுல வரலாற்றில் அது ஒரு மாபெரும் நிகழ்வுபோல அறிவிக்கப்பட்டுக் கொண்டிருக்கும். ஹெயிட்டியில் ஒரு கிளர்ச்சி! ஆனாலும் அதை நான் முழுமையாக உட்கிரகித்திருந்தேன். அதைக் கடைசிவரை நான் பார்த்திருந்தேன். முட்டாள்களுக்கு உண்மையிலேயே சிறப்பு அடையாள அட்டைகள் வழங்கப்பட வேண்டும். ஏனெனில், அவர்கள்தாம் கூட்டு முட்டாள்தனத்திற்குத் தீனி போடுகின்றனர்.

நான் சன்னலைத் திறந்து, குளிரான இரவுக்

காற்றை உள்ளே வரவிட்டேன். நான் என் ஆடைகளைக் களைந்துவிட்டு, அக்குளிரை என்னால் தாக்குப்பிடிக்க முடியும் என்று எனக்கு நானே கூறிக் கொண்டேன். எதைப் பற்றியும் சிந்திக்காமல், என் பாதங்கள் தரையின்மீது இருந்தது குறித்தப் பிரக்ஞையோடு, என் பார்வை ஐஃபில் கோபுரத்தின்மீது நிலைத்திருக்க, என் காதுகள் நாய்களின் குரைப்பையும் காவல்துறையினரின் சைரன் ஒலியையும் எனக்குப் புரியாத உரையாடல்களையும் கேட்டுக் கொண்டிருக்க, நான் அப்படியே நின்றேன்.

நான் நானாக இருக்கவில்லை. நான் வெறுமையானவனாக இருந்தேன். அது எனக்கு அற்புதமான உணர்வைக் கொடுத்தது.

"நீ விநோதமாகத் தெரிகிறாய்," என்று நான் கூறினேன்.

" 'விநோதமாக' என்றால்?" என்று மேரி கேட்டாள்.

"நீ வருத்தமாக இருப்பதுபோலத் தெரிகிறாய்."

"நான் வருத்தமாக இல்லை. நான் மகிழ்ச்சியாக இருக்கிறேன்."

"பார்த்தாயா? உன்னுடைய குரலின் தொனிகூடப் பொய்யானதாக இருக்கிறது: நீ என்னைப் பற்றி வருத்தமாக இருக்கிறாய், ஆனால் எதுவும் சொல்ல மறுக்கிறாய்."

"நான் ஏன் வருத்தமாக இருக்க வேண்டும்?"

"ஏனெனில், நேற்றிரவு நான் மிகவும் தாமதமாக வீட்டிற்கு வந்தேன். அதோடு, நான் குடித்துவிட்டும் வந்திருந்தேன். நான் எங்கே போனேன் என்றுகூட நீ என்னிடம் கேட்கவில்லை."

"எனக்கு அதில் ஆர்வமில்லை."

"ஏன் உனக்கு ஆர்வமில்லை? நான் மிக்காயிலுடன் போகவிருந்ததாக உன்னிடம் கூறினேன், இல்லையா?"

"அப்படியானால் நீங்கள் அவனோடு வெளியே போகவில்லையா?"

"ஆமாம், நான் போனேன்."

"பிறகு நான் கேட்பதற்கு என்ன இருக்கிறது?"

"நீ நேசிப்பதாகச் சொல்லிக் கொள்கின்ற உன்னுடைய காதலன், வீட்டிற்குத் தாமதமாக வரும்போது, என்ன நிகழ்ந்தது என்பதைக் கண்டுபிடிக்கவாவது நீ முயற்சிக்க வேண்டாமா?"

"சரி, என்ன நிகழ்ந்தது?"

"ஒன்றுமில்லை. நான் மிக்காயிலுடனும் அவனுடைய நண்பர்கள் சிலருடனும் வெளியே சென்றேன்."

"சரி."

"நீ என்னை நம்புகிறாயா?"

"நிச்சயமாக நம்புகிறேன்."

"உனக்கு இனியும் என்மீது நேசமில்லை என்று எனக்குத்

தோன்றுகிறது. உனக்குப் பொறாமை இல்லை. உனக்கு என்மீது அக்கறையில்லை. நான் வழக்கமாக அதிகாலை இரண்டு மணிக்கா வீட்டிற்கு வருகிறேன்?"

"நீங்கள் சுதந்திரமானவர் என்று நீங்கள்தானே கூறினீர்கள்?"

"ஆமாம், நான் சுதந்திரமானவன்தான்."

"அப்படியானால், அதிகாலை இரண்டு மணிக்கு வீடு திரும்புவதும், உங்களுக்குப் பிடித்தமானதைச் செய்வதும் இயல்பானதுதான். நான் உங்களுடைய அம்மாவாக இருந்திருந்தால், நான் கவலைப்படுவேன். ஆனால் நீங்கள் ஒரு வளர்ந்த மனிதர், இல்லையா? தங்களுடைய காதலியோ அல்லது மனைவியோ தங்களைக் குழந்தைகளைப்போல நடத்த வேண்டும் என்று விரும்புவதுபோல நடந்து கொள்வதை ஆண்கள் நிறுத்த வேண்டும்."

"நான் அந்த மாதிரி கவலைப்படுவதைப் பற்றிச் சொல்லவில்லை. நான் பொறாமையைப் பற்றிப் பேசிக் கொண்டிருக்கிறேன்."

"இந்தக் காலைநேரச் சாப்பாட்டின்போது நான் அழுது ஆர்ப்பாட்டம் செய்ய வேண்டும் என்று நீங்கள் விரும்புகிறீர்களா?"

"இல்லை, அப்படிச் செய்துவிடாதே. அண்டைவீட்டாருக்குக் கேட்கும்."

"அண்டைவீட்டாரைப் பற்றி எனக்கு அக்கறையில்லை. அழுது ஆர்ப்பாட்டம் செய்வது எனக்குப் பிடிக்காது என்பதால் நான் அதைச் செய்ய மாட்டேன். எனக்கும் கடினமாகத்தான் இருந்து வந்துள்ளது, ஆனால் ஜாக்ரெப்பில் நீங்கள் என்னிடம் கூறியதை நான் இறுதியில் ஏற்றுக் கொண்டுவிட்டேன். அந்த யோசனைக்கு என்னைப் பழக்கப்படுத்திக் கொள்ள நான் முயற்சித்துக் கொண்டிருக்கிறேன். இதற்கிடையே, நான் பொறாமையும் கோபமும் கொண்டு பைத்தியக்காரத்தனமாக நடந்து கொள்வது உங்களுக்கு மகிழ்ச்சியளிக்கும் என்றால், அப்படிப் பாசாங்கு செய்வதில் எனக்கு எந்தப் பிரச்சனையும் இல்லை."

"நான் முதலிலேயே சொன்னதுபோல, நீ விநோதமானவளாகத் தெரிகிறாய். நான் இனியும் உன் வாழ்வில் முக்கியமில்லை என்ற எண்ணம் எனக்கு ஏற்படத்

தொடங்கியுள்ளது."

"வரவேற்பறையில் உங்களுக்காக ஒரு பத்திரிகை நிருபர் காத்துக் கொண்டிருக்கிறார் என்பதை நீங்கள் மறந்துவிட்டீர்கள் என்று நான் நினைக்கிறேன். அவர் நம்முடைய உரையாடலைக் கேட்டுக் கொண்டிருக்கக்கூடும்."

ஓ! அந்த நிருபர்! நான் தன்னிச்சையாகச் செயல்படத் தொடங்கினேன். ஏனெனில், அவர் என்னிடம் என்ன கேள்விகள் கேட்பார் என்பதை நான் அறிந்திருந்தேன். அந்தப் பேட்டி எப்படித் தொடங்கும் ('நாம் உங்களுடைய புதிய புத்தகத்தைப் பற்றிப் பேசலாம். அதன் முக்கியச் செய்தி என்ன?'), நான் அக்கேள்விகளுக்கு எப்படிப் பதிலளிப்பேன் ('நான் ஒரு செய்தியைத் தெரிவிக்க விரும்பினால், அதை ஓர் ஒற்றை வாக்கியத்தில் எழுதியிருப்பேன், ஒரு புத்தகமாக அல்ல') என்பதை நான் அறிந்திருந்தேன்.

வழக்கமாக என்னுடைய புத்தகங்களைக் கடுமையாக விமர்சித்த விமர்சகர்களைப் பற்றி நான் என்ன நினைத்தேன் என்று அவர் என்னிடம் கேட்பார் என்பதை நான் அறிந்திருந்தேன். "நீங்கள் ஏற்கெனவே ஒரு புதிய புத்தகத்தை எழுதத் தொடங்கிவிட்டீர்களா? இப்போது நீங்கள் வேறு என்னென்ன பணித்திட்டங்களில் ஈடுபட்டிருக்கிறீர்கள்?" என்பது அவருடைய இறுதிக் கேள்வியாக இருக்கும் என்பதும், அதற்கு நான், "அது ஒரு ரகசியம்," என்று பதிலளிப்பேன் என்பதும் எனக்குத் தெரியும்.

நான் எதிர்பார்த்ததுபோலவே அந்தப் பேட்டி தொடங்கியது.

"நாம் உங்களுடைய புதிய புத்தகத்தைப் பற்றிப் பேசலாம். அதன் முக்கியச் செய்தி என்ன?"

"நான் ஒரு செய்தியைத் தெரிவிக்க விரும்பியிருந்தால், அதை ஓர் ஒற்றை வாக்கியத்தில் எழுதியிருப்பேன், ஒரு புத்தகமாக அல்ல."

"நீங்கள் ஏன் எழுதுகிறீர்கள்?"

"என்னுடைய உணர்வுகளை மற்றவர்களுடன் பகிர்ந்து கொள்வதற்கான என்னுடைய வழி அது."

இதுவும் என்னுடைய தன்னிச்சையான பதில்தான், ஆனால் நான் அதில் ஒரு திருத்தம் செய்தேன்:

"ஆனால், குறிப்பிட்ட அக்கதையை வேறொரு

விதமாகவும் சொல்லலாம்.”

“வேறொரு விதமா? ‘கிழிப்பதற்கான ஒரு காலம், தைப்பதற்கான ஒரு காலம்’ புத்தகம் குறித்து உங்களுக்குத் திருப்தி இல்லையா?’

“உண்மையில், அப்புத்தகம் குறித்து நான் மிகவும் திருப்தியடைந்துள்ளேன், ஆனால் நான் இப்போது உங்களுக்குக் கொடுத்துள்ள பதில்தான் எனக்குத் திருப்தியாக இல்லை. நான் ஏன் எழுதுகிறேன்? அதன் உண்மையான பதில் இதுதான்: நான் நேசிக்கப்பட வேண்டும் என்று நான் விரும்புவதால் நான் எழுதுகிறேன்.”

அந்த நிருபர் என்னை ஒரு சந்தேகக் கண்ணோடு பார்த்தார்: என்ன மாதிரியான ஒப்புதல் வாக்குமூலம் இது?

“என்னுடைய வாலிபப் பருவத்தில், கால்பந்து விளையாட்டில் நான் ஓர் உதவாக்கரையாக இருந்தேன், என்னிடம் கார் எதுவும் இருக்கவில்லை, கையில் பணமும் இருக்கவில்லை. நான் ஒரு ‘களையாக’ இருந்தேன் என்று கூறலாம். அதனால் இப்போது நான் எழுதுகிறேன்.”

தொடர்ந்து பேசுவதற்கு நான் கடுமையாக முயற்சித்துக் கொண்டிருந்தேன். முன்பு மேரியுடன் நான் மேற்கொண்ட உரையாடல், அர்த்தமிழந்து போன என்னுடைய கடந்தகாலத்தை எனக்கு நினைவுபடுத்தியிருந்தது; நான் அந்தக் கடந்தகாலத்திலிருந்து விடுபடுவதற்கு அதைப் பற்றி நான் பேசியாக வேண்டியிருந்தது. நான் தொடர்ந்தேன்:

“நான் நவீன ஆடைகள் அணியவில்லை. என் வகுப்பில் இருந்த எல்லா மாணவியரும் நவீன ஆடைகளில் மட்டுமே ஆர்வம் கொண்டிருந்ததால், அவர்கள் என்னைக் கண்டுகொள்ளவில்லை. இரவில், என்னுடைய நண்பர்கள் அவர்களுடைய காதலியருடன் வெளியே சுற்றித் திரிந்தபோது, என்னுடைய ஓய்வு நேரத்தை, நான் மகிழ்ச்சியாக இருக்கக்கூடிய ஓர் உலகத்தை உருவாக்குவதில் நான் செலவிட்டேன். எழுத்தாளர்களையும் அவர்களுடைய புத்தகங்களையும் உள்ளடக்கிய ஓர் உலகம் அது. அவர்கள் என்னுடைய நண்பர்களாக ஆயினர். ஒரு நாள், நான் வாழ்ந்த தெருவில் இருந்த இளம்பெண்களில் ஒருத்திக்காக நான் ஒரு கவிதை எழுதினேன். என்னுடைய நண்பன் ஒருவன் என்னுடைய அறையில் அதைக் கண்டுபிடித்துத் திருடிவிட்டான். பின்னர் நாங்கள் எல்லோரும்

சேர்ந்து இருந்தபோது, என்னுடைய சக மாணவர்கள் அனைவரிடமும் அவன் அதைக் காட்டினான். எல்லோரும் சிரித்தனர். அது நகைப்புக்குரியதாக இருந்ததாக அவர்கள் நினைத்தனர் – நான் காதல் வயப்பட்டிருந்தேன்!

"நான் யாருக்காக அக்கவிதையை எழுதினேனோ, அவள் மட்டும் சிரிக்கவில்லை. மறுநாள் மாலையில், நாங்கள் எல்லோரும் ஒரு நாடக அரங்கத்திற்குச் சென்றபோது, அவள் என்னவெல்லாமோ செய்து எனக்குப் பக்கத்தில் வந்து உட்கார்ந்து கொண்டு என் கையைப் பற்றினாள். அந்நாடகம் முடிந்தபோது நாங்கள் இருவரும் கைகோர்த்தபடி வெளியே வந்தோம். என் வகுப்பில் எல்லோரையும் கவர்ந்த அந்த யுவதியுடன், அவலட்சணமான, ஒல்லியான, பிரபலமில்லாத நான் நடந்து போய்க் கொண்டிருந்தேன்."

நான் சற்று நிதானித்தேன். அவளுடைய கை என்னுடைய கையைத் தொட்டு என் வாழ்க்கையை மாற்றிய அக்கணத்திற்கு நான் திரும்பிச் சென்று கொண்டிருந்ததுபோல இருந்தது அது.

நான் என் பேச்சைத் தொடர்ந்தேன். "எல்லாம் ஒரு கவிதையால்! பார்வைக்குப் புலப்படாத என்னுடைய உலகத்தை என்னுடைய எழுத்தின் வாயிலாக வெளிப்படுத்துவதன் மூலம், உடல் வலிமை, நவீன ஆடைகள், கார்கள், விளையாட்டுத் திறமை ஆகியவற்றை உள்ளடக்கிய, என்னுடைய சக மாணவர்களுடைய, பார்வைக்குப் புலப்படுகின்ற உலகத்துடன் சரிசமமாக என்னால் போட்டியிட முடியும் என்பதை ஒரு கவிதை எனக்குக் காட்டியது."

இதைக் கேட்டு அந்நிருபர் லேசாக ஆச்சரியப்பட்டார். நான் அவரைவிட அதிகமாக ஆச்சரியமடைந்தேன். அவர் எப்படியோ சமாளித்துக் கொண்டு, என்னிடம் இப்படிக் கேட்டார்:

"விமர்சகர்கள் உங்களுடைய படைப்புகளை இவ்வளவு கடுமையாக விமர்சிப்பதற்கு என்ன காரணம் என்று நீங்கள் நினைக்கிறீர்கள்?"

வழக்கமாக என்னுடைய தன்னிச்சையான பதில் இப்படி இருந்திருக்கும்: "இப்போது இலக்கியத் தரம் கொண்டதாகக் கருதப்படுகின்ற, கடந்தகாலத்தைச் சேர்ந்த

ஏதேனும் ஓர் எழுத்தாளருடைய வரலாற்றை நீங்கள் படித்தால் போதும் – நான் என்னை அவர்களோடு ஒப்பிடுவதாக நினைத்துவிடாதீர்கள் – அவர்களுடைய விமர்சகர்கள் எவ்வளவு கடுமையானவர்களாக இருந்தனர் என்பதை உங்களால் பார்க்க முடியும். காரணம் எளியது: விமர்சகர்கள் எப்போதும் பாதுகாப்பற்றவர்களாக உணர்கின்றனர், என்ன நிகழ்ந்து கொண்டிருக்கிறது என்பது அவர்களுக்கு உண்மையில் தெரிவதில்லை; அரசியல் என்று வரும்போது அவர்கள் ஜனநாயகவாதிகளாக இருக்கின்றனர், ஆனால் கலாச்சாரம் என்று வரும்போது அவர்கள் பாசிசவாதிகளாக ஆகிவிடுகின்றனர். தங்களை யார் ஆள வேண்டும் என்பதைத் தேர்ந்தெடுப்பதற்கான திறன் மக்களுக்கு இருக்கிறது, ஆனால் திரைப்படங்கள், புத்தகங்கள், இசை என்று வரும்போது, அவர்களுக்கு எந்த யோசனையும் இருப்பதில்லை என்று விமர்சகர்கள் நம்புகின்றனர்."

நான் என்னுடைய தன்னிச்சையான பதிலைக் கைவிட்டுவிட்டு இப்போது கூறவிருந்த பதிலை அந்நிருபர் நிச்சயமாகப் பிரசுரிக்க மாட்டார் என்ற அறிதலுடன் பதிலளித்தேன்.

"ஜான்டே விதி பற்றி நீங்கள் கேள்விப்பட்டிருக்கிறீர்களா?"

"இல்லை," என்று அவர் கூறினார்.

"அது நாகரிகம் தோன்றிய காலத்திலிருந்து இருந்து வந்துள்ளது, ஆனால் *1933* ஆம் ஆண்டில்தான் டென்மார்க்கைச் சேர்ந்த ஓர் எழுத்தாளர் அதை அதிகாரபூர்வமாக முன்மொழிந்தார். ஜான்டே என்ற ஒரு சிறிய கிராமத்தில், அதிகாரத்தில் இருந்தவர்கள், மக்கள் எவ்வாறு நடந்து கொள்ள வேண்டும் என்பது குறித்துப் பத்துக் கட்டளைகளை நிர்ணயித்தனர். அது ஜான்டேயில் மட்டுமல்லாமல் மற்ற எல்லா இடங்களிலும்கூட இருப்பதுபோலத் தெரிகிறது. ஒரே வாக்கியத்தில் அதைத் தொகுத்துக் கூறினால், அது இப்படி இருக்கும்: 'சராசரிக்கும் கீழானவராக இருப்பதும், வெளியே அறியப்படாதவராக இருப்பதும்தான் பாதுகாப்பான தேர்ந்தெடுப்புகளாகும். நீங்கள் அவற்றைத் தேர்ந்தெடுத்தால், வாழ்வில் பெரிய பிரச்சனைகள் எதையும் நீங்கள் ஒருபோதும் எதிர்கொள்ள மாட்டீர்கள். ஆனால் நீங்கள் வித்தியாசமானவராக

இருக்க முயற்சித்தால்...' "

"ஜான்டேயின் கட்டளைகள் எவை என்பதை நான் தெரிந்து கொள்ள விரும்புகிறேன்." அந்நிருபர் உண்மையிலேயே ஆர்வம் கொண்டிருந்தவர்போலத் தெரிந்தார்.

"அவை இப்போது இங்கே என்னிடம் இல்லை, ஆனால் நீங்கள் விரும்பினால், என்னால் அவற்றைத் தொகுத்துரைக்க முடியும்."

சுருக்கப்பட்டுத் திருத்தியமைக்கப்பட்ட ஒரு பதிப்பை நான் என் கணினியிலிருந்து அச்சிட்டேன். அது இப்படி அமைந்திருந்தது:

"நீங்கள் யாரும் அறியாதவர். எங்களைவிட உங்களுக்கு அதிகமாகத் தெரியும் என்று நினைக்கக்கூட ஒருபோதும் துணியாதீர்கள். நீங்கள் முக்கியத்துவமற்றவர், உங்களால் எதையும் சரியாகச் செய்ய முடியாது, உங்கள் வேலை முக்கியத்துவம் வாய்ந்தது அல்ல, ஆனால் நீங்கள் எங்களை எதிர்த்துச் சவால்விடாதவரை நீங்கள் ஒரு மகிழ்ச்சியான வாழ்க்கையை வாழ்வீர்கள். நாங்கள் சொல்வதை எப்போதும் கவனமாகக் கேட்டுக் கொள்ளுங்கள். எங்களுடைய கண்ணோட்டங்களை ஒருபோதும் பரிகசிக்காதீர்கள்."

அந்நிருபர் அந்தத் தாளை மடக்கித் தன்னுடைய பாக்கெட்டுக்குள் போட்டுக் கொண்டார்.

"நீங்கள் கூறியது சரிதான். நீங்கள் பிரபலமானவராக இல்லாமலிருந்து, உங்கள் படைப்பு எந்தத் தாக்கமும் ஏற்படுத்தாவிட்டால், அப்போது அது புகழத் தகுதியானதாக ஆகிறது. ஆனால், நீங்கள் சராசரிக்கும் கீழான நிலையிலிருந்து மீண்டு ஒரு வெற்றியாளராக ஆகும்போது, நீங்கள் விதியை மீறிக் கொண்டிருக்கிறீர்கள், நீங்கள் தண்டிக்கப்பட வேண்டியவர்தாம் என்று அர்த்தமாகிறது," என்று அவர் கூறினார்.

அவர் தானாகவே அந்த முடிவுக்கு வந்திருந்தது குறித்து நான் மகிழ்ந்தேன்.

"இவ்வாறு சொல்வது விமர்சகர்கள் மட்டுமல்லர். நீங்கள் நினைப்பதைவிட மிக அதிக எண்ணிக்கையிலான மக்கள் இதே விஷயத்தைத்தான் சொல்கின்றனர்," என்று நான் கூறினேன்.

அன்று பிற்பகலில், நான் மிக்காயிலின் அலைபேசி எண்ணுக்கு அழைப்பு விடுத்தேன்:

"கஜகிஸ்தானுக்கு நாம் இருவரும் சேர்ந்து பயணிக்கலாம்."

அவன் லேசாகக்கூட ஆச்சரியப்பட்டதுபோலத் தெரியவில்லை. அவன் வெறுமனே எனக்கு நன்றி கூறிவிட்டு, எது என் மனத்தை மாற்றியிருந்தது என்று என்னிடம் கேட்டான்.

"இரண்டு ஆண்டுகளுக்கு, என் வாழ்க்கையில் சஹீரைத் தவிர வேறு எதுவும் இடம்பெறவில்லை. நான் உங்களைச் சந்தித்ததிலிருந்து, நெடுங்காலமாக மறக்கப்பட்டிருந்த ஒரு பாதையை நான் பின்தொடர்ந்து வந்துள்ளேன். தண்டவாளங்களுக்கு இடையே புற்கள் வளர்ந்து நிற்கின்ற, இரயில்கள் இன்றுகூடப் பயன்படுத்தக்கூடிய நிலையில் இருக்கின்ற, ஆனால் கைவிடப்பட்டுவிட்ட ஒரு இரயில் பாதை அது. நான் போய்ச் சேர வேண்டிய இடத்தை நான் இன்னும் அடையவில்லை. எனவே, என்னுடைய பயணத்தைப் பாதி வழியில் என்னால் நிறுத்த முடியாது."

"உங்களுக்கு விசா கிடைத்துவிட்டதா?" என்று மிக்காயில் கேட்டான்.

"உதவி வங்கி மீண்டும் என் உதவிக்கு வந்தது. என்னுடைய ரஷ்ய நண்பர் ஒருவர், கஜகிஸ்தானிலுள்ள ஒரு முக்கியச் செய்திப் பத்திரிகை நிறுவனத்தின் இயக்குநரான தன்னுடைய காதலிக்குத் தொலைபேசி அழைப்பு விடுத்தார். அப்பெண்மணி, பாரீஸிலுள்ள தூதருக்குத் தொலைபேசி அழைப்பு விடுத்திருக்கிறார். இன்று மதியம் என்னுடைய விசா தயாராகிவிடும்."

"நாம் எப்போது புறப்பட வேண்டும்?"

"நாளைக்கு. உங்களுக்குப் பயணச்சீட்டு வாங்க வேண்டும். எனக்கு உங்களுடைய உண்மையான பெயர்

மட்டும் தெரிந்தாக வேண்டும். பயண முகவர் இப்போது இன்னொரு தொலைபேசியில் காத்திருக்கிறார்."

"நான் ஒரே ஒரு விஷயத்தை மட்டும் சொல்லிக் கொள்ள விரும்புகிறேன்: தண்டவாளங்களுக்கு இடையேயான தூரத்தைப் பற்றி முன்பு நீங்கள் கூறிய விஷயமும், கைவிடப்பட்ட இரயில் பாதையைப் பற்றி இப்போது நீங்கள் கூறிய விஷயமும் எனக்கு உண்மையிலேயே பிடித்திருந்தன, ஆனால் உங்களுடன் வரும்படி நீங்கள் என்னிடம் கூறுவதற்கான காரணம் அதுவல்ல என்று நான் நினைக்கிறேன். முன்பு ஒரு முறை நீங்கள் எழுதிய ஒன்றுதான் அதற்குக் காரணம் என்று எனக்குத் தோன்றுகிறது. அது எனக்கு மனப்பாடமாகத் தெரியும். உங்கள் மனைவி எப்போதும் அவ்வரிகளை மேற்கோள் காட்டினாள். உதவி வங்கி விவகாரத்தைவிட, உங்களுடைய அவ்வரிகள் அதிக சுவாரசியமானவையாக இருக்கின்றன:

தான் நன்றியுடன் இருப்பதற்குப் பல விஷயங்கள் இருக்கின்றன என்பதை ஓர் ஒளிப் போராளி அறிவான்.

அவனுடைய போராட்டத்தில் தேவதைகள் அவனுக்கு உதவின. தெய்வீக சக்திகள், ஒவ்வொன்றையும் அதனதன் இடத்தில் வைத்தன. இதன் மூலம், அவன் தன்னுடைய முழு ஆற்றலைப் பயன்படுத்திச் செயல்படுவதற்கு அவை வழி வகுத்தன. அதனால்தான், சூரிய அஸ்தமனத்தின்போது, அவன் மண்டியிட்டு அமர்ந்து, தன்னைச் சூழ்ந்துள்ள பாதுகாப்பு அங்கிக்காக நன்றி செலுத்துகிறான்.

'அவன் ஓர் அதிர்ஷ்டக்காரன்!' என்று அவனுடைய சகாக்கள் கூறுகின்றனர். ஆனால், 'அதிர்ஷ்டம்' என்பது, தன்னைச் சுற்றிலும் பார்த்து, தன்னுடைய நண்பர்கள் எங்கே இருக்கின்றனர் என்று பார்க்க வேண்டும் என்பதை அறிந்திருப்பதுதான் என்பதை அவன் அறிவான். ஏனெனில், அந்த நண்பர்களுடைய வார்த்தைகளின் மூலமாகத்தான் அந்த தேவதைகள் தாங்கள் கூற விரும்பியவற்றை அவனிடம் கூறின."

"மிக்காயில், நான் என்ன எழுதினேன் என்பது எப்போதும் எனக்கு நினைவிருப்பதில்லை, ஆனால் அதை நீங்கள் இப்போது நினைவுபடுத்தியதற்கு நன்றி. எனக்கு இப்போது உங்கள் பெயரை மட்டும் சொல்லுங்கள். பயண முகவரிடம் நான் அதைத் தெரிவித்தாக வேண்டும்."

நான் விடுத்தத் தொலைபேசி அழைப்புக்குப் பதிலளிப்பதற்கு அந்த டாக்ஸி நிறுவனத்திற்கு இருபது நிமிடங்கள் ஆயிற்று. நான் இன்னும் ஓர் அரை மணிநேரம் காத்திருக்க வேண்டும் என்று ஓர் எரிச்சலான குரலில் அறிவித்த மேரி தன்னுடைய வசீகரமான கருப்பு உடையில் மகிழ்ச்சியுடன் காணப்பட்டாள்.

நான் அந்த விழாவுக்குப் போகவிருந்தது பேட்டிகள் கொடுக்கவோ அல்லது ஒப்பந்தங்களில் கையெழுத்திடவோ அல்ல. மாறாக, உதவி வங்கியில் என்னுடைய கணக்கில் வைக்கப்பட்டிருந்த ஒரு வரவைத் திருப்பிக் கொடுப்பதற்காகத்தான் நான் போகவிருந்தேன். மேரியும் நானும் எங்கள் டாக்ஸிக்காகக் காத்துக் கொண்டிருந்தபோது, அவ்விழாவுக்கு வரவிருந்தவர்களுடன் எவற்றைப் பற்றி உரையாடலாம் என்று நான் ஒரு பட்டியல் தயாரித்தேன்:

1. மக்களுடைய தோற்றத்தைப் பற்றிய கருத்துகள்: "நீங்கள் மிகவும் ஒயிலாகத் தெரிகிறீர்கள்," "என்னவோர் அழகான ஆடை!" "உங்கள் தோல் பொலிவாக இருக்கிறது." அவர்கள் தங்கள் வீட்டிற்குத் திரும்பிச் செல்லும்போது, மற்றவர்கள் எவ்வளவு மோசமாக உடையணிந்திருந்தனர் என்றும், அவர்களுடைய தோற்றம் எப்படி அலங்கோலமாக இருந்தது என்றும் அவர்கள் விமர்சிப்பர்.
2. சமீபத்திய விடுமுறைப் பயணங்கள்: "நீங்கள் கண்டிப்பாக அரூபாவுக்குப் போய் வர வேண்டும். அது மிக அருமையான ஓர் இடம்," "கோடைக்கால இரவில் ஒரு நாள், கான்குன்னில் ஒரு கடற்கரையோரமாக ஒரு மார்ட்டீனியைப் பருகிக் கொண்டே அமர்ந்திருப்பதற்கு வேறு எதுவும் ஈடாகாது." உண்மையில், இத்தகைய விடுமுறைகளில், யாருமே அவற்றை சுகமாக அனுபவிப்பதில்லை. ஒரு சில நாட்களுக்கு

அவர்கள் ஒரு விதமான விடுதலையுணர்வை அனுபவிக்கின்றனர், அவ்வளவுதான். தாங்கள் நிறையப் பணம் செலவழித்து இந்த விடுமுறைக்கு வந்திருப்பதால், அதைத் தாங்கள் மகிழ்ச்சியாகக் கழித்தாக வேண்டும் என்ற கடமையுணர்வால் அவர்கள் அலைக்கழிக்கப்படுகின்றனர்.

3. மேலும் அதிகமான விடுமுறைப் பயணங்கள்: "சமீபத்தில் நான் ரியோ டி ஜெனீரோவுக்குப் போயிருந்தேன். மிகவும் வன்முறையான ஒரு நகரம் அது," "கொல்கத்தா நகரின் வீதிகளில் காணப்படும் வறுமை உண்மையிலேயே அதிர்ச்சியூட்டுகிறது." அவர்கள் அத்தகைய இடங்களுக்குப் போவது, அவர்கள் அங்கே இருக்கும்போது சக்தி வாய்ந்தவர்களாக உணர்வதற்கும், வறுமையும் வன்முறையும் இல்லாத தங்களுடைய எதார்த்த வாழ்க்கைக்குத் திரும்பிச் செல்லும்போது அதிர்ஷ்டசாலிகளாக உணர்வதற்கும்தான்.

4. புதிய சிகிச்சைகள்: "கோதுமைத்தளிரின் சாற்றை வாரத்திற்கு ஒரு முறை பருகுவது உங்கள் முடியின் தன்மையை உண்மையிலேயே மேம்படுத்தும்," "பியாரிட்ஸில் ஒரு வெந்நீர் ஊற்றில் நான் இரண்டு நாட்கள் செலவிட்டேன்; அந்தத் தண்ணீர், தோலில் உள்ள துவாரங்களைத் திறந்து நச்சுப் பொருட்களை வெளியேற்றுகிறது." மறுவாரம், கோதுமைத்தளிருக்கு எந்தத் தனித்துவமான பண்புநலன்களும் கிடையாது என்பதையும், சாதாரண வெந்நீர்கூட துவாரங்களைத் திறந்து நச்சுப் பொருட்களை அகற்றும் என்பதையும் அவர்கள் கண்டறிவர்.

5. மற்றவர்கள்: "நான் இன்னாரை இத்தனை ஆண்டுகளாகப் பார்க்கவில்லை. அவர் இப்போது என்ன செய்து கொண்டிருக்கிறார்?" "அவள் பணக் கஷ்டத்தில் இருக்கிறாள் என்றும், அவள் தன்னுடைய வீட்டை விற்க வேண்டியதாயிற்று என்றும் நான் கேள்விப்பட்டேன்." அவர்கள் கலந்து கொண்டுள்ள அந்தக் கேளிக்கை விருந்திற்கு அழைக்கப்பட்டிராத நபர்களைப் பற்றி அவர்கள் பேசலாம், தங்கள் விருப்பம்போல அவர்களை விமர்சிக்கலாம், ஆனால்

இறுதியில், "அவள்/அவன் ஓர் அற்புதமான நபர்," என்று ஓர் அப்பாவித்தனமான குரலில் பரிதாபம் கொள்ள வேண்டும், அவ்வளவுதான்.

6. மாலை நேரத்திற்குச் சுவை கூட்டுவதற்காக, வாழ்க்கையைப் பற்றிய ஒரு சில சிறு குறைகள்: "என் வாழ்வில் புதிதாக ஏதேனும் நிகழ்ந்தால் நன்றாக இருக்கும்," "என் குழந்தைகளை நினைத்தால் எனக்குக் கவலையாக இருக்கிறது; அவர்கள் ஒருபோதும் நல்ல இசையைக் கேட்பதில்லை, நல்ல இலக்கியத் தரம் வாய்ந்த புத்தகங்களைப் படிப்பதில்லை." இதே பிரச்சனையைக் கொண்ட மற்றவர்களின் அபிப்பிராயங்களுக்காக அவர்கள் காத்திருப்பர். பிறகு, பிரச்சனை தங்களுக்கு மட்டுமல்ல என்ற மனநிறைவோடு அவர்கள் மகிழ்ச்சியாக அங்கிருந்து புறப்பட்டுச் செல்வர்.

7. இன்று மாலையில் நடைபெற்றுக் கொண்டிருக்கின்ற கூட்டத்தைப் போன்ற, அறிவுஜீவிகளின் கூட்டங்களில், மத்தியக் கிழக்கு நாடுகளில் நடக்கும் மோதல்கள், இஸ்லாமிய மதத்தின் பிரச்சனை, சமீபத்திய கண்காட்சி, நவீன தத்துவ குரு, யாரும் கேள்விப்பட்டிராத ஓர் அருமையான புத்தகம், இசை முற்றிலும் உருக்குலைந்து போயுள்ளது என்ற உண்மை ஆகியவற்றைப் பற்றி நாங்கள் விவாதிப்போம். எங்களுடைய உண்மையான உணர்வுகளுக்கு எதிரான, ஆனால் அறிவார்ந்த அபிப்பிராயங்களை நாங்கள் வழங்குவோம். இந்தக் கண்காட்சிகளுக்குப் போவதும், சகிக்கப்பட முடியாத அந்தப் புத்தகங்களைப் படிப்பதும், சுவாரசியமற்ற அந்தத் திரைப்படங்களைப் பார்ப்பதும் எங்களுக்கு எந்த அளவு வெறுப்பூட்டுகின்றன என்பதை நாங்கள்தானே அறிவோம்? ஆனாலும், இது போன்ற நிகழ்வுகளில் நாங்கள் எதைப் பற்றியாவது பேச வேண்டியிருப்பதால், நாங்கள் அவற்றையெல்லாம் செய்ய வேண்டியிருக்கிறது.

***

எங்கள் டாக்ஸி வந்தது. நாங்கள் அந்த விழாவுக்குப் போய்க் கொண்டிருந்த வழியில், இன்னொரு தனிப்பட்ட விஷயத்தை மேற்குறிப்பிடப்பட்டப் பட்டியலில் நான் சேர்த்துக் கொண்டேன்: நான் அந்த விருந்துகளை எவ்வளவு வெறுத்தேன் என்பதைப் பற்றி மேரியிடம் நான் குறைபட்டுக் கொண்டேன். ஆனால் அவளோ, “எந்த விருந்து நிகழ்ச்சியானாலும் இறுதியில் நீங்கள் உண்மையாகவே அதை ரசித்து அனுபவிக்கிறீர்கள். நீங்கள் மகிழ்ச்சியாகத்தான் அங்கிருந்து திரும்புகிறீர்கள்,” என்று கூறினாள்.

நாங்கள் பாரீஸின் மிக நேர்த்தியான உணவகங்களில் ஒன்றினுள் நுழைந்து, அன்றைய நிகழ்ச்சிக்காக ஒதுக்கப்பட்டிருந்த அறையை நோக்கிச் சென்றோம். இலக்கியப் பரிசு வழங்கும் நிகழ்ச்சி அது. அதில் நானும் ஒரு நடுவராக இருந்தேன். எல்லோரும் ஆங்காங்கே நின்று பேசிக் கொண்டிருந்தனர். சிலர் எனக்கு வணக்கம் கூறினர், மற்றவர்கள் என்னை வெறுமனே பார்த்துவிட்டு ஒருவருக்கொருவர் ஏதோ கூறிக் கொண்டனர். அந்நிகழ்ச்சியை ஏற்பாடு செய்திருந்தவர் என்னிடம் வந்து, அங்கிருந்த மக்களிடம் என்னை அறிமுகப்படுத்தினார். எரிச்சலூட்டும் அதே வார்த்தைகள்: “இவர் யாரென்று உங்களுக்கே தெரியும்!” சிலர் என்னை அடையாளம் கண்டுகொண்டு புன்னகைத்தனர்; மற்றவர்கள் வெறுமனே புன்னகைத்தனர், நான் யாரென்று அவர்களுக்குத் தெரியவில்லை, ஆனால் தெரிந்ததுபோலப் பாசாங்கு செய்தனர். ஏனெனில், என்னைத் தெரியவில்லை என்பதை ஒப்புக் கொண்டால், அவர்கள் வாழ்ந்து கொண்டிருந்த உலகம் உண்மையில் இல்லை என்பதையும், தெரிந்திருக்க வேண்டிய முக்கியமான விஷயங்களைத் தெரிந்து கொள்ள அவர்கள் தவறிவிட்டனர் என்பதையும் அவர்கள் ஒப்புக் கொண்டதுபோல ஆகிவிடும்.

முந்தைய இரவில் நான் சந்தித்தக் ‘குழுவை’ நான் நினைத்துப் பார்த்தேன்: முட்டாள்களையெல்லாம் ஒரு கப்பலில் ஏற்றி ஒரு பெருங்கடலின் நடுவே உள்ள ஒரு தீவில் விட்டுவிட்டு வந்துவிட வேண்டும்; ஒவ்வோர் இரவும் அவர்கள் ஒரு விழாவில் கலந்து கொள்வதற்குக் கட்டாயப்படுத்தப்பட வேண்டும்; யார் இன்னார்

என்பது அவர்களுடைய நினைவில் பதியும்வரை, மாதக்கணக்கில் அவர்கள் தொடர்ந்து மற்றவர்களிடம் அறிமுகப்படுத்தப்பட்டுக் கொண்டே இருக்க வேண்டும்.

இத்தகைய நிகழ்ச்சிகளில் எத்தகைய மக்கள் வந்தனர் என்பதைப் பற்றி நான் ஒரு பட்டியல் தயாரித்தேன். அன்றிரவு வந்திருந்தவர்களில் பத்து சதவீதத்தினர் ‘உறுப்பினர்கள்’, தீர்மானம் மேற்கொள்பவர்கள். அவர்கள் உதவி வங்கிக்கு ஏதோ கடன்பட்டிருந்ததால் வந்திருந்தனர். அதே சமயத்தில், எப்படிப் பணம் சம்பாதிப்பது, பணத்தை எங்கே முதலீடு செய்வது போன்ற, தங்களுடைய வேலைக்கு அனுகூலமான ஏதேனும் அங்கே தங்களுக்குக் கிடைக்குமா என்பதையும் அவர்கள் கவனிக்கத் தவறவில்லை. ஒரு நிகழ்ச்சி தங்களுக்கு லாபகரமாக இருக்குமா இல்லையா என்பதை விரைவில் அவர்களால் கண்டுபிடித்துவிட முடியும். விருந்திலிருந்து முதலில் புறப்பட்டுச் செல்லும் நபர்கள் அவர்கள்தாம். அவர்கள் தங்கள் நேரத்தை ஒருபோதும் விரயம் செய்வதில்லை.

இரண்டு சதவீத மக்கள் ‘திறமைசாலிகள்’. அவர்களுக்கு உண்மையிலேயே ஓர் ஒளிமயமான எதிர்காலம் இருந்தது. அவர்கள் ஏற்கெனவே ஒரு சில ஆறுகளைக் கடந்திருந்தனர். உதவி வங்கியைப் பற்றி அப்போதுதான் அவர்களுக்குத் தெரிய வந்திருந்தது. அவர்கள் எல்லோருமே அதன் வாடிக்கையாளர்களாக ஆகச் சாத்தியம் இருந்தவர்கள்தாம். வழங்குவதற்கு முக்கியமான சேவைகள் அவர்களிடம் இருந்தன, ஆனால் தீர்மானம் மேற்கொள்ளும் நிலையை அவர்கள் இன்னும் எட்டியிருக்கவில்லை. எல்லோரிடமும் அவர்கள் இனிமையாக நடந்து கொள்கின்றனர். ஏனெனில், தாங்கள் யாரிடம் பேசிக் கொண்டிருந்தோம் என்பது அவர்களுக்குத் தெரியவில்லை. உறுப்பினர்களைவிட அவர்கள் அதிகத் திறந்த மனத்துடன் இருந்தனர். ஏனெனில், அவர்களைப் பொறுத்தவரை, எந்தவொரு சாலையும் எங்கேனும் இட்டுச் செல்லக்கூடும்.

மூன்று சதவீதத்தினர் ‘தூபமாரோக்கள்’. உருகுவே நாட்டின் முன்னாள் கொரில்லா குழுவின் பெயர் அது. அக்குழுவுக்கு அஞ்சலி செலுத்தும் விதமாக அந்த மூன்று சதவீதத்தினரை நான் அப்படி அழைத்தேன். அவர்கள் எப்படியோ இந்த விருந்துக்குள் ஊடுருவியிருந்தனர். எந்தத்

தொடர்பு கிடைத்தாலும் அதை வசப்படுத்திக் கொள்வதில் அவர்கள் வெறியாக இருந்தனர். தொடர்ந்து இங்கே சுற்றிக் கொண்டிருக்க வேண்டுமா அல்லது அதே நேரத்தில் வேறு எங்கோ நிகழ்ந்து கொண்டிருந்த வேறொரு விருந்துக்குப் போக வேண்டுமா என்பது அவர்களுக்கு உறுதியாகத் தெரியவில்லை. அவர்கள் பதற்றமாக இருந்தனர். தாங்கள் மிகவும் திறமைசாலிகள் என்பதை அவர்கள் காட்ட விரும்பினர், ஆனால் அந்த விழாவில் கலந்து கொள்ள அவர்களுக்கு அழைப்பு விடுக்கப்பட்டிருக்கவில்லை. அவர்கள் இன்னும் தங்களுடைய முதல் மலைகளை ஏறியிருக்கவில்லை. மற்ற விருந்தினர்கள் இதைத் தெரிந்து கொண்டுவிட்டால், மறுகணமே, இவர்கள்மீது தாங்கள் செலுத்திக் கொண்டிருக்கும் கவனத்தை விலக்கிக் கொள்வர்.

கடைசி எண்பத்தைந்து சதவீதத்தினரை நான் 'தாம்பாளங்கள்' என்று அழைக்கிறேன். ஏனெனில், ஒரு தாம்பாளம் இல்லாமல் எந்தவொரு விருந்தும் நடைபெறுவது சாத்தியமில்லை. எனவே, இந்த விருந்தாளிகள் இல்லாமல் எந்தவொரு நிகழ்வும் நடக்காது. அங்கே என்ன நிகழ்ந்து கொண்டிருந்தது என்பது அந்தத் தாம்பாளங்களுக்குத் தெரியாது, ஆனால் தாங்கள் அங்கே இருப்பது முக்கியமானது என்பதை அவர்கள் அறிவர். அந்நிகழ்ச்சியை ஏற்பாடு செய்திருந்தவர்களுடைய விருந்தினர் பட்டியலில் அவர்கள் இடம்பெற்றிருந்தனர். ஏனெனில், இது போன்ற நிகழ்ச்சிகளின் வெற்றி, அவற்றுக்கு வருகை தருகின்ற மக்களின் எண்ணிக்கையையும் சார்ந்துள்ளது. அவர்கள் எல்லோரும் முன்னாள் வங்கியாளர்கள், முன்னாள் இயக்குநர்கள், ஏதோ ஒரு பிரபலமான பெண்ணின் முன்னாள் கணவர், இப்போது அதிகாரத்தில் உள்ள ஒரு நபரின் முன்னாள் மனைவி என்று ஏதோ முக்கியத்துவம் வாய்ந்தவர்களாக இருப்பர். அவர்கள், மன்னராட்சி இல்லாத ஒரு நாட்டில் வாழ்ந்து கொண்டிருந்த குறுநில ஆட்சியாளர்கள், தங்களுடைய கோட்டைகளை வாடகைக்கு விட்டு வாழ்க்கை நடத்திய இளவரசர்கள் மற்றும் இளவரசிகள். ஒரு விருந்திலிருந்து இன்னொரு விருந்து என்று தொடர்ந்து விருந்துகளில் கலந்து கொண்டவர்கள் அவர்கள். அவர்களுக்கு இது ஒருபோதும் சலிப்பு ஏற்படுத்தாதா என்று நான் பல முறை

யோசித்திருக்கிறேன்.

சமீபத்தில் இதைப் பற்றி நான் மேரியிடம் குறிப்பிட்டபோது, சிலர் வேலைக்கு அடிமைப்பட்டுக் கிடந்தனர், மற்றவர்கள் கேளிக்கைக்கும் குதூகலத்திற்கும் அடிமைப்பட்டுக் கிடந்தனர் என்று அவள் கூறினாள். இரண்டு குழுவினருமே சம அளவு மகிழ்ச்சியின்றி இருக்கின்றனர்; தங்கள் வாழ்வில் ஏதோ ஒரு குறை இருக்கிறது என்பதை அவர்கள் அறிந்திருந்தாலும், குறிப்பிட்ட அந்த மோசமான பழக்கத்தை அவர்களால் கைவிட முடிவதில்லை.

திரைப்படம் மற்றும் இலக்கியத்தைப் பற்றிய ஒரு கருத்தரங்கின் ஒருங்கிணைப்பாளர்களில் ஒருவருடன் நான் பேசிக் கொண்டிருந்தபோது, ஓர் அழகான இளம்பெண் என்னிடம் வந்து, ‘கிழிப்பதற்கான ஒரு காலம், தைப்பதற்கான ஒரு காலம்’ புத்தகத்தைத் தான் மிகவும் ரசித்ததாகக் கூறினாள். தான் பால்டிக் நாடுகளில் ஒன்றைச் சேர்ந்தவள் என்றும், தான் திரைப்படத் துறையில் வேலை செய்து கொண்டிருந்ததாகவும் அவள் கூறினாள். அவள் ஒரு தூபமாரோ என்று அங்கிருந்தோர் உடனடியாக அடையாளம் கண்டுகொண்டனர். ஏனெனில், அவள் ஒரு விஷயத்தில் (நான்) ஆர்வம் காட்டியதுபோலத் தோன்றியபோது, உண்மையில் அவள் வேறு ஏதோ ஒன்றில் (அக்கருத்தரங்கின் ஒருங்கிணைப்பாளர்கள்) ஆர்வம் கொண்டிருந்தாள். கிட்டத்தட்ட மன்னிக்கப்பட முடியாத இந்தத் தவறை அவள் செய்திருந்தபோதிலும், அவள் அனுபவமற்ற ஒரு திறமைசாலியாக இருப்பதற்கான ஒரு சாத்தியக்கூறு இன்னும் இருந்தது. திரைப்படத் துறையில் அவள் என்ன வேலை செய்து கொண்டிருந்தாள் என்று அந்த ஒருங்கிணைப்பாளர்களில் ஒருவர் அவளிடம் கேட்டபோது, தான் ஒரு செய்திப் பத்திரிகைக்காகத் திரைப்பட விமர்சனங்கள் எழுதியதாகவும், ஒரு புத்தகத்தை (திரைப்படத்தைப் பற்றியா? இருக்காது; அவளுடைய அலுப்பூட்டும் வாழ்க்கையைப் பற்றிய புத்தகமாகத்தான் அது இருக்கும் என்று நான் நினைத்தேன்) வெளியிட்டிருந்ததாகவும் அவள் விளக்கினாள்.

அடுத்து அவள் ஒரு மாபெரும் தவறு செய்தாள். அந்த ஆண்டு நிகழ்ச்சிக்குத் தன்னையும் அழைக்க

முடியுமா என்று அவள் கேட்டாள். என்னுடைய புத்தகங்களை வெளியிட்ட, அதே பால்டிக் நாட்டைச் சேர்ந்த, செல்வாக்குமிக்க, கடின உழைப்பாளியான ஒரு பெண் ஏற்கெனவே அழைக்கப்பட்டிருந்ததாக அந்த ஒருங்கிணைப்பாளர் அவளிடம் விளக்கினார். அவரும் அப்பெண்ணும் என்னிடம் தொடர்ந்து பேசினர். ஒரு சில நிமிடங்கள் சமாளித்த அப்பெண், பிறகு என்ன சொல்வதென்று தெரியாமல் அங்கிருந்து போய்விட்டாள்.

அது ஓர் இலக்கியப் பரிசு என்பதால், பெரும்பாலான விருந்தினர்கள் – தூபமாரோக்கள், திறமைசாலிகள், மற்றும் தாம்பாளங்கள் – கலை உலகத்தைச் சேர்ந்தவர்களாக இருந்தனர். மறுபுறம், உறுப்பினர்கள், ஒன்று, நிகழ்ச்சிக்கு நிதியுதவி செய்தவர்களாகவோ அல்லது அருங்காட்சியகங்கள், பாரம்பரிய இசை நிகழ்ச்சிகள், மற்றும் இளம் கலைஞர்களை ஆதரித்த அமைப்புகளுடன் தொடர்புடையவர்களாகவோ இருந்தனர். அன்றிரவு வழங்கப்படவிருந்த பரிசை வெல்வதற்கு எந்தக் கலைஞர் அதிக அழுத்தம் கொடுத்திருந்தார் என்பது பற்றிய பல்வேறு உரையாடல்களுக்குப் பிறகு, நிகழ்ச்சித் தொகுப்பாளர் மேடையேறி, எல்லோரும் அவரவர் இடத்தில் அமரும்படி கேட்டுக் கொண்டார் (நாங்கள் எல்லோரும் அமர்ந்தோம்), ஒரு சில நகைச்சுவைத் துணுக்குகளைக் கூறினார் (அது சடங்கின் ஒரு பகுதி, எனவே நாங்கள் எல்லோரும் சிரித்து வைத்தோம்), வெற்றியாளர்களின் பெயர்கள் விருந்தின் நடுவே அறிவிக்கப்படும் என்று கூறினார்.

முன் பக்கத்திலிருந்த மேசையருகே நான் அமர்ந்திருந்தேன். தாம்பாளங்களை ஒரு பாதுகாப்பான தூரத்தில் வைத்திருக்க அது உதவியது. அதோடு, உற்சாகமான, சுயநலமான திறமைசாலிகளைப் பற்றி நான் கவலைப்பட வேண்டியிருக்காது. அந்த விருந்துக்கு நிதியுதவி செய்திருந்த, கார் உற்பத்தி நிறுவனம் ஒன்றின் பெண் இயக்குநருக்கும், பிரபல ஓவியங்களில் முதலீடு செய்வதென்று தீர்மானித்திருந்த ஒரு பரம்பரைப் பணக்காரப் பெண்ணுக்கும் இடையே நான் அமர்ந்திருந்தேன். எங்களோடு அமர்ந்திருந்த மற்ற விருந்தினர்கள் இவர்கள்: வாசனைத் திரவியங்கள் தயாரிக்கும் நிறுவனம் ஒன்றின் தலைவர்; ஓர் அரேபிய

இளவரசர் (இவர் பாரீஸின் வழியாகப் போய்க் கொண்டிருந்திருப்பார்போலும்; நிகழ்ச்சிக்கு வசீகரம் கூட்டுவதற்கு அதன் ஒருங்கிணைப்பாளர் இவரைக் கொத்திக் கொண்டு வந்திருக்கக்கூடும் என்று நான் நினைத்தேன்); பதினான்காம் நூற்றாண்டைச் சேர்ந்த கையெழுத்துப் பிரதிகளைச் சேகரித்த இஸ்ரேலிய வங்கியாளர் ஒருவர். அன்றைய நிகழ்ச்சியை ஏற்பாடு செய்தவர்களில் முக்கியமானவர்கள், மொனாக்கோவுக்கான பிரெஞ்சுத் தூதரும், பொன்னிறத் தலைமுடி கொண்ட ஒரு பெண்ணும்தாம். அப்பெண் ஏன் அங்கே வந்திருந்தாள் என்பதை என்னால் புரிந்து கொள்ள முடியவில்லை. ஒருவேளை அவள் அந்த நிகழ்ச்சி ஒருங்கிணைப்பாளரின் அடுத்தக் காமக்கிழத்தியாக இருக்கக்கூடும் என்று எனக்குத் தோன்றியது.

நான் என்னுடைய மூக்குக்கண்ணாடியை அணிந்து கொண்டு, என் வலப்பக்கமும் இடப்பக்கமும் அமர்ந்திருந்தவர்களின் பெயர்களைத் திருட்டுத்தனமாகப் படித்தேன் (அனைத்து விருந்தினர்களின் பெயர்களையும் நான் மனப்பாடம் செய்யும்வரை நான் அந்தக் கற்பனையான கப்பலில் ஏற்றப்பட்டு ஒரு தீவில் கொண்டு விடப்பட்டு, இதே விருந்துக்குப் பல முறை அழைக்கப்பட வேண்டும்). மேரி வேறொரு மேசையில் அமர்ந்திருந்தாள். அதுதான் சம்பிரதாயம். ஒருவேளை, வரலாற்றில் ஏதோ ஒரு காலகட்டத்தில் யாரோ ஒருவர் இப்படி ஒரு தீர்மானத்தை எடுத்திருந்ததாக எனக்குத் தோன்றியது: இப்படிப்பட்ட விருந்துகளில் தம்பதியர் இருவரும் எப்போதும் தனித்தனியே உட்கார்த்தி வைக்கப்பட வேண்டும்; அப்போதுதான், நமக்குப் பக்கத்தில் உட்கார்ந்திருக்கும் நபர் திருமணமானவரா, திருமணம் ஆகாதவரா, அல்லது திருமணமாகியிருந்தும் வளைந்து கொடுக்கத் தயாராக இருந்தவரா என்ற குழப்பம் நமக்கு ஏற்படும்; தம்பதியர் இருவரும் சேர்ந்து உட்கார வைக்கப்பட்டால், அவர்கள் ஒருவரோடு ஒருவர் பேசிக் கொண்டிருப்பர். அதற்கு ஏன் அவர்கள் ஒரு டாக்ஸி பிடித்து அந்த விருந்துக்கு வர வேண்டும் என்று அந்நபர் யோசித்திருக்கக்கூடும்.

நான் முன்பு பட்டியலிட்டிருந்த உரையாடல் தலைப்புகளின்படியே, முதலில் நாங்கள் கலாச்சாரத்தைப்

பற்றிப் பேசினோம் – ‘அது ஓர் அற்புதமான கண்காட்சியல்லவா? அது ஓர் அறிவார்ந்த மதிப்புரை, இல்லையா?’...நான் என்னுடைய சாப்பாட்டின்மீது கவனம் செலுத்த விரும்பினேன், ஆனால் தொடர்ந்து யாரேனும் என்னைத் தொந்தரவு செய்து கொண்டே இருந்தனர். வழக்கமான கேள்விகள்தாம்: ‘உங்களுடைய புதிய புத்தகம் எப்படிப் போய்க் கொண்டிருக்கிறது? எங்கிருந்து உத்வேகம் பெறுகிறீர்கள்? வேறு ஏதேனும் புதிய படைப்புகளில் இறங்கியிருக்கிறீர்களா?’ எல்லோரும் நாகரிகமானவர்களாகத் தெரிந்தனர், எல்லோரும் ஏதோ ஒரு பிரபலமான நபர் தங்களுடைய நெருங்கிய நண்பர் என்று தற்செயலாகக் குறிப்பிடுவதுபோல, ஆனால் வேண்டுமென்றே வலியுறுத்திக் கூறினர். தற்போதைய அரசியல் நிலவரத்தைப் பற்றியும் கலாச்சாரம் எதிர்கொண்டிருந்த பிரச்சனைகளைப் பற்றியும் எல்லோராலும் தெளிவாகப் பேச முடிந்தது.

“நாம் வேறு எதைப் பற்றியாவது பேசலாமே?”

அக்கேள்வி என்னையும் அறியாமல் என் வாயிலிருந்து வெளியே குதித்தது. என்னுடன் உட்கார்ந்திருந்த அனைவரும் மௌனமாயினர். என்ன இருந்தாலும், மற்றவர்கள் பேச்சில் குறுக்கிடுவது அநாகரிகமல்லவா? எல்லோருடைய கவனத்தையும் தன் பக்கம் ஈர்ப்பது அதைவிட அதிக மோசமானது, இல்லையா? ஆனாலும், முந்தைய இரவில் நான் ஒரு பிச்சைக்காரனின் வேடத்தில் பாரீஸின் வீதிகளில் சுற்றித் திரிந்தது என்மீது சரி செய்யப்பட முடியாத பாதிப்பை ஏற்படுத்தியிருந்தது. என்னால் அதற்கு மேலும் அத்தகைய உரையாடல்களைச் சகித்துக் கொள்ள முடியவில்லை.

“நாம் கைவிடும் கட்டத்தைப் பற்றிப் பேசலாம். நாம் நம்முடைய கனவுகளைக் கைவிட்டுவிட்டு, நம்மிடம் இருப்பவற்றைக் கொண்டு திருப்திப்பட்டுக் கொள்ளத் தீர்மானிக்கின்ற கணம் அது.”

அதைப் பற்றிப் பேசுவதில் யாருக்கும் விருப்பம் இருக்கவில்லை. எனவே, நான் பேச்சை மாற்றத் தீர்மானித்தேன்.

“நமக்குச் சொல்லப்பட்டுள்ள கதையை மறந்துவிட்டு, முற்றிலும் வித்தியாசமான ஒரு கதையை வாழ முயற்சிப்பதன் முக்கியத்துவத்தைப் பற்றி நாம் பேசலாம். நாம் தினமும்

வித்தியாசமான எதையேனும் செய்ய முயற்சிக்கலாம்: ஓர் உணவகத்தில் பக்கத்து மேசையில் உள்ள ஒருவரிடம் பேசுவது, நீர் தேங்கியுள்ள ஒரு குட்டைக்குள் கால் வைப்பது, அடுத்தவர் கூறுவதைக் காது கொடுத்துக் கேட்பது, அன்பெனும் ஆற்றலை ஒரு ஜாடிக்குள் அடைத்து ஒரு மூலையில் வைப்பதற்குப் பதிலாக, அது தடையின்றிப் பாய்ந்தோட அனுமதிப்பது போன்றவற்றைக் கூறலாம்."

"நீங்கள் மணவாழ்க்கைக்கு வெளியேயான தகாத உறவைப் பற்றிப் பேசுகிறீர்களா?" என்று அந்த வாசனைத் திரவிய நிறுவனத்தின் தலைவர் கேட்டார்.

"இல்லை. நீங்கள் அன்பின் எஜமானாக இருப்பதற்குப் பதிலாக அதன் ஒரு கருவியாக இருக்க நீங்கள் உங்களை அனுமதிக்க வேண்டும் என்று நான் கூறுகிறேன். கடமைக்காக ஒருவரோடு இருப்பதற்குப் பதிலாக, நீங்கள் அவருடன் இருக்க விரும்புவதால் அவரோடு இருக்க வேண்டும்."

எங்களோடு அமர்ந்திருந்தவர்கள் தங்களுடைய உரிமையையும் சுதந்திரத்தையும் பயன்படுத்திக் கொண்டிருந்ததாக மொராக்கோவுக்கான பிரெஞ்சுத் தூதர் நாசூக்காகவும் ஒரு லேசான முரண்நகையோடும் என்னிடம் வலியுறுத்தினார். அது உண்மை என்று யாரும் நம்பவில்லை என்றாலும்கூட, அதை அவர்கள் ஒப்புக் கொண்டனர்.

திடீரென்று, பொன்னிறத் தலைமுடி கொண்ட பெண், "நாம் ஏன் புணர்ச்சியைப் பற்றிப் பேசக்கூடாது? அது அதிக சுவாரசியமானதோடு மட்டுமல்லாமல், அதிகச் சிக்கல் இல்லாததும்கூட!" என்று கூறினாள்.

அவள் இயல்பாக அதைக் கூறினாள். எனக்குப் பக்கத்தில் உட்கார்ந்திருந்த பெண்களில் ஒருவர் ஒரு பரிகாசச் சிரிப்பை உதிர்த்தார், ஆனால் நான் கைதட்டி வரவேற்றேன்.

"புணர்ச்சி நிச்சயமாக அதிக சுவாரசியமானதுதான், ஆனால் அது ஒரு வித்தியாசமான உரையாடல் தலைப்பாகத் தெரியவில்லையே! மேலும், புணர்ச்சியைப் பற்றிப் பேசுவது இனியும் தடை செய்யப்பட்ட ஒன்றல்லவே!"

"எது தடை செய்யப்பட்டது என்பதை நாங்கள் அறிந்து கொள்ளலாமா?" என்று அந்நிகழ்ச்சி ஒருங்கிணைப்பாளர்

கேட்டார். அவர் சற்று அசௌகரியமாக உணரத் தொடங்கியிருந்தார்.

“எடுத்துக்காட்டாக, பணம். இந்த மேசையைச் சுற்றி இருக்கின்ற நம் அனைவரிடமும் பணம் இருக்கிறது. அல்லது, பணம் இருப்பதுபோல நாம் பாசாங்கு செய்கிறோம். நாம் செல்வந்தர்களாகவும் பிரபலமானவர்களாகவும் செல்வாக்கு மிகுந்தவர்களாகவும் இருப்பதால் நாம் இந்த விருந்துக்கு அழைக்கப்பட்டிருப்பதாக நாம் நம்புகிறோம். ஆனால், எல்லோரும் உண்மையில் எவ்வளவு பணம் சம்பாதித்துக் கொண்டிருக்கிறார்கள் என்பதைத் தெரிந்து கொள்வதற்கு இந்த வகையான நிகழ்ச்சியைப் பயன்படுத்திக் கொள்வதைப் பற்றி நம்மில் யாரேனும் எப்போதேனும் யோசித்திருக்கிறோமா? நாம் தன்னம்பிக்கை உடையவர்கள் என்றும் மிகவும் முக்கியமானவர்கள் என்றும் நாம் நம்புவதால், உலகம் எப்படி இருப்பதாக நாம் கற்பனை செய்துள்ளோமோ அப்படி அல்லாமல், அதை நாம் ஏன் உள்ளது உள்ளபடியே பார்க்கக்கூடாது?”

“நீங்கள் என்ன சொல்ல வருகிறீர்கள்?” என்று அந்தக் கார் உற்பத்தி நிறுவனத்தின் தலைவர் கேட்டார்.

“அது ஒரு நீண்ட கதை. டோக்கியோவில் ஒரு மதுவிடுதியில் ஹான்ஸும் ஃபிரிட்ஸும் பேசிக் கொண்டிருந்ததிலிருந்து தொடங்கி, நாம் உண்மையிலேயே எத்தகையவரோ அத்தகையவராக ஆவதற்கு, நாம் யார் என்று நாம் நினைத்துக் கொண்டிருக்கிறோமோ அதை நாம் மறக்க வேண்டும் என்று கூறிய ஒரு மங்கோலிய நாடோடிவரை என்னால் போக முடியும்.”

“நீங்கள் சொல்வது எனக்குப் புரியவில்லை.”

“அது என்னுடைய தவறு. நான் ஒழுங்காக விளக்கவில்லை. நாம் முக்கியமான விஷயத்திற்கு வருவோம்: இங்குள்ள ஒவ்வொருவரும் எவ்வளவு சம்பாதிக்கிறார்கள் என்பதை நான் தெரிந்து கொள்ள விரும்புகிறேன். இந்த முன்னணி மேசையில் அமர்ந்திருப்பதற்கு நாம் எவ்வளவு பணம் படைத்தவர்களாக இருக்க வேண்டும்?” என்று நான் கேட்டேன்.

அங்கு ஒரு கணநேர மௌனம் நிலவியது. என்னுடைய பொறியில் யாரும் சிக்கவில்லை. எல்லோரும் என்னை அதிர்ச்சியோடு பார்த்துக் கொண்டிருந்தனர். ஒருவருடைய

நிதி நிலை பற்றிக் கேட்பது, புணர்ச்சியைப் பற்றிப் பேசுவதைவிட அதிகமாகத் தடை செய்யப்பட்டுள்ள ஒன்றாகும். நம்பிக்கைத் துரோகம், மோசடி, பாராளுமன்ற உள்விவகாரங்கள் போன்றவற்றைப் பற்றிக் கேள்வி எழுப்புவதைவிட அதிகமாக முகம் சுளிக்கின்ற வைக்கின்ற ஒன்று அது.

ஆனாலும், அந்த அரபு இளவரசர் என்னுடைய கேள்விக்கு விடையளிக்கத் தீர்மானித்தார் (அவருக்கு இந்த உப்புச்சப்பில்லாத பேச்சு சலிப்பு ஏற்படுத்தியிருக்கக்கூடும், அல்லது ஒருவேளை அவர் விரைவில் இறந்துவிடுவார் என்று அவருடைய மருத்துவர் அன்று அவரிடம் கூறியிருந்திருக்கக்கூடும். காரணம் என்னவென்று யாரறிவார்?):

"நான் மாதந்தோறும் 20,000 யூரோக்கள் சம்பாதிக்கிறேன். என்னுடைய நாட்டின் பாராளுமன்றம் ஒப்புதல் வழங்கும் தொகையைப் பொறுத்தது அது. ஆனால் நான் செலவழிக்கும் தொகைக்கும் அதற்கும் எந்த சம்பந்தமும் இல்லை. ஏனெனில், வரம்பற்றப் 'பொழுதுபோக்கு'ப் படிச்சலுகை எனக்கு இருக்கிறது. இதை வேறு விதமாகச் சொன்னால், என்னை இங்கே அழைத்து வந்தது என்னுடைய தூதரகத்தின் காரும் அதன் ஓட்டுநரும்தான், நான் அணிந்திருக்கும் ஆடை என் அரசாங்கத்திற்குச் சொந்தமானது. நான் ஒரு தனி ஜெட் விமானத்தில் இன்னொரு ஐரோப்பிய நாட்டுக்குப் போகவிருக்கிறேன். விமான ஓட்டுநர், எரிபொருள், விமான நிலைய வரிகள் ஆகியவற்றுக்கான செலவுத் தொகை அந்தப் படிச்சலுகையிலிருந்து கழித்துக் கொள்ளப்படும்."

அவர் இவ்வாறு தன்னுடைய பிரசங்கத்தை நிறைவு செய்தார்:

"வெளிப்படையான எதார்த்தம் ஒரு துல்லியமான அறிவியல் அல்ல."

அடுக்கதிகார அமைப்புமுறைரீதியாக எங்கள் அனைவரிலும் மிகவும் முக்கியமானவராக இருந்த ஓர் இளவரசரால் இவ்வாறு வெளிப்படையாகப் பேச முடிந்தது என்றால், மௌனமாக இருப்பதன் மூலம் மற்றவர்கள் அவருக்கு தர்மசங்கடம் ஏற்படுத்தக்கூடாது. எனவே, அவர்கள் அந்த விளையாட்டிலும் கேள்வியிலும்

தர்மசங்கடத்திலும் கலந்து கொள்ள வேண்டியிருக்கும்.

"நான் துல்லியமாக எவ்வளவு சம்பாதிக்கிறேன் என்பது எனக்குத் தெரியாது," என்று அந்த நிகழ்ச்சி ஒருங்கிணைப்பாளர் கூறினார். உதவி வங்கியின் பிரதிநிதிகளில் ஒருவர் அவர். சிலர் அவரை 'அதிகாரத் தரகர்' என்று அழைத்தனர். "நான் மாதந்தோறும் கிட்டத்தட்டப் பத்தாயிரம் யூரோக்கள் சம்பாதிக்கிறேன், ஆனால் நான் தலைமை வகிக்கின்ற பல்வேறு அமைப்புகளிலிருந்து எனக்கும் ஒரு பொழுதுபோக்குப் படிச்சலுகை கிடைக்கிறது. உணவு, ஹோட்டல்கள், விமானப் பயணச்சீட்டுகள், உடைகள் போன்றவற்றுக்கு அந்தப் படிச்சலுகையை என்னால் பயன்படுத்திக் கொள்ள முடியும். எனக்கு ஒரு தனி ஜெட் விமானம் மட்டும் இல்லை!"

ஒயின் காலியாகியிருந்தது. அவர் ஒரு பரிமாறுநருக்குச் சைகை காட்டினார். விரைவில் எங்கள் கோப்பைகள் நிரப்பப்பட்டன. இப்போது, அந்தக் கார் உற்பத்தி நிறுவனத்தின் இயக்குநர் பேசினார். பணத்தைப் பற்றிப் பேசுவது குறித்த யோசனையை முதலில் அவர் வெறுத்தார், ஆனால் இப்போது அவர் உற்சாகமாக அதில் கலந்து கொண்டார்.

"நானும் கிட்டத்தட்ட அதே தொகையைத்தான் ஈட்டுகிறேன், அதே வரம்பற்றப் பொழுதுபோக்குப் படிச்சலுகையைப் பெறுகிறேன்."

ஒவ்வொருவராக, தங்களுடைய சம்பாத்தியம் குறித்து வாக்குமூலம் கொடுத்தனர். அந்த வங்கியாளர்தான் மற்ற எல்லோரையும்விடப் பெரிய பணக்காரராக இருந்தார். ஆண்டொன்றுக்கு ஒரு கோடி யூரோக்களை அவர் சம்பாதித்தார். அது போக, அவருடைய வங்கியின் பங்கு விலையும் தொடர்ந்து அதிகரித்துக் கொண்டிருந்தது.

இப்போது அந்தப் பொன்னிறத் தலைமுடி கொண்டவளின் முறை வந்தது. யாருக்கும் அறிமுகப்படுத்தப்பட்டிராத அவள், அக்கேள்விக்குப் பதிலளிக்க மறுத்தாள்:

"அது என்னுடைய ரகசியத் தோட்டத்தின் ஒரு பகுதியாகும். மற்றவர்கள் அதில் மூக்கை நுழைக்க வேண்டியதில்லை."

"உண்மைதான், ஆனால் நாம் இப்போது ஒரு விளையாட்டுத்தானே விளையாடிக் கொண்டிருக்கிறோம்?" என்று அந்த நிகழ்ச்சி ஒருங்கிணைப்பாளர் கூறினார்.

ஆனால் அப்பெண் அதில் சேர்ந்து கொள்ள மறுத்தாள். அப்படிச் செய்ததன் மூலம், அவள் மற்ற எல்லோரையும்விட ஒரு மேலான நிலைக்குத் தன்னைத் தானே உயர்த்திக் கொண்டாள். ஏனெனில், அக்குழுவினரில் அவள் ஒருத்தியிடம்தான் ரகசியங்கள் இருந்தன. ஆனாலும், ஓர் உயர்ந்த நிலையில் தன்னை வைத்துக் கொண்டதன் மூலம், அவள் எல்லோருடைய வெறுப்பையும் சம்பாதித்துக் கொண்டாள். அவர்கள் எல்லோருமே நிரந்தரமாகப் படுகுழியின் விளிம்பில் தாக்குப்பிடித்துக் கொண்டிருந்தனர் என்பதையும், எந்நேரமும் ரத்து செய்யப்படக்கூடிய பொழுதுபோக்குப் படிச்சலுகைகளை நம்பித்தான் அவர்கள் வாழ்ந்து கொண்டிருந்தனர் என்பதையும் உணராமல், தன்னுடைய குறைவான ஊதியத்தால் தான் அவமானத்திற்கு ஆளாகக்கூடும் என்ற பயத்தில் ஒரு புரியாத புதிராக நடந்து கொண்டதன் மூலம் அவள் மற்ற எல்லோரையும் அவமானப்படுத்தியிருந்தாள்.

அக்கேள்வி இறுதியில் என்னிடம் வந்து சேர்ந்தது.

"அது சில விஷயங்களைப் பொறுத்தது. என்னுடைய புதிய புத்தகம் ஒன்று வெளியிடப்படுகின்ற ஆண்டில் என்னால் ஐம்பது இலட்சம் டாலர்கள் சம்பாதிக்க முடியும். நான் ஒரு புதிய புத்தகத்தை வெளியிடாவிட்டால், ஏற்கெனவே வெளியாகியுள்ள என்னுடைய மற்றப் புத்தகங்களிலிருந்து ராயல்டி தொகையாகக் கிட்டத்தட்ட இருபது இலட்சம் டாலர்களை நான் சம்பாதிப்பேன்."

"நீங்கள் எவ்வளவு சம்பாதிக்கிறீர்கள் என்பதை மற்றவர்களிடம் சொல்வதற்காகவே நீங்கள் அக்கேள்வியைக் கேட்டீர்கள், இல்லையா? யாரும் இதனால் பிரமிப்படையவில்லை," என்று அந்த 'ரகசியத் தோட்டக்காரி' கூறினாள்.

முன்பு தான் ஒரு தவறான அணுகுமுறையைக் கையாண்டிருந்ததை உணர்ந்திருந்த அவள், வார்த்தைகளால் தாக்குவதன் மூலம் சூழ்நிலையைச் சரி செய்ய இப்போது முயற்சித்துக் கொண்டிருந்தாள்.

"உங்களைப் போன்ற ஒரு முன்னணி நூலாசிரியர்

ஒரு மிகப் பெரிய செல்வந்தராக இருப்பீர்கள் என்று நான் எதிர்பார்த்தேன்," என்று அந்த அரபு இளவரசர் கூறினார்.

அந்தப் பொன்னிறத் தலைமுடிக்காரி இரவு முழுவதும் இனி வாயைத் திறக்க மாட்டாள்.

ஒருவர் எவ்வளவு சம்பாதிக்கிறார் என்பதைப் பற்றி வெளிப்படையாகப் பேசுவதுதான் மிகப் பெரிய சமூகத் தடையாக இருப்பதை வைத்துப் பார்க்கும்போது, பணத்தைப் பற்றிய உரையாடல் பல சமூகத் தடைகளை உடைத்தெறிந்திருந்தது. பரிமாறுநர் அடிக்கத் தோன்றத் தொடங்கினார்; ஒயின் பாட்டில்கள் நம்புதற்கரிய வேகத்தில் காலியாயின; நிகழ்ச்சி ஒருங்கிணைப்பாளர் போதையுடன் மேடையேறி, வெற்றியாளரை அறிவித்துவிட்டு, அவருக்குப் பரிசு வழங்கிவிட்டு, உடனடியாக இறங்கி வந்து மீண்டும் உரையாடலில் சேர்ந்து கொண்டார். நாங்கள் எங்கள் பணத்தைக் கொண்டு என்ன செய்தோம் என்பதைப் பற்றி நாங்கள் பேசினோம் (பயணம் மேற்கொள்ளுதல், ஒரு விளையாட்டுப் பயிற்சியில் ஈடுபடுதல், 'ஓய்வு நேரத்தை' விலை கொடுத்து வாங்குதல் போன்றவை அவற்றில் முக்கியமானவை).

நான் பேச்சை மாற்றி, அவர்கள் எந்த மாதிரியான ஈமச்சடங்கை விரும்பினர் என்று அவர்களிடம் கேட்கலாம் என்று நினைத்தேன். பணத்தைப்போலவே மரணமும் வெளிப்படையாக விவாதிக்கப்படக்கூடாத ஒன்று என்று இச்சமுதாயம் வரையறுத்து வைத்துள்ளது. ஆனால் அந்த விருந்தில் மிகவும் குதூகலமான சூழல் நிலவியதாலும், எல்லோரும் எக்கச்சக்கமாகப் பேசிக் கொண்டிருந்ததாலும், நான் எதுவும் கூறாமல் இருந்துவிடத் தீர்மானித்தேன். அப்போது அந்த வங்கியாளர், "நீங்கள் எல்லோரும் பணத்தைப் பற்றிப் பேசிக் கொண்டிருக்கிறீர்கள், ஆனால் பணம் என்றால் என்ன என்பது உங்களுக்குத் தெரியாது. ஒரு வண்ணக் காகிதத் துண்டு, ஒரு பிளாஸ்டிக் அட்டை, ஓர் ஐந்தாம்–தர உலோகத்தால் ஆன ஒரு நாணயம் ஆகியவற்றுக்கு ஏதோ விலைமதிப்பு இருப்பதாக மக்கள் ஏன் நினைக்கின்றனர்? அதைவிட மோசமாக, உங்கள் பணம், உங்களுடைய இலட்சக்கணக்கான டாலர்கள், வெறும் மின்னணுத் துடிப்புகள்தானே அன்றி வேறு எதுவும் இல்லை என்பது உங்களுக்குத் தெரியுமா?" என்று

கேட்டார்.

எங்களுக்கு அது நிச்சயமாகத் தெரிந்திருந்தது.

அவர் தொடர்ந்தார். "ஒரு காலத்தில், இப்பெண்கள் அணிந்திருப்பதுதான் செல்வமாக இருந்தது. முத்துகள், தங்கக்கட்டிகள், விலையுயர்ந்த கற்கள் போன்ற அரிய பொருட்களிலிருந்து நகைகள் செய்யப்பட்டன. அவற்றை ஓர் இடத்திலிருந்து மற்றோர் இடத்திற்குக் கொண்டு செல்வதும், எண்ணுவதும், பகிர்ந்தளிப்பதும் சுலபமானதாக இருந்தது. நாம் எல்லோரும் நம்முடைய செல்வத்தை எல்லோருடைய பார்வையிலும் படும்படி சுமந்து திரிந்தோம். கால்நடைகள் மற்றும் தானியங்களுடன் அவை பண்டமாற்று செய்யப்பட்டன. ஏனெனில், யாரும் கால்நடைகளையும் தானிய மூட்டைகளையும் சுமந்து கொண்டு தெருவில் சுற்றித் திரிவதில்லை. இதில் வேடிக்கையான விஷயம் என்னவென்றால், நாம் இன்னும் ஏதோ ஒரு பண்டைய பழங்குடியைப்போலவே நடந்து கொள்கிறோம். நம்மிடம் பெரிய சொத்துகள் எதுவும் இல்லாமல் வெறும் நகைகள் மட்டுமே இருந்தும்கூட, நாம் பெரிய பணக்காரர்கள் என்று வெளிக்காட்டிக் கொள்வதற்காக நாம் நம்முடைய நகைகளை அணிந்து திரிகிறோம்."

"பழங்குடிகளின் குறியீடு அது," என்று நான் கூறினேன். "என்னுடைய நாட்களில், இளைஞர்கள் தங்கள் தலைமுடியை நீளமாக வளர்த்துக் கொண்டனர், ஆனால் இன்று எல்லோரும் உடலில் துளையிட்டுக் கொள்வதை விரும்புகின்றனர். ஒத்தச் சிந்தனை கொண்ட மக்களை அடையாளம் கண்டுகொள்வதற்கு அது உதவுகிறது – அதனால் எதையும் வாங்க முடியாது என்றாலும்கூட!"

"நம்முடைய மின்னணுத் துடிப்புகளால் கூடுதலாக ஒரு மணிநேர வாழ்க்கையை நமக்கு வாங்கிக் கொடுக்க முடியுமா? முடியாது. இறந்துவிட்ட நம்முடைய அன்புக்குரியவர்களை அதனால் வாங்கிக் கொண்டு வர முடியுமா? முடியாது. அன்பை அதனால் வாங்க முடியுமா?"

"அவற்றால் நிச்சயமாக அன்பை வாங்க முடியும்," என்று அந்தக் கார் உற்பத்தி நிறுவன இயக்குநர் வேடிக்கையாகக் கூறினார்.

அவருடைய கண்கள் ஓர் ஆழமான வருத்தத்தை மறைக்க முயன்றன. நான் எஸ்தரைப் பற்றியும்,

அன்று காலையில் அந்தப் பத்திரிகை நிருபரிடம் நான் கூறியிருந்தவற்றைப் பற்றியும் நினைத்துப் பார்த்தேன். பணமும் அதிகாரமும் அறிவும் படைத்த நாம், அன்பையும் பாசத்தையும் கண்டுபிடிப்பதற்கும், நம்மை நேசிக்கின்ற ஒருவரோடு வாழ்வதற்கும்தான் இந்த நகைகளையும் கடனட்டைகளையும் கைவசப்படுத்தியுள்ளோம்.

"அது எப்போதும் அப்படி அல்ல," என்று கூறிவிட்டு, அந்த வாசனைத் திரவிய நிறுவன இயக்குநர் என்னை நோக்கித் திரும்பினார்.

"நீங்கள் சொல்வது சரிதான், எப்போதும் அப்படியல்ல. என் மனைவி என்னைவிட்டு விலகிப் போய்விட்டாள். நான் ஒரு பெரிய செல்வந்தன். அது இருக்கட்டும், ஒரு பத்து-டாலர் நோட்டின் பின்பக்கத்தில் எத்தனைப் பூனைகளும் எத்தனை விளக்குக் கம்பங்களும் இருக்கின்றன என்பது இந்த மேசையைச் சுற்றி அமர்ந்துள்ள உங்களில் யாருக்கேனும் தெரியுமா?" என்று நான் கேட்டேன்.

யாருக்கும் அது தெரிந்திருக்கவில்லை, அதைத் தெரிந்து கொள்ளும் ஆர்வமும் அவர்களுக்கு இருக்கவில்லை. அன்பைப் பற்றிய கருத்து அந்தக் குதூகலமான சூழலை முற்றிலுமாக நாசப்படுத்தியிருந்தது. நாங்கள் மீண்டும் இலக்கியப் பரிசுகளையும், கண்காட்சிகளையும், சமீபத்திய திரைப்படத்தையும், எதிர்பாராத வெற்றி பெற்ற ஒரு நாடகத்தையும் பற்றிப் பேசத் தொடங்கினோம்.

“உன்னுடைய மேசையில் உரையாடல் எப்படிப் போனது?” என்று நான் மேரியிடம் கேட்டேன்.

“வழக்கம்போலத்தான்.”

“பணத்தைப் பற்றிய ஒரு சுவாரசியமான உரையாடலை நான் தூண்டிவிட்டேன், ஆனால் அது வருத்தத்தில் முடிந்துவிட்டது.”

“நீங்கள் எப்போது புறப்படுகிறீர்கள்?”

“நான் நாளை காலை ஏழரை மணிக்கு இங்கிருந்து புறப்பட வேண்டும். நீ பெர்லினுக்குப் பறக்கப் போவதால், நாம் இருவரும் ஒரே டாக்ஸியில் விமான நிலையத்திற்குப் போகலாம்.”

“நீங்கள் எங்கே போகிறீர்கள்?”

“நான் எங்கே போகிறேன் என்பது உனக்குத் தெரியும். நீ என்னிடம் கேட்கவில்லை, ஆனால் உனக்குத் தெரியும்.”

“ஆமாம், எனக்குத் தெரியும்.”

“நாம் இக்கணத்தில் நிரந்தரமாக விடைபெற்றுக் கொள்ளப் போகிறோம் என்பது உனக்குத் தெரிந்திருப்பதைப்போல!”

“நாம் முதன்முதலில் சந்தித்த நேரத்திற்கு நாம் திரும்பிச் செல்லலாம். தன்னைவிட்டுப் பிரிந்து சென்ற ஒருவரை நினைத்து உணர்ச்சிக் கந்தலாய் இருந்த ஒருவர்; தன்னுடைய அண்டைவீட்டுக்காரன்மீது காதல் பித்துக் கொண்டிருந்த ஒருத்தி. ‘நான் கடைசிவரை போராடப் போகிறேன்,’ என்று முன்பு ஒரு முறை நான் கூறியது உங்களுக்கு நினைவிருக்கும். நான் போராடித் தோற்றுவிட்டேன். இப்போது நான் மீண்டெழுந்து இங்கிருந்து புறப்பட வேண்டும்,” என்று மேரி வருத்தத்தோடு கூறினாள்.

“நானும் போராடித் தோற்றுள்ளேன். கிழிந்து போன ஒன்றைத் தைக்க நான் முயற்சித்துக் கொண்டிருக்கவில்லை. உன்னைப்போலவே, நானும் கடைசிவரை போராட விரும்புகிறேன்.”

"நான் தினமும் துன்புறுகிறேன் என்பது உங்களுக்குத் தெரியுமா? நான் உங்களை எந்த அளவு காதலிக்கிறேன் என்பதையும், நீங்கள் என் பக்கத்தில் இருக்கும்போது மட்டுமே விஷயங்கள் முக்கியமானவையாக இருக்கின்றன என்பதையும் உங்களுக்குக் காட்டுவதற்கான முயற்சியில் மாதக்கணக்கில் நான் துன்புற்று வந்துள்ளேன். ஆனால் இப்போது, நான் துன்புறுகிறேனோ இல்லையோ, இதற்கு மேல் நான் பொறுத்துக் கொள்ளப் போவதில்லை என்ற முடிவுக்கு வந்துவிட்டேன். எல்லாம் முடிந்துவிட்டது. நான் மிகவும் களைத்துவிட்டேன். அன்றிரவு ஜாக்ரெப்பில் நான் சற்று மெத்தனமடைந்து, 'அடி விழும் என்றால் அது விழத்தான் செய்யும், அது என்னை எப்படி வதைத்தாலும், என்றேனும் ஒரு நாள் நான் மீண்டெழுவேன்,' என்று எனக்கு நானே கூறிக் கொண்டேன்."

"உனக்கு வேறொருவர் கிடைப்பார்."

"நிச்சயமாகக் கிடைப்பார்! நான் இளமையாகவும், அழகாகவும், அறிவார்ந்தவளாகவும், மற்றவர்கள் விரும்பத்தக்கவளாகவும் இருக்கிறேன், ஆனால் நான் உங்களுடன் அனுபவித்த அனைத்து விஷயங்களையும் மீண்டும் என்னால் அனுபவிக்க முடியுமா?"

"நீ வேறு விதமான உணர்ச்சிகளை அனுபவிப்பாய். நான் சொன்னால் நீ நம்ப மாட்டாய், ஆனால் நாம் இருவரும் சேர்ந்து இருந்தபோது நான் உன்னை மிகவும் நேசித்தேன்."

"அதில் எனக்கு சந்தேகமில்லை, ஆனால் அது இந்த நிரந்தரப் பிரிவால் வரும் வேதனையைக் குறைக்கப் போவதில்லையே! நாளைக்கு நாம் இருவரும் தனித்தனி டாக்ஸிகளில் போகலாம். விடைபெறுவது எனக்குப் பிடிக்காது, குறிப்பாக விமான நிலையங்களிலும் இரயில் நிலையங்களிலும்."

இத்தாகாவுக்குத் திரும்புதல்

“நாம் இன்றிரவு இங்கே தூங்கிவிட்டு, நாளைக்குக் குதிரைகளில் நம்முடைய பயணத்தைத் தொடரலாம். ஸ்டெப்பியின் மணலை என்னுடைய காரால் சமாளிக்க முடியவில்லை,” என்று தோஸ் கூறினான்.

இரண்டாம் உலகப் போரின் நினைவுச்சின்னம்போலத் தோன்றிய ஒரு விதமான பதுங்குக் குழியில் நாங்கள் இருந்தோம். தன் மனைவி மற்றும் பேத்தியுடன் இருந்த ஒருவர் எங்களை வரவேற்று, ஓர் எளிமையான, ஆனால் மிகத் தூய்மையான ஓர் அறையை எங்களுக்குக் காட்டினார்.

தோஸ் தொடர்ந்தான்:

“ஒரு பெயரைத் தேர்ந்தெடுக்க மறந்துவிடாதீர்கள்.”

“அது தேவையில்லை என்று நான் நினைக்கிறேன்,” என்று மிக்காயில் கூறினான்.

“அது நிச்சயமாகத் தேவை,” என்று வலியுறுத்திய தோஸ், “நான் சமீபத்தில் அவருடைய மனைவியைச் சந்தித்தேன். அப்பெண் எப்படிச் சிந்திக்கிறாள், அவள் என்ன தெரிந்து கொண்டிருக்கிறாள், அவள் என்ன எதிர்பார்க்கிறாள் ஆகிய அனைத்தும் எனக்குத் தெரியும்,” என்று கூறினான்.

தோஸின் குரல் உறுதியாகவும், அதே நேரத்தில் மென்மையாகவும் இருந்தது. அவனுடைய பரிந்துரையின்படி ஒரு பெயரைத் தேர்ந்தெடுப்பதென்றும், என்னுடைய சொந்த வரலாற்றைத் தொடர்ந்து புறக்கணித்துவிட்டு, அதற்குப் பதிலாக என்னுடைய சொந்தப் பிரபலத்துவத்தின்மீது கவனம் செலுத்துவதென்றும் நான் தீர்மானித்தேன்.

நான் மிகவும் களைத்துப் போயிருந்தேன். முந்தைய இரவில் நான் அதிகபட்சமாக இரண்டு மணிநேரம் மட்டுமே தூங்கியிருந்தேன். என்னுடைய நாட்டிற்கும் இந்த நாட்டிற்கும் இடையேயான நேர வித்தியாசத்திற்கு என்னுடைய உடல் இன்னும் பழக்கப்பட்டிருக்கவில்லை. உள்ளூர் நேரப்படி இரவு பதினொரு மணிக்கு நான் அல்மாட்டிக்கு வந்து சேர்ந்திருந்தேன். பிரான்ஸில்

அது மாலை ஆறு மணி மட்டுமே. மிக்காயில் என்னை ஹோட்டலில் விட்டுவிட்டுப் போய்விட்டிருந்தான். நான் சிறிது நேரம் கண்ணயர்ந்துவிட்டு, மிகவும் அதிகாலையில் கண்விழித்தேன். கீழே தெருவில் எரிந்து கொண்டிருந்த விளக்குகளை நான் எட்டிப் பார்த்தேன். பாரீஸில் இப்போது இரவு உணவுக்காக வெளியே போகும் நேரமாக இருக்கும் என்று நான் நினைத்துக் கொண்டேன். எனக்குப் பசியெடுத்தது. அந்த ஹோட்டலின் சேவைப் பிரிவுக்குத் தொலைபேசி அழைப்பு விடுத்து, சாப்பிட ஏதேனும் அனுப்பி வைக்க முடியுமா என்று நான் அவர்களிடம் கேட்டேன். "நிச்சயமாக முடியும். ஆனால், நீங்கள் தூங்க முயற்சிக்க வேண்டும். இல்லாவிட்டால், உங்கள் உடல் அதன் ஐரோப்பியக் கால அட்டவணையிலேயே சிக்கிக் கிடந்துவிடும்," என்று ஓர் ஊழியர் பதிலளித்தார்.

என்னைப் பொறுத்தவரை, தூங்க முடியாமல் இருந்ததுதான் மிக மோசமான சித்திரவதையாக இருந்தது. நான் ஒரு சான்ட்விச் சாப்பிட்டேன். சிறிது நேரம் வெளியே நடந்துவிட்டு வருவதென்று தீர்மானித்து, அந்த ஹோட்டல் வரவேற்பாளரிடம் என்னுடைய வழக்கமான கேள்வியைக் கேட்டேன்: "இந்த நேரத்தில் வெளியே நடந்து போவது ஆபத்தானதா?" இல்லை என்று அவர் கூறியதைத் தொடர்ந்து, அந்நகரின் காலியான தெருக்கள், குறுகலான சந்துகள், பரந்த நிழற்சாலைகள் ஆகியவற்றின் ஊடாக நான் நடந்தேன். நியான் பெயர்ப்பலகைகள், அவ்வப்போது கடந்து சென்ற ஒரு காவல்துறை வாகனம், அங்கே ஒரு பிச்சைக்காரர், இங்கே ஒரு விலைமாது என்று மற்ற நகரங்களைப்போலவே அந்நகரமும் இருந்தது. "நான் கஜகிஸ்தானில் இருக்கிறேன்!" என்று நான் அடிக்கடி வாய்விட்டுச் சொல்லிக் கொள்ள வேண்டியிருந்தது. நான் அப்படிச் செய்யாவிட்டால், பாரீஸின் ஏதோ ஒரு பரிச்சயமற்றப் பகுதியில் நான் இருந்ததாக நான் நினைக்கத் தொடங்கிவிடுவேன் என்று எனக்குத் தோன்றியது.

வெறிச்சோடிக் கிடந்த அந்நகரத்திடம், "நான் கஜகிஸ்தானில் இருக்கிறேன்!" என்று நான் கூறினேன்.

"அதிலென்ன சந்தேகம்?" என்று ஒரு குரல் பதிலளித்தது.

நான் திடுக்கிட்டுத் துள்ளினேன். அந்த நள்ளிரவில்,

அருகே ஒரு பெஞ்சின்மீது ஒருவன் உட்கார்ந்து கொண்டிருந்தான். அவனுடைய முதுகுப் பை அவனுக்குப் பக்கத்தில் இருந்தது. அவன் எழுந்து நின்று, "என் பெயர் ஜான். நான் ஹாலந்திலிருந்து வந்திருக்கிறேன்," என்று தன்னை அறிமுகப்படுத்திக் கொண்டு, "நீங்கள் ஏன் இங்கே வந்திருக்கிறீர்கள் என்பது எனக்குத் தெரியும்," என்று கூறினான்.

'இவன் மிக்காயிலின் நண்பர்களில் ஒருவனா அல்லது என்னைப் பின்தொடர்ந்து கொண்டிருக்கும் ரகசியக் காவல்துறையைச் சேர்ந்த ஒரு காவலரா?' என்று நான் யோசித்தேன்.

"நான் ஏன் இங்கே இருக்கிறேன்?" என்று நான் அவனிடம் கேட்டேன்.

"என்னைப்போலவே நீங்களும் இஸ்தான்புல் நகரத்திலிருந்து பயணித்து, 'பட்டுச் சாலை' வழியாக இங்கே வந்திருக்கிறீர்கள்."

நான் நிம்மதிப் பெருமூச்செறிந்துவிட்டு, அந்த உரையாடலைத் தொடர்வதென்று தீர்மானித்தேன்:

"இவ்வளவு தூரம் நடந்தா வந்தீர்கள்? அப்படியானால், நீங்கள் ஒட்டுமொத்த ஆசியாவையும் கடந்து வந்திருக்கிறீர்கள், இல்லையா?" என்று நான் அவனிடம் கேட்டேன்.

"நான் இதைச் செய்தாக வேண்டியிருந்தது. என் வாழ்வில் எனக்குத் திருப்தி இல்லை. என்னிடம் பணம் இருக்கிறது. எனக்கு ஒரு மனைவியும் குழந்தைகளும் இருக்கின்றனர். ராட்டர்டேமில் நான் உள்ளாடை தயாரிப்புத் தொழிற்சாலை ஒன்றை நடத்தி வருகிறேன். சிறிது காலம், நான் எதற்காகப் போராடிக் கொண்டிருந்தேன் என்பதை நான் அறிந்திருந்தேன். அதாவது, என்னுடைய குடும்பத்தைப் பொருளாதாரரீதியாக நிலைப்படுத்துவதற்காக நான் மிகக் கடினமாக உழைத்தேன். இப்போது நான் எதற்காகப் போராடிக் கொண்டிருக்கிறேன் என்பது எனக்கு உறுதியாகத் தெரியவில்லை. முன்பு ஒரு சமயம் எனக்கு மகிழ்ச்சியைக் கொடுத்த எல்லாம் இப்போது எனக்குச் சலிப்பூட்டுகிறது. எனக்கு இனியும் அவற்றில் ஆர்வம் இல்லை. என்னுடைய மணவாழ்க்கையைக் காப்பாற்றிக் கொள்ளவும், என்னுடைய குழந்தைகளின் அன்பையும்

என் வேலையின்மீதான உற்சாகத்தையும் தக்கவைத்துக் கொள்ளவும், நான் தனியாக இரண்டு மாதங்கள் விடுப்பு எடுத்துக் கொண்டு என்னுடைய வாழ்க்கையைப் பற்றி ஆழமாக ஆய்வு செய்யத் தீர்மானித்தேன். அது சிறப்பாகப் பலனளித்துக் கொண்டிருக்கிறது," என்று அவன் கூறினான்.

"கடந்த சில மாதங்களாக நானும் அதைத்தான் செய்து வந்துள்ளேன். உங்களைப் போன்ற புனிதப் பயணியர் ஏராளமானோர் இருக்கின்றனரா?"

"ஆமாம். ஏகப்பட்ட நபர்கள் இருக்கின்றனர். அது ஆபத்தானது. ஏனெனில், இங்குள்ள சில நாடுகளில் நிலவும் அரசியல் சூழல் நேர்மையற்றதாகவும் நம்பகமற்றதாகவும் இருக்கிறது. இவர்கள் மேற்கத்தியரை வெறுக்கின்றனர். ஆனால் நாம் சமாளித்துவிடலாம். ஒரு புனிதப் பயணி என்ற முறையில், இவர்கள் உங்களை எப்போதும் மரியாதையோடு நடத்துவர், ஆனால் நீங்கள் ஓர் உளவாளி அல்லர் என்பதை முதலில் நீங்கள் அவர்களிடம் நிரூபித்தாக வேண்டும். நீங்கள் சொல்வதையெல்லாம் வைத்துப் பார்க்கும்போது, நீங்கள் இங்கு வேறு காரணங்களுக்காக வந்திருப்பதாக நான் நினைக்கிறேன். நீங்கள் அல்மாட்டிக்கு எதற்காக வந்திருக்கிறீர்கள்?"

"உங்களைப்போலத்தான். ஒரு குறிப்பிட்டப் பாதையின் முடிவை அடைய நான் வந்திருக்கிறேன். உங்களாலும் தூங்க முடியவில்லையா?"

"நான் இப்போதுதான் கண்விழித்தேன். நான் எவ்வளவு சீக்கிரமாகப் புறப்படுகிறேனோ, அடுத்தச் சிறுநகரத்தை அடைவதற்கு அவ்வளவு அதிக வாய்ப்பு இருக்கிறது. இல்லாவிட்டால், இன்றைய இரவை, உறைய வைக்கும் குளிரில் நான் கழிக்க வேண்டியிருக்கும். காற்று வேறு தொடர்ந்து ஊளையிட்டுக் கொண்டிருக்கிறது."

"உங்கள் பயணம் இனியதாக அமையட்டும்."

"கொஞ்சம் பொறுங்கள். நான் உங்களிடம் பேச வேண்டும், என்னுடைய அனுபவங்களைப் பகிர்ந்து கொள்ள வேண்டும். பிற பயணியரில் பெரும்பாலானோர் ஆங்கிலம் பேசுவதில்லை."

பிறகு அவன் தன்னுடைய வாழ்க்கையைப் பற்றி என்னிடம் சொல்லத் தொடங்கினான். ஐரோப்பாவைக் கிழக்கத்திய நாடுகளுடன் இணைத்த, பழைய வர்த்தக வழித்தடமான பட்டுச் சாலையைப் பற்றி எனக்குத்

தெரிந்த விஷயங்களை நான் நினைவுபடுத்திப் பார்க்க முயற்சித்தேன். அந்தப் பாரம்பரியப் பாதை பெய்ரூட்டில் தொடங்கி, அந்தியோக்கியா வழியாகச் சென்று, இறுதியில் சீனாவிலுள்ள யாங்சே ஆற்றின் கரைகள்வரை நீண்டது. ஆனால் மத்திய ஆசியாவில் அது ஒரு வகையான வலைப்பின்னல்போல ஆனது. சாலைகள் எல்லாத் திசைகளையும் நோக்கிச் சென்றன. இது வர்த்தக மையங்கள் உருவாக வழி வகுத்தன. காலப்போக்கில் அந்த மையங்கள் சிறுநகரங்களாக ஆயின. பின்னர், பல்வேறு பழங்குடிகளுக்கு இடையே நிகழ்ந்த சண்டைகளில் அவை அழிக்கப்பட்டு, உள்ளூர்வாசிகளால் மீண்டும் கட்டியெழுப்பப்பட்டு, பின்னர் மீண்டும் அழிக்கப்பட்டு, மீண்டும் கட்டப்பட்டன. தங்கம், விநோதமான விலங்குகள், யானைத் தந்தங்கள், விதைகள், அரசியல் யோசனைகள், உள்நாட்டுப் போர்களிலிருந்து தப்பி வந்த அகதிகள், ஆயுதம் தாங்கிய கொள்ளைக் கூட்டத்தினர், வியாபாரப் பொருட்களைச் சுமந்து வந்த வண்டிகளுடன் வந்த தனிப் படைகள் போன்ற அனைத்தும் அந்தப் பட்டுச் சாலை வழியாகக் கடந்து போயின. பட்டுதான் மிகவும் அரிய பொருளாக இருந்தது. அதுதான் எல்லோரும் மிகவும் விரும்பிய ஒன்றாகவும் இருந்தது. இந்தக் கிளைச் சாலைகளில் ஒன்றின் வழியாகத்தான் புத்தமதம் இந்தியாவிலிருந்து இலங்கைக்கும் திபெத்துக்கும் பயணித்தது.

"நான் சுமார் இருநூறு டாலர்களுடன் அந்தியோக்கியாவிலிருந்து புறப்பட்டேன்," என்று கூறிய அந்த ஹாலந்துக்காரன், மலைகள், இயற்கைக் காட்சிகள், விநோதமான பழங்குடிக் குழுக்கள், காவல்துறையினர் ரோந்து வருகின்ற பல நாடுகளில் உள்ள முடிவற்றப் பிரச்சனைகள் ஆகியவற்றை விவரித்தான். பிறகு, "நான் மீண்டும் நானாக ஆவதற்கான திறன் என்னிடம் இருந்ததா என்பதை நான் தெரிந்து கொள்ள வேண்டியிருந்தது. நான் என்ன சொல்கிறேன் என்பது உங்களுக்குப் புரிகிறதா?" என்று அவன் கேட்டான்.

"ஆமாம், எனக்குப் புரிகிறது."

"நான் மற்றவர்களிடம் பணம் கேட்டு யாசிக்கும் கட்டாயத்திற்கு ஆளானேன். ஆனால், மக்கள் நான் நினைத்திருந்ததைவிட மிகவும் தாராளமாக இருந்ததைக் கண்டு நான் வியந்தேன்."

'யாசிப்பா?' என்று யோசித்துவிட்டு, அவனுடைய 'குழுவின்' – மிக்காயிலின் குழுவின் – குறியீடு எதுவும் அவனுடைய உடைமைகளில் தென்பட்டதா என்று பார்ப்பதற்காக, நான் அவனுடைய முதுகுப் பையையும் அவனுடைய ஆடைகளையும் என் பார்வையால் அளந்தேன், ஆனால் என்னால் அதைக் கண்டுபிடிக்க முடியவில்லை.

"பாரீஸில் உள்ள ஓர் அர்மீனிய உணவகத்திற்கு நீங்கள் போயிருக்கிறீர்களா?" என்று நான் அவனிடம் கேட்டேன்.

"நான் ஏகப்பட்ட அர்மீனிய உணவகங்களுக்குப் போயிருக்கிறேன், ஆனால் ஒருபோதும் பாரீஸில் உள்ள எந்தவோர் அர்மீனிய உணவகத்திற்கும் நான் போனதில்லை."

"மிக்காயில் என்ற ஒருவரை உங்களுக்குத் தெரியுமா?"

"இப்பகுதியில் மிகவும் பரவலாக வைக்கப்படுகின்ற ஒரு பெயர் அது. அப்பெயரில் எனக்கு யாரையேனும் தெரிந்திருக்கலாம், ஆனால் இப்போது எனக்கு நினைவில்லை. எனவே, என்னால் இவ்விஷயத்தில் உங்களுக்கு உதவ முடியாது. மன்னிக்கவும்!"

"இல்லையில்லை, எனக்கு உங்கள் உதவி தேவையில்லை. சில தற்செயலான நிகழ்வுகள் என்னை ஆச்சரியப்படுத்தியுள்ளன, அவ்வளவுதான். உலகம் நெடுகிலும் ஏராளமான மக்கள் ஒரே விஷயம் குறித்தப் பிரக்ஞை கொண்டவர்களாக ஆகிக் கொண்டிருப்பதுபோலவும், ஒரே மாதிரி நடந்து கொண்டிருப்பதுபோலவும் தெரிகிறது."

"இப்படிப்பட்ட ஒரு பயணத்திற்குள் அடியெடுத்து வைக்கும்போது, நீங்கள் உணர்கின்ற முதல் விஷயம், நீங்கள் ஒருபோதும் அப்பயணத்தை முடிக்க மாட்டீர்கள் என்பதுதான். அதாவது, நீங்கள் எங்கே போய்ச் சேர வேண்டும் என்று நினைத்திருந்தீர்களோ, அங்கே ஒருபோதும் போய்ச் சேர மாட்டீர்கள். பிறகு, நீங்கள் பாதுகாப்பற்றவராகவும் கைவிடப்பட்டுள்ளதாகவும் உணர்வீர்கள். முயற்சியைக் கைவிட்டுவிடலாமா என்று சிந்திப்பதில் நீங்கள் உங்கள் நேரம் முழுவதையும் செலவிடுவீர்கள். ஆனால் ஒரு வாரம் உங்களால் தாக்குப்பிடிக்க முடிந்தால், நீங்கள் இறுதிவரை பயணித்துவிடுவீர்கள்," என்று அவன் கூறினான்.

“நான் ஒரு புனிதப் பயணியைப்போல ஒரு நகரின் தெருக்களில் சுற்றித் திரிந்து கொண்டிருந்தேன். நேற்று நான் வேறொரு நகரத்திற்கு வந்து சேர்ந்தேன். நான் உங்களை ஆசீர்வதிக்கலாமா?” என்று நான் கேட்டேன்.

அவன் என்னை ஒரு விநோதமான பார்வை பார்த்தான்.

“நான் மதம் சார்ந்த காரணங்களுக்காக இப்பயணத்தை மேற்கொண்டிருக்கவில்லை. நீங்கள் ஒரு மதகுருவா?” என்று அவன் கேட்டான்.

“இல்லை, நான் ஒரு மதகுரு அல்லன், ஆனால் உங்களை ஆசீர்வதிக்க வேண்டும் என்ற உணர்வு என்னுள் எழுகிறது. சில விஷயங்கள் அறிவுக்குப் பொருந்தாதவையாக இருக்கின்றன, இல்லையா?”

அவன் தன் கண்களை மூடிக் கொண்டு, தலை குனிந்து நின்றான். நான் என் கைகளை அவனுடைய தோள்கள்மீது வைத்து, அவன் போய்ச் சேர வேண்டிய இடத்திற்கு அவன் பாதுகாப்பாகப் போய்ச் சேர வேண்டும் என்றும், அவன் தன்னுடைய வருத்தத்தையும், வாழ்க்கை அர்த்தமற்றது என்ற தன்னுடைய உணர்வையும் அந்தப் பட்டுச் சாலையில் தனக்குப் பின்னால் விட்டுவிட்டுச் செல்ல வேண்டும் என்றும் என்னுடைய தாய்மொழியில் – அது அவனுக்குப் புரியாது – நான் பிரார்த்தனை செய்தேன். மேலும், அவன் பளபளக்கும் கண்களுடனும் தூய்மைப்படுத்தப்பட்ட ஆன்மாவுடனும் தன்னுடைய குடும்பத்தினரிடம் திரும்பிச் செல்ல வேண்டும் என்றும் நான் பிரார்த்தித்தேன்.

அவன் எனக்கு நன்றி கூறிவிட்டு, தன்னுடைய முதுகுப் பையை எடுத்துக் கொண்டு, சீனாவை நோக்கிய திசையில் தன்னுடைய பயணத்தைத் தொடர்ந்தான். என்னுடைய ஒட்டுமொத்த வாழ்க்கையில் அதுவரை நான் யாரையும் ஒருபோதும் ஆசீர்வதித்ததில்லை என்று சிந்தித்துக் கொண்டே நான் என்னுடைய ஹோட்டலுக்குத் திரும்பிச் சென்றேன். ஆனால், இனம் புரியாத ஓர் உள்ளுணர்வுத் தூண்டுதலுக்கு நான் செயல்விடை அளித்திருந்தேன். அந்தத் தூண்டுதல் சரியாக இருந்தது. என்னுடைய பிரார்த்தனை நிச்சயமாகப் பலிக்கும்.

மறுநாள், மிக்காயில் தன்னுடைய நண்பன் தோஸுடன் வந்தான். தோஸ் எங்களுடன் பயணிக்கவிருந்தான். அவனிடம் ஒரு கார் இருந்தது, அவனுக்கு என் மனைவியைத் தெரிந்திருந்தது, ஸ்டெப்பி பகுதியையும் அவன் நன்றாக அறிந்திருந்தான். மேலும், எஸ்தர் வாழ்ந்து கொண்டிருந்த கிராமத்தை நான் அடையும்போது தானும் அங்கு இருக்க வேண்டும் என்று அவன் விரும்பினான்.

நான் அவர்களுக்கு எதிர்ப்புத் தெரிவிக்கலாமா என்று யோசித்தேன் – முதலில் மிக்காயில், இப்போது அவனுடைய நண்பன். நாங்கள் ஒருவழியாக அந்தக் கிராமத்தை அடையும்போது, கைதட்டி ஆர்ப்பரித்துக் கொண்டும் அழுது கொண்டும் அங்கே ஒரு பெருங்கூட்டம் என்னைப் பின்தொடர்ந்து கொண்டிருக்கும். என்ன நிகழும் என்று பார்க்க அது காத்துக் கொண்டிருக்கும். ஆனால் அவ்விரு இளைஞர்களிடமும் எதுவும் சொல்ல முடியாத அளவுக்கு நான் மிகவும் களைத்துப் போயிருந்தேன். மறுநாள் காலையில், மிக்காயில் எனக்குக் கொடுத்திருந்த வாக்குறுதியை நான் அவனுக்கு நினைவுபடுத்துவேன். எஸ்தரை நான் சந்திக்கவிருந்த தருணத்தில் எந்தச் சாட்சியும் அங்கு இருக்கக்கூடாது என்று நான் அவனிடம் சத்தியம் வாங்கியிருந்தேன்.

நாங்கள் காருக்குள் ஏறி, சிறிது நேரம் பட்டுச் சாலையைப் பின்தொடர்ந்தோம். இரண்டு மணிநேரம் கழித்து, நாங்கள் முக்கியச் சாலையைவிட்டு விலகி, மீன் சாப்பிட்டுக் கொண்டும் ஸ்டெப்பியின் குறுக்கே வீசிய மெல்லிய காற்றின் ஓசையைக் கேட்டுக் கொண்டும் 'பதுங்குக் குழி'வரை ஒரு சிறிய சாலை வழியாகப் பயணித்தோம். "எஸ்தர் எனக்கு மிக முக்கியமானவளாக இருந்தாள்," என்று தோஸ் விளக்கினான். தன்னுடைய ஓவியங்களில் ஒன்றின் புகைப்படம் ஒன்றை அவன் எனக்குக் காட்டினான். இரத்தக் கறை படிந்த அந்தத்

துணியையும் அவன் ஓர் ஓவியமாக வரைந்திருந்தான். "ஓலெக்கைப்போலவே நானும் இந்த இடத்தைவிட்டுப் போவதைப்போல ஒரு காலத்தில் கனவு கண்டேன்..."

மிக்காயில் இடைமறித்து, "நீ என்னை மிக்காயில் என்றே குறிப்பிடு. இல்லாவிட்டால், அவருக்குக் குழப்பமாக இருக்கும்," என்று கூறினான்.

"என் வயதை ஒத்த ஏராளமானோரைப்போலவே, இங்கிருந்து போவதைப் பற்றி நான் கனவு கண்டேன். அப்போது ஒரு நாள், மிக்காயில் எனக்கு ஒரு தொலைபேசி அழைப்பு விடுத்தான். தனக்கு உதவிய ஒரு பெண் சிறிது காலம் ஸ்டெப்பியில் வாழ முடிவு செய்திருந்ததாகவும், அவளுக்கு நான் உதவ வேண்டும் என்றும் அவன் என்னிடம் கூறினான். அது எனக்குக் கிடைத்த ஒரு நல்ல வாய்ப்பு என்றும், பிரான்ஸுக்கு ஒரு விசா, ஒரு விமானப் பயணச்சீட்டு, பிரான்ஸில் ஒரு வேலை ஆகிய அதே உபகாரங்களை நானும் அவளிடமிருந்து பெற்றுக் கொள்ளலாம் என்றும் நான் நினைத்தேன். தான் அதற்கு முன்பு இங்கே வந்திருந்தபோது அறிந்து கொண்ட ஏதோ ஒரு தொலைதூரக் கிராமத்திற்குத் தன்னுடன் வரும்படி அவள் என்னிடம் கேட்டுக் கொண்டாள்.

"நான் ஏன் என்று கேட்கவில்லை, மாறாக, வெறுமனே அவள் கேட்டுக் கொண்டபடி செய்தேன். வழியில், பல ஆண்டுகளுக்கு முன்பு தான் சந்தித்திருந்த ஒரு நாடோடியின் வீட்டிற்குத் தான் போயே ஆக வேண்டும் என்று அவள் வற்புறுத்தினாள். அவள் பார்க்க விரும்பிய அந்நபர் என்னுடைய தாத்தா என்பதை அறிந்தபோது நான் மிகவும் ஆச்சரியமடைந்தேன். எல்லையற்ற இந்தப் பரந்த வெளியில் வாழ்கின்ற மக்களுக்கே உரிய விருந்தோம்பலுடன் அவளுக்கு வரவேற்பு அளிக்கப்பட்டது. என் தாத்தா அவளிடம், 'நீ வருத்தமாக இருப்பதாக நீ நினைத்தாலும்கூட, உன்னுடைய ஆன்மா மகிழ்ச்சியாகவும் சுதந்திரமாகவும் இருக்கிறது. அன்பின் ஆற்றல் உன்னிடம் மீண்டும் பாய்ந்தோடத் தொடங்கியுள்ளது. இது உன்னுடைய கணவர் உட்பட இந்த ஒட்டுமொத்த உலகின்மீது ஒரு தாக்கம் ஏற்படுத்தும்,' என்று கூறினார். ஸ்டெப்பி பகுதியின் கலாச்சாரத்தைப் பற்றிய பல விஷயங்களை என்னுடைய தாத்தா அவளுக்குக் கற்றுக் கொடுத்துவிட்டு, மற்றவற்றைக் கற்றுக் கொடுக்கும்

பொறுப்பை என்னிடம் ஒப்படைத்தார். இறுதியில், பாரம்பரியத்திற்கு எதிரானதாக இருந்தபோதிலும், எஸ்தர் தன்னுடைய பெயரை அப்படியே வைத்துக் கொள்ள வேண்டும் என்று என் தாத்தா தீர்மானித்தார்.

"எஸ்தர் என்னுடைய தாத்தாவிடமிருந்து கற்றுக் கொண்டபோது, நான் அவளிடமிருந்து கற்றேன். மிக்காயில் செய்திருந்ததைப்போல நான் வெகுதூரம் போக வேண்டியதில்லை என்பதை நான் உணர்ந்தேன். இந்த வெறுமையான வெளியில் – இந்த ஸ்டெப்பி பகுதியில் – இருந்து கொண்டு, அதன் நிறங்களைப் புரிந்து கொண்டு, அவற்றை ஓவியங்களாக மாற்றுவதுதான் என்னுடைய வாழ்க்கைக் குறிக்கோள் என்பதை நான் உணர்ந்தேன்."

"என்னுடைய மனைவிக்கு நீங்கள் கற்றுக் கொடுத்தீர்கள் என்பதற்கு என்ன அர்த்தம் என்பது எனக்குப் புரியவில்லை. அவள் எல்லாவற்றையும் மறக்க வேண்டும் என்று உங்கள் தாத்தா அவளிடம் கூறியதாகத்தான் நான் நினைத்தேன்."

"நான் நாளைக்கு உங்களுக்குக் காட்டுகிறேன்," என்று தோஸ் கூறினான்.

***

மறுநாள், அவன் தான் கூறியபடி எனக்குக் காட்டினான். அங்கே வார்த்தைகளுக்கான தேவை இருக்கவில்லை. முடிவற்றுப் பரந்து விரிந்திருந்த அந்த ஸ்டெப்பியை நான் பார்த்தேன். அது ஒரு பாலைவனம்போலத் தோன்றியபோதிலும், உண்மையில், அது ஜீவன் நிரம்பியதாக இருந்தது. குட்டையான புதர்களில் பல உயிரினங்கள் மறைந்திருந்தன. தட்டையான தொடுவானத்தையும் பரந்து விரிந்த வெற்று இடத்தையும் நான் பார்த்தேன்; குதிரைகளின் குளம்பொலியையும் காற்றின் அமைதியையும் நான் கேட்டேன்; பிறகு, எங்களைச் சுற்றி எதுவும் இருக்கவில்லை. உலகம் தன்னுடைய பரந்த வீச்சையும் எளிமையையும் சிக்கல்தன்மையையும் வெளிப்படுத்த அந்த இடத்தைத் தேர்ந்தெடுத்திருந்ததுபோலத் தோன்றியது. நம்மாலும் அந்த ஸ்டெப்பி பகுதியைப்போல வெறுமையாகவும், முடிவற்றதாகவும், அதே நேரத்தில், ஜீவன் நிரம்பியதாகவும் ஆக முடியும் என்றும், நாம் அப்படி ஆக வேண்டும்

என்றும் எனக்குத் தோன்றியது.

நான் ஏறிட்டு நீலவானத்தைப் பார்த்தேன், என்னுடைய கருப்புக் கண்ணாடியைக் கழற்றிவிட்டு, அந்த ஒளி என்னை நிரப்புவதற்கு நான் அனுமதித்தேன். நான் எல்லா இடத்திலும் இருந்ததுபோலவும், அதே நேரத்தில், எங்கும் இல்லாததுபோலவும் நான் உணர்ந்தேன். நாங்கள் மௌனமாகப் பயணித்தோம். வழியில் இருந்த நீரோடைகளில் குதிரைகளின் தாகத்தைத் தணிப்பதற்காக அவ்வப்போது நாங்கள் எங்கள் பயணத்தை நிறுத்தினோம். அந்த நீரோடைகள் அங்கு இருந்ததை அந்த இடத்தை நன்றாக அறிந்தவர்களால் மட்டுமே கண்டுபிடித்திருக்க முடியும். அவ்வப்போது, தொலைவில் வேறு சிலர் குதிரைகளில் சென்று கொண்டிருந்ததையும், இடையர்கள் தங்களுடைய ஆடுகளுடன் போய்க் கொண்டிருந்ததையும் நாங்கள் கண்டோம்.

நான் எங்கே போய்க் கொண்டிருந்தேன்? எனக்கு அது குறித்து எந்த யோசனையும் இருக்கவில்லை, அதன்மீது எனக்கு அக்கறையும் இருக்கவில்லை. நான் தேடிக் கொண்டிருந்த பெண் அந்த எல்லையற்ற வெளியில் எங்கோ இருந்தாள். என்னால் அவளுடைய ஆன்மாவைத் தொட முடிந்தது, தன்னுடைய கம்பளங்களை நெய்து கொண்டே அவள் பாடிக் கொண்டிருந்த பாடலை என்னால் கேட்க முடிந்தது. அவள் ஏன் இந்த இடத்தைத் தேர்ந்தெடுத்திருந்தாள் என்பது இப்போது எனக்குப் புரிந்தது: இங்கு அவளுடைய கவனத்தைச் சிதறடிப்பதற்கு எதுவும் இருக்கவில்லை; அந்த வெறுமைக்காகத்தான் அவள் இத்தனைக் காலம் ஏங்கி வந்திருந்தாள். அங்கு வீசிக் கொண்டிருந்த காற்று மெல்ல மெல்ல அவளுடைய வேதனையைப் போக்கிவிடும். அவளைச் சந்திப்பதற்காக என்றேனும் ஒரு நாள் நான் ஒரு குதிரையின்மீது அமர்ந்து இங்கு வருவேன் என்று அவள் எப்போதேனும் கற்பனை செய்திருந்திருப்பாளா என்று நான் யோசித்தேன்.

ஒரு சொர்க்கம் விண்ணிலிருந்து இறங்கி வந்தது. என் வாழ்வில் என்னால் மறக்க முடியாத ஒரு தருணத்தை நான் வாழ்ந்து கொண்டிருந்தேன் என்ற பிரக்ஞை எனக்கு இருந்தது. மாயாஜாலக் கணம் கடந்தவுடன் நமக்கு ஏற்படுகின்ற வகையான பிரக்ஞை அது. கடந்தகாலம்

இல்லாமல், எதிர்காலம் இல்லாமல், காலைநேரத்தின்மீதும், குதிரைகளின் குளம்பிசையின்மீதும், என் உடலை வருடிச் சென்ற காற்றின் மென்மையின்மீதும், வானத்தையும் பூமியையும் மனிதர்களையும் பற்றிய சிந்தனையின்மீதும் ஒருமித்தக் கவனம் செலுத்தியபடி நான் பரிபூரணமாக அங்கே இருந்தேன். நான் ஒரு விதமான பரவசத்தில் இருந்தேன். நான் உயிருடன் இருந்ததற்காக நன்றியை உணர்ந்தேன். இயற்கையின் குரலைச் செவிமடுத்துக் கொண்டும், பார்வைக்குப் புலப்படாத உலகம், பார்வைக்குப் புலப்படுகின்ற உலகில் எப்போதும் தன்னை வெளிப்படுத்திக் கொள்கிறது என்பதைப் புரிந்து கொண்டும், நான் அமைதியாகப் பிரார்த்தனை செய்தேன்.

நான் ஒரு சிறுவனாக இருந்தபோது என் தாயாரிடம் அடிக்கடிக் கேட்ட அதே கேள்விகளை இப்போது வானத்திடம் கேட்டேன்:

நாம் ஏன் குறிப்பிட்டச் சிலரை நேசிக்கிறோம், மற்றவர்களை வெறுக்கிறோம்?

நாம் இறந்த பிறகு நாம் எங்கே போகிறோம்?

இறுதியில் நாம் இறக்கிறோம் என்றால், நாம் ஏன் பிறக்கிறோம்?

கடவுள் என்பதன் பொருள் என்ன?

ஸ்டெப்பி புல்வெளி, காற்றின் நிலையான ஒலியால் பதிலளிக்கிறது. வாழ்வின் அடிப்படைக் கேள்விகளுக்கு ஒருபோதும் பதிலளிக்கப்பட மாட்டாது, ஆனாலும் நம்மால் தொடர்ந்து முன்னோக்கிச் செல்ல முடியும் என்பதை அறிந்திருப்பது போதுமானதாக இருந்தது.

***

தொடுவானத்தில் மலைகள் நிழலாடின. சற்று நிற்கும்படி தோஸ் எங்களிடம் கேட்டுக் கொண்டான். அருகில் ஒரு நீரோடையை நான் கண்டேன்.

"நாம் இங்கே முகாமிடலாம்," என்று அவன் கூறினான்.

நாங்கள் எங்களுடைய குதிரைகள்மீதிருந்த சேணங்களைக் கழற்றிவிட்டு, அங்கே ஒரு கூடாரம் அமைக்கத் தொடங்கினோம். மிக்காயில் நிலத்தில் ஒரு குழி

தோண்டத் தொடங்கினான்.

"நாடோடிகள் இப்படித்தான் செய்வர்: நாம் ஒரு குழியைத் தோண்டி, அடியில் கற்களை நிரப்ப வேண்டும். பிறகு மேலே இக்குழியின் ஓரத்தைச் சுற்றி அதிகமான கற்களை வைக்க வேண்டும். இப்போது, காற்றின் குறுக்கீடு இல்லாமல் நம்மால் ஒரு நெருப்பு மூட்ட முடியும்," என்று அவன் கூறினான்.

தெற்கே, அந்த மலைகளுக்கும் எங்களுக்கும் இடையே ஒரு புழுதி மேகம் தோன்றியது. அங்கே வேகமாகப் போய்க் கொண்டிருந்த குதிரைகள் ஏற்படுத்திய புழுதி மேகம் அது என்பதை நான் உடனடியாக உணர்ந்து கொண்டேன். அதை நான் என்னுடைய இரண்டு நண்பர்களுக்கும் சுட்டிக்காட்டியபோது, அவர்கள் திடுக்கிட்டுத் துள்ளியெழுந்தனர். அவர்கள் பதற்றமாக இருந்ததை நான் கண்டேன். அவர்கள் ரஷ்ய மொழியில் ஏதோ பேசிக் கொண்டனர், பிறகு அவர்கள் ஆசுவாசமடைந்தனர். தோஸ் மீண்டும் கூடாரம் அமைக்கப் போய்விட்டான். மிக்காயில் அக்குழியில் நெருப்பு மூட்டத் தொடங்கினான்.

"இங்கே என்ன நடந்து கொண்டிருக்கிறது என்று கூற முடியுமா?" என்று நான் கேட்டேன்.

"வெறுமையான வெளி நம்மைச் சூழ்ந்திருப்பதுபோலத் தோன்றக்கூடும், ஆனால், இடையர்கள், குதிரைவீரர்கள், ஆறுகள், ஆமைகள், நரிகள், போன்ற அனைத்தையும் நாம் ஏற்கெனவே பார்த்துவிட்டோம். அதை நீங்கள் நிச்சயமாகக் கவனித்திருப்பீர்கள். நம்மைச் சுற்றி எல்லாம் நமக்குத் தெளிவாகத் தெரிவதுபோல நமக்குத் தோன்றுகிறது, ஆனால் இந்த மனிதர்கள் எங்கிருந்து வருகின்றனர்? அவர்களுடைய வீடுகள் எங்கே இருக்கின்றன? அவர்கள் தங்களுடைய கால்நடைகளை எங்கே வைக்கின்றனர்?

"அந்த வெறுமையுணர்வு ஒரு மாயை. நாம் தொடர்ந்து கண்காணித்துக் கொண்டும் கண்காணிக்கப்பட்டுக் கொண்டும் இருக்கிறோம். ஸ்டெப்பியின் அறிகுறிகளைப் புரிந்து கொள்ள முடியாத ஓர் அந்நியனுக்கு, எல்லாமே கட்டுப்பாட்டில் இருப்பதுபோலத் தோன்றும். அவனால் பார்க்க முடிவது குதிரைகளையும் அவற்றை ஓட்டி வருபவர்களையும்தான். இங்கே வளர்ந்து வந்துள்ள எங்களைப் போன்றவர்களால், 'யர்ட்'

என்று அழைக்கப்படுகின்ற, இயற்கைச் சூழலுடன் அப்படியே ஒன்றிணைகின்ற வட்ட வடிவ வீடுகளையும் பார்க்க முடிகிறது. குதிரைவீரர்கள் எப்படி நகர்ந்து கொண்டிருக்கின்றனர், எந்தத் திசையை நோக்கிப் போய்க் கொண்டிருக்கின்றனர் என்பதை அவதானிப்பதன் மூலம், என்ன நிகழ்ந்து கொண்டிருக்கிறது என்பதை எங்களால் அறிந்து கொள்ள முடியும். பழங்காலத்தில், பழங்குடியினர் பிழைத்திருப்பது அத்திறனைச் சார்ந்திருந்தது. ஏனெனில், எதிரிகளும் ஆக்கிரமிப்பாளர்களும் கடத்தல்காரர்களும் இருந்தனர்.

"இப்போது மோசமான செய்திக்கு வருவோம்: நாம் இந்த மலையடிவாரத்தில் இருக்கின்ற கிராமத்தை நோக்கி நம்முடைய குதிரைகளில் போய்க் கொண்டிருக்கிறோம் என்பதை அவர்கள் கண்டுபிடித்துவிட்டனர். எனவே, குழந்தைகளை உள்ளடக்கிய அமானுசக் காட்சிகளைக் காண்கின்ற ஷாமனையும், ஓர் அந்நிய நாட்டுப் பெண்ணின் அமைதியைச் சீர்குலைக்க வந்துள்ள ஒருவரையும் கொல்வதற்காக அவர்கள் ஆட்களை அனுப்பிக் கொண்டிருக்கின்றனர்."

இவ்வாறு கூறிவிட்டு அவன் உரக்கச் சிரித்தான்.

"ஒரு கணம் பொறுத்திருங்கள், பிறகு உங்களுக்கு எல்லாம் புரியும்," என்று அவன் கூறினான்.

அந்தக் குதிரைவீரர்கள் எங்களை நோக்கி வந்து கொண்டிருந்தனர். விரைவில், என்ன நிகழ்ந்து கொண்டிருந்தது என்பதை என்னால் புரிந்து கொள்ள முடிந்தது.

"ஒரு பெண்ணை ஓர் ஆண் துரத்தி வந்து கொண்டிருப்பது எனக்கு விசித்திரமானதாகத் தெரிகிறது," என்று நான் குறிப்பிட்டேன்.

"அது விசித்திரமானதுதான், ஆனால் அது எங்கள் வாழ்வின் ஒரு பகுதியாகும்."

குதிரையில் வந்த பெண் தன் கையில் ஒரு நீளமான சாட்டையை வைத்திருந்தாள். அவள் எங்களைக் கடந்து சென்றபோது, உரக்கக் கத்தி எங்களை வரவேற்றுவிட்டு, தோஸை நோக்கிப் புன்னகைத்தாள். பிறகு, நாங்கள் கூடாரம் அமைத்துக் கொண்டிருந்த இடத்தை அவள் தன்னுடைய குதிரையிலேயே வேகமாகச் சுற்றிச் சுற்றி வந்தாள்.

அவளுக்குப் பின்னால் குதிரையில் வந்தவனுக்கு வியர்த்துக் கொட்டியது. அவன் புன்னகைத்துக் கொண்டே எங்களை வரவேற்றான். அதே நேரத்தில், அவன் அப்பெண்ணைப் பின்தொடர்ந்தான்.

"நீனா இவ்வளவு கொடூரமானவளாக இருக்க வேண்டியதில்லை. இதற்கு எந்த அவசியமும் இல்லை," என்று மிக்காயில் கூறினான்.

"அவசியம் இல்லாததால்தான் அவளால் கொடூரமானவளாக இருக்க முடிகிறது," என்று தோஸ் கூறினான்.

"ஆனால் அவள் எல்லோரிடத்திலும் இப்படித்தான் நடந்து கொள்கிறாள்."

"நான் ஒரு முறை அவளைக் குதிரையிலிருந்து கீழே தள்ளினேன்," என்று தோஸ் பெருமிதத்துடன் கூறினான்.

நான் அவர்கள் இருவரையும் பார்த்து, "நான் புரிந்து கொள்ள வேண்டும் என்று நீங்கள் விரும்புவதால்தானே நீங்கள் இப்போது ஆங்கிலத்தில் பேசிக் கொண்டிருக்கிறீர்கள்?" என்று கேட்டேன்.

குதிரையின்மீது இருந்த பெண் சிரித்துக் கொண்டே தன்னுடைய குதிரையை இன்னும் வேகமாகச் செலுத்தினாள். அவளுடைய சிரிப்புச் சத்தம் அப்பகுதியை மகிழ்ச்சியால் நிரப்பியது.

"இது ஒரு விதமான காதல் விளையாட்டு. இது 'கைஸ் கூ' அல்லது 'அப்பெண்ணைக் கீழே தள்ளு' என்று அழைக்கப்படுகிறது. நாங்கள் எல்லோருமே எங்களுடைய குழந்தைப்பருவத்திலோ அல்லது வாலிபப் பருவத்திலோ ஏதோ ஒரு கட்டத்தில் இதில் பங்கேற்றுள்ளோம்."

அப்பெண்ணைத் துரத்திக் கொண்டிருந்தவன் அவளை வேகமாக நெருங்கிக் கொண்டிருந்தான், ஆனால் அவனுடைய குதிரையால் அதற்கு மேல் தாக்குப்பிடிக்க முடியவில்லை என்பதை நாங்கள் கண்டோம்.

"சிறிது நேரம் கழித்து, ஸ்டெப்பியின் கலாச்சாரமான தெங்கிரி பற்றி நாம் பேசலாம்," என்று தோஸ் தொடர்ந்தான். "ஆனால் இப்போது நீங்கள் இதைப் பார்த்துக் கொண்டிருப்பதால், மிக முக்கியமான ஒன்றை நான் உங்களுக்கு விளக்கியாக வேண்டும். இப்பகுதியில், எல்லாம் பெண்களின் கட்டுப்பாட்டில்தான் இருக்கிறது. இங்கே

அவளுக்குத்தான் முன்னுரிமை. ஒரு விவாகரத்தில்கூட, வரதட்சணையில் பாதியை அவள் திரும்பப் பெறுகிறாள் – அந்த விவாகரத்தை அவளே கேட்டிருந்தாலும்கூட! ஒரு பெண் ஒரு வெண்ணிறத் தலைப்பாகையை அணிந்திருப்பதை ஓர் ஆண் கண்டால், அவள் ஒரு தாய் என்பதை அவன் புரிந்து கொள்ள வேண்டும்; பிறகு அவன் அவளுக்கு மரியாதை செலுத்தும் விதமாக, தன் கையைத் தன் இதயத்தின்மீது வைத்துத் தலை வணங்க வேண்டும்."

"ஆனால் அதற்கும் 'அப்பெண்ணைக் கீழே தள்ளுவதற்கும்' என்ன தொடர்பு?" என்று நான் கேட்டேன்.

"இந்த மலையடிவாரத்தில் உள்ள கிராமத்தில், குதிரைகள்மீது அமர்ந்திருக்கும் ஆண்கள் சிலர் இப்பெண்ணைச் சூழ்ந்திருப்பர். இவளுடைய பெயர் நீனா. இப்பகுதியில் எல்லா ஆண்களாலும் மிகவும் விரும்பப்படுகின்றவள் இவள். பண்டைய காலத்தில் உருவாக்கப்பட்டக் 'கைஸ் கூ' விளையாட்டை அவர்கள் விளையாடத் தொடங்கியிருப்பர். அக்காலத்தில், ஸ்டெப்பி பகுதியின் பெண்கள் 'அமேசான்கள்' என்று அழைக்கப்பட்டனர். அவர்களும் போராளிகளாக இருந்தனர்.

"அக்காலகட்டத்தில், திருமணம் செய்து கொள்ள விரும்பியவர்கள் தங்களுடைய பெற்றோருடன் ஒருபோதும் கலந்தாலோசிக்கவில்லை. திருமணம் செய்து கொள்ள விரும்பிய ஒரு பெண்ணும், அவளை மணமுடிக்க விரும்பிய ஆண்களும் ஒரு குறிப்பிட்ட இடத்தில் ஒன்றுகூடுவர், எல்லோரும் தத்தம் குதிரைகள்மீது அமர்ந்திருப்பர். அவள் சிரித்துக் கொண்டும், அந்த ஆண்களைத் தன்னுடைய சாட்டையால் அடித்து வம்புக்கு இழுத்துக் கொண்டும் அவர்களைச் சுற்றிச் சுற்றி வருவாள். அந்த ஆண்களில் மிகவும் துணிச்சலானவன் அவளைத் துரத்தத் தொடங்குவான். அவள் ஒரு குறிப்பிட்ட நேரம் அவனிடம் சிக்காமல் இருந்தால், அவன் தன் குதிரையிலிருந்து கீழே விழுந்து, தன்னை நிரந்தரமாக மூடிவிடுமாறு பூமியிடம் மன்றாட வேண்டும். ஏனெனில், அவன் ஒரு மோசமான குதிரைவீரன் என்று அழைக்கப்படுவான். ஒரு போராளிக்கு ஏற்படக்கூடிய மாபெரும் அவமானம் அது.

"அவன் அவளுடைய சாட்டையடியிலிருந்து தப்பித்து

அவளை எப்படியாவது நெருங்கி, அவளை இழுத்து நிலத்தின்மீது தள்ளிவிட்டால், அவன் ஓர் உண்மையான ஆண்மகன் என்று கருதப்பட்டான், அவளை முத்தமிடவும் மணந்து கொள்ளவும் அனுமதிக்கப்பட்டான். இப்போதைப்போலவே அப்போதும், தான் யாரிடமிருந்து தப்பிக்க வேண்டும், யார் தன்னைப் பிடிப்பதற்குத் தான் அனுமதிக்க வேண்டும் என்பதைப் பெண்கள் அறிந்திருந்தனர்."

நீனா இந்த விளையாட்டை மிகவும் ரசித்து அனுபவித்துக் கொண்டிருந்தாள் என்பது வெளிப்படையாகத் தெரிந்தது. அவள் அந்த நபரைவிட வேகமாக முன்னால் சென்று, மீண்டும் தன்னுடைய கிராமத்தை நோக்கித் தன்னுடைய குதிரையைச் செலுத்தினாள்.

"அவள் இங்கு வந்தது தன்னுடைய திறமையை வெளிக்காட்டித் தம்பட்டம் அடித்துக் கொள்வதற்கு மட்டுமே. நாம் அந்தக் கிராமத்திற்குப் போய்க் கொண்டிருப்பதை அவள் அறிவாள். அவள் இச்செய்தியை அங்கே கொண்டுசெல்வாள்," என்று தோஸ் கூறினான்.

"நான் உங்களிடம் இரண்டு கேள்விகள் கேட்க விரும்புகிறேன். முதல் கேள்வி முட்டாள்தனமானதுபோலத் தோன்றக்கூடும்: நீங்கள் உங்களுடைய மனைவியரை இன்னமும் இப்படித்தான் தேர்ந்தெடுக்கிறீர்களா?" என்று நான் கேட்டேன். அதற்கு தோஸ் இவ்வாறு பதிலளித்தான்: "இப்போதெல்லாம் இது வெறும் விளையாட்டு மட்டுமே. மேற்கத்திய நாடுகளில், மக்கள் நன்றாக உடையுடுத்திக் கொண்டு மதுவிடுதிகளுக்கோ அல்லது நவீனக் கேளிக்கை விடுதிகளுக்கோ செல்கின்றனர், ஆனால் இங்கே ஸ்டெப்பியில், 'கைஸ் கூ' விளையாட்டுத்தான் ஒருவரையொருவர் கவர்வதற்கான, எல்லோருக்கும் மிகவும் பிடித்தமான விளையாட்டு. நீனா ஏற்கெனவே பல இளைஞர்களை அவமானப்படுத்தியிருக்கிறாள், ஒரு சிலர் தன்னைக் கீழே தள்ளவும் அவள் அனுமதித்திருக்கிறாள் – மேற்கிலுள்ள எல்லா நடன விடுதிகளிலும் நிகழ்வதைப்போல!"

"என்னுடைய இரண்டாவது கேள்வி அதிக முட்டாள்தனமானதாகத் தோன்றக்கூடும்: இந்த

மலையடிவாரத்திலுள்ள கிராமத்தில்தான் என் மனைவி வாழ்ந்து கொண்டிருக்கிறாளா?"

தோஸ் அதை ஆமோதித்துத் தலையசைத்தான்.

"இன்னும் இரண்டு மணிநேரத்திற்குள் நாம் அங்கே போய்ச் சேர்ந்துவிடலாம் என்றால், நாம் ஏன் அங்கே போய் தூங்கக்கூடாது? இருட்டுவதற்கு இன்னும் நேரமிருக்கிறதே!" என்று நான் கேட்டேன்.

"நீங்கள் சொல்வது சரிதான். நாம் இரண்டு மணி நேரத்தில் அங்கே போய்விடலாம். ஆனால் இன்றிரவு நாம் இங்கேயே தங்குவதற்கு இரண்டு காரணங்கள் இருக்கின்றன. முதலில், நீனா இங்கே வந்திருக்காவிட்டால்கூட, யாரேனும் நம்மைப் பார்த்திருப்பார்கள், நாம் வந்து கொண்டிருக்கும் செய்தியை அவர்கள் எஸ்தரிடம் கூறியிருப்பார்கள். இவ்விதத்தில், அவள் நம்மைச் சந்திக்க விரும்புகிறாளா இல்லையா, அல்லது ஒரு சில நாட்களுக்கு அவள் வேறொரு கிராமத்திற்குப் போக விரும்புகிறாளா என்பதை அவளால் தீர்மானித்துக் கொள்ள முடியும். அவள் அப்படிச் செய்தால், நாம் அவளைப் பின்தொடர மாட்டோம்."

என் இதயம் நொறுங்கியது.

"இங்கே வந்து சேர்வதற்கு நான் இவ்வளவு கஷ்டப்பட்டப் பிறகுமா?"

"நீங்கள் அப்படி உணர்ந்தால், நீங்கள் எதையும் புரிந்து கொள்ளவில்லை என்று அர்த்தம். உங்களுடைய முயற்சிக்கு, நீங்கள் நேசிக்கின்றவர் உங்களிடம் சரணாகதி அடைய வேண்டும், நன்றியுடன் இருக்க வேண்டும், உங்களை அங்கீகரிக்க வேண்டும் என்று எப்படி நீங்கள் எதிர்பார்க்கிறீர்கள்? நீங்கள் இங்கு வந்ததற்குக் காரணம், நீங்கள் பின்தொடர வேண்டிய பாதை இதுதான் என்பதுதானே அன்றி, உங்கள் மனைவியின் அன்பை விலைக்கு வாங்குவது அல்ல," என்று தோஸ் கூறினான்.

அவனுடைய வார்த்தைகள் நியாயமற்றவைபோலத் தோன்றினாலும், அவன் சரியாகத்தான் கூறியிருந்தான். இரண்டாவது காரணத்தைப் பற்றி நான் அவனிடம் கேட்டேன்.

"நீங்கள் இன்னும் உங்கள் பெயரைத் தேர்ந்தெடுக்கவில்லை," என்று அவன் கூறினான்.

"அது ஒரு பொருட்டல்ல. அவருக்கு நம்முடைய

கலாச்சாரம் புரியவில்லை. அவர் அதன் ஓர் அங்கமல்ல," என்று மிக்காயில் கூறினான்.

"அது எனக்கு முக்கியமானது," என்று தோஸ் கூறினான். "அந்த அந்நிய நாட்டுப் பெண் என்னைப் பாதுகாத்து எனக்கு உதவியதைப்போல நான் அவளைப் பாதுகாத்து அவளுக்கு உதவ வேண்டும் என்று என் தாத்தா என்னிடம் கூறினார். என் கண்களில் தவழும் அமைதிக்கு நான் எஸ்தருக்குக் கடமைப்பட்டிருக்கிறேன், அதேபோல அவளுடைய கண்களிலும் நான் அமைதியைக் காண விரும்புகிறேன்.

"இவர் கண்டிப்பாக ஒரு பெயரைத் தேர்ந்தெடுத்தாக வேண்டும். வேதனையும் துன்பமும் நிறைந்த தன்னுடைய வரலாற்றை இவர் என்றென்றைக்குமாக மறந்துவிட்டு, தான் தற்போது மறுபிறவி எடுத்துள்ள ஒரு புதிய நபர் என்பதையும், இனி ஒவ்வொரு நாளும் தான் மறுபிறவி எடுப்போம் என்பதையும் இவர் ஏற்றுக் கொள்ள வேண்டும். இவர் அதைச் செய்யாவிட்டால், ஒருவேளை அவர்கள் இருவரும் மீண்டும் சேர்ந்து வாழ்ந்தால், ஒரு காலத்தில் எஸ்தர் இவருக்கு விளைவித்திருந்த அனைத்து வேதனைகளுக்கும் அப்பெண்ணை இவர் வஞ்சம் தீர்ப்பார்."

"நேற்றிரவு நான் ஒரு பெயரைத் தேர்ந்தெடுத்தேன்," என்று நான் கூறினேன்.

"மாலைவரை காத்திருந்துவிட்டு, பிறகு அதை என்னிடம் கூறுங்கள்," என்று தோஸ் கூறினான்.

***

சூரியன் தொடுவானத்தில் கீழிறங்கத் தொடங்கியவுடன், பரந்த மணற்குன்றுகள் நிரம்பிய ஒரு பகுதிக்கு நாங்கள் சென்றோம். ஒரு வித்தியாசமான ஒலியை நான் கேட்டேன். ஒரு விதமான தீவிர அதிர்வு அது. உலகில் மணற்குன்றுகள் பாடிய ஒரு சில இடங்களில் அதுவும் ஒன்று என்று மிக்காயில் கூறினான்.

அவன் தொடர்ந்தான். "நான் பாரீஸில் இருந்தபோது, மக்களிடம் இதைப் பற்றிப் பேசியபோது, வட ஆப்பிரிக்காவில் அதே விஷயத்தைத் தான் அனுபவித்திருந்ததாக ஓர் அமெரிக்கர் கூறியதால் மட்டுமே

அவர்கள் என்னை நம்பினர். உலகில் இப்படிப்பட்ட முப்பது இடங்கள் மட்டுமே உள்ளன. இன்று அறிவியலறிஞர்களால் எல்லாவற்றையும் விளக்க முடியும். அந்த இடங்களின் தனித்துவமான அமைப்பால், காற்று மணற்துகள்களுக்குள் ஊடுருவிச் சென்று இந்த ஒலியை உருவாக்குகிறது. ஆனால் பண்டைய மக்களுக்கு, இது ஸ்டெப்பியின் மாயாஜாலமான இடங்களில் ஒன்றாக இருந்தது. உங்களுடைய பெயர் மாற்றத்திற்கு தோஸ் இந்த இடத்தைத் தேர்ந்தெடுத்திருப்பது உங்களுக்குக் கிடைத்துள்ள ஒரு மிகப் பெரிய கௌரவம்."

நாங்கள் ஒரு மணற்குன்றின்மீது ஏறத் தொடங்கினோம். நான் ஏற ஏற, சத்தம் அதிகத் தீவிரமடைந்தது, காற்றின் வலிமையும் அதிகரித்தது. நாங்கள் அந்த மணற்குன்றின் உச்சியை அடைந்தபோது, தெற்கே உயர்ந்து நின்ற மலைகளையும், எங்களைச் சுற்றி எல்லா இடங்களிலும் பரந்து விரிந்திருந்த மாபெரும் சமவெளியையும் எங்களால் தெளிவாகப் பார்க்க முடிந்தது.

"மேற்கு நோக்கித் திரும்பி உங்களுடைய ஆடைகளைக் கழற்றுங்கள்," என்று தோஸ் கூறினான்.

நான் கேள்வி எதுவும் கேட்காமல், அவன் கட்டளையிட்டதுபோலச் செய்தேன். எனக்குக் குளிரெடுக்கத் தொடங்கியது, ஆனால் என்னுடைய நலன்மீது அவ்விரு இளைஞர்களுக்கும் எந்த அக்கறையும் இருந்ததுபோலத் தெரியவில்லை. மிக்காயில் மண்டியிட்டு அமர்ந்து பிரார்த்தனை செய்து கொண்டிருந்தான். தோஸ் வானத்தை ஏறிட்டுப் பார்த்துவிட்டு, பிறகு நிலத்தையும், அதன் பிறகு என்னையும் பார்த்துவிட்டு, முன்பு காரணம் என்னவென்று அறியாமலேயே அந்த ஹாலந்துக்காரருக்கு நான் செய்திருந்ததைப்போலவே, தன்னுடைய கைகளை என்னுடைய தோள்கள்மீது வைத்தான்.

"அன்னை தெய்வத்தின் பெயரில், நான் உங்களை அர்ப்பணிக்கிறேன். அன்ன்னை தெய்வத்திற்குச் சொந்தமான இந்த பூமிக்கு நான் உங்களை அர்ப்பணிக்கிறேன். நான் இந்த உலகிற்கு உங்களை அர்ப்பணிக்கிறேன். இவ்வுலகம் உங்கள் பயணத்தில் உங்களுக்கு உதவட்டும் என்று நான் பிரார்த்திக்கிறேன். எல்லையற்ற இந்தப் பரந்த ஸ்டெப்பியின் பெயரில், நான் உங்களை அர்ப்பணிக்கிறேன். எல்லையற்ற ஞானத்திற்கு நான் உங்களை அர்ப்பணிக்கிறேன்.

உங்கள் தொடுவானம் உங்களால் பார்க்க முடிவதைவிட எப்போதும் அதிகப் பரந்துபட்டதாக இருக்கட்டும் என்று நான் பிரார்த்திக்கிறேன். நீங்கள் உங்கள் பெயரைத் தேர்ந்தெடுத்திருக்கிறீர்கள். முதன்முறையாக அதை நீங்கள் இப்போது சொல்லலாம்," என்று தோஸ் கூறினான்.

"எல்லையற்ற ஸ்டெப்பியின் பெயரில், நான் ஒரு பெயரைத் தேர்ந்தெடுக்கிறேன்," என்று நான் பதிலளித்தேன். நான் சம்பிரதாயப்படி அதைச் செய்து கொண்டிருந்தேனா என்பதைக் கேட்டுத் தெரிந்து கொள்ளாமல், மணற்குன்றுகளில் காற்று ஏற்படுத்திக் கொண்டிருந்த ஒலி என்னை வழிநடத்த நான் அனுமதித்தேன். "பல நூற்றாண்டுகளுக்கு முன், யுலிசெஸ் என்பவன் தன் காதலி தனக்காகக் காத்துக் கொண்டிருந்த இத்தாகா தீவிற்குத் திரும்பிச் சென்று கொண்டிருந்த வழியில் பல இடங்களில் சுற்றித் திரிந்தது பற்றி ஒரு கவிஞர் விவரித்தார். புயல்களில் தொடங்கி, சௌகரியத்திற்கான சபலம்வரை யுலிசெஸ் பல ஆபத்துகளை எதிர்கொண்டான். ஒரு கட்டத்தில், ஒரு குகையில், ஒரே ஒரு கண் கொண்ட ஓர் அரக்கனை அவன் சந்தித்தான்.

"அந்த அரக்கன் அவனிடம் அவனுடைய பெயரைக் கேட்டான். 'யாருமில்லை,' என்று யுலிசெஸ் கூறினான். அதைத் தொடர்ந்து அவர்கள் இருவரும் சண்டையிட்டனர். இறுதியில், யுலிசெஸ் தன்னுடைய வாளைக் கொண்டு அந்த அரக்கனின் ஒற்றைக் கண்ணைத் துளைத்துவிட்டு, பிறகு ஒரு பாறையால் உள்ளிருந்து அக்குகையின் வாசலை அடைத்தான். அந்த அரக்கனின் கூட்டாளிகள் அவனுடைய அலறல்களைக் கேட்டுவிட்டு அவனுக்கு உதவுவதற்காக ஓடி வந்தனர். ஒரு பாறை அக்குகையின் வாசலை மூடியிருந்ததைக் கண்ட அவர்கள், "உன்னுடன் யார் இருக்கிறார்கள்?" என்று அந்த அரக்கனிடம் கேட்டனர். அதற்கு, "யாருமில்லை! யாருமில்லை!" என்று அந்த அரக்கன் கத்தினான். தங்களுடைய சமூகத்திற்கு எந்த ஆபத்தும் இல்லை என்று நினைத்த அக்கூட்டாளிகள் அங்கிருந்து புறப்பட்டுச் சென்றுவிட்டனர். பிறகு யுலிசெஸ் இத்தாகாவை நோக்கிய தன்னுடைய பயணத்தைத் தொடர்ந்தான்."

"அப்படியானால், உங்கள் பெயர் யுலிசெஸ்ஸா?"

என்று தோஸ் கேட்டான்.

"என் பெயர் 'யாருமில்லை'."

என்னுடைய தோலை நூற்றுக்கணக்கான ஊசிகள் குத்தித் துளைத்துக் கொண்டிருந்ததுபோலக் குளிரில் என் உடல் முழுவதும் நடுங்கிக் கொண்டிருந்தது.

"உங்கள் நடுக்கம் நிற்கும்வரை, குளிரின்மீது உங்கள் கவனத்தைக் குவியுங்கள். அக்குளிர் உங்களுடைய ஒவ்வோர் எண்ணத்தையும் நிரப்பட்டும். வேறு எதற்கும் அங்கு இடம் இல்லாதவரையும், அது உங்கள் தோழனாகவும் உங்கள் துணையாகவும் ஆகும்வரையும் அது உங்கள் சிந்தனையை நிரப்பட்டும். அதைக் கட்டுப்படுத்த முயற்சிக்காதீர்கள். சூரியனைப் பற்றி நினைக்காதீர்கள். அது விஷயத்தை இன்னும் மோசமாக்கத்தான் செய்யும். ஏனெனில், வெப்பம் என்ற இன்னொரு பொருள் இருப்பதை நீங்கள் அறிவீர்கள். பிறகு, தான் நேசிக்கப்படவில்லை, தான் விரும்பப்படவில்லை என்று குளிர் நினைத்துக் கொள்ளும்," என்று தோஸ் கூறினான்.

ஆற்றலை உற்பத்தி செய்து என்னுடைய உடலுறுப்புகளை உயிரோடு வைத்திருப்பதற்காக என்னுடைய தசைகள் ஆக்ரோஷமாக விரிந்து கொண்டும் சுருங்கிக் கொண்டும் இருந்தன. ஆனாலும், நான் தோஸை நம்பியதாலும், அவனுடைய அமைதியையும் கனிவையும் அதிகாரத்தையும் நான் நம்பியதாலும், அவன் கட்டளையிட்டபடி நான் செய்தேன். 'எதிர்க்காதே: குளிர் உன்னுடைய நண்பன்,' என்று எனக்கு நானே தொடர்ந்து கூறிக் கொண்டு, அந்தக் குளிர் ஊசிகள் என் தோலைத் துளைக்கவும், என் தசைகள் போராடவும், என் பற்கள் நடுங்கவும் நான் அனுமதித்தேன். என்னுடைய தசைகள் கீழ்ப்படிய மறுத்தன. சுமார் பதினைந்து நிமிடங்களுக்கு நான் அப்படியே இருந்தேன். இறுதியில், என் தசைகள் விட்டுக்கொடுத்தன. என்னுடைய நடுக்கம் நின்றது. நான் உணர்ச்சியற்ற ஒரு நிலைக்குள் நுழைந்தேன். நான் உட்கார முயன்றேன், ஆனால் மிக்காயில் என்னைத் தாங்கிப் பிடித்துக் கொண்டு என்னை நிற்க வைத்தான். அப்போது தோஸ் என்னிடம் பேசினான். அவனுடைய வார்த்தைகள், வெகுதூரத்தில் ஸ்டெப்பியும் வானமும் சந்தித்த ஓரிடத்திலிருந்து வந்து கொண்டிருந்ததுபோல

ஒலித்தன:

"சமவெளியைக் கடக்கின்ற நாடோடியே, நான் உங்களை வரவேற்கிறேன். வானம் சாம்பல் நிறத்தில் காணப்பட்டாலும், மேகங்களுக்கு மேலே நீல நிறம் இன்னும் நிலைத்திருப்பதை நாங்கள் அறிவோம் என்பதால், வானம் நீல நிறத்தில் இருப்பதாக நாங்கள் எப்போதும் கூறுகின்ற இந்த இடத்திற்கு நான் உங்களை வரவேற்கிறேன். தெங்கிரி பூமிக்கு நான் உங்களை வரவேற்கிறேன். உங்களை என்னிடம் வரவேற்கிறேன். ஏனெனில், உங்களை வரவேற்று, உங்களுடைய தேடலுக்காக உங்களை கௌரவப்படுத்துவதற்காகவே நான் இங்கு இருக்கிறேன்."

மிக்காயில் தரையின்மீது உட்கார்ந்து கொண்டு, என்னிடம் எதையோ கொடுத்துக் குடிக்கச் சொன்னான். அது உடனடியாக என்னுடைய இரத்தத்திற்குக் கதகதப்பூட்டியது. நான் உடையணிந்து கொள்ள தோஸ் எனக்கு உதவினான். பிறகு நாங்கள் மூவரும் அந்த மணற்குன்றிலிருந்து கீழே இறங்கினோம். மணற்குன்றுகள் தொடர்ந்து ஒன்றோடொன்று பேசிக் கொண்டிருந்தன. நாங்கள் அமைத்திருந்த தற்காலிகக் கூடாரத்தை நாங்கள் அடைந்தோம். தோஸும் மிக்காயிலும் சமைக்கத் தொடங்குவதற்கு முன்பே நான் ஓர் ஆழ்ந்த உறக்கத்திற்குள் மூழ்கிவிட்டிருந்தேன்.

“என்ன நிகழ்ந்து கொண்டிருக்கிறது? பொழுது இன்னும் விடியவில்லையா?” என்று நான் கேட்டேன்.

“பொழுது விடிந்து மாமாங்கமாகிறது. கவலைப்படாதீர்கள், இது வெறும் மணற்புயல்தான். உங்களுடைய கண்களைப் பாதுகாத்துக் கொள்வதற்கு உங்களுடைய கருப்புக் கண்ணாடியை அணிந்து கொள்ளுங்கள்,” என்று மிக்காயில் கூறினான்.

“தோஸ் எங்கே?”

“அவன் அல்மாட்டிக்குத் திரும்பிச் சென்றுவிட்டான். நேற்றைய மாலைச் சடங்கு அவனை மிகவும் நெகிழ வைத்துவிட்டது. அவன் உண்மையில் அதைச் செய்திருக்க வேண்டியதில்லை. உங்களுக்கு உண்மையிலேயே அது சிறிது நேர விரயம்தான், ஆனால் சளி பிடித்துக் கொள்வதற்கு அது நல்ல வாய்ப்பு. நீங்கள் இங்கே எந்த அளவு வரவேற்கப்படுகிறீர்கள் என்பதை உங்களுக்குக் காட்டுவதற்கான அவனுடைய வழி அது என்பதை இந்நேரம் நீங்கள் உணர்ந்திருப்பீர்கள் என்று நான் நம்புகிறேன். இதோ, இந்த எண்ணெயை எடுத்துக் கொள்ளுங்கள்.”

“நான் சற்று அதிகமாகத் தூங்கிவிட்டேன்.”

“அந்தக் கிராமத்திற்கு வெறும் இரண்டு மணிநேரக் குதிரைச் சவாரிதான். சூரியன் உச்சிக்கு வருவதற்கு முன்பு நாம் போய்ச் சேர்ந்துவிடலாம்.”

“நான் குளித்து உடை மாற்றிக் கொள்ள வேண்டும்.”

“அது சாத்தியமில்லை. நீங்கள் ஸ்டெப்பி புல்வெளியின் நடுவே இருக்கிறீர்கள். அந்த எண்ணெயை அந்தக் கலயத்தில் ஊற்றி முதலில் அன்னை தெய்வத்திற்கு அர்ப்பணியுங்கள். உப்புக்குப் பிறகு, இதுதான் எங்களுடைய மிகவும் விலையுயர்ந்த பொருள்.”

“தெங்கிரி என்பது என்ன?”

“தெங்கிரி என்ற சொல்லுக்கு ‘வான் வழிபாடு’ என்று பொருள். அது ஒரு வகையான, மதங்களற்ற ஒரு

மதம். புத்த மதத்தினர், இந்துக்கள், கத்தோலிக்கர்கள், இஸ்லாமியர்கள், பல்வேறு நம்பிக்கைகளையும் மூடநம்பிக்கைகளையும் கொண்ட பல்வேறு இனக்குழுக்கள் – இப்படி எல்லோரும் இவ்வழியே கடந்து சென்றுள்ளனர். தாங்கள் கொல்லப்படுவதிலிருந்து தங்களைப் பாதுகாத்துக் கொள்வதற்காக நாடோடிகள் மதம் மாறினர், ஆனால் தெய்வீகம் எல்லா நேரத்திலும் எல்லா இடங்களிலும் இருக்கிறது என்ற யோசனையை அவர்கள் தொடர்ந்து வலியுறுத்தினர், இப்போதும் வலியுறுத்தி வருகின்றனர். தெய்வீகத்தை இயற்கையிடமிருந்து பிரித்து ஒரு புத்தகத்திலோ அல்லது நான்கு சுவர்களுக்கு நடுவேயோ உங்களால் போட்டு வைக்க முடியாது. ஸ்டெப்பிக்குத் திரும்பி வந்ததிலிருந்து நான் மிகவும் நன்றாக இருப்பதாக நான் உணர்கிறேன். எனக்கு உண்மையிலேயே ஊட்டம் தேவைப்பட்டிருந்ததுபோலும்! நான் உங்களுடன் வர அனுமதித்ததற்கு நன்றி!"

"தோஸுக்கு என்னை அறிமுகப்படுத்தி வைத்ததற்கு உங்களுக்கு என் நன்றி. நேற்று அந்த அர்ப்பணிப்புச் சடங்கின்போது, அவர் ஏதோ ஒரு தனிச் சிறப்பு வாய்ந்தவர் என்பதை நான் உணர்ந்தேன்," என்று நான் கூறினேன்.

"அவன் தன்னுடைய தாத்தாவிடமிருந்து கற்றான். அவர் தன்னுடைய தந்தையிடமிருந்து கற்றார். இப்படிப் பல தலைமுறைகள் பின்னோக்கிப் போகலாம். நாடோடி வாழ்க்கைமுறையாலும், பத்தொன்பதாம் நூற்றாண்டின் இறுதிவரை வரிவடிவத்துடன்கூடிய ஒரு மொழி இல்லாததாலும், அவர்கள் 'அக்கைன்' என்ற ஒரு பாரம்பரியத்தை உருவாக்க வேண்டியதாயிற்று. அதன்படி, ஒருவர் எல்லாவற்றையும் நினைவில் வைத்திருந்து, அவற்றைக் கதைகளாக அடுத்தத் தலைமுறைக்குக் கடத்த வேண்டியிருந்தது. தோஸ் ஓர் அக்கைன். நான் 'கற்றல்' என்று கூறுவதற்கு, 'அறிவைச் சேகரித்தல்' என்று அர்த்தமில்லை."

மிக்காயில் தொடர்ந்தான். "தேதிகள், பெயர்கள், உண்மைத் தகவல்கள் ஆகியவற்றுக்கும் அக்கதைகளுக்கும் எந்தத் தொடர்பும் கிடையாது. அவை கதாநாயகர்களையும் கதாநாயகிகளையும், விலங்குகளையும் போர்களையும் பற்றியவை. அவை மனிதனின் இன்றியமையாத

சுயத்தின் குறியீடுகளைப் பற்றியவையே அன்றி, அவனுடைய செயல்களைப் பற்றியவை அல்ல. அவை வெற்றி கொண்டவர்களையோ அல்லது வெற்றி கொள்ளப்பட்டவர்களையோ பற்றியவை அல்ல, மாறாக, உலகம் நெடுகிலும் பயணிக்கின்ற, ஸ்டெப்பி புல்வெளியைப் பற்றிச் சிந்திக்கின்ற, அன்பின் ஆற்றல் தங்களை நிரப்புவதற்கு அனுமதிக்கின்ற மக்களைப் பற்றியவையாகும். எண்ணெயை மெதுவாக ஊற்றுங்கள், இல்லாவிட்டால் அது தெறிக்கும்."

"நான் ஆசீர்வதிக்கப்பட்டவன்போல உணர்கிறேன்," என்று நான் கூறினேன்.

"நானும் அப்படி உணர விரும்புகிறேன். நேற்று, நான் என்னுடைய தாயாரைச் சந்திப்பதற்காக அல்மாட்டிக்குச் சென்றேன். நான் நலமாக இருந்தேனா என்றும், நான் பணம் சம்பாதித்துக் கொண்டிருந்தேனா என்றும் அவர் என்னிடம் கேட்டார். நான் நலமாக இருந்ததாகவும், பாரீஸில் ஒரு வெற்றிகரமான நாடகத்தை அரங்கேற்றிக் கொண்டிருந்ததாகவும் நான் அவரிடம் பொய்யுரைத்தேன். இன்று நான் என்னுடைய சொந்த மக்களிடம் திரும்பிச் சென்று கொண்டிருக்கிறேன். நான் நேற்றுதான் இங்கிருந்து புறப்பட்டுச் சென்றிருந்ததுபோல எனக்குத் தோன்றுகிறது. நான் வெளிநாட்டில் கழித்திருந்த நேரத்தில், முக்கியத்துவம் வாய்ந்த எதையுமே நான் செய்திருக்காததுபோல எனக்குத் தோன்றுகிறது. நான் பிச்சைக்காரர்களிடம் பேசினேன், 'குழுவுடன்' தெருக்களில் சுற்றித் திரிந்தேன், அந்த அர்மீனிய உணவகத்தில் சந்திப்புக்கூட்டங்களுக்கு ஏற்பாடு செய்தேன் – ஆனால் நான் உண்மையில் என்ன சாதித்திருக்கிறேன்? எதுவுமில்லை. நான் தோஸைப்போல இல்லை. அவன் தன் தாத்தாவிடமிருந்து கற்றான், ஆனால் என்னை வழிநடத்துவதற்கு இருத்தல் மட்டுமே இருக்கிறது. சில சமயங்களில், அதுகூட ஒரு மனப்பிரமையோ என்று நான் யோசிக்கிறேன். நான் காண்கின்ற அமானுசக் காட்சிகள் வெறும் வலிப்புகள்தாம், வேறு எதுவுமில்லை என்று எனக்குத் தோன்றுகிறது."

"ஒரு நிமிடத்திற்கு முன்பு, நான் உங்களை என்னுடன் அழைத்து வந்ததற்காக நீங்கள் எனக்கு நன்றி கூறிக் கொண்டிருந்தீர்கள். இப்போது, அது உங்களுக்கு வருத்தத்தைத் தவிர வேறு எதையும்

கொண்டுவரவில்லைபோலத் தோன்றுகிறது. நீங்கள் உண்மையிலே எத்தகைய உணர்வை அனுபவிக்கிறீர்கள் என்பதை உறுதி செய்து கொள்ளுங்கள்," என்று நான் கூறினேன்.

"ஒரே நேரத்தில் இரண்டு விஷயங்களை நான் உணர்கிறேன், நான் ஏதேனும் ஒன்றைத் தேர்ந்தெடுக்க வேண்டியதில்லை. எனக்குள் இருக்கின்ற எதிரெதிர்த் துருவங்களுக்கு இடையே, என்னுடைய முரண்பாடுகளுக்கு இடையே என்னால் முன்னும் பின்னும் போய் வர முடியும்."

"மிக்காயில், நான் உங்களிடம் ஒன்றைச் சொல்ல விரும்புகிறேன். நான் உங்களை முதன்முதலாகச் சந்தித்ததிலிருந்து, நானும் பல முரண்பாடுகளுக்கு இடையே முன்னும் பின்னும் போய் வந்துள்ளேன். நான் முதலில் உங்களை வெறுத்தேன், பிறகு உங்களை ஏற்றுக் கொண்டேன். நான் உங்கள் அடியொற்றி நடந்து வந்துள்ள நிலையில், அந்த ஏற்பு, மரியாதையாக மாறியுள்ளது. நீங்கள் இன்னும் இளமையானவர். நீங்கள் உணர்கின்ற அந்தக் கையாலாகாத்தனம் இயல்பானதுதான். நீங்கள் ஆற்றி வரும் பணி எத்தனைப் பேருடைய வாழ்க்கையைத் தொட்டுள்ளது என்பது எனக்குத் தெரியாது, ஆனால் என்னால் ஒன்றை உறுதியாகச் சொல்ல முடியும்: நீங்கள் என்னுடைய வாழ்க்கையை மாற்றிவிட்டீர்கள்."

"நீங்கள் உங்களுடைய மனைவியைக் கண்டுபிடிப்பதில் மட்டும்தானே ஆர்வமாக இருந்தீர்கள்?"

"இன்னமும் நான் ஆர்வமாக இருக்கிறேன், ஆனால் அந்த ஆர்வம், கஜகிஸ்தானின் புல்வெளியின் குறுக்கே மட்டும் என்னைப் பயணம் மேற்கொள்ள வைக்கவில்லை; மாறாக, அது என்னுடைய ஒட்டுமொத்தக் கடந்தகால வாழ்க்கை நெடுகிலும் நான் பயணிக்கும்படி செய்துள்ளது. நான் எங்கே தவறு செய்தேன், எங்கே நிறுத்தினேன், எக்கணத்தில் எஸ்தரை இழந்தேன், எங்கே என் முயற்சியைக் கைவிட்டேன் ஆகிய எல்லாவற்றையும் நான் பார்த்தேன். என்னுடைய வயதில் நான் அனுபவிப்பேன் என்று ஒருபோதும் கற்பனை செய்திராத விஷயங்களை நான் அனுபவித்தேன். எல்லாம் நீங்கள் எனக்குப் பக்கத்துணையாக இருந்து, என்னை வழிநடத்திக்

கொண்டிருந்ததால்தான் – ஆனால் அது குறித்து நீங்கள் அறிய மாட்டீர்கள். இன்னொரு விஷயம் தெரியுமா? நீங்கள் அந்த அமானுசக் குரல்களைக் கேட்கிறீர்கள் என்பதையும், நீங்கள் ஒரு சிறுவனாக இருந்தபோது அமானுசக் காட்சிகள் உங்களுக்குத் தென்பட்டன என்பதையும் நான் நம்புகிறேன். நான் எப்போதும் பல விஷயங்களை நம்பி வந்துள்ளேன், இப்போது நான் இன்னும் அதிகமாக நம்புகிறேன்."

"நான் உங்களை முதன்முதலாகச் சந்தித்தபோது நீங்கள் எப்படி இருந்தீர்களோ, இப்போது நீங்கள் அப்படி இல்லை. நீங்கள் மிகவும் மாறிவிட்டீர்கள்."

"ஆமாம். எஸ்தர் இது குறித்து மகிழ்ச்சி கொள்வாள் என்று நான் நம்புகிறேன்."

"நீங்கள் உண்மையிலேயே நம்புகிறீர்களா?"

"ஆமாம், நிச்சயமாக."

"அப்படியானால், அதுதான் முக்கியம். நாம் இப்போது ஏதேனும் சாப்பிட்டுவிட்டு, புயல் ஓயும்வரை காத்திருக்கலாம். பிறகு நாம் நம்முடைய பயணத்தைத் தொடரலாம்."

"இல்லை, நாம் இந்தப் புயலை எதிர்கொள்ளலாம்."

"நீங்கள் விரும்பினால் நாம் புறப்படலாம், ஆனால் இந்தப் புயல் ஒரு சகுனம் அல்ல; ஏரல் கடல் அழிக்கப்பட்டதன் பின்விளைவுகளில் ஒன்று மட்டுமே இது."

ஆக்ரோஷமாக வீசிக் கொண்டிருந்த காற்று இப்போது அடங்கிக் கொண்டிருந்தது. குதிரைகளின் வேகமும் அதிகரித்திருந்ததுபோலத் தோன்றியது. நாங்கள் ஒரு விதமான பள்ளத்தாக்கிற்குள் நுழைந்தோம். இயற்கைச் சூழல் முற்றிலும் மாறியது. எல்லையில்லா தொடுவானம் இருந்த இடத்தில் இப்போது உயரமான, வெற்றுச் செங்குத்துப் பாறைகள் தெரிந்தன. நான் வலது பக்கம் திரும்பிப் பார்த்தபோது, ரிப்பன்களால் மூடப்பட்டிருந்த ஒரு புதரை நான் கண்டேன்.

“அது இங்கேதான் நிகழ்ந்தது, இல்லையா? இங்கேதான் நீங்கள் அதைப் பார்த்தீர்கள், இல்லையா?” என்று நான் கேட்டேன்.

“இல்லை, என்னுடைய மரம் அழிக்கப்பட்டுவிட்டது.”

“அப்படியானால், இது என்ன?”

“இங்கே மிக முக்கியமான ஏதோ ஒன்று நிச்சயமாக நிகழ்ந்திருக்கிறது,” என்று மிக்காயில் கூறினான்.

பிறகு அவன் தன்னுடைய குதிரையிலிருந்து கீழே இறங்கி, தன்னுடைய சேணப் பையிலிருந்து ஒரு கத்தியை வெளியே எடுத்து, தன்னுடைய சட்டையின் கைப்பகுதியிலிருந்து சிறிதளவு துணியை வெட்டி, அங்கிருந்த ஒரு மரத்தின் கிளைகளில் ஒன்றில் அதைக் கட்டினான். அவனுடைய கண்கள் மாறின. அவன் அந்த இருத்தலைத் தனக்குப் பக்கத்தில் உணர்ந்து கொண்டிருக்கக்கூடும் என்று நான் நினைத்தேன், ஆனால் நான் அவனிடம் எதுவும் கேட்காமல் இருந்துவிட்டேன்.

அவன் செய்ததுபோலவே நானும் செய்தேன். நான் பாதுகாப்பும் உதவியும் கேட்டு என் மனத்திற்குள் வேண்டிக் கொண்டேன். எனக்குப் பக்கத்தில் ஓர் இருத்தலை நானும் உணர்ந்தேன். என்னுடைய கனவுதான் அந்த இருத்தல்; நான் நேசித்தப் பெண்ணை நோக்கி நான் மேற்கொண்டிருந்த என்னுடைய நெடுந்தூரப் பயணம் அது.

நாங்கள் மீண்டும் எங்களுடைய குதிரைகள்மீது ஏறிக் கொண்டோம். அவன் என்ன வேண்டினான் என்று அவன் என்னிடம் சொல்லவில்லை, நானும் அவனிடம் எதுவும் சொல்லவில்லை. ஐந்து நிமிடங்களுக்குப் பிறகு, வெண்ணிற வீடுகளைக் கொண்ட ஒரு சிறிய கிராமத்தை நான் பார்த்தேன். ஒருவர் எங்களுக்காகக் காத்துக் கொண்டிருந்தார். அவர் மிக்காயிலிடம் வந்து, ரஷ்ய மொழியில் அவனிடம் ஏதோ பேசினார். அவர்கள் இருவரும் சிறிது நேரம் பேசிய பிறகு, அந்நபர் போய்விட்டார்.

"அவர் என்ன கேட்டார்?" என்று நான் மிக்காயிலிடம் கேட்டேன்.

"நான் அவருடைய வீட்டிற்குச் சென்று அவருடைய மகளைக் குணப்படுத்த வேண்டும் என்று அவர் விரும்புகிறார். நான் இன்று இங்கே வருவேன் என்று நீனா அவரிடம் கூறியிருந்திருக்க வேண்டும். முதியவர்கள் இன்னும் என்னுடைய அமானுசக் காட்சிகளை நினைவில் வைத்திருக்கின்றனர்."

மிக்காயிலிடம் ஒரு தடுமாற்றம் தெரிந்தது. சுற்றிலும் வேறு யாரும் இருக்கவில்லை. அது, எல்லோரும் வேலை செய்து கொண்டிருந்த அல்லது சாப்பிட்டுக் கொண்டிருந்த ஒரு நேரம்போலும்! நாங்கள் முக்கியச் சாலையைக் கடந்து கொண்டிருந்தோம். ஒரு தோட்டம் சூழ்ந்த ஒரு வெண்ணிறக் கட்டடத்திற்கு அது இட்டுச் சென்றது.

"மிக்காயில், இன்று காலையில் நான் உங்களிடம் கூறியது உங்களுக்கு நினைவிருக்கிறதா? உங்களுக்கு வலிப்பு நோய் இருப்பதை ஒப்புக் கொள்ள மறுத்துவிட்டு, உங்களுடைய ஆழ்மனம் தன்னைச் சுற்றி ஓர் ஒட்டுமொத்தக் கதையைப் புனைவதற்கு அனுமதித்துள்ள ஒரு சாதாரண வலிப்பு நோய்க்காரராக நீங்கள் இருக்கக்கூடும்; ஆனால் அதே நேரத்தில், இவ்வுலகில் நீங்கள் நிறைவேற்ற வேண்டிய ஒரு குறிக்கோளும் இருக்கக்கூடும்: மக்கள் தங்களுடைய சொந்த வரலாற்றை மறந்துவிட்டு, தூய தெய்வீக ஆற்றலான அன்பைத் திறந்த மனத்துடன் ஏற்றுக் கொள்வதற்கு அவர்களுக்குக் கற்றுக் கொடுப்பதுதான் அது!"

"என்னால் உங்களைப் புரிந்து கொள்ள முடியவில்லை. நாம் ஒருவரையொருவர் அறிந்துள்ள இத்தனை மாதங்களில், இக்கணம்வரை, எஸ்தரைக் கண்டுபிடிப்பதைத் தவிர வேறு

எதைப் பற்றியும் நீங்கள் பேசியதில்லை. திடீரென்று, இன்று காலையிலிருந்து, வேறு எதுவொன்றையும்விட நீங்கள் என்மீது அதிக அக்கறை கொண்டுள்ளதுபோலத் தோன்றுகிறீர்கள். நேற்று மாலையில் தோஸ் நிகழ்த்திய சடங்கு உங்கள்மீது ஏதோ தாக்கம் ஏற்படுத்தியிருக்கிறது என்று நான் நினைக்கிறேன்."

"நிச்சயமாக அது என்மீது தாக்கம் ஏற்படுத்தியுள்ளது."

ஆனால் நான் அவனிடம் சொல்ல விரும்பியது இதுதான்: 'நான் மிகவும் பயந்து போயிருக்கிறேன். அடுத்த ஒரு சில நிமிடங்களில் நிகழவிருப்பதைத் தவிர வேறு எதைப் பற்றியும் நான் சிந்திக்க விரும்பவில்லை. இன்று, இவ்வுலகிலேயே நான்தான் மிகவும் தாராளமான மனிதன். ஏனெனில், நான் என்னுடைய இலக்கை நெருங்கி வந்துள்ளேன். எனக்காக என்ன காத்திருக்கிறதோ என்று எனக்கு பயமாக இருக்கிறது. அந்த பயத்தைப் போக்கிக் கொள்வதற்கு, நான் ஒரு நல்ல மனிதன் என்றும், இவ்வளவு நீண்ட காலம் நான் கஷ்டப்பட்டுத் தேடி வந்துள்ள இந்த ஆசீர்வாதத்திற்கு நான் தகுதியானவன்தான் என்றும் கடவுளுக்குக் காட்டுவதற்காக நான் மற்றவர்களுக்கு உதவ முயற்சிக்கிறேன்.'

***

மிக்காயில் தன்னுடைய குதிரையைவிட்டுக் கீழே இறங்கி, என்னையும் அவ்வாறே செய்யச் சொன்னான்.

"தன்னுடைய மகள் நோய்வாய்ப்பட்டுள்ளதாக என்னிடம் கூறிய நபரின் வீட்டிற்கு நான் போகப் போகிறேன். நீங்கள் எஸ்தரிடம் பேசும்போது நான் உங்கள் குதிரையைப் பார்த்துக் கொள்கிறேன்."

மரங்களுக்கு நடுவே இருந்த ஒரு சிறிய வெண்ணிறக் கட்டடத்தை அவன் எனக்குச் சுட்டிக்காட்டினான்.

"அதோ, அங்கேதான்."

என்னைக் கட்டுப்படுத்திக் கொள்ள நான் போராடினேன்.

"அவள் என்ன செய்து கொண்டிருக்கிறாள்?"

"நான் முன்பே உங்களிடம் சொன்னதுபோல, அவள் கம்பளங்களை நெய்யக் கற்றுக் கொண்டிருக்கிறாள்.

அதற்குக் கைம்மாறாக, அவள் பிரெஞ்சு கற்றுக் கொடுக்கிறாள். கம்பளங்கள் எளிமையானவையாகத் தோன்றக்கூடும் என்றாலும், உண்மையில் அவை மிகவும் சிக்கலானவை – இந்த ஸ்டெப்பி புல்வெளியைப்போலவே! கம்பளங்களுக்குப் பயன்படுத்தப்படுகின்ற சாயங்கள் தாவரங்களிலிருந்து வருகின்றன. அவை துல்லியமாகச் சரியான நேரத்தில் பறிக்கப்பட வேண்டும், இல்லாவிட்டால் வண்ணம் சரியாக இருக்காது. பிறகு, கம்பளி, நிலத்தின்மீது பரப்பி வைக்கப்பட்டு, அதனோடு வெந்நீர் சேர்க்கப்படும். கம்பளி இன்னும் ஈரமாக இருக்கும்போதே அதிலிருந்து நூல்கள் உருவாக்கப்படும். பிறகு, அந்நூல்கள் பல நாட்களாக வெயிலில் காய வைக்கப்படும். அதன் பிறகு, கம்பளங்கள் நெய்யும் வேலை தொடங்கும். இறுதியாகச் சில நுணுக்கமான வேலைகளைக் குழந்தைகள் செய்வர். ஏனெனில், வளர்ந்தவர்களின் கைகள் மிகவும் பெரிதாக இருப்பதால், மிகச் சிறிய, மிக நுண்ணிய எம்பிராய்டரி வேலைகளைச் செய்வதற்கு அவை சரிப்பட்டு வர மாட்டா."

மிக்காயில் ஒரு கணம் மௌனம் சாதித்துவிட்டு, பிறகு, "குழந்தைகளால்கூடச் செய்ய முடிகின்ற ஒரு வேலை இது என்ற கேலிப் பேச்செல்லாம் சரியல்ல. மிகுந்த மரியாதைக்குரிய ஒரு பழம்பெரும் பாரம்பரியம் இது," என்று கூறினான்.

"அவள் எப்படி இருக்கிறாள்?" என்று நான் கேட்டேன்.

"எனக்குத் தெரியாது. நான் அவளிடம் பேசி சுமார் ஆறு மாதங்கள் ஆகின்றன."

"மிக்காயில், இந்தக் கம்பளங்கள் இன்னொரு சகுனமாகும்."

"கம்பளங்களா?"

"நேற்று, என்னுடைய பெயரைத் தேர்ந்தெடுக்கும்படி தோஸ் என்னிடம் கூறியபோது, தன்னுடைய அன்புக்குரியவளைத் தேடி ஒரு தீவுக்குத் திரும்பிச் சென்ற ஒரு வீரனைப் பற்றிய கதையை நான் உங்களிடம் கூறியது உங்களுக்கு நினைவிருக்கிறதா? அத்தீவின் பெயர் இத்தாகா, அப்பெண்ணின் பெயர் பெனலப்பி. யுலிசெஸ் போனதிலிருந்து அவள் என்ன செய்து கொண்டிருந்தாள் தெரியுமா? நெய்து கொண்டிருந்தாள்! அவள் தன்னை மணமுடிக்க விரும்பியவர்களை ஒதுக்கித் தள்ளும்

விதமாக, தன்னுடைய மாமனார் லேயர்டீஸுக்கு, அவர் இறக்கும்போது அவருடைய உடலைப் போர்த்துவதற்காக ஒரு சால்வையை நெய்து கொண்டிருந்தாள். தான் அதை நெய்து முடித்தப் பிறகுதான் மறுமணம் செய்து கொள்ளவிருந்ததாக அவள் கூறினாள். யுலிசெஸ் திரும்பி வருவதற்காக அவள் காத்திருந்த காலம் நெடுகிலும், ஒவ்வொரு நாளும் பகலில் தான் நெய்ததை அன்றைய இரவில் அவள் பிரித்தாள். மறுநாள் காலையில் அவள் அதை மீண்டும் நெய்யத் தொடங்கினாள்.

“அவளைத் திருமணம் செய்து கொள்வதற்காகக் காத்திருந்தவர்கள், தங்களில் யாரேனும் ஒருவரை அவள் தேர்ந்தெடுக்க வேண்டும் என்று விரும்பினர், ஆனால் அவளோ, தான் நேசித்தவன் திரும்பி வருவது குறித்துக் கனவு கண்டு கொண்டிருந்தாள். இறுதியில், அவள் அவனுக்காகக் காத்திருந்து களைத்துப் போன நேரத்தில்தான் யுலிசெஸ் திரும்பி வந்தான்.”

“ஆனால் இந்தக் கிராமம் இத்தாகாவும் அல்ல, எஸ்தரின் பெயர் பெனலப்பியும் அல்ல,” என்று மிக்காயில் கூறினான்.

அக்கதையை அவன் சரியாகப் புரிந்து கொண்டிருக்கவில்லை என்பது வெளிப்படையாகத் தெரிந்தது. அது ஓர் எடுத்துக்காட்டு மட்டுமே என்பதை விளக்கும் மனநிலையில் நான் இருக்கவில்லை.

நான் என்னுடைய குதிரையின் கடிவாளத்தை அவனிடம் கொடுத்துவிட்டு, என்னுடைய மனைவியாக இருந்திருந்து, பிறகு சஹீராக மாறியிருந்த பெண்ணையும் என்னையும் பிரித்த அந்த நூறு மீட்டர் தூரத்தை நான் கடந்தேன். அவள் இப்போதும், போரிலிருந்தோ அல்லது வேலையிலிருந்தோ திரும்பி வருகின்ற ஆண்கள் அனைவரும் தங்கள் வீட்டில் காண விரும்புகின்ற வகையான அன்பான பெண்ணாக இருந்தாள்.

நான் அழுக்காக இருந்தேன். என்னுடைய ஆடைகள்மீதும் முகத்தின்மீது மண் அப்பியிருந்தது. வெளியே மிகவும் குளிராக இருந்தபோதிலும் என்னுடைய உடல் வியர்வையில் குளித்திருந்தது.

என்னுடைய தனிப்பட்ட இத்தாகாவுக்கான இந்த நீண்ட பயணத்தை நான் மேற்கொண்டிருந்தது ஏதோ என்னுடைய புதிய ஆடைகளைப் பெருமையோடு காட்டிக் கொள்வதற்காகத்தான் என்பதுபோலச் சிறுபிள்ளைத்தனமாக, உலகின் மிக மேலோட்டமான விஷயமான என்னுடைய தோற்றத்தைப் பற்றி நான் கவலைப்பட்டுக் கொண்டிருந்தேன். நான் அந்த நூறு மீட்டர் தூரத்தைக் கடந்து கொண்டிருந்தபோது, அவள் இல்லாமல் போன நேரத்தின்போது (அல்லது நான் இல்லாமல் போன நேரத்தின்போதா?) நிகழ்ந்திருந்த அனைத்து முக்கியமான விஷயங்களைப் பற்றியும் நான் சிந்திக்க முயற்சித்தேன்.

'நாங்கள் சந்திக்கும்போது நான் என்ன சொல்ல வேண்டும்?' இக்கேள்வியைப் பற்றி நான் அடிக்கடி ஆழமாகச் சிந்தித்து வந்திருந்தேன். அதற்கு, பின்வரும் விடைகளையும் நான் கண்டுபிடித்து வைத்திருந்தேன்: "நான் இந்தக் கணத்திற்காக நெடுங்காலம் காத்திருந்து வந்துள்ளேன்."; "நான் செய்தது தவறு என்பதை இப்போது நான் அறிந்து கொண்டேன்."; "நான் உன்னை நேசிக்கிறேன் என்பதைச் சொல்வதற்காகத்தான் நான் இங்கே வந்தேன்."; "நீ முன்னெப்போதையும்விட மிக அழகாக இருக்கிறாய்."

ஆனால், அவள் என்னைவிட்டு விலகிப் போயிருக்கவே இல்லை என்பதுபோலவும், இடையில் இரண்டு ஆண்டுகள், ஒன்பது மாதங்கள், பதினொரு நாட்கள் மற்றும் பதினொரு மணிநேரம் அன்றி, வெறும் ஒரு நாள் மட்டுமே கடந்திருந்ததுபோலவும், வெறுமனே 'ஹலோ' என்று கூறுவதென்று நான் தீர்மானித்தேன்.

அவள் பயணம் செய்திருந்த அதே இடங்களின் வழியாக நான் பயணம் செய்தபோது நான் மாறியிருந்தேன் என்பதை அவள் புரிந்து கொள்ள வேண்டும் என்று நான் நினைத்தேன். முன்பு எனக்கு அந்த இடங்களைப் பற்றி எதுவும் தெரியவுமில்லை, அவற்றில் நான் ஒருபோதும் ஆர்வம் காட்டியிருக்கவும் இல்லை. இரத்தக் கறை படிந்த ஒரு சிறிய துணியை ஒரு பிச்சைக்காரனின் கையிலும், பாரீஸில் இருந்த ஓர் உணவகத்தில் இளைஞர்கள் மற்றும் பெரியவர்களின் கைகளிலும், ஓர் ஓவியர் மற்றும் ஒரு மருத்துவரின் கைகளிலும், தான் அமானுசக் குரல்களைக் கேட்டதாகவும் அமானுசக் காட்சிகளைப் பார்த்ததாகவும் முழங்கிய ஓர் இளைஞனின் கையிலும் நான் பார்த்திருந்தேன். நான் மணமுடித்திருந்த பெண்ணின் அடியொற்றி நான் நடந்து கொண்டிருந்தபோது, அவளைப் பற்றி நான் தெரிந்து கொண்டேன்; பல்வேறு மாற்றங்களை அனுபவித்திருந்த, இப்போது மீண்டும் மாறவிருந்த என்னுடைய சொந்த வாழ்வின் அர்த்தத்தையும் நான் மீண்டும் கண்டறிந்தேன்.

அத்தனை ஆண்டுகளாக ஒன்றாகச் சேர்ந்து வாழ்ந்திருந்தும்கூட, என்னுடைய மனைவியை நான் உண்மையிலேயே புரிந்து கொண்டிருக்கவில்லை. நான் திரைப்படங்களில் பார்த்திருந்த, புத்தகங்களிலும் பத்திரிகைகளிலும் படித்திருந்த, தொலைக்காட்சியில் பார்த்திருந்த காதல் கதைகளைப் போன்ற ஒரு 'காதல் கதையை' நான் உருவாக்கியிருந்தேன். என்னுடைய கதையில், காதல் என்பது ஒரு குறிப்பிட்ட அளவை எட்டும்வரை வளர்ந்த ஒன்றாக இருந்தது. அதன் பிறகு, ஒரு செடியைப்போலவே, அதற்கு அவ்வப்போது நீரூற்றி, காய்ந்த இலைகளை அகற்றி, அது வாடாமல் பார்த்துக் கொள்ள வேண்டியிருந்தது, அவ்வளவுதான். 'காதல்' என்பது, மென்மைத்தன்மை, பாதுகாப்பு, கௌரவம், சௌகரியம், வெற்றி ஆகியவற்றுக்கான இன்னொரு சொல்லாகவும் இருந்தது. காதலைப் புன்னகைகளாகவும், 'நான் உன்னை நேசிக்கிறேன்' அல்லது 'நீ வீட்டிற்கு வரும்போது நான் மகிழ்ச்சியடைகிறேன்' போன்ற வார்த்தைகளாகவும் நாம் வெளிப்படுத்தலாம்.

ஆனால், விஷயங்கள் நான் நினைத்ததைவிட அதிகச் சிக்கலானவையாக இருந்தன. நான் ஒரு சாலையைக்

கடந்து கொண்டிருக்கும்போது எஸ்தர்மீது தீராக் காதல் கொண்டவனாக இருப்பேன், ஆனால் மறுபக்கத்தை அடையும்போது, ஒருத்திக்கு வாழ்க்கைப்பட்டு அந்த உறவில் மாட்டிக் கொண்டிருந்தது குறித்து என்னை நானே நொந்து கொள்வேன், மீண்டும் ஒரு சாகசப் பயணத்தை மேற்கொள்ள முடியாதா என்ற ஏக்கம் என்னைத் தொற்றிக் கொள்ளும். பிறகு, 'எனக்கு இனியும் அவள்மீது காதல் இல்லை,' என்று நான் நினைப்பேன். பிறகு, முன்பு இருந்த அதே தீவிரத்துடன் அக்காதல் திரும்பியபோது, நான் அதைச் சந்தேகிப்பேன்; 'இது எனக்குப் பழக்கமாகிவிட்டது என்று நினைக்கிறேன்,' என்று எனக்கு நானே கூறிக் கொள்வேன்.

எஸ்தரும் அதே போன்ற சிந்தனைகளைக் கொண்டிருந்திருக்கக்கூடும்; அவள் தனக்குத் தானே, 'கிறுக்குத்தனமாக யோசிக்காதே. நாங்கள் இருவரும் மகிழ்ச்சியாகத்தான் இருக்கிறோம். எங்களுடைய எஞ்சிய வாழ்நாளை இப்படியே எங்களால் கழித்துவிட முடியும்,' என்று கூறியிருந்திருக்கக்கூடும். ஏனெனில், அவளும் அதே கதைகளைப் படித்திருந்தாள், அதே திரைப்படங்களைப் பார்த்திருந்தாள், அதே தொலைக்காட்சித் தொடர்களைப் பார்த்திருந்தாள், இல்லையா? காதல் எப்போதும் ஒரு மகிழ்ச்சியான வாழ்வில் முடியும் என்று அவை எதுவும் கூறாதபோதுகூட, அவள் ஏன் தன்னைத் தானே வருத்திக் கொள்ள வேண்டும்? தினமும் காலையில், தான் தன் வாழ்வில் மகிழ்ச்சியாக இருந்ததாக அவள் மீண்டும் மீண்டும் கூறி வந்திருந்தால், இறுதியில் அவள் அதை நம்பியிருப்பாள், எங்களைச் சுற்றி இருந்தவர்களையும் அவள் நம்ப வைத்திருப்பாள்.

ஆனால் அவள் வித்தியாசமாகச் சிந்தித்தாள், வித்தியாசமாக நடந்து கொண்டாள். அவள் எனக்குக் காட்ட முயற்சித்தாள், ஆனால் என்னால் பார்க்க முடியவில்லை. தொலைந்து போய் மீட்டெடுக்கப்பட்டப் பொருட்களின் சுவைதான் உலகிலேயே மிகவும் இனிப்பான தேனின் சுவை என்பதைப் புரிந்து கொள்வதற்கு நான் அவளை இழக்க வேண்டியிருந்தது. நான் இப்போது, தூங்கி வழிந்து கொண்டிருந்த ஒரு சிறிய, குளிரான கிராமத்தின் ஒரு வீதியில் நடந்து கொண்டிருந்தேன். அவளால் மீண்டும்